ராகுல்காந்த

ஜெகாதா

Title:
Rahul Gandhi
Jakatha

ISBN: 978-93-92474-89-7
Title Code : Sathyaa - 041

நூல் தலைப்பு
ராகுல்காந்தி

நூல் ஆசிரியர்
ஜெகாதா

முதற்பதிப்பு
ஜுலை 2023

விலை : ₹ 450

பக்கம் : 361

Printed in India

Published by

Sathyaa Enterprises
No.137, First Floor,
Choolaimedu,
Chennai - 600 094.
044 - 4507 4203

Email
sathyaabooks@gmail.com

உள்ளே...

1. நேரு குடும்பத்தின் பூர்வீகப் பொக்கிஷம் — 6
2. அமேதி தொகுதியில் ராகுல் — 12
3. காங்கிரஸின் தலைவரானார் ராகுல் — 16
4. தேர்தல் தோல்விக்கு நானே பொறுப்பு — 19
5. ராகுல் ஏன் தலைமைப் பொறுப்பை ஏற்க மறுக்கிறார்? — 24
6. சோனியாவைக் கண்டு ஏன் மிரண்டார்கள்? — 28
7. சோனியாவின் பிள்ளைகளுக்கும் பிரதமராகும் உரிமை இல்லையா? — 37
8. காந்தி குடும்பத்தின் வாரிசு பிரியங்காவா? — 42
9. மன்னித்து விட்டேன் — 46
10. நேரு குடும்பத்தினர் ஏன் காந்தி பெயரைப் பயன்படுத்துகின்றனர்? — 49
11. இரத்தத்திலேயே ஊறியது இந்திராவின் தேசப்பற்று — 52
12. சுதந்திரம் கிடைக்கும்போது இருக்க மாட்டேன் — 55
13. கொடிக்காக அடிவாங்கிய இந்திரா — 59
14. இந்திராவும் கணவரும் சிறையில் — 62
15. அவசரநிலைப் பிரகடனமும் காலிஸ்தான் கோரிக்கையும் — 67

16. மரணம் குறித்து முன்கூட்டியே அறிந்த இந்திரா	73
17. நேஷனல் ஹெரால்டு வழக்கு	84
18. 2019ல் கொண்டு வந்த நம்பிக்கையில்லா தீர்மானம்	89
19. பெகாசஸ் விவகாரம்	92
20. புல்வாமா தாக்குதலுக்கு நீதி வேண்டும்	102
21. பணக்காரர்களுக்கும் ஏழைகளுக்கும் தனித்தனி இந்தியா!	121
22. இந்தியாவை போலீஸ் நாடாக மாற்றாதீர்கள்!	123
23. பிரியங்கா – ராகுல் அதிகார மோதல்	125
24. விவசாயிகள் போராட்டமும் திசாரவி கைது எதிர்ப்பும்	127
25. ஆணவத்தை அடக்கிய வேளாண் போராளிகள்	144
26. ஜெய் ஜவான் – ஜெய் கிஷான் – ஜெய் பாரத்	153
27. நேரு நினைவு அருங்காட்சியகம் பெயர் மாற்றம்	156
28. பிரதமராக பதவியேற்றிருக்க வேண்டியவர் படேலா?	159
29. நேருவின் மதச்சார்பற்ற உன்னதத் தன்மை	177
30. காஷ்மீர் விவகாரமும் சட்டப்பிரிவு 370ம்	181
31. நேருவின் மரண சாசனம்	194
32. நேருவின் நேசமிகு பூமி காஷ்மீர்	198
33. ஜனநாயகமும் நேர்மையும் காத்திருக்கலாம்!	203
34. மதவாதப் போக்கும் மகாத்மாவின் மரணமும்	209
35. காஷ்மீர் சிறப்பு அந்தஸ்து சட்டப்பிரிவு ரத்து	216
36. கன்னியாகுமரி முதல் காஷ்மீர் வரை	228
37. நான் ராகுல்காந்தியை கொன்று விட்டேன்!	232
38. பாரத் ஜோடோ யாத்திரைக் முன்னோடி மகாத்மாவா?	235
39. வீரசாவர்க்கர் குறித்த ராகுலின் சர்ச்சைப் பேச்சு	242
40. லண்டனில் ராகுல்காந்தி நேர்காணல்	244
41. பிரியங்காவின் கழுத்தைப் பிடித்த காவலர்	248
42. இந்தியாவின் அரசியல் சண்டை	251
43. கடும் விமர்சனங்களை உருவாக்கிய பாஜக செயல்பாடுகள்	254

44. அம்பேத்கரின் 125வது ஜெயந்தியில் ராகுல்	258
45. மானுடம் நேசித்த தனிமனிதப் போராளி	261
46. காங்கிரஸ் – அம்பேத்கர் நிலைப்பாடுகள்	278
47. அம்பேத்கர் பங்களிப்பு பற்றி மோடி – ராகுல்	282
48. இந்தியா மாநிலங்களின் ஒன்றியமா?	284
49. அதானி.... அதானி.... அதானி....	295
50. என்னை சிறையில் தள்ளினாலும் அச்சமில்லை	298
51. இந்தியா அவர்கள் குடும்ப சொத்தா?	303
52. அதானி குழுமத்தில் 20000 கோடி முதலீடு செய்தது யார்?	306
53. ராகுல் காந்தி தகுதி நீக்கம் குறித்த எதிர்ப்பலைகள்	309
54. அதானியைப் பற்றி பேசியதால் தகுதி நீக்கம்	313
55. பிரியங்காவின் அரசியல் சீற்றம்	315
56. எங்கள் வீடு உங்களுக்கு ராகுல்ஜி	317
57. ராகுல் பாஜகவால் வேட்டையாடப்படுகிறார்	321
58. ராகுலுக்கு விதிக்கப்பட்ட தண்டனைக்கு தடை	325
59. மோடியை நாடாளுமன்றத்தில் பேச வைக்க நம்பிக்கையில்லா தீர்மானம்	328
60. பாரத மாதாவைக் கொன்று விட்டீர்கள்	332
61. ஏன் மௌனம் காக்கிறார் மோடி?	336
62. மணிப்பூரில் கலவரம் உருவானது எப்படி?	342
63. இண்டியா கூட்டணியின் முழக்கம்	345
64. இண்டியா கூட்டணி தொடருமா?	349
65. இண்டியா கூட்டணியும் நிலைப்பாடுகளும்	351
66. எம்.பி.க்களைப் பார்த்து பறக்கும் முத்தம் கொடுப்பதா?	355
67. நம்பிக்கையில்லா தீர்மானத்திற்கு நரேந்திர மோடி பதிலடி	358

1

நேரு குடும்பத்தின் பூர்வீகப் பொக்கிஷம்

இந்தியாவின் பராம்பரியமிக்க நேரு வின் குடும்பத்தில் பிறந்த பூர்வீகப் பொக் கிஷம் ராகுல் காந்தி.

இந்தியாவின் சுதந்திர விடுதலை இயக்க த்தின் தனித்துவம் வாய்ந்த தலைவரான மோதிலால் நேரு இவரது முப்பாட்டனர்.

இந்தியாவின் சிறப்புமிக்க முதல் பிரதம மந்திரியான ஜவஹர்லால் நேரு இவரது பாட்டனார்.

இந்தியாவின் இரும்புப் பெண்மணியாக ஆண்ட இந்திராகாந்தி இவரது பாட்டி.

இந்திய தேசிய காங்கிரசின் தலைவராக இருந்த சோனியா காந்திக்கும் இந்தியாவின் முன்னாள் பிரதமராக இருந்த ராஜுவ் காந்திக்கும் மகனாக புதுடெல்லியில் 1970 ஜுன் 19ம் நாள் பிறந்தார் ராகுல் காந்தி.

காங்கிரஸ் கட்சி 2009ம் ஆண்டு நாடாளுமன்றத் தேர்தலில் மிகப் பெரிய வெற்றியைப் பெற்றதாக ராகுல் காந்தி பரவலாக புகழப்பட்டார்.

அடித்தட்டு மக்களிடையே மிகவும் அன்யோன்யம், கிராம மக்களிடையே ஆழ்ந்த தொடர்பு, மற்றும் காங்கிரஸ் கட்சிக்குள் மிகச் சிறந்த ஜனநாயகப் பண்பினைக் கொண்டு வர முயற்சி என இவரது ஆக்கபூர்வ பணிகள் அன்றாடம் தொடர்ந்த வண்ணம் இருக்கிறது.

இதற்கு உதாரணமாக மன்மோகன்சிங் அமைச்சரவையில் அமரும் வாய்ப்பினை மறுத்துவிட்டு அடித்தளம் வரை கட்சியினைப் பலப் படுத்தும் பணியினை ராகுல் மேற்கொண்டார் என்பது இவரின் சிறப்பு.

ராகுல் காந்தி 1981 முதல் 1983ம் ஆண்டு வரை டூன் பள்ளியில் சேர்ந்து பயிலுவதற்கு முன்னர் புதுதில்லியில் உள்ள புனித கூலும்போ பள்ளியில் படித்தார். இவரது தந்தை ராஜீவ்காந்தியின் படுகொலைக்குப் பிறகு இந்திய அரசியலில் காலடி எடுத்து வைத்தார்.

1984ம் ஆண்டு அக்டோபர் 31ம் நாள் இந்தியாவின் பிரதம மந்திரியானார். பஞ்சாப் சீக்கிய தீவிரவாதிகளின் அச்சுறுத்தல் காரணமாக ராகுலும் அவரது சகோதரி பிரியங்காவும் வீட்டிலிருந்தே கல்வியைத் தொடர்ந்தனர்.

1989ம் ஆண்டு புதுதில்லியில் உள்ள ஸ்டீபன் கல்லூரியில் தனது இளங்கலை பட்டத்திற்காக சேர்ந்த இவர் தனது முதலாமாண்டு தேர்வு களை முடித்த பிறகு ஹஸ்வர்டு பல்கலைக்கழகத்தில் படிப்பைத் தொடரச் சென்றார்.

1991ம் ஆண்டில் இவரது தந்தை ராஜீவ்காந்தி தேர்தல் பிரச்சாரத்துக் காக தமிழ்நாடு சென்றபோது தமிழீழ விடுதலைப்புலிகளால் படுகொலை செய்யப்பட்டார்.

மீண்டும் பாதுகாப்பு காரணங்களுக்காக ஐக்கிய அமெரிக்க நாடுகளில் புளோரிடாவில் உள்ள ரோலின்சு கல்லூரியில் தனது கல்வியை தொடர்ந்து 1994ம் ஆண்டில் தனது இளங்கலைப் பட்டத்தைப் பெற்றார் ராகுல் காந்தி.

பின்னர் 1995ம் ஆண்டு கேம்பிரிட்ஜ் பல்கலைக்கழகத்தில் பி.எச்.டி பட்டம் பெற்றார். ராகுல் காந்தி பட்டப் படிப்பு முடித்த பின்பு மைக்கல்

போர்டேர்ஸ் நிர்வாக ஆலோசனை நிறுவனம் மற்றும் கண்காணிப்பு குழுமத்தில் மூன்று ஆண்டுகள் பணிபுரிந்தார்.

அங்கு படிக்கும் காலத்தில் ராகுல்காந்தி தான் யார் என்பதை வெளிப்படுத்திக் கொள்ளாமலே பணிபுரிந்ததால் உடன் பணிபுரிந்தவர்களும் தாங்கள் யாருடன் பணிபுரிகிறோம் என்பதும் தெரியாமலே இருந்தது.

ராகுல்காந்தியின் பணிபுரியும் திறன் ஒரு தனிமுத்திரைப் பதிப்போடு இருந்தது என்று அவருடன் பணியாற்றிய மூத்த நண்பர் கூறியிருந்தார்.

பொறியியல் மற்றும் தொழில்நுட்பத்துறை குழுமத்தை நடத்துவதற்காக ராகுல்காந்தி 2002ன் பிற்பகுதியில் மும்பை திரும்பினார்.

2003ம் ஆண்டில் ராகுல் தேசிய அரசியலுக்கு வரப்போவதாக ஊடகங்கள் பரவலாக செய்திகள் வெளியிட்டு வந்தன. ஆனாலும் ராகுல் அதை உறுத்திப்படுத்தவில்லை. இவர் தனது தாயார் சோனியா காந்தியுடன் பொது நிகழ்ச்சிகளிலும், காங்கிரஸ் கட்சியின் கூட்டங்களிலும் கலந்து கொண்டார்.

பதினான்கு வருட இடைவெளிக்குப் பின் நல்லெண்ணப் பயணமாக இந்தியா மற்றும் பாகிஸ்தான் அணிகளுக்கு இடையேயான ஒருநாள் சர்வதேச கிரிக்கெட் போட்டியைக் காண இவரது சகோதரி பிரியங்கா காந்தியுடன் பாகிஸ்தானுக்கு சென்று வந்தார்.

ராகுல் காந்தி தனது தந்தையின் முன்னாள் தொகுதியும், தன் தாய் சோனியா காந்தியின் தற்போதைய தொகுதியுமான அமேதிக்கு ஜனவரி 2004ல் சென்றிருந்தபோது ராகுல் மற்றும் பிரியங்கா இருவரின் அரசியல் பிரவேசம் பற்றிய ஆரூடங்கள் பலமாக வலம் வந்தன.

தமது அரசியல் பிரவேசம் பற்றிய தீர்மானமான முடிவை சொல்ல நிராகரித்து விட்டாலும் தான் அரசியலை வெறுக்கவில்லை என்று பதிலளித்தார் ராகுல்.

தான் உண்மையாகவே எப்பொழுது அரசியலில் நுழைவது என்று இன்னும் முடிவு செய்யவில்லை என்றும், தான் எப்பொழுது வேண்டுமானாலும் அரசியலுக்கு வரலாம் என்றும் பதிலளித்தார். ராகுல் காந்தி அரசியலில் தனது வருகையை மார்ச் 2004ல் அறிவித்தார்.

இந்தியாவின் நாடாளுமன்றத்தின் கீழ்சபையான லோக்சபாவிற்கு மே 2004ல் நடைபெற்ற தேர்தலில் தனது தந்தையின் தொகுதியான உத்தரப் பிரதேசத்தில் உள்ள அமேதியில் தான் போட்டியிடப் போவதாக மார்ச் 2004ல் அறிவித்தார் ராகுல்.

இவர் தந்தைக்கு முன்பே அவரது சிற்றப்பா சஞ்சய் காந்தி விமான விபத்தில் இறப்பதறகு முன்புவரை அமேதியின் பிரதிநிதியாக இருந்தார். இவரது தாயாரும் ரேபரேலி தொகுதிக்கு மாறும் வரை அமேதி தொகுதியில் பதவியில் இருந்தார். அப்பொழுது உத்தரப் பிரதேசத்தில் காங்கிரஸ் கட்சி வெறும் பத்து நாடாளுமன்ற உறுப்பினர்களை மட்டுமே கொண்டிருந்தது.

ராகுல் காந்தியின் சகோதரி பிரியங்கா காந்தியின் மிதமிஞ்சிய வசீகரம் கூடுதலான அரசியல் வெற்றியைப் பெற்றுத் தரும் என்று எதிர்நோக்கி இருந்தனர்.

இந்தியாவின் தலைசிறந்த அரசியல் குடும்பத்தின் இளம் உறுப்பினர் என்ற முறையில் காங்கிரஸ் கட்சியின் அரசியல் எதிர்காலத்தை இந்தியா வின் இளைய தலைமுறையில் ஒருவராக இருந்து சீரமைக்க முடியும் என்ற நம்பிக்கையை வெளிநாட்டு ஊடகங்களுக்கு இவர் அளித்த நேர்காணல் மூலம் அறிய முடிந்தது.

அந்த நேர்காணலில் இந்தியாவின் ஒற்றுமைக்கு பாடுபடுவேன் என்றதோடு அரசியல் பிளவுகளுக்கு கண்டனமும் தெரிவித்தார். அவருடைய குடும்பத்தின் ஈடுபாடு அத்தொகுதியில் நீண்ட காலமாக இருப்பதைக் கண்ட அத்தொகுதி உள்ளூர் வாசிகள் அவர் வேட்பாளர் ஆனதும் வாழ்த்துக்களையும் மகிழ்ச்சியினையும் தெரிவித்தனர்.

அமேதி தொகுதியில் ராகுல்காந்தி தனது குடும்பத்தின் திடமான ஆதரவுடன் பெரும்பான்மை வாக்குகளைப் பெற்று பாரதீய ஜனதா கட்சி வேட்பாளரை ஒரு லட்சம் வாக்கு வித்தியாசத்தில் வெற்றி பெற்றார்.

ராகுல் காந்தியின் தேர்தல் பிரச்சாரம் என்பது அவரது சகோதரி பிரியங்கா காந்தியின் வழிகாட்டுதல்படி நடத்தப்பட்டது.

2006ம் ஆண்டு வரையிலும் ராகுல் காந்தி வேறு எந்த துறையிலும் கவனம் செலுத்தாமல் தனது தொகுதி பிரச்சினைகளிலும் உத்தரப் பிரதேச அரசியலிலும் மட்டுமே கவனம் செலுத்தினார்.

மேலும் இதனால் இந்திய மற்றும் சர்வதேச ஊடகங்கள் சோனியா காந்தி இவரை வருங்காலத்தில் இந்திய தேசிய காங்கிரசின் தலைவராக மாற்ற தயார்படுத்தி வருவதாக ஊடகங்கள் தெரிவித்தனர்.

இந்திய தேசிய காங்கிரஸின் ஹைதராபாத் மாநாடு 2006ல் நடைபெற்ற போது, அந்த மாநாட்டில் ராகுல்காந்தி கட்சியின் முக்கிய பொறுப்பேற்று நடத்திட வேண்டும் எனவும் மற்றும் பிரதிநிதிகளை அறிமுகம் செய்யுங்கள் எனவும் ஆயிரக்கணக்கான கட்சி உறுப்பினர்களால் கேட்டுக் கொள்ளப்பட்டார்.

அதன்பின் உரையாற்றிய ராகுல், உங்களின் உணர்வுகளுக்கும் ஆதர விற்கும் நன்றி தெரிவித்துக் கொள்கிறேன். நான் உங்களை கைவிட்டு விடப் போவதில்லை என்று உறுதி கூறுகிறேன்.

ஆனால் உடனடியாக கட்சியின் உயர்பதவியை ஏற்றுக் கொள்வதை மறுத்துவிட்டு அனைவரையும் அமைதி காக்கும்படி கேட்டுக்கொண்டார்.

சோனியாகாந்தி 2006ல் ரேபரேலி தொகுதயில் நடைபெற்ற மறு தேர்தலில் போட்டியிட்டபோது ராகுல்காந்தியும், அவரது சகோதரி பிரியங்கா காந்தியும் தங்களது தாயாருக்காக தேர்தல் பிரச்சாரத்தை மேற்கொண்டனர். இதன் காரணமாக இத்தேர்தலில் சோனியாகாந்தி நான்கு லட்சத்திற்கும் அதிகமான வாக்கு வித்தியாசத்தில் மிக எளிதாக வென்றார்.

2007ல் உத்தரபிரதேச சட்டசபைக்கு நடந்த தேர்தலில் காங்கிரசின் உச்சக்கட்ட தேர்தல் பிரச்சாரத்தில் ராகுல் காந்தி பிரச்சாரம் செய்தார். இருப்பினும் காங்கிரஸ் கட்சி 8.53% வாக்குகளைப் பெற்று வெறும் 22 இடங்களில் மட்டுமே வென்றது.

இத்தேர்தலில் தாழ்த்தப்பட்ட இந்திய மக்களின் பிரதிநிதிக் கட்சியான பகுஜன் சமாஜ் கட்சி முதன் முறையாக தனிப்பெரும்பான்மை பெற்று பதினாறு ஆண்டுகளுக்குப் பின் ஆட்சியமைத்தது.

2007 செப்டம்பர் 24ல் காங்கிரஸ் கட்சியின் செயல் அலுவலகத்தில் நடந்த கட்சியின் மறு சீரமைப்பில் ராகுல் காந்தி அகில இந்திய காங்கிரஸ் கட்சியின் பொதுச் செயலாளராக நியமிக்கப்பட்டார். இச்சீரமைப்பி லேயே இவர் இளைஞர் காங்கிரஸ் அமைப்புக்கும் இந்திய தேசிய மாணவர் அமைப்பிற்கும் பொறுப்பாளராக நியமிக்கப்பட்டார்.

இளைய தலைமுறையின் தலைவராக தன்னை நிரூபித்துக் கொள்ளும் முயற்சியாக நவம்பர் 2008ம் ஆண்டில் புதுடில்லியில் 12, துக்ளக் சாலையில் உள்ள அவரது இல்லத்தில் நேர்காணல் நடத்தி குறைந்தபட்சம் 40 நபர்களை தேர்வு செய்து இந்திய இளைஞர் காங்கிரசை வழிநடத்தும் ஆலோசகர்களாக நியமித்தார்.

இவர் 2007ம் ஆண்டு இந்திய தேசிய காங்கிரசின் பொதுச் செயலாளராக பொறுப்பேற்றது முதல் தீவிரமாக செயல்பட்டு வந்தார்.

2017, டிசம்பர் 16ல் இந்திய தேசிய காங்கிரஸ் தலைவராக தேர்ந்தெடுக்கப்பட்டார்.

2

அமேதி தொகுதியில் ராகுல்

அமேதி தொகுதியில் 2009ம் ஆண்டு நடைபெற்ற நாடாளுமன்றத் தேர்தலில் மீண்டும் போட்டியிட்ட ராகுல் தன்னை எதிர்த்து போட்டியிட்ட நபரை 3,33,000க்கும் மேற்பட்ட வாக்குகள் வித்தியாசத்தில் வென்று மீண்டும் அமேதி தொகுதியிலிருந்து தேர்ந்து எடுக்கப் பட்டார்.

இந்த தேர்தலில் காங்கிரஸ் கட்சி உத்தரப்பிரசதேச மாநிலத்தில் மொத்த முள்ள 80 தொகுதிகளில் 20 தொகுதிகளை கைப்பற்றியது. இந்த வெற்றிக்கு முழுமை யான காரணம் ராகுல் காந்தியே ஆவார்.

இவர் ஆறுவாரங்களில் 125 பிரச்சார பொதுக்கூட்டங்களில் பங்கேற்று பேசி னார்.

பதினேழாவது மக்களவைத் தேர்தலில் 2019ல் அமேதி, வயநாடு ஆகிய இரு தொகுதிகளிலும் ராகுல் போட்டியிட்டார்.

இதில் வழக்கமாகப் போட்டியிடும் அமேதியில் ஸ்மிருதி ராணியிடம் 2,92,973 வாக்குகள் வித்தியாசத்தில் ராகுல் தோற்றார். அங்கு அவர் 4,13,394 வாக்குகளும், ஸ்மிருதி ராணி 4,68,514 வாக்குகளும் பெற்றனர். எனினும் கேரள வயநாட்டில் 7,06,367 வாக்குகள் பெற்று இந்திய பொதுவுடமை கட்சியின் சுனீரை தோற்கடித்தார். சுனீர் பெற்ற வாக்குகள் 2,74,597 ஆகும்.

சோனியா காந்தி கடந்த 19 ஆண்டுகளாக வகித்து வந்த இந்திய தேசிய காங்கிரஸ் தலைவர் பதவிக்கு ராகுல் காந்தி தேர்ந்தெடுக்கப்பட்டார்.

முன்னதாக 2013ம்ஆண்டு ஜனவரி மாதம் முதல் காங்கிரஸ் கட்சியின் துணைத் தலைவராகப் பொறுப்பேற்று பணியாற்றிய ராகுல் காந்தி 2017ம் ஆண்டு டிசம்பர் 16 அன்று அந்திய தேசிய காங்கிரஸ் தலைவர் பொறுப்பினை ஏற்றார்.

புதுதில்லியில் உள்ள காங்கிரஸ் கட்சி தலைமை அலுவலகத்தில் நடைபெற்ற எளிமையான விழாவில் இந்தப் பொறுப்பினை ராகுல் காந்தி ஏற்றுக் கொண்டார்.

இந்தியாவின் 17வது மக்களவைத் தேர்தலில் காங்கிரஸ் கட்சிக்கு ஏற்பட்ட தோல்விக்கு பொறுப்பேற்று காங்கிரஸ் தலைவர் பதவியில் இருந்து தான் விலகுவதாக முறைப்படி அறிவித்துள்ளார்.

•

ராகுல் காந்தி 2009 ஜனவரியில் பிரிட்டிஷ் நாட்டின் அயல்நாட்டு செயலாளர் டேவிட் மிலிபாண்ட் அவர்களுடன் உத்தரப்பிரதேசத்தில் இருக்கும் தன்னுடைய நாடாளுமன்ற தொகுதியான அமேதிக்கு அருகாமையில் உள்ள ஒரு கிராமத்தில் மேற்கொண்ட ஒரு எளிய சுற்றுலாவிற்காக கடுமையாக விமர்சித்தார்.

அடுத்ததாக மிலிபாண்ட் அவர்களின் தேவையற்ற ஆலோசனைகளும் தீவிரவாதம் மற்றும் பாகிஸ்தான் பற்றிய கருத்துக்களும் திரு.முகர்ஜி மற்றும் பிரதம மந்திரி மன்மோகன்சிங் அவர்களுடன் நடத்திய ரகசிய சந்திப்பு முறைகளும் பின்னடைவாக கருதப்பட்டது.

தூய ஸ்டீபன் கல்லூரியில் ராகுலுக்கு இருந்த துப்பாக்கி சுடும் திறமையை அடிப்படையாகக் கொண்டு அக்கல்லூரியில் சேர்த்துக் கொள்ளப்பட்டார். இது சர்ச்சைக்குரிய விசயமானது.

ஒரு வருடம் கல்வி கற்ற பின் 1990ல் அக்கல்லூரியிலிருந்து வெளியேறி னார். தூய ஸ்டீபன் கல்லூரியில் தான் தங்கியிருந்த ஒரு வருட கால அனுபவத்தை பற்றி கூறும் போது, அங்கு கேள்வி கேட்கும் மாணவர் களை ஏற இறங்க பார்ப்பதோடு மட்டுமில்லாமல் அவர்களை வெறுப்பு டன் கல்லூரியில் இருந்து வெளியேற்றி விடுவார்கள் என்று கூறினார்.

வகுப்பறையில் கேள்வி கேட்பது என்பது நல்ல விசயமாக இருந்த தில்லை என்றும் நீங்கள் நிறைய கேள்வி கேட்பீர்களானால் உங்களை ஏற இறக்கப் பார்ப்பார்கள் என்றும் கூறினார்.

ராகுலின் கருத்து பற்றி, அக்கல்லூரியின் ஆசிரியர்கள் கூறும்போது, அவரின் சொந்த அனுபவத்தை பொறுத்து அவர் கூறிய கருத்துக்கள் சரியானவையே என்றும் கூறினார்.

2007ல் உத்தரப் பிரதேச தேர்தல் பிரச்சாரத்தில் பேசிய ராகுல், காந்தி - நேரு குடும்பத்தில் இருந்து யாரேனும் ஒருவர் அரசியலில் இருந்திருந் தால் பாபர் மசூதி இடிக்கப்பட்டிருக்காது என்று பேசினார். இக்கருத்து 1992ல் பாபர் மசூதி இடிக்கப்பட்டபோது அப்போதைய பிரதமராக இருந்த பி.வி.நரசிம்மராவ் அவர்களை தாக்கி பேசியதாகவே கருதப் பட்டது.

ராகுலின் இந்த அறிக்கை பாஜகவின் சில உறுப்பினர்களுடன் கடும் வாக்குவாதத்தை உண்டு பண்ணியது.

சமாஜ்வாஜ் கட்சியும் இடது சாரிகளும் கூட இவரது கருத்தை இந்து முஸ்லீம்களுக்கு எதிரானது என்றனர். இவர் சுதந்திரப் போராட்ட வீரர்கள் மற்றும் காந்தி - நேரு குடும்பத்தைப் பற்றி கூறிய கருத்துகளுக்கு எதிராக பாஜக தலைவரான வெங்கையா நாயுடு, அவசர நிலை பிரகடனத்திற்காக காந்தியின் குடும்பம் பொறுப்பு ஏற்றுக் கொள்ளுமா என்ற கேள்வியை எழுப்பி விமர்சித்தார்.

1971ல் பாகிஸ்தானை இரண்டாகப் பிரித்ததை தனது குடும்பத்தின் சாதனையாகக் கூறினார் ராகுல். இவர் கூறிய இந்தக் கருத்து இந்திய அரசியல் பிரமுகர்களிடம் மட்டுமல்லாது பாகிஸ்தானின் சில முக்கிய

மான மக்களாலும், அந்நாட்டு வெளியுறவு தொடர்பு அதிகாரியாலும் விமர்சனத்திற்குள்ளானது.

மிக பிரபலமான வரலாற்று அறிஞரான இர்பான் ஹபிப் இந்தக் கருத்து பங்களாதேஷ் புரட்சியை அவமதிப்பதாக உள்ளது என்று கூறினார்.

3

காங்கிரசின் தலைவரானார் ராகுல்

காங்கிரஸ் தலைவராக இருந்த சோனியா காந்தியின் உடல் நலம் பாதிக்கப்பட்டதைத் தொடர்ந்து கட்சியின் துணைத் தலைவராக இருந்து வந்த ராகுல்காந்தியைத் தலைவராக்க வேண்டும் என்று காங்கிரஸ் நிர்வாகிகள் வலியுறுத்தி வந்தனர்.

இதனையடுத்து காங்கிரஸ் நிர்வாகிகள் தேர்தல் நடந்து முடிந்ததையடுத்து தலைவர் பதவிக்கான தேர்தல் அறிவிக்கப் பட்டது.

தலைவர் பதவிக்கு ராகுல் காந்தி டிசம்பர் 4ல் வேட்பு மனுதாக்கல் செய் தார். மொத்தம் தாக்கலான 89 வேட்பு மனுக்களும் தலைவர் பதவிக்கு ராகுலை அறிவிக்க கோரி தாக்கல் செய்யப்பட்டன.

இதனையடுத்து டிசம்பர் 11ம் தேதி ராகுல் ஏகமனதாக போட்டியின்றி காங்கிரஸ் கட்சியின் தலைவராக தேர்ந்தெடுக்கப்பட்டார். இந்நிலையில் அவர் முறைப்படி காங்கிரஸ் தலைவராக சனிக்கிழமை பொறுப்பேற்றுக் கொண்டார்.

டெல்லியில் காங்கிரஸ் தலைமை அலுவலகத்தில் இதற்கான விழா நடைபெற்றது.

காங்கிரஸ் முன்னாள் தலைவர் சோனியா காந்தி, முன்னாள் பிரதமர் மன்மோகன்சிங் உள்ளிட்டோர் நிகழ்ச்சியில் கலந்து கொண்டனர்.

மூத்த தலைவர்கள் முன்னிலையில் காங்கிரஸ் தலைவராக ராகுல் காந்தி பொறுப்பேற்றுக் கொண்டார். அப்போது சோனியாகாந்தி பேசும்போது, காங்கிரஸ் தலைவராகப் பொறுப்பேற்றுக் கொண்டுள்ள ராகுலுக்கு எனது வாழ்த்துக்களையும், ஆசியையும் தெரிவித்துக் கொள்கிறேன்.

இந்திரா காந்தி என்னை தனது மகள் போல பார்த்துக் கொண்டார். இந்தியாவைப் பற்றி அவரிடம் இருந்துதான் நான் அதிகம் தெரிந்து கொண்டேன்.

1984ம் ஆண்டு இந்திராகாந்தி படுகொலை செய்யப்பட்டதால் எனது தாயை இழந்தது போன்று உணர்ந்தேன். அந்த சம்பவம் என் வாழ்க்கையையே மாற்றியது. இந்திரா காந்தியின் மறைவுக்குப் பின் ராஜீவ்காந்தி காங்கிரஸ் தலைவராகப் பொறுப்பேற்றுக் கொண்டார்.

பின்னர் அவர் மறைந்த பிறகு சில காலம் கழித்து கட்சியை வழி நடத்தும் பொறுப்பை நான் எடுத்துக் கொண்டேன்.

கட்சித் தொண்டர்களுடைய ஒத்துழைப்புடன் தான் என்னால் கட்சியை சிறப்பாக வழிநடத்த முடிந்தது என்று கூறினார்.

அடுத்து மன்மோகன்சிங் பேசும் போது, 'நான் சற்று உணர்ச்சி வசப்பட்டுள்ளேன். ஏனெனில் இது ஒரு வரலாற்று சிறப்புமிக்க தருணம். பத்து ஆண்டுகளாக பிரதமராக இருந்திருக்கிறேன். சோனியா காந்தியின் தலைமையின் கீழ் பல முக்கிய வரலாற்று முக்கியத்துவம் வாய்ந்த முடிவுகளை எடுத்துள்ளேன்.

காங்கிரஸ் ஆட்சியில் பொருளாதார வளர்ச்சி விகிதம் ஆண்டுக்கு 7.8% என்ற நிலையில் இருந்தது. 140 மில்லயின் மக்களை வறுமையில் இருந்து மீட்டெடுத்தோம். சோனியாவின் வழிகாட்டுதலால் இது சாத்தியமானது. அதற்காக நான் நன்றி தெரிவித்துக் கொள்கிறேன்.

இந்திய அரசியலின் போக்கு சற்றே வருத்தமளிப்பதாக இருக்கும் சூழலில் ராகுல் காந்தி காங்கிரஸ் தலைவராகப் பொறுப்பேற்கிறார்.

ராகுல் காந்தி நம்பிக்கை அரசியலை முன்னெடுத்துச் செல்வார் என நம்புகிறோம். ராகுல் தலைமையின் கீழ் காங்கிரஸ் கட்சி உச்சத்தை தொடும். நீங்கள் செல்லும் பாதை வெற்றி நல்க எனது ஆசிகள்.'

4

தேர்தல் தோல்விக்கு நானே பொறுப்பு

இந்தியாவின் 17வது மக்களவைத் தேர்தலில் காங்கிஸ் கட்சிக்கு உண்டான தோல்விக்கு பொறுப்பேற்று பதவி விலகி விட்டதாக அகில இந்திய காங்கிரஸ் கமிட்டியின் தலைவர் ராகுல் காந்தி தெரி வித்துள்ளார்.

மக்களவைத் தேர்தலில் காங்கிரஸ் கட்சி இந்தியா முழுவதும் 52 இடங்களில் மட்டுமே வென்றது. ஒட்டு மொத்த இடங்களில் 10%ஐ விடவும் கூடுதல் இடங்களில் வெற்றி பெறவில்லை என்ப தால் காங்கிரஸ் கட்சிக்கு மக்களவையில் பிரதான எதிர்கட்சி அந்தஸ்தும் கிடைக்க வில்லை.

2014ல் நடந்த மக்களவைத் தேர்தலி லும் காங்கிரஸ் 44 இடங்களில் மட்டுமே

வென்றது என்பதால் அப்போது எதிர்க்கட்சித் தலைவர் பதவியை காங்கிரஸ் கட்சிக்கு தர முடியாது என்று நரேந்திர மோடி தலைமை யிலான தேசிய ஜனநாயக கூட்டணி அரசு தெரிவித்திருந்தது.

இரண்டு இடங்களில் போட்டியிட்ட ராகுல் அவர் தொடர்ந்து மூன்று முறை வென்ற உத்தரப்பிரதேச மாநிலத்தில் உள்ள அமேதி தொகுதியில் தோல்வியைச் சந்தித்தார்.

இரண்டாவது தொகுதியாக அவர் களம் இறங்கிய கேரள மாநிலம் வயநாடு தொகுதியில் ராகுல் வென்றார். இந்நிலையில் ராகுல்காந்தி, 'இந்த நாட்டின் மதிப்பீடுகள் மற்றும் விழுமியங்களுக்கு உயர் ஆதாரமாக விளங்கிய காங்கிரஸ் கட்சிக்கு தொண்டாற்றியது எனக்கு ஒரு மிகப் பெரிய கௌரவம்.

என் மீது அளவுக்கும் அதிகமான அன்பையும், நன்றி உணர்வையும் காட்டிய இந்த நாட்டுக்கும், காங்கிரஸ் கட்சிக்கும் நன்றிக் கடன் பட்டுள்ளேன் என்று அந்த அறிக்கையின் தொடக்கத்தில் ராகுல் காந்தி குறிப்பிட்டுள்ளார்.'

கட்சியின் தலைவர் என்ற முறையில் தேர்தல் தோல்விக்கு தாமே பொறுப்பு என்று டுவிட்டரில் பதிவிட்டிருந்த நான்கு பக்க அறிக்கை ஒன்றில் ராகுல்காந்தி தெரிவித்துள்ளார்.

கட்சியின் அடுத்த தலைவரை தானே முன்மொழிய வேண்டும் என்று கட்சியினர் தம்மிடம் கூறியதாகவும், அவ்வாறு தாம் தேர்வு செய்வது முறை ஆகாது என்றும் அவர் தெரிவித்துள்ளார்.

புதிய தலைவரை தேர்வு செய்யும் பொறுப்பை ஒரு குழுவிடம் ஒப்படைக்குமாறு பதவி விலகிய உடனேயே காங்கிரஸ் காரிய கமிட்டி யிடம் தாம் கேட்டுக் கொண்டுள்ளதாக ராகுல் காந்தி தெரிவித்துள்ளார்.

புதிய தலைவரை தேர்வு செய்ய அவர்களுக்கு தாம் அதிகாரம் அளித்துள்ளதாகவும், சுமூகமான மாற்றத்துக்கு தமது முழு ஆதரவை வழங்க உறுதியளித்துள்ளதாகவும் ராகுல்காந்தி அதில் குறிப்பிட்டுள்ளார்.

போராட்டமும் பெருமையும் நிறைந்த வரலாற்றையும் பாரம் பரியத்தையும் கொண்டுள்ள காங்கிரஸ் கட்சி, இந்தியத் தன்மையுடன் இயைந்துள்ளது. துணிவு, அன்பு மற்றும் நம்பிக்கையுடன் வழி நடத்து

பவரை தலைமையேற்க கட்சி தேர்வு செய்யும் என்று தாம் நம்புவதாக ராகுல்காந்தி அந்த அறிக்கையில் கூறியுள்ளார்.

எனது போராட்டம் அதிகாரத்துக்கு மட்டுமானதல்ல. எனக்கு பாஜக மீது எந்தவிதமான வெறுப்போ கோபமோ இல்லை. ஆனால் பின் உடலில் உள்ள ஒவ்வொரு அணுவும் இந்தியா பற்றிய அவர்களின் கருத்தை உள்ளார்ந்து எதிர்க்கிறது.

இந்தியா பற்றிய எனது கருத்தும் அவர்களது கருத்தும் நேரெதிராக உள்ளதால் இந்த எதிர்ப்பு கிளம்புகிறது என்று ராகுல் கூறியுள்ளார்.

இது புதிய போர் அல்ல. இது ஆயிரக்கணக்கான ஆண்டுகளாக நடந்து வருகிறது. அவர்கள் வேறுபாட்டைக் காணும் இடங்களில் நான் ஒற்றுமையைக் காண்கிறேன். அவர்கள் வெறுப்பைக் காணும் இடங்களில் நான் அன்பைக் காண்கிறேன். அவர்கள் எங்கு அச்சப்படுகிறார்களோ அங்கு நான் ஆரத் தழுவுகிறேன். அந்த அன்பார்ந்த எண்ணம் கோடிக் கணக்கான மக்களின் மனங்களில் பரவியுள்ளது. இத்தகைய இந்தியாவைத் தான் நாம் தீவிரமாக காக்க வேண்டியுள்ளது.

இந்தியா மீதும் இந்திய அரசியல் அமைப்பின் மீதும் நிகழ்த்தப்படும் தாக்குதல்கள் இந்தியா எனும் கருத்தாக்கத்தை அழிக்கும் நோக்குடன் உருவாக்கப்பட்டுள்ளன. இந்தப் போராட்டத்தில் இருந்து நான் எப்படியும் பின்வாங்கப் போவதில்லை.

காங்கிரஸ் கட்சிக்கு நான் விசுவாசமுள்ள தொண்டன் மற்றும் இந்தியத் தாய்க்கு பற்றுமிக்க மகன். இந்தியாவைக் காக்கவும் இந்தியா வுக்கும் தொண்டாற்றவும் என் இறுதி மூச்சுவரை பாடுபடுவேன்.

நாங்கள் வலிமையாகவும் கண்ணியமாகவும் தேர்தலை எதிர் கொண்டோம். சகோதரத்துவம், சகிப்புத்தன்மை மற்றும் மரியாதை மிக்க தாக எங்கள் பிரச்சாரம் அமைந்தது.

பிரதமர், ஆர்.எஸ்.எஸ். ஆகியோரை என் பலத்தையும் திரட்டி எதிர்த் தேன். சில நேரங்களில் அதில் நான் தனியாக இருந்தேன். எனினும் அது குறித்து நான் பெருமைபடுகிறேன்.

சுதந்திரமான ஊடகம், நீதித்துறை, நடுநிலைமிக்க வெளிப்படைத் தன்மை மிக்க தேர்தல் ஆணையம போன்ற நிறுவனங்கள் நேர்மை

யாகவும், சுதந்திரமாகவும் தேர்தல் நடக்க தேவை.

ஒரு கட்சியிடம் மட்டுமே நிதி ஆதாரங்கள் குவிந்திருந்தால் தேர்தல் சுதந்திரமாக நடைபெறாது. 2019ல் ஓர் அரசியல் கட்சியை மட்டுமல்ல எதிர்கட்சிகளுக்கு எதிராக இயங்கிய ஒட்டுமொத்த இந்திய அரசு கட்டமைப்பையே நாங்கள் எதிர்த்தோம்.

அரசு அமைப்புகளின் நடுநிலைத் தன்மை இனியும் இந்தியாவில் என்பது இப்போது தெளிவாகியுள்ளது.

இந்திய அரசின் அமைப்புகளை ஆர்.எஸ்.எஸ் இன் திட்டம் ஈடேறியுள்ளது. நமது ஜனநாயகம் பலவீனமாகியுள்ளது.

இனி தேர்தல்கள் இந்தியாவின் எதிர்காலத்தை தீர்மானிப்பதாக அல்லாமல் வெறும் சடங்காக மாறிவிடும். இந்தியாவில் அதிகாரத்தை கைப்பற்றுவது என்பது கற்பனை செய்ய இயலாத அளவுக்கு வன்முறை மற்றும் வலிமிகுந்ததாக இருக்கும்.

விவசாயிகள், பெண்கள், பழங்குடிகள், தலித்துகள், வேலை வாய்ப்பற்ற இளைஞர்கள் ஆகியோர் மிகவும் இன்னலுக்கு உள்ளா வார்கள்.

பொருளாதாரம் மற்றும் நாட்டின் பெருமை ஆகியவை மீதான தாக்கம் மோசமானதாக இருக்கும். நமது அமைப்புகளை மீண்டும் மறு சட்டம் அமைக்க இந்தியா இணைய வேண்டும். அதற்கான கருவியாக காங்கிரஸ் கட்சி இருக்கும்.

இந்த முக்கியமான நோக்கத்தை அடைய காங்கிரஸ் கட்சியில் தீவிரமான மாற்றங்கள் தேவை.

இந்திய மக்களின் குரலை பாஜக திட்டமிட்டு நசுக்குகிறது. அந்தக் குரல்களை பாதுகாப்பது காங்கிரசின் கடமை. இதற்கு முன்பும் இனி எப்போதும் இந்தியா ஒற்றைக் குரலுடன் இருக்காது. அது பல குரல்கள் கலந்த சிம்பொனியாகவே இருக்கும். அதுதான் பாரதத் தாயின் உண்மையான சாராம்சம்.

இந்தியா மற்றும் வெளிநாடுகளில் இருந்து எனக்கு ஆதரவளித்து கடிதம் எழுதிய ஆயிரக்கணக்கான மக்களுக்கு என் நன்றிகள்.

காங்கிரஸ் கட்சியின் நோக்கம் அறிக்கையை என் முழு பலத்தையும் திரட்டி போராடுவதைத் தொடர்வேன்.

பதவியின் மீது நாட்டம் கொண்டுள்ளது இந்தியாவில் ஒரு வழக்கமாக உள்ளது. யாரும் பதவியை துறக்க விரும்புவதில்லை. பதவி மோகத்தை துறக்காமல், ஆழமான கொள்கை படிப்புடன் போராடாமல் நம் எதிரிகளை வீழ்த்த முடியாது.

நான் காங்கிரஸ்காரனாகவே பிறந்தேன். இந்தக் கட்சி எப்போதும் என்னுடனும், என் உயிரின் ஆதாரமாகவும் இருந்துள்ளது. அது அவ்வாறே என்றென்றும் நீடிக்கும்.

5

ராகுல் ஏன் தலைமைப் பொறுப்பை ஏற்க மறுக்கிறார்?

2019ம் ஆண்டு நடந்த மக்களவைத் தேர்தலில் கட்சியின் தோல்விக்கு பொறுப்பேற்று கட்சித்தலைவர் பதவியை ராகுல் காந்தி ராஜினாமா செய்தார்.

அப்போது அவர் நான்கு பக்க கடிதம் ஒன்றை ட்வீட் செய்திருந்தார். அதில் சில பிரச்சினைகளை குறிப்பிட்டு இருந்தார். அந்தக் கடிதத்தில் கட்சித் தலைவர் பதவியை ராஜினாமா செய்தவதற்கான காரணங்களைப் பட்டியலிட்டதுடன் சில முக்கிய விஷயங்களையும் குறிப்பிட்டிருந் தார்.

உதாரணமாக அந்தக் கடிதத்தில் மக்களவைத் தேர்தல் தோல்விக்கு கட்சி யின் விரிவாக்கப் பிரச்சினையை சரி செய்ய வேண்டும் என்று அவர் ஓர் இடத்

தில் எழுதியிருந்தார். 'இதற்கு பலர் பொறுப்பு.

ஆனால் தலைவர் பதவியில் இருக்கும் போது நான் பொறுப்பேற்க வேண்டும். மற்றவர்கள் மீது அந்தப் பொறுப்பை திணிக்கக் கூடாது. அது சரியாக இருக்காது' என்றார்.

அவர் ராஜினாமா செய்த பிறகு தோல்விக்கு காரணமானவர்களை பலரும் ராஜினாமா செய்ய வேண்டும் என்று ராகுல்காந்தி விரும்பினார் என்பது தெளிவாகத் தெரிந்தது.

ஆனால் அவரைத் தவிர காங்கிரஸ் கட்சியில் உள்ள வேறு எந்த மூத்த தலைவர்களும் ராஜினாமா செய்யவில்லை.

தான் தனிப்பட்ட முறையில் தனது முழு முயற்சியுடன் பிரதமர் ஆர்.எஸ்.எஸ். மற்றும் தொடர்புடைய அனைத்து அமைப்புகளுடன் நேரடியாகப் போராடியதாக அந்தக் கடிதத்தில் ராகுல் காந்தி கூறியிருந்தார்.

ராகுல் கூறியிருந்தது உண்மைதான். ரஃபேல் ஊழல் விவகாரத்தை ராகுல் காந்தி எழுப்பிய விதம், 'சௌகிதார்சோர் ஹை' யை தேர்தலில் பிரச்சினையாக்கிய விதம், ஆகியவற்றுககு அவருக்கு கட்சியின் எந்த மூத்தத் தலைவர்களின் ஆதரவும் கிடைக்கவில்லை. இந்த விசயம் இன்னும் ராகுல் காந்தியின் மனதில் இருக்கலாம்.

தங்கள் பொறுப்பைக் கூட உணராத இப்படிப்பட்ட தலைவர்கள் கொண்ட கட்சியை வழிநடத்த ராகுல் காந்தி விரும்பவில்லை. அதனால்தான் மீண்டும் தலைமை பொறுப்பேற்க அவர் தயங்குகிறார்.

ராகுல்காந்தி பதவியில் இருக்க விரும்புகிறார். ஆனால் பொறுப்பேற்க மறுக்கிறார் என்று சிலர் கருதுகின்றனர்.

2004ம் ஆண்டு ராகுல் அரசியல் வாழ்க்கை தொடங்கியது. அந்த ஆண்டு அவர் அமேதி நாடாளுமன்றத் தொகுதியில் வெற்றி பெற்று மக்களவைக்கு வந்தார்.

அன்றிலிருந்து அவர் கட்சியின் தலைவராக வருவார் என்று பேசப் பட்டது. ஆனால் அவர் அதைச் செய்யவில்லை.

2013ம் ஆண்டு கட்சியின் துணைத் தலைவரானார். 2017ம் ஆண்டு தலைவர் பதவியை ஏற்று 2019ம் ஆண்டு பதவியை விட்டு விலகினார்.

2004ம் ஆண்டு மன்மோகன்சிங் பிரதமராக பதவியேற்ற போது ஓர் அமைச்சகத்தில் அவருக்கு அமைச்சர் பதவி வழங்குவதற்கான வாய்ப்புகள் வெளிப்படையாகவே இருந்தன.

ஆனால் அதையும் அவர் ஏற்கவில்லை. இதுபோன்ற நிகழ்வுகள் ராகுலின் இயல்பு பற்றி கூறுகிறது. அதிகாரப் பூர்வமாக அவர் பொறுப்புகளை ஏற்க தயக்கம் காட்டுகிறார் அது அவரது இயல்பாக இருந்தது.

ராகுல் 2019ம் ஆண்டு கட்சியின் தலைமை பொறுப்பில் இருந்து ராஜினாமா செய்த பிறகு இன்று வரை கட்சியின் முக்கிய முடிவுகளை எடுக்கிறார்.

கட்சியின் முக்கிய முடிவுகளை எடுப்பதன் மூலம், கட்சியில் தனது பங்கு இருக்க வேண்டும் என்று அவர் நினைப்பது தெளிவாக தெரிகிறது.

ராகுல் கட்சித் தலைவராக இல்லாவிட்டாலும் அவர் கட்சியின் பின்புலத்திலிருந்து வழி நடத்த விரும்புகிறார்.

துணைத்தலைவர் பதவியில் இருந்த நாட்களில் இருந்து ராகுல்காந்தி பல ஆண்டுகளாக கட்சியின் முக்கிய பதவிகளில் இருந்து வருகிறார். அவர் கட்சியைப் பலப்படுத்த வேண்டும் என்று பல ஆண்டுகளாக கூறி வருகிறார்.

காந்தி குடும்பத்தில் இருந்து வராத ஒருவர் கட்சித் தலைவராக பதவி யேற்க வேண்டும் என்பதே அவரது எண்ணமாக இருந்தது.

தலைவர் பதவியில் இருந்து ராஜினாமா செய்த ராகுல்காந்தி, காங்கிரஸ் கட்சியின் அடுத்த தலைவரை தேர்தல் மூலம் முடிவு செய்ய விரும்பினார். அதனால்தான் இந்த பதவிக்கு எந்த பெயரையும் முன் வைக்கவில்லை.

2019ம் ஆண்டு அவர் கடிதம் எழுதிய பிறகு காங்கிரஸ் தலைவர் பதவிக்கான தனது நிலைப்பாட்டை ராகுல் காந்தி இதுவரை மாற்றவில்லை, குறைந்தபட்சம் அது குறித்து பொதுவெளியில் எந்த அறிக்கையும் வரவில்லை.

இதனால் ராகுல்காந்தி மீண்டும் தலைவர் பதவியை ஏற்றுக் கொண்டால் அவரது பேச்சுக்கும் செயலுக்கும் வேறுபாடு ஏற்படும்.

எது எப்படி இருந்தாலும் பிரமதர் நரேந்திர மோடி முதல் பாஜகவின் பெரிய தலைவர்கள் வரை காங்கிரஸ் கட்சியை குடும்ப அரசியல் செய்யும் கட்சி என்று குற்றம் சாட்டுகிறார்கள்.

இந்த முறை செங்கோட்டையில் இருந்து பிரதமர் நரேந்திர மோடி காங்கிரஸ் கட்சியை குடும்ப அரசியல் செய்யும் கட்சி என்று மீண்டும் கூறினார். காங்கிரஸ் தலைவர் பதவியை ஏற்றுக் கொள்வதன் மூலம் இந்த விவகாரத்தை மீண்டும் பாஜக கையில் எடுக்க ராகுல்காந்தி விரும்ப வில்லை.

இந்தக் கருத்துக்கு காங்கிரசிடமிருந்து மாற்றுக் கேள்வியும் எழாமல் இல்லை. 32 ஆண்டுகளாக இந்தக் குடும்பத்திலிருந்து பிரதமராகவோ, முதல்வராகவோ அமைச்சராகவோ யாரும் ஆகவில்லை.

பிறகு ஏன் மோடி இந்தக் குடும்பத்தைக் கண்டு பயப்பட வேண்டும்?

உண்மை என்னவெனில், இப்போதைய சூழ்நிலையில் காங்கிரஸ் தலைவர் பதவிக்கு ராகுல்காந்திக்கு சவாலாக யாரும் இல்லை.

காங்கிரஸ் கட்சி தொண்டர்கள் பெரும்பாலானோர் தலைவர் பதவிக்கு ராகுல் காந்தி என்ற பெயரையே மனதில் வைத்துள்ளனர் என்பதும் தலைவர் பதவியை ஏற்க ராகுல்காந்தி தயாராக இல்லை என்பதும் தெளிவாகிறது.

□□□

6

சோனியாவைக் கண்டு ஏன் மிரண்டார்கள்?

சோனியா காந்தியை பாஜக ஏன் தொடர்ந்து எதிர்த்தது?

சோனியா காந்தி இத்தாலியப் பெண். இந்திய அரசின் உயர் பதவி வகிக்க அந்நியரை அனுமதிக்கக் கூடாது என்று சில தீவிரவாத இந்து அமைப்பினர் தொடர்ந்து பிரச்சாரம் செய்தார்கள்.

ஏன் உச்ச நீதிமன்றத்திற்கே சென்று வழக்கு போட்டார்கள். ஆனால் அவர் களின் கோரிக்கை சட்ட அமைப்புகளா லும், மக்கள் மன்றத்தாலும் நிராகரிக்கப் பட்டு விட்டன என்பது வேறு விசயம்.

ஆனால் அவர்களின் குற்றச்சாட்டு ஒருபுறம் இருந்தாலும் அவர் இந்திய தேசத்தின் பண்பாட்டையும், கலாச்சாரத் தையும் முற்றிலும் சுவீகரித்துக் கொண்ட

இந்தியப் பெண்மணியாகவே அர்ப்பணித்து வாழ்ந்து வருகின்றார் என்பதுதான் நிதர்சனமாக உண்மை.

பிறந்த மண் இத்தாலியாக இருந்தாலும், புகுந்த மண் இந்தியா என்பதை எல்லா வகையிலும் இன்றுவரை காப்பாற்றி வருவதுடன் உயர்த்திப் பிடித்து வாழ்ந்து வருகிறார் என்பது கண்கூடு.

அமெரிக்க ஜனாதிபதி கென்னடி சுட்டுக் கொல்லப்பட்ட பின் ஜான் எஃகென்னடியின் மனைவி ஓனாசிஸ் கென்னடி மற்றொரு பெரும் பணக்காரரை மணந்து சென்ற அந்நிய கலாச்சாரத்தை இவ்வுலகம் அறியும்.

ஆனால் தனது அருமைக் கணவர் ராஜுவ் காந்தி படுகொலை செய்யப் பட்ட பின்னர் சோனியா காந்தி இந்தியாவை விட்டு இத்தாலிக்கு ஓடிப் போய் விடவில்லை. தன் கணவர் பிறந்த மண்ணே தனது மண் என்று உறுதியோடு இந்தியக் கலாச்சாரத்தின் நம்பகத்தன்மை வாய்ந்த உறுதி மிக்க முத்து என்று தன்னை நிரூபித்துக் கொண்டார்.

இரண்டு முறை பிரதமராகும் வாய்ப்பு வந்தபோதும் அதனால் கட்சிக்குப் பாதகம் ஏற்பட்டு விடக்கூடாது என்பதற்காக பிரதமர் பதவியை விட்டுக் கொடுத்தவர் சோனியா காந்தி.

‘இந்தியாவில் இந்தியர் ஒருவர்தான் பிரதமராக வேண்டும் என்பதில் பாஜகவோடு உடன்பாடு காண்கிறேன்’ என்று அ.தி.மு.க. பொதுச் செயலாளர் ஜெயலலிதா தொலைக்காட்சிப் பேட்டியில் தெரிவித்தார்.

‘இந்தியாவின் பிரதமராக சோனியா வரக்கூடாது என்பதால் பிஜேபி யோடு உடன்படுகிறேன்’ என்று ஆந்திர முதல்வர் சந்திரபாபு நாயுடுவும் தெரிவித்திருந்தார். அ.தி.மு.க.வை அமரர் எம்.ஜி.ஆர் தோற்றுவித்த போது அவரை ‘மலையாளி’ என்றனர். பாலக்காட்டு கணவாய் வழிவந்தவர் என்றனர்.

அவர்களுடைய புழுதிப் பிரச்சாரம் அவர்களுடைய மனக் கண்ணாடியைத்தான் மாசுபடுத்தியது.

ஏன் அ.தி.மு.க. அரசியலில் செல்வி ஜெயலலிதா அடியெடுத்து வைத்த போது அவர் கன்னடத்துக்காரர் என்று எழுந்த பிரச்சாரம் அடிபட்டுப் போனது.

இத்தாலியில் பிறந்த சோனியா எப்படி இந்தியாவின் பிரதமராக முடியும் என்ற பிரச்சாரம் எந்த அளவு எடுபடும் என்பதனை இந்தப் பின்னணியில் தான் பார்க்க வேண்டும்.

'அந்நிய மண்ணில் பிறந்த இந்தியரும் இந்தியாவின் குடிமக்களாக இருக்கலாம்' என்று மைய அரசு இரட்டைக் குடியுரிமைச் சட்டம் கொண்டு வருகிறது. அதே சமயத்தில் சோனியாவைப் பற்றி சுடுசொற்கள் கொட்டப்படுகின்றன.

சோனியா அந்நிய மண்ணில் பிறந்தவர் என்ற பிரச்சினை காங்கிரஸ் கட்சிக்குள்ளும் நெடுநாளாகவே இருந்து வருகிறது என்று ராஜ்ய சபை துணைத்தலைவர் நஜ்மா ஹெப்துல்லா கூட ஒருமுறை கூறியிருக்கிறார்.

காங்கிரஸ் கட்சியிலிருந்து தேர்தல் நேரத்தில் பாஜகவுக்கு தாவப் போகிறவர்களெல்லாம் தங்களின் கடைசி ஆயுதமாக இந்த வாதத்தை எடுத்துக் கொள்கிறார்கள். இவர்கள் இத்தனை காலமாக சோனியாவின் தலைமையை ஏற்றுச் செயல்பட்டவர்கள்தாம்.

காங்கிரஸ் தலைவியாக சோனியா அமர்ந்தபோதே இவர்கள் பந்தத்தை அறுத்துக் கொண்டிருந்தால் பாராட்டலாம். ஆனால் உண்மை என்னவென்றால் இந்திய நாட்டு மக்கள் சோனியாவை இன்னொரு நாட்டுப் பெண்ணாக பார்க்கவே இல்லை.

இந்திய மண்ணில் பிறந்த ராஜூவ்காந்தியின் துணைவியாகவே பார்க்கிறார்கள். அதுதான் இந்தியப் பண்பாடு.

புகழின் சிகரத்தில் இருந்த ராஜூவ்காந்தியை தீவிரவாதம் பலி கொண்டது. அந்தக் கொடுமை தமிழ் மண்ணில் நடந்தது. பெரும் பேரிழப்பிற்கு ஆளான சோனியாவின் துயரத்தில் ஒவ்வொரு தமிழ்க் குடும்பமும் பங்கு கொண்டிருக்கிறது என்பதுதான் உண்மை.

சோனியாவின் குடியுரிமை பற்றி உச்சநீதிமன்றத்தில் ஒரு வழக்கு வந்தது. அவர் இந்தியக் குடிமகள்தான் இந்திய அரசியலில் பங்கு கொள்ள எல்லா உரிமைகளும் உண்டு என்று அந்த மன்றம் தீர்ப்பளித்தது.

'நான் வெளிநாடுகளுக்குச் செல்லும் போதெல்லாம் அந்த மண்ணுக்கு நான் அந்நியம் என்ற உணர்வு எனக்கு ஏற்படுகிறது. நான் முழுமையான இந்தியக் குடிமகள்.

பி.ஜே.பி கூட்டணி அரசு எல்லாத் துறைகளிலும் தோல்வியடைந்து விட்டது. அவர்களால் வேறு பிரச்சினைகளைப் பேச முடியவில்லை. எனவே நான் வெளிநாட்டைச் சேர்ந்தவள் என்று பிரச்சாரத்தை தீவிரப்படுத்துகின்றனர்' என்று சோனியா காந்தி கூறினார்.

எது எப்படியோ சோனியா இந்த மண்ணின் மருமகள் என்று அமேதி தொகுதி மக்களும் தீர்ப்பளித்து விட்டார்கள். தென்திசையில் பெல்லாரி தொகுதி மக்களும் தீர்ப்பளித்து விட்டனர்.

அன்றைய பாஜகவின் ரட்சகராக அடல்பிகாரி வாஜ்பாய் இருந்தார். காங்கிரஸ் கட்சியின் காவல் தெய்வமாக சோனியா காந்தி மாறினார்.

சோனியாகாந்தி இல்லையென்றால் காங்கிரஸ் கட்சியின் கடைசி அத்தியாயம் அன்று எழுதப்பட்டிருக்கும். பெரும் சரிவை தடுத்து நிறுத்தி சோனியா ஒரு சாதனை படைத்திருக்கிறார்.

பிஜேபிக்கு வாஜ்பாய் துருவ நட்சத்திரமாக தோன்றினார். காங்கிரஸ் கட்சிக்கு சோனியா கடைசி நம்பிக்கையாய் மலர்ந்தார்.

ஆர்.எஸ்.எஸ்.ஸாக இருந்து ஜனசங்கமாக உருவாகி பாஜகவாக ஜனித்த இந்துத்வா அரசியல் வளர்ச்சியை வாஜ்பாய்க்கு பிரதான பங்கு உண்டு.

அன்றைய காங்கிரசின் வளர்ச்சியில் சோனியாவிற்கு குறிப்பிடத்தக்க பங்கு இல்லை என்ற போதிலும் நடுக்கடலில் மாலுமியை இழந்த கப்பலுக்கு அவர் மாலுமியாக வந்திருக்கிறார்.

சோனியாவின் வளர்ச்சிக்கு துணை நின்றது பாஜகவும் சங்கபரிவாரங்களும் தான். சோனியா ஒரு கிறிஸ்தவப் பெண் என்றனர். இந்துக் கலாச்சாரத்தில் நம்பிக்கை இல்லாதவர் என்றனர். அதனை மறுப்பதற்காகவே சோனியா திருப்பதி ஏழுமலையானை தரிசிக்க வேண்டியிருந்தது. திலகமிட வேண்டியிருந்தது.

சோனியா காந்தி பிறப்பால் அந்நியரானார்! பண்பாடு, தியாகம், இந்திய தேசத்தின் மீதான பற்று மூலம்தான். இந்தியப் பெண்மணியே என்று நிரூபித்து விட்டாள்.

அரசியல் காலச் சக்கர சுழற்சியின் காரணமாக சுதந்திரப் போராட்டத்தில் ஈடுபட்ட பாரம்பரியமான தேசிய கட்சியான காங்கிரஸ்

காணாமல் போய் விடுமோ என்ற நெருக்கடி சூழ்ந்தபோது, தனது புகுந்த வீட்டு அரசியல் பங்களிப்பை செய்தாக வேண்டிய நிர்பந்தம் சோனியாவை நெருக்கியது.

வேறு வழியின்றி காங்கிரஸ் கட்சியின் தலைமைப் பொறுப்பை ஏற்றார். பொது வாழ்வில் சோனியா காந்தியின் ஈடுபாடு என்பது அவரது மாமியாரான இந்திரா காந்தியின் படுகொலைக்குப் பிறகும் மற்றும் அவரது கணவர் ராஜுவ் காந்தி பிரதமராகத் தேர்ந்தெடுக்கப்பட்ட பிறகுமே தொடங்கியது எனலாம்.

1946 டிசம்பர் 9ம் தேதி இத்தாலியில் பிறந்த சோனியா காந்தி ராஜுவ்காந்தியுடனான திருமண பந்தத்தின் மூலம் நேரு - காந்தி குடும்பத்தில் உறுப்பினரானார்.

1964ல் கேம்பிரிட்ஜ் நகரில் உள்ள பெல்கல்வி அறக்கட்டளையின் மொழிப் பள்ளியில் சோனியா காந்தி ஆங்கிலம் கற்கச் சென்றார்.

அப்போது அவர் கிரேக்க உணவகத்தின் பகுதி நேரமாக பணியாற்றி வந்தார். அந்த உணவகத்தில் அவர் கேம்பிரிட்ஜ் பல்கலைக்கழகத்தின் டிரினிட்டி கல்லூரியில் சேரப்பதிவு செய்திருந்த ராஜுவ்காந்தியை 1965ல் சந்தித்தார்.

பிறகு இருவரும் 1968ல் இந்து முறைப்படி திருமணம் செய்து கொண்டனர். அதைத் தொடர்ந்து சோனியா காந்தி தனது மாமியாரும் அப்போதைய இந்தியப் பிரதமருமான இந்திராகாந்தியின் இல்லத்திற்குச் சென்று வாழ ஆரம்பித்தனர்.

ராஜுவ் - சோனியா தம்பதியருக்கு ராகுல் காந்தி மற்றும் பிரியங்கா காந்தி என்று இரு பிள்ளைகள் பிறந்தனர்.

செல்வாக்கு மிக்க நேரு குடும்பத்தைச் சார்ந்திருந்த போதிலும் ராஜுவ் ஒரு விமானியாகவே பணிபுரிந்து கொண்டிருந்த வேளையில் சோனியா தன் குடும்பத்தை கவனித்துக் கொள்ளும் பணியை மேற்கொண்டார்.

1980 ஜுன் 23ல் ராஜுவின்இளைய சகோதரர் சஞ்சய் காந்தி விமான விபத்தில் இறந்தமையால் ராஜுவ்காந்தி 1982ல் அரசியலில் கால் பதிக்க நேர்ந்தது. எனினும் அந்த காலகட்டத்தில் சோனியாகாந்தி பொது வாழ்வில் இருந்து விலகியே இருந்தார்.

இந்திராகாந்தியின் படுகொலைக்குப் பின் ராஜீவ்காந்தி பிரதமராகப் பொறுப்பேற்ற பின் பிரதமரின் மனைவியான சோனியா அவருடன் ஏராளமான தேசிய நிகழ்வுகளில் உடன் சென்றார்.

1984ல் அமேதியில் நடந்த தேர்தலில் ராஜீவை எதிர்த்து அவரது தம்பியான சஞ்சய் காந்தியின் மனைவியான மேனகா காந்தி போட்டியிட்டார். அப்போது சோனியா தனது கணவருக்கு ஆதரவாக பிரச்சாரத்தில் களமிறங்கினார்.

இவரது கணவர் ராஜீவ்காந்தி படுகொலை செய்யப்பட்ட பிறகு சோனியா காந்தி பிரதம மந்திரியாக மறுத்ததால், காங்கிரஸ் கட்சியின் தலைவராகவும், பிரதம மந்திரியாகவும், நரசிம்மராவை ஒரு மனதாகத் தேர்வு செய்தார்.

எனினும் 1991-96 காலகட்டத்தில் பிரதமர் நரசிம்மராவ் காங்கிரஸ் ஆட்சியில் பல முன்னணித் தலைவர்கள் மற்றும் மந்திரிகள் மீது பல ஊழல் குற்றச்சாட்டுகள், காங்கிரஸ் ஆட்சியில் பொருளாதார பின்னடைவு, மக்களுக்கு எதிரான ஆட்சி, இந்தியாவின் மத ஒற்றுமைக்கு எதிரான ஆட்சி, பாபர் மசூதி இடிப்பு ஆகிய சம்பவங்கள் காங்கிரஸ் ஆட்சி மீதும் கட்சி தலைமை மீதும் எதிர்ப்பலையானதால் காங்கிரஸ் கட்சி தலைமை ஊசலாட்டம், காணவே 1996 நாடாளுமன்ற தேர்தலில் தோல்வியடைந்தது.

மேலும் அத்தேர்தல் தோல்விக்குப் பிறகு கட்சியின் மூத்த மாநிலத் தலைவர்களாகிய மாதவராவ் சிந்தியா, நாராயண் தத்திவாரி, அர்ஜீன் சிங், மம்தா பானர்ஜி, ஜி.கே. மூப்பனார், ப.சிதம்பரம், வாழப்பாடி ராமமூர்த்தி, ஜெயந்தி நடராஜன் போன்ற மூத்த தலைவர்கள் காங்கிரஸ் கட்சியில் இருந்து பல்வேறு காரணங்களுக்காக விலகினர்.

அப்போதைய காங்கிரஸ் தலைவராகப் பதவி வகித்து வந்த முன்னாள் பிரதமர். பி.வி.நரசிம்மராவ் அவர் நேரடியாக குற்றம் சாட்டப்பட்டிருந்த ஊழல் வழக்கில் சிறை செல்ல நேரிட்டதால் அவருக்குப் பதிலாக காங்கிரஸ் கட்சியின் தலைவராக சீதாராம் கேசரியை சோனியா காந்தி நியமித்தார்.

மேலும் காங்கிரஸ் கட்சிக்கு நேரடியான தலைமை பொறுப்பிற்கு சோனியா காந்தி வரவேண்டும் என்று பல காங்கிரஸ் தலைவர்களின்

வேண்டுகோளை ஏற்று 1997ல் கல்கத்தா வருடாந்திரக் கூட்டத்தில் சோனியா காந்தி காங்கிரஸ் அடிப்படை உறுப்பினராகி அடுத்த ஆண்டு 1998ல் அதன் கட்சித் தலைவரானார்.

மக்களவைத் தேர்தலில் கர்நாடகாவில் பெல்லாரி மற்றும் 1993 நாடாளுமன்ற தேர்தலில் உத்தரப்பிரதேசத்தில் அமேதி ஆகிய இடங்களில் போட்டியிட்டு வெற்றி பெற்றார்.

பெல்லாரியில் தொகுதியில் பாஜகவின் அனுபவமிக்க தலைவரான சுஷ்மா சுவராஜைத் தோற்கடித்தார்.

2004, 2009 ஆகிய இரண்டு நாடாளுமன்றத் தேர்தலில் உத்தரப் பிரதேசத்தில் உள்ள ரேபரெலி மக்களவைத் தொகுதியில் வெற்றி பெற்றார்.

1999ல் பதின்மூன்று மக்களவையின் எதிர்க்கட்சித் தலைவராக சோனியா காந்தி தேர்ந்தெடுக்கப்பட்டார்.

பாஜக ஏற்படுத்திய தேசிய ஜனநாயகக் கூட்டணி அடல் பிஹாரி வாஜ்பாய் தலைமையிலான அரசு இருந்தபோது அவர் எதிர்க்கட்சித் தலைவராக பொறுப்பேற்றார். அப்பொறுப்பில் தேஜகூ அரசாங்கத்திற்கு எதிராக நம்பிக்கையில்லாத் தீர்மானம் 2003ல் கொண்டு வந்தார்.

சோனியா காந்தி காங்கிரஸ் கட்சியின் தலைவராக பத்து வருடங்கள் தொடர்ந்து பதவி வகித்தவன் என்ற சாதனையை நிகழ்த்தினார்.

2004 பொதுத் தேர்தல்களில் சோனியா காந்தி நாடு தழுவிய பிரச்சாரம் செய்தார். பாஜக எழுப்பிய 'இந்தியா மிளிர்கின்றது' என்ற முழக்கத்திற்கு எதிராக ஆம் ஆத்மி (சாதாரண மனிதன்) என்ற எதிர்முழக்கத்தை எழுப்பினார்.

தேஜகூவின் தோல்வியைத் தொடர்ந்து சோனியா காந்தி ரேபரேலி தொகுதியில் வெற்றி பெற்ற நிலையில் சோனியா காந்திதான் இந்தியாவின் அடுத்த பிரதமர் என்று பரவலாக எதிர்பார்க்கப்பட்டது.

மே 16ம் நாள் இடது சாரிகளின் ஆதரவுடன் 15 கட்சிகளின் கூட்டணி அரசாங்கத்தை நடத்த சோனியா காந்தி ஒருமனதாக தேர்ந்தெடுக்கப் பட்டார்.

அதைத் தொடர்ந்து அவ்வரசாங்கம் ஐக்கிய முற்போக்கு கூட்டணி என்ற பெயரிடப்பட்டது. தேர்தலுக்கு பின்னர் தோற்றுப் போயிருந்த பாஜக கூட்டணி (தேஜகூ) சோனியா காந்தியை இத்தாலியப் பெண், அந்நியப் பெண் என்று எதிர்ப்பரசியல் செய்தது.

மூத்த பாஜக தலைவர்களில் ஒருவரான சுஷ்மா ஸ்வராஜ் சோனியா காந்தி பிரதமரானால் தலையை மொட்டை அடித்துக் கொள்வதாக அச்சுறுத்தியதோடு அல்லாமல் தரையில் படுத்துறங்குவேன் என்றும் கூறினார்.

சோனியா காந்தி பிரதமராக நிற்க பல சட்டபூர்வமான காரணங்கள் தடையாக இருந்தது தேஜ கூட்டணி வாதிட்டது.

குறிப்பாக 1955 இந்திய குடி உரிமைச் சட்டத்தின் ஐந்தாம் பிரிவை சுட்டிக் காட்டினார். இறுதியில் அவர்களின் மனுக்களை தள்ளுபடி செய்த இந்திய உச்சநீதிமன்றம் சோனியா காந்தி பிரதமராக சட்டப்படி எந்தத் தடையும் இல்லை எனத் தீர்ப்பு வழங்கியது.

ஒரு சில நாட்களுக்குப் பின்னர், சோனியா காந்தி மக்களவையில் காங்கிரஸ் நாடாளுமன்ற தலைவர் பொறுப்பை ஏற்க மறுத்தார்.

மே 18ம் நாளன்று பொருளாதா வல்லுநரான மன்மோகன் சிங் பெயரை பிரதமர் பதவிக்காக பரிந்துரைத்தார் சோனியா காந்தி, மார்ச் மாதம் 23ம் நாள் சோனியா காந்தி தனது மக்களவை உறுப்பினர் பொறுப்பிலிருந்தும் மற்றும் தேசிய ஆலோசனைக் குழுவின் மன்றத் தலைவர் பதவிப் பொறுப்பிலிருந்தும் விலகினார்.

2006 மே மாதம் நடந்த ரேபரேலி நாடாளுமன்றத் தொகுதி தேர்தலில் மீண்டும் போட்டியிட்ட சோனியாகாந்தி பெரும் வாக்கு வித்தியாசத்தில் அதாவது 4 லட்சம் ஓட்டுகளில் வெற்றி பெற்றார்.

2014 ஆண்டு நடந்த மக்களவைத் தேர்தலில் காங்கிரஸ் கட்சி 44 இடங்களில் மட்டுமே வென்று வரலாறு காணாத படுதோல்வியைச் சந்தித்தது. இதனால் எதிர்கட்சி என்ற மதிப்பையும் பெற இயலாமல் போனது.

2019ல் 17வது மக்களவை தேர்தலில் ரேபரேலியிலிருந்து மக்களவைக்கு தேர்ந்தெடுக்கப்பட்டார் சோனியா.

சோனியா காந்தியின் தலைமை குறித்து தொடக்கத்தில் காங்கிரஸ் கட்சிக்குள்ளேயே விமர்சனம் எழுந்தது. அவர் வெளிநாட்டில் பிறந்தவர் என்பதை சுட்டிக்காட்டி இந்தியப் பிரதமர் ஆகும் அவரது தகுதியை கேள்வி எழுப்பினர்.

அதற்குப் பதிலளிக்க வேண்டி, அவர் கட்சித்தலைவர் பதவியிலிருந்தே விலக முன் வந்தார். எனினும், அதன் விளைவாக மக்கள் ஆதரவு பன்மடங்கு பெருகியது.

சோனியா காந்தி தனது அரசியல் வாழ்வில் எண்ணற்ற சோதனைகளையும், அவமானங்களையும் எதிர்கொண்டவர்.

7

சோனியாவின் பிள்ளைகளுக்கும் பிரதமராகும் உரிமை இல்லையா?

பாஜகவின் துணையோடு உத்தரப் பிரதேசத்தில் அச்சமயம் மாயாவதியின் ஆட்சி அமைந்த நேரம்.

உத்தரப்பிரதேசத்தின் அமேதி தொகுதி சோனியா காந்தி வெற்றி பெற்ற தொகுதி அன்னையின் தொகுதி மக்களை சந்திக்க பிரியங்காவும், ராகுலும் சென்றிருந்தனர்.

எந்தவித முன்னறிவிப்பும் இல்லை. கைத்தறிச் சேலையில் பிரியங்கா, வித்தியாசமாகக் காட்சியளித்தார்.

ஆனாலும் லக்னோ நகர மக்கள் அவரை அடையாளம் கண்டு கொண்டனர். அங்கிருந்து வழிநெடுக மக்கள் வெள்ளம்.

இதனைக் கண்ட உத்தரப்பிரதேச முதலமைச்சர் மாயாவதி ருத்ர காளியானார். எந்தப் பாதுகாப்பும் தராதீர்கள். பொதுக் கூட்டங்களுக்கு அனுமதி கொடுக்காதீர்கள். திருப்பி அனுப்புங்கள் என்று காவல்துறைக்கு கட்டளையிட்டார்.

மாயாவதி தன்னுடைய கோட்டையைத் தகர்க்க சோனியா காந்தி சதி செய்கிறார் என்று ஆவேசம் கொண்டார்.

காங்கிரசிலிருந்து இளம் புயல்களாக பிரியங்காவும், ராகுலும் வெளிக் கிளம்பி வருவதை மாயாவதியும், பாஜகவும் சகித்துக் கொள்ள முடிய வில்லை.

உத்தரப்பிரதேசத்தில் சோனியா காந்தி வந்து அரசியல் செய்தால் நான் டெல்லிக்கு வந்து போட்டி அரசியல் செய்வேன் என்று மாயாவதி குதித்தார்.

பிரியங்காவும், ராகுலும் தனது மாநிலத்தில் வந்து மக்களை சந்திக்க மாயாவதிக்கு ரத்த அழுத்தம் ஏறியது.

அமேதிக்கு அருகில் உள்ள ரேபரேலி தொகுதி. பாட்டி இந்திராவுக்கு பழக்கப்பட்ட தொகுதி அது. தந்தை ராஜீவ்காந்தி தமது தாய் வீடாகக் கருதிய பூமி. எனவே அந்தத் தொகுதியில் இரண்டொரு கிராமங்களை மட்டும் பிரியங்காவும், ராகுலும் எட்டிப் பார்த்தனர்.

சோகம் கொண்ட மக்கள் அவர்களைச் சூழ்ந்து கொண்டனர். 'அப்பா மறைவுக்குப் பின்னர் நாங்கள் அனாதைகளாகி விட்டோம். எந்த வேலை யும் இல்லை. நாங்கள் பிழைக்கவே வழி இல்லை. இனி, நீங்களாவது எங்களைக் காத்திட வாருங்கள்' என்று அந்தப் பாமர மக்கள் தங்கள் வறுமையை ராகுலிடமும், பிரியங்காவிடமும் கண்ணீரால் வடித்துக் காட்டினர்.

இந்தச் செய்தி ஊடகங்களில் வந்ததால் பிரியங்கா - ராகுல் வருகையை எரிமலையும் பூகம்பமும் இணைந்து வருவதாகவே பாஜக கருதியது. அச்சம் அதனை ஆட்கொண்டு விட்டது.

'சின்னஞ்சிறார்களை காங்கிரஸ் கட்சி தேர்தல் பிரச்சாரத்திற்கு பயன் படுத்தலாமா? இது என்ன நியாயம்?' என்று வெங்கையா நாயுடு வெகுண் டெழுந்தார்.

பிரியங்காவும், ராகுலும் காங்கிரஸ் கட்சியின் சாதாரண உறுப்பினர்கள் கூட அல்லர். அவர்கள் எப்படி அந்த கட்சிக்குப் பிரச்சாரம் செய்யலாம் என்று பாஜகவினர் கேட்டனர்.

'சோனியா அந்நிய மண்ணில் பிறந்தவர். ஆகவே அவர் பிரதமராக முடியாது. பிரியங்காவும், ராகுலும் இந்தியக் குடிமக்கள் தான். அவர்கள் எந்தப் பதவியையும் ஏற்கத் தகுதியுடையவர்கள் தான் என்றார் மத்திய அமைச்சர் ராஜ்நாத்சிங்'.

இதனைக் கேட்டு அதிர்ச்சியடைந்த பாஜக பொதுச் செயலாளர் பிரமோத் மகாஜன், 'இந்தியாவின் பிரதமராக வருகிறவர்களின் தாய் தந்தையர் இருவருமே இந்திய மண்ணில் பிறந்தவர்களாக இருக்க வேண்டும்' என்று கொட்டி முழக்கினார்.

இதுவரை இந்தியாவில் சோனியா பிரதமராக வர முடியாது என்றனர். இப்போது அவரது பிள்ளைகளுக்கு அந்த உரிமை இல்லை என்றனர்.

சோனியாவும் அவரது குழந்தைகளும் மாயாவதிக்கு சிம்ம சொப்பனமாகத் தெரிந்தது போலவே பிரமோத் மகாஜனுக்கும் அப்படியே காட்சி அளித்தனர்.

எழுச்சிப் புயலாய் ராகுல்காந்தி அரசியலில் அடியெடுத்து வைப்பதை இவர்கள் விரும்பவில்லை. 'சோனியா காந்தி ஒரு காந்தாரி. அந்தக் காந்தாரி பெற்ற பிள்ளைதான் ராகுல்காந்தி' என்றார் உத்தரபிரதேச பாஜக மாநிலத் தலைவர் விநாய்க்.

ஒரு இளஞ்சூரியனின் வருகை கண்டு இவர்கள் அனைவரும் கொதித்துப் போயிருக்கிறார்கள்.

'காங்கிரஸ் கட்சியின் தேர்தல் சின்னமாக பசுவும் அன்றும் இருந்தது. அப்போது இந்திரா காந்தியும், சஞ்சய் காந்தியும் அரசியலுக்கு வந்தனர். இப்போது ஒரு கலப்பினக் காளை (ராகுல் காந்தி) அரசியலுக்கு வருகிறது. அந்தக் காளைக்கு ஒரு சீமைப்பசு வருகிறது என்றார் குஜராத் மாநில முதல்வர்.'

ரத யாத்திரையில் குஜராத் வந்த துணைப் பிரதமர் அத்வானியை வரவேற்ற மேடையில்தான் இந்த அக்னி சொற்கள் வாசிக்கப்பட்டன.

அமேதி தொகுதியில் ராகுல் காந்தி அடியெடுத்து வைக்கிறார் என்றதும் அவர்கள் யாவரும் அமைதி இழந்து விட்டனர்.

இந்திரா காந்தி பிரதமராகப் பொறுப்பேற்ற போதும் இவர்கள் என்ன சொன்னார்கள்? இந்த பாரத தேசத்தை பழம்பெரும் பூமியை ஒரு விதவை ஆளலாமா என்று கேட்டனர். இப்போது சோனியா வரலாமா? ராகுல் வரலாமா? என்று மிகுந்த சோகம் கொள்கின்றனர்.

அமேதி தொகுதியில் ராகுல்காந்தியின் கன்னிப்பேச்சு அரசியல் நாகரிகத்துக்கு இலக்கணம் வகுத்து விட்டது. ஆனால் எதிர்முகாமில் அரசியல் நாகரீகம் என்ன விலை என்று கேட்டுக் கொண்டிருந்தவர்களின் அடிவயிற்றை கலக்கி விட்டது அவருடைய எச்சரிக்கை ஒலி.

தேர்தலுக்காக நாங்கள் அரசியலுக்கு வரவில்லை கொள்ளையடித்து குவிப்பதற்காக வரவில்லை. மக்களின் இதயங்களைக் கொள்ளை அடிப்பதற்காகவே வருகிறோம்.

கடந்த பதினேழு ஆண்டுகளாக எங்கள் குடும்பத்தின் மீது வசைமாரி பொழிகிறார்கள். போபர்ஸ் ஆயுதம் வாங்கியதில் என் தந்தையின் பெயரைக் களங்கப்படுத்தினர். இத்தனை ஆண்டுகளுக்குப் பின்னர் என் தந்தையை நிரபராதி என்று நீதிமன்றம் தீர்ப்பளித்திருக்கிறது.

இப்போது எனது அன்னை சோனியா வெளிநாட்டுக்காரர் என்று பிரச்சாரம் செய்கிறார்கள். எனது பாட்டி இந்திராகாந்தி இந்த நாட்டிற்காக தியாகம் செய்தார். எனது தந்தை இந்த தேசத்திற்காக தியாகம் செய்தார். அவர்கள் வழியில் நாங்களும் இந்த பூமிக்காக தியாகம் செய்ய வந்திருக்கிறோம். இதுதான் ராகுல் காந்தியின் கண்ணியமான அரசியல் முழக்கம்.

இரும்பு மனிதர்களின் இதயங்களைக் கூட ராகுல் கொள்ளை கொண்டு விட்டார்.

'எனது மரணத்திற்குப் பின்னர் எனது சடலத்திற்கு எரியூட்டுங்கள். அந்தச் சாம்பலை காஷ்மீர் மலை முகடுகளிலும், வயல்வெளிகளிலும் தூவி விடுங்கள்' என்று பண்டிட் ஜவஹர்லால் நேரு உயிலிலே எழுதி வைத்தார். அவரது விருப்பப்படி அவரது அஸ்தி இந்த மண்ணோடு கலந்தது.

'எனது ஒவ்வொரு துளி ரத்தமும் இந்த பூமிக்காக சிந்தப்படும்' என்று அன்னை இந்திரா காந்தி கடைசியாக ஒரிசா மாநிலத்தில் உரை நிகழ்த்தினார். அதன் பின்னர் அவர் படுகொலை செய்யப்பட்டார்.

அவர் கூறியபடியே தனது ஒவ்வொரு துளி ரத்தத்தையும் நாட்டின் ஒற்றுமைக்காக சிந்தினார். அவர்கள் வழியிலேயே ராஜீவ்காந்தி தமிழ் மண்ணில் தன் உயரிய உயிரைத் தியாகம் செய்தார்.

இப்போது 'எனது மூதாதையர் வழியில் இந்த மண்ணுக்காக நான் சேவை செய்ய வந்திருக்கிறேன்' என்கிறார் ராகுல் காந்தி.

எங்களை ஆபத்து சூழ்ந்திருக்கிறது என்பதை அறிகிறோம். அச்சுறுத்தலுக்கு மத்தியில் தான் அன்னை இந்திரா காந்தி, அமரர் ராஜீவ் காந்தியின் பணியைத் தொடர முன் வந்திருக்கிறேன் என்றார் சோனியா காந்தி.

இந்த தேசத்தின் பிரதமர் உங்களைத் தரம் தாழ்த்தி விமர்சித்திருக் கிறாரே? என்று கேட்டபோது, ராகுல் காந்தியின் பதில் இதுவாக இருந்தது. 'நாங்கள் சரியான பாதையில் செல்கிறோம். அதனால்தான் அவர் ஆத்திரம் கொள்கிறார்' என்றார். ஒரு கண்ணியமிக்க பதில்!

8

காந்தி குடும்பத்தின் வாரிசு பிரியங்காவா?

அரசியலில் பிரியங்கா காந்தி, காந்தி குடும்பத்தின் வாரிசாகவே சில காலம் பேசப் பட்டார்.

தனது தாயார் சோனியா காந்திக்கும், தனது சகோதரர் ராகுல்காந்திக்கும் உதவியாகவே இருந்தபோதிலும் தன்னுடைய குழந்தை மற்றும் தனிப் பட்ட குடும்ப வாழ்க்கைக்கே அதிக முக்கியத்துவம் கொடுத்து வந்தார்.

ஆரம்பத்தில் பிரியங்கா காங்கிரஸ் கட்சிக்காக உத்தரப்பிரதேசத்தில் தொடர்ந்து தேர்தல் பிரச்சாரம் செய்த போது தனக்கு சிறிதளவே அரசியல் ஆர்வம் உள்ளதாக கூறினார்.

1999ல் தேர்தல் பிரச்சாரத்தின்போது பிபிசி வானொலிக்கு அளித்த பேட்டியில்,

நான் மனதளவில் மிகத் தெளிவாக இருக்கின்றேன். மக்களை நான் விரும்புகின்ற அளவுக்கு அரசியல் என்னை ஈர்க்கவில்லை.

அரசியலில் இல்லாமலேயே அவர்களுக்கு என்னால் நிறைய நன்மைகளைச் செய்ய முடியும். ஆயிரம் முறை சொல்லி விட்டேன். நான் அரசியலில் சேர்வதற்கு ஆர்வம் காட்டவில்லை என்ற அவரின் பதிலின் மூலம் அவர் அரசியலில் சேருவது குறித்த கேள்விகளுக்கான சந்தேகங்கள் தீர்க்கப்பட்டன.

இருப்பினும் இவர் தனது தாயார் மற்றும் சகோதரரின் தொகுதிகளான ரேபரேலி மற்றும் அமேதி ஆகியவற்றிற்கு தொடர்ந்து விஜயம் செய்ததன் மூலம் மக்களை நேரடியாக சந்தித்து வந்தார்.

பிரியங்கா இத்தொகுதியின் பிரபலமானவராக கருதப்படுகிறார். இவர் சொல்லும் இடங்களெல்லாம் பெருந்திரள் கூட்டம்.

ஒவ்வொரு தேர்தலின் போதும் அமேதியில் பிரியங்கா தேர்தலில் போட்டியிட வேண்டும் என்ற முழக்கம் பிரபலமாக எழுப்பப்படும். இவர் தொடர்ந்து சிறந்த ஒருங்கிணைப்பாளராகவும், சம சிந்தனை உடையவராகவும் மற்றும் இவரின் தாயாருக்கு அரசியல் விசயங்களில் நல்ல ஆலோசகராகவும் செயல்படுவதாக நம்பப்படுகிறது.

2004ன் இந்திய பொதுத் தேர்தலின் போது இவரது தாயாரின் தேர்தல் பிரச்சாரத்திற்கு மேலாளராகவும் மற்றும் இவரது சகோதரர் ராகுல் காந்தியின் தேர்தல் பிரச்சாரத்தை மேற்பார்வை செய்தும் இவர் உதவினார்.

ஒரு பத்திரிக்கையாளர் சந்திப்பில் தேர்தல் சமயத்தின்போது பிரியங்கா கூறியதாவது :-

‘அரசியல் என்பது மக்களுக்கு சேவை செய்வதாகும். நானும் அதைத் தான் செய்து கொண்டிருக்கிறேன். இன்னும் தொடர்ந்து ஐந்து வருடங்களுக்கு நான் அதைச் செய்வேன்’ என்று கூறினார்.

இக்கருத்து இவர் உத்திரப்பிரதேச காங்கிரஸ் கட்சிக்காக சில பொறுப்புக்களை ஏற்கக் கூடும் என்ற எதிர்பார்ப்பை ஏற்படுத்தியது.

பிபிசியின் ஹிந்தி சேவைக்கு இவர் அளித்த போட்டியில், இலங்கையில் நடக்கும் சண்டையைப் பற்றி குறிப்பிடுகையில், எது உங்களை

தீவிரவாதியாக மாற்றியதோ அதற்கு நீங்கள் காரணம் இல்லை. ஆனால் நீங்கள் தேர்ந்தெடுக்கும் முறை உங்களை தீவிரவாதியாக உருவாக்குகிறது எனக் கூறினார்.

2007ல் உத்தரப்பிரதேசத்தில் நடைபெற்ற சட்டசபை தேர்தலில் ராகுல் காந்தி மாநிலம் முழுவதும் பிரச்சாரத்தை மேற்கொண்டார்.

அப்போது பிரியங்கா அமேதி, ரேபரேலி பகுதியில் உள்ள பத்து தொகுதிகளில் கவனம் செலுத்தி இரண்டு வாரங்களை செலவிட்டு, தேர்தலில் போட்டியிடுவதற்காக கட்சித் தொண்டர்களிடையே நிலவிய மோதலை முடிவுக்கு கொண்டு வந்தார்.

முழுவதுமாக இம்மாநிலத்தில் உள்ள 402 தொகுதிகளில் காங்கிரஸ் கட்சி 22 இடங்களை மட்டுமே வெல்ல வழிவகுத்தது. இது கடந்த பத்தாண்டுகளில் இக்கட்சி வென்ற மிகக் குறைந்த அளவாகும்.

எப்படி இருப்பினும் இவருடைய மற்றும் பிரியங்காவின் ஒருங் கிணைக்கும் தன்மையும் ஓட்டுக்களைப் பெறும் திறமையும் வெளிப் பட்டது.

டெல்லியைச் சேர்ந்த தொழிலதிபர் ராபர்ட் உத்ராவை பிரியங்கா திருமணம் செய்திருந்தார். இவர்களுக்கு ரைஹன் மற்றும் மிராயா என்ற இரண்டு குழந்தைகள் உள்ளன.

போபோர்ஸ் ஊழலுக்குப் பின் ஆயுத வியாபாரியான ஒட்டோவியோ குவோற்றோச்சி 2007 பிப்ரவரி 6ம் தேதி அர்ஜென்டினாவில் கைது செய்யப்பட்டார். ஆனால் இந்திய அரசாங்கம் அவரை இந்தியா கொண்டு வர தவறி விட்டது.

இந்தியன் எக்ஸ்பிரஸ் நாளிதழ், ராகுல் மற்றும் பிரியங்காவுடன் இருபது வருடங்களாக வளர்ந்த ஒட்டோவியாவின் மகன் மஸ்ஸிமோ குவோற்றோச்சியை இதில் தொடர்புபடுத்தி குற்றம் சாட்டியது.

இந்தியாவுக்கு புதியவர்களான இருவரின் தாயார்களும் பிப்ரவரி 17 அன்று ஒரு விருந்தில் சந்தித்துக் கொண்டனர்.

இருப்பினும் இதை காங்கிரஸ் பொது செயலாளர் திக்விஜய்சிங் திட்ட வட்டமாக மறுத்து ஒரு பேட்டியில் அவர் கூறும்போது, ‘குவோற் றோட்சியின் விசாரணையில் அரசாங்கம்’ எப்போதும் தலையிடவில்லை

என்பதை நான் திட்டவட்டமாக கூறிக்கொள்கிறேன்.

இதைப் போலவே ராகுல் காந்தி மற்றும் பிரியங்கா காந்தியும் இது தொடர்பாக எதையும் செய்யவில்லை! முடிவில்லாத யூகங்கள் இவ்விசயத்தில் தொடர்கின்றன.

மாசினோ இந்தியாவில் இருந்தபோது குவோற்றோச்சி கைதானது பற்றி சிபிஐ ஒப்புக் கொள்ளத் தாமதித்தது ஆச்சரியத்தை ஏற்படுத்தியது.

9
மன்னித்து விட்டேன்

மே 21, 1991 அன்று தமிழீழ விடுதலைப் புலிகளின் தற்கொலைப் போராளியான தேன்மொழி ராஜரத்தினம் என்ற தனுவால் நடத்தப்பட்ட வெடிகுண்டு தாக்குதலில் முன்னாள் இந்தியப் பிரதமரும், அப்போதைய காங்கிரஸ் தலைவருமான ராஜீவ்காந்தி மற்றும் 16 பேர் கொல்லப்பட்டனர்.

குண்டு வெடிப்பு நடந்த இடத்தில் நளினி, குற்றத்தின் மூலதாரியான சிவராசனுடனும், தன் வெடி வெடிக்காமல் போனால், தனுவின் இடத்தைப் பிடிக்கும் தற்கொலைப் போராளியான சுபாஷ் உடனும் இருந்தார்.

அப்போது நளினிக்கு வயது 24. அவர் சிறையில் இருந்து வெளிவரும் போது 55

வயதை எட்டியிருந்தார். சிறைக்குச் செல்லும் போது அவர் இரண்டு மாத கர்ப்பிணியாக இருந்தார். மகளுக்கு இப்போது வயது 30.

ராஜீவ் கொல்லப்படும்போது அவரது மனைவி சோனியா காந்திக்கு வயது 45. மகன் ராகுல் காந்திக்கு வயது 21. மகள் பிரியங்காவுக்கு 19 வயது, இந்தியாவையே உலுக்கிய இந்தப் படுகொலை உருவாக்கிய அதிர்ச்சி அலைகள் இன்னும் ஓயவில்லை.

கொலையாளிகளை மன்னித்து விட்டோம் என்று ராகுல்காந்தி குடும்பத்தினர் கூறியதை தமிழக அரசியல் கட்சிகளும் மனித உரிமை அமைப்புகளும் வரவேற்றுள்ளன.

படுகொலைச் சதியில் நளினி குற்றவாளி என நிரூபிக்கப்பட்டதை யடுத்து அவருக்கு தண்டனை விதிக்கப்பட்டது. ஆனால் 31 வருடங்களுக்குப் பிறகு தான் நிரபராதி என்றும் அவரது கணவர் மற்றும் அவரது நண்பர்களுடன் இருந்ததே தனது ஒரே தவறு என்றும் நளினி கூறினார்.

ஆனால் நளினி நேரடியாக குற்றத்தின் பங்கேற்காவிட்டாலும், சதியில் அவரது பங்கிலிருந்து விடுவிக்க முடியாது என்று உச்சநீதிமன்றம் மற்றும் சென்னை உயர்நீதி மன்றத்தின் இரண்டு நீதிபதிகள் கூறியிருந்தனர்.

நளினி 31 ஆண்டுகள் சிறையில் இருந்தார். மேகரா என்ற நளினியின் மகள் ஹரித்ரா இரண்டு வயதை எட்டிய பிறகும் தாய் தந்தை இல்லாத நிலையில் வளர்ந்தார்.

இந்தக் கொடூரமான படுகொலையில் சோனியா தனது கணவரையும், பிரியங்கா, ராகுல் தந்தையையும் இழந்தார்.

நாளடைவில் சோனியாவும் குழந்தைளும் தங்களால் மற்றொரு உயிர் பறிபோய் விடக்கூடாது, இன்னொரு குழந்தை அனாதையாகி விடக் கூடாது என்ற தீர்மானத்துக்கு வந்தனர்.

நளினி பலமுறை வருத்தம் தெரிவித்து மன்னிப்பு கேட்டுள்ளார்.

தன்னுடைய தாயை மன்னித்த சோனியா மற்றும் ராகுல், பிரியங்கா ஆகியோருக்கு நளினியின் மகள் ஹரித்ரா நன்றி தெரிவித்துள்ளார்.

சோனியா மன்னிக்காமல் இருந்திருந்தால் சிறையிலிருந்து வெளியே வருவதற்கு நளினி இன்று உயிருடன் இருந்திருக்க வாய்ப்பில்லை என்றே சொல்லலாம்.

1999ல் அப்போதைய குடியரசுத் தலைவர் கே.ஆர். நாராயணன் ஆஸ்திரேலியாவுக்கு திரும்பியபோது காங்கிரஸ் தலைவர் சோனியா காந்தி அவரும் சந்திப்பு கேட்டார்.

திரு. நாராயணனிடம் சோனியா கூறிய தன் சாராம்சம் இதுதான். எனது கணவர் படுகொலை செய்யப்பட்ட வழக்கில் தண்டனை பெற்ற பெண் நளினிக்கு தூக்கு தண்டனை விதிக்கப்பட்டுள்ளது. ஆனால் நானோ, என் பிள்ளைகளோ பிரியங்காவோ, ராகுலுக்கோ இன்னொரு உயிர் பறிபோவதை விரும்பவில்லை.

நளினிக்கு ஒரு குழந்தை உள்ளது. என் பிள்ளைகள் தந்தையை இழந்தார்கள். நம்மால் எந்த குழந்தையும் அனாதையாகி விடக்கூடாது. இன்னொருவரின் வாழ்க்கையை முடிப்பதால் நமக்கு நிம்மதி கிடைக்காது. எனவே கயிற்றிலிருந்து அவளைக் காப்பாற்றுமாறு கேட்டுக் கொள்கிறோம். இந்த விவகாரம் குறித்து தானும் தன் குழந்தைகளும் என்ன சொல்ல வேண்டும் என்று கடிதம் ஒன்றையும் கொடுத்தார்.

எந்த நேரமும் தூக்கிலிடப்படுவார் என்று எதிர்பார்க்கப்பட்ட நளினியின் தலைவிதி அந்த நொடியே மாறி விட்டது. தன்னை தூக்கிலிட அதிகாரிகள் ஏழு முறை முடிவு செய்ததாக நளினி தெரிவித்தார்.

இருப்பினும் கொலையில் ஈடுபடுவதற்காக தண்டனை விதிக்கப்பட்ட பெண்ணை கயிற்றிலிருந்து காப்பாற்றியது குறித்து சோனியா ஒரு போதும் ஊடகங்களில் பேசவில்லை. சோனியா காந்தி ஒரு கண்ணியமான மௌனத்தைக் கடைப்பிடித்தார்.

இந்திரா காந்தியின் கதி தன் கணவருக்கும் வந்து விடுமோ என்று பயந்த சோனியா, அரசியலின் ஓரத்தில் கூட அடியெடுத்து வைக்காதவர், பின்னாளில் இந்திய அரசியலின் திசையை கட்டுப்படுத்தும் சக்தியாக மாறினார்.

கடந்த 2013ம் ஆண்டு ஜெய்ப்பூரில் காங்கிரஸ் கட்சியின் துணைத் தலைவராக சோனியா பதவியேற்கும் தருணத்தில் அதே பயத்துடன் தூக்கம் கலைந்ததாக ராகுல் காந்தி தெரிவித்துள்ளார்.

நளினி குறித்து சோனியா பகிரங்கமாக எந்தக் கருத்தும் தெரிவிக்க வில்லை என்றாலும் நளினியை பின் தொடர்ந்து விசாரித்து வந்தது தெரிய வந்தது.

❐❐❐

10

நேரு குடும்பத்தில் ஏன் காந்தி பெயரை பயன்படுத்துகின்றனர்?

நேரு குடும்பத்தினர் தங்களது பெயர் களுக்கு பின்னால் 'நேரு' என போட்டுக் கொள்ள வெட்கப்படுகிறார்களோ என பிரதமர் நரேந்திர மோடி இந்திய நாடாளுமன்றத்தில் கேள்வி எழுப்பி யுள்ளார்.

நேரு குடும்பத்தினர் தங்கள் பெய ருக்கு பின்னால் நேரு என்ற பெயரைப் பயன்படுத்தாமல் காந்தி என்ற பெயரைப் பயன்படுத்துவது ஏன்?

இந்திய நாடாளுமன்றத்தில் பேசிய பிரதமர் நரேந்திர மோடி காங்கிரஸ் மீது கடுமையான தாக்குதல் தொடுத்தார்.

மாநிலங்களவையில் பேசிய பிரதமர், ஏதாவது ஒரு திட்டத்திற்கு நேருவின் பெயரைக் குறிப்பிட மறந்தால் அவர்கள்

ஆத்திரமடைகிறார்கள். அவர் அவ்வளவு பெரிய மனிதராக இருந்தால் அவர்கள் குடும்பத்தில் யாரும் தங்கள் பெயருக்குப் பின்னர் ஏன் நேருவின் பெயரை பயன்படுத்துவதில்லை?

நேருவின் பெயரை பயன்படுத்துவதில் என்ன வெட்கம்? என்று கேள்வியெழுப்பினார்.

இதற்குப் பதிலடி கொடுத்த காங்கிரஸ் கட்சியின் பொதுச் செயலாளர் ரன்தீப் சுர்ஜேவாலா, கடவுள்தான் இந்த நாட்டைக் காப்பாற்ற வேண்டும். மிகப் பொறுப்புமிக்க பதவியில் அமர்ந்திருக்கும் ஒருவருக்கு இந்தியாவின் பண்பாட்டை பற்றித் தெரியவில்லை. அல்லது புரிய வில்லை. அவர்கள் தான் இப்படிப் பேசுவார்கள்.

தாய் வழித் தாத்தாவின் பெயரை யார் பயன்படுத்துகிறார்கள் என இந்த நாட்டில் யாரை வேண்டுமானாலும் கேட்டுப் பாருங்கள் என்றார்.

நேரு குடும்பத்தைச் சேர்ந்த ஆண் வாரிசுகள் தொடர்ந்து 'நேரு' என்ற பின்னொட்டையே தங்கள் பெயருக்குப் பின்னால் பயன்படுத்து கிறார்கள்.

நேரு குடும்பத்தைச் சேர்ந்த பெண் வாரிசுகள் தங்கள் கணவரது பெயரை தங்கள் பெயருக்கு பின்னால் பயன்படுத்துகிறார்கள். இந்திரா காந்தியின் விசயத்தில் நடந்தது அதுதான்.

நேரு குடும்பத்தின் சமீபகால வரலாறு ஜவஹர்லால் நேருவின் தாத்தாவான கங்காதர் நேருவிலிருந்து (1827 - 1861) தொடங்குகிறது. இவருக்கு பன்சிதர் நேரு, நந்தலால் நேரு, மோதிலால் நேரு என்று மூன்று மகன்கள். இவர்கள் மூவருமே தங்கள் தந்தையின் குடும்பப் பெயரான நேரு என்பதையே பயன்படுத்தினர்.

இதில் மோதிலால் நேருவுக்கும் மூன்று குழந்தைகள். ஜவஹர்லால் நேரு, விஜயலட்சுமி, கிருஷ்ணா. இவர்களில் ஜவஹர்லால் ஆண் வாரிசாக நேரு என்ற குடும்பப் பெயரைப் பயன்படுத்தினார்.

விஜயலட்சுமி, குஜராத்தைச் சேர்ந்த ரஞ்சித் சீதாராம் பண்டிட்டை திருமணம் செய்து கொண்டு விஜயலட்சுமி பண்டிட் ஆனார். கிருஷ்ணா குனோத்தம் ராஜா ஹடீசிங் என்பவரைத் திருமணம் செய்து கொண்டு பிறகு கிருஷ்ணா ஹடீசிங் ஆக மாறினார்.

விஜயலட்சுமி பண்டிட்டின் குழந்தைகள் பெண் குழந்தைகளாக இருந்ததால் அவர்கள் தங்கள் கணவர்மார்களின் குடும்பப் பெயரையே பின்னொட்டாக பயன்படுத்துகின்றனர்.

ஜவஹர்லால் நேருவைப் பொறுத்தவரை அவரது ஒரே மகளான இந்திரா, ஜெஹாங்கீர் ஃபரேதூன் காந்திக்கும் அவருடைய மனைவி ரட்டிமாயிக்கும் கடைசிக் குழந்தையாக பிறந்த ஃபெரோஸ் காந்தியை திருமணம் செய்தபின் இந்திராகாந்தி என்று அழைக்கப்பட்டார்.

அதன்பின் இந்திரா காந்தியின் மகன் ராஜீவ்காந்தி, சஞ்சய் காந்தி என்று காந்தி என்ற பின்னொட்டை பயன்படுத்தினர்.

ராஜீவ்காந்தியின் மனைவி சோனியாவும் சோனியா காந்தி என கணவரின் பின்னொட்டையே பயன்படுத்தினார். இவர்களின் பிள்ளை களான ராகுலும், பிரியங்காவும் அவ்வாறே ராகுல்காந்தி என்றும் பிரியங்கா காந்தி என்றும் அழைக்கப்பட்டனர்.

❐❐❐

11

இரத்தத்திலேயே ஊறியது இந்திராவின் தேசப்பற்று

நேருவின் குடும்பம் நாட்டுப் பற்றையே உயிர் மூச்சாகக் கொண்டது என்பதை நாடறியும்.

அதே குடும்பத்தில் பிறந்த இந்திரா காந்திக்கும் நாட்டுப்பற்று இல்லாமல் போய் விடுமா என்ன?

அவருக்கு பன்னிரண்டு வயதான போது காங்கிரஸ் இயக்கத்தில் சேர வேண்டும் என்று விருப்பம் கொண்டார்.

உடனே அவர் காங்கிரஸ் அலுவலகத் திற்குச் சென்றார். அங்கிருந்த யாவரும் அவரை அன்புடன் வரவேற்று உபசரித்த னர்.

அங்கிருந்தவர்களைப் பார்த்து, 'நான் காங்கிரஸ் கட்சியில் ஒரு உறுப்பினராக விரும்புகிறேன். என்னை ஓர் உறுப்பின

ராகப் பதிவு செய்து கொள்ளுங்கள்' என்று கூறினார். அதற்கு அவர்கள் 'காங்கிரஸ் கட்சியில் சேர வேண்டுமானால் குறைந்த அளவு பதினெட்டு வயது முடிந்திருக்க வேண்டும். உனக்கு 12 வயதுதான் ஆகிறது. அதனால் உன்னை உறுப்பினராகச் சேர்க்க இயலாது' என்று கூறினார்.

இந்திரா காந்திக்கு அதைக் கேட்டதும் பெரிதும் ஏமாற்றமாகி விட்டது. நன்றி! நான் இன்னும் ஆறு ஆண்டுகள் கழித்து வருகிறேன் என்று கூறிவிட்டு தன் வீட்டிற்குச் சென்றார்.

வீட்டுக்கு வந்த இந்திரா காந்தி சோர்வடையாது தீவிரமாக சிந்தித்தார். ஏன் சிறுவர்களுக்காக ஒரு கட்சியை நாமே தொடங்கக் கூடாது? இந்தக் கருத்தை அக்கம் பக்கத்திலிருக்கும் சிறுவர் சிறுமிகளிடம் இந்திரா காந்தி கூறியபோது அவர்கள் அனைவரும் உற்சாகமாக ஆதரித்தனர்.

இந்திரா காந்தி சிறுவர்களுக்காக ஒரு கட்சி ஆரம்பிக்கப் போகும் செய்தி அலகாபாத் நகரில் உள்ள அனைத்து பள்ளிகளிலும் பரவியது. எல்லோருக்கும் மகிழ்ச்சி வெள்ளமெனப் புரண்டோடியது.

கட்சி துவங்குவதற்கான தேதி குறிக்கப்பட்டது. அந்த நாளில் இந்திராவின் வீட்டில் ஆயிரக்கணக்கான குழந்தைகள் கூடினர். அந்தக் கூட்டத்திற்கு இந்திரா காந்தி தலைமை தாங்கி உரையாற்றினார்.

'அன்பான நண்பர்களே! வணக்கம் நம்நாடு இந்தியா. நாம் அனைவரும் இந்தியர். நம்முடைய நாட்டை இப்போது நாம் ஆளவில்லை, ஆங்கிலேயர்கள் ஆட்சி செய்கின்றனர். நாம் அடிமைகளாக இருக்கின்றோம். நம் நாட்டை விடுதலை பெறச் செய்வது நம்முடைய கடமை. நாமும் விடுதலைப் போராட்டத்தில் கலந்து கொள்ள வேண்டும். அந்த ஆசையில் தான் காங்கிரஸ் கட்சியில் நான் சேர விரும்பினேன். ஆனால் பதினெட்டு வயதிற்கு மேற்பட்டவர்களைத் தான் கட்சியில் சேர்த்துக் கொள்வார்களாம், அதனால் தான் சிறுவர், சிறுமியர்களுக்காக இக்கட்சியை ஆரம்பித்திருக்கிறேன். இதில் பதினெட்டு வயதுக்குட்பட்டவர்கள் மட்டுமே சேர்த்துக் கொள்ளப்படுவார்கள்.'

இந்திரா காந்தி பேசி முடித்ததும் பலத்த கரகோஷம். குழந்தைகளுக்காக ஆரம்பிக்கப்பட்ட கட்சி சிறப்பாக நடைபெற்று வந்தது. ஆரம்பத்தில் அந்தக் கட்சிக்குப் பெயர் எதுவும் சூட்டப்படவில்லை.

அக்கட்சியில் உடற்பயிற்சி அணிவகுப்பு முதலியவை குழந்தைகளுக்கு கற்றுத் தரப்பட்டன. காங்கிரஸ் கட்சியில் சிறுவர்களுக்கு ஏற்றவாறு பணிகள் அக்குழந்தைகளிடம் தரப்பட்டன.

தொண்டர்களுக்கான உணவு சமைத்தல், தண்ணீர் வழங்குதல் போன்றவை அவர்களிடம் கொடுக்கப்பட்டது.

கட்சி அறிக்கைகளை ஊர் முழுவதும் பகிர்ந்தளித்தல், கொடி கட்டுதல் ஆகியவற்றை குழந்தைகளே செய்தனர்.

இந்திரா காந்தி ஒரு நாள் தன்னுடைய தாயார் கமலா நேருவிடம், அம்மா எங்கள் கட்சிக்கு இதுவரை பெயர் எதுவும் சூட்டப்படவில்லை. என்ன பெயர் வைக்கலாம்? என்று கேட்டார். 'வாரை சேனை' என்று பெயரிடலாம் என்று கமலா நேரு கூறினார்.

அதைக் கேட்ட இந்திரா முகம் சுளித்தார். 'மகளே! உனக்கு இந்தப் பெயர் பிடிக்கவில்லையா? வாரை சேனை என்பதை இழிவாக எண்ணாதே. இராவணனை வென்றிட இராமபிரானுக்கு உதவியாக இருந்தவை வாரை சேனை.

காங்கிரஸ் என்பது ராமர். வெள்ளையர்கள் இராவணன். அவர்களை விரட்டுவதற்கு உங்கள் உதவி காங்கிரஸுக்குத் தேவை. அதனால் 'வாரை சேனை' என்பது மிகவும் பொருத்தமானது' என்றார் கமலா நேரு.

அதனைக் கேட்டபின் மகிழ்ச்சியடைந்த இந்திரா தமது கட்சிக்கு 'வாரை சேனை' என்று பெயர் சூட்டினார்.

❑❑❑

12

சுதந்திரம் கிடைக்கும்போது இருக்க மாட்டேன்

இந்திய தேசத்துக்காக அர்ப்பணித்துக் கொண்ட குடும்பம் நேருவுடையது. அப்போது சிறையில் அடைப்பட்டுக் கிடந்த இந்திராவின் தாத்தா மோதிலால் நேருவின் உடல் நலம் மிகவும் குன்றி யிருந்தது.

அதனையறிந்த ஆங்கிலேய அரசு அவரையும், ஜவஹர்லால் நேருவையும் விடுதலை செய்தது.

சிறையிலிருந்து வெளிவந்த மோதி லால் நேரு முசௌரியில் ஓய்வு எடுத்தார். கமலா நேரு அலகாபாத்தில் விடுதலைப் பணிகள் ஆற்றி வந்தார்.

ஆங்கில அரசுக்கு எதிரான வரிகொடா இயக்கம் நடத்த அலகாபாத்துக்கு ஜவஹர்லால் நேரு வந்தார்.

உடல்நலம் குன்றிய மோதிலால் நேருவும் அலகாபாத் ரயில்வே நிலையத்தில் ஜவஹர்லால் நேருவைச் சந்தித்தார்.

தந்தையை பார்த்தபின் நேரு தன் மனைவி கமலா நேருவின் கண்டனக் கூட்டத்தில் கலந்து கொள்வதற்காக சென்று விட்டார்.

பொதுக் கூட்டத்தில் பேசிவிட்டு தன் மகன் வீட்டுக்கு வருவான் என்று ஆவலுடன் காத்திருந்தார் மோதிலால் நேரு. ஆனால் தனது மருமகள் கமலா மட்டுமே திரும்பி வந்ததை கண்டு அதிர்ச்சியடைந்து எங்கே ஜவஹர்? என்று கேட்டார்.

வழியிலேயே காவல் துறையினர் தடுத்து நிறுத்தி ஜவஹர்லால் நேருவைக் கைது செய்து விட்டார்கள் என்று கமலா தெரிவித்தார். அதைக் கேட்டு மோதிலால் நேரு மிகவும் மனம் வருந்தினார்.

வீடு திரும்பிய கமலா நேரு, கணவர் விட்டுச் சென்ற பணிகளைத் தொடர்ந்தார். போராட்டப் பணிகளில் தீவிரமாக ஈடுபட்ட அவரை 1931ம் ஆண்டு ஜனவரி 1ம் தேதி ஆங்கிலேய அரசு கைது செய்தது. மகிழ்ச்சியோடு அவர் சிறை சென்றார்.

மகனும் மருமகளும் சிறையில் தள்ளப்பட்டதால் மிகவும் வேதனை யடைந்த மோதிலால் தீவிரமாக விடுதலைப் பணிகளைச் செய்தார்.

சூறாவளி வேகத்தில் சுற்றுப்பயணம் செய்து பிரச்சாரம் செய்து வந்த நிலையில் அவர் உடல்நலம் பாதிக்கப்பட்டு படுத்த படுக்கையானார்.

நாட்டிலுள்ள தலைவர்கள் அனைவரும் சிறையில் அடைக்கப் பட்டதால் மக்களிடையே பெரும் கொந்தளிப்பு ஏற்பட்டது. அதனைத் தடுக்க முடியாமல் திணறிய ஆங்கிலேய அரசு 1931ம் ஆண்டு ஜனவரி 26ம் நாள் அனைத்து தலைவர்களையும் விடுதலை செய்ய உத்தரவிட்டது.

விடுதலை செய்யப்பட்ட நேரு மரணப் படுக்கையில் கிடந்த தந்தையை காண விரைந்தோடி வந்தார்.

தந்தையுடைய படுக்கை அறைக்குள் ஜவஹர்லால் நுழைந்த போது, மகன் வருகையை எதிர்பார்த்துக் கொண்டிருந்த மோதிலால் நேரு அதிக மான சிரமத்தோடு தலையணைகளிலிருந்து எழுந்தார்.

மகனைத் தழுவுவதற்காக நடுங்கிக் கொண்டே நீட்டினார். அவர் முகம் மலர்ந்தது. மரணம் வருவதற்கு முன்பு தான் மிகவும் நேசித்த மகனைப் பார்க்க முடிந்ததை எண்ணி அவர் ஆனந்தமடைந்தார்.

சிறையிலிருந்து விடுவிக்கப்பட்ட காந்தியும், கமலா நேருவும் அலகாபாத்தை நோக்கி வேகமாக வந்து கொண்டிருந்தனர்.

மரணப் படுக்கையில் படுத்துக் கிடந்த மோதிலால் ஒவ்வொரு முறை கண் திறக்கும்போதும் காந்தி வந்து விட்டாரா என்று கவலையோடு கேட்டுக் கொண்டே இருந்தார்.

பூனாவிலிருந்து வரும் இரயில் இரவில் வெகுநேரத்துக்குப் பிறகு வந்து சேர்ந்தது. மரணம் தருவாயிலிருந்த நண்பரை, தன்னுடை போராட்டங் களின் உற்ற தோழரை காந்தி சில நிமிடங்கள் அமைதியாகப் பார்த்துக் கொண்டிருந்தார்.

'இந்த நெருக்கடியிலிருந்து நீங்கள் உயிர் பிழைத்து விட்டால் நாம் நிச்சயமாக சுதந்திரத்தை அடைவோம்' என்று மென்மையான வசீகரிக்கும் குரலில் கூறினார்.

'மகாத்மா! நான் சீக்கிரத்தில் இறந்து விடுவேன். சுதந்திரம் கிடைக்கும் போது நான் இருக்க மாட்டேன். ஆனால் நீங்கள் வெற்றியின் விளிம்பில் நிற்கின்றீர்கள் என்பதை நான் உணர்கிறேன். இந்தியா வெகு சீக்கிரத்தில் சுதந்திரம் அடையும்' என்று மோதிலால் உறுதிபடக் கூறினார்.

மோதிலாலை லக்னோவிலுள்ள மருத்துவமனைக்கு மாற்ற வேண்டு மென மருத்துவர்கள் வற்புறுத்தினார்கள். ஆனால் அவர் தன்னுடைய வீட்டிலேயே மரணமடைய விரும்பினார்.

எனவே தன் எஞ்சிய பலத்தை திரட்டி மருத்துவமனைக்கு மாற்ற வேண்டாம் என்று கூறிய நிலையில் கடைசியாக ஒத்துக் கொண்டார் மோதிலால்.

பிப்ரவரி 5ம் தேதியன்று காலையில் லக்னோ மருத்துவமனையில் அவர் கண் விழித்தபோது அவரது உடல்நிலையில் திடீர் அபிவிருத்தி ஏற்பட்டிருந்தது. ஆனால் சற்று நேரத்தில் நம்பிக்கை குறைந்தது. அவரால் பிராணவாயு இல்லாமல் சுவாசிக்க முடியவில்லை.

ஜவஹர்லால் நேரு தந்தையின் தலைமாட்டிலேயே இரவு முழுவதும் கண் விழித்திருந்தார்.

பொழுது புலர்வதற்கு முன்னர் அவர் தன்னை அறியாமலேயே உறங்கி விட்டார். அவர் கண் விழித்தபோது தாயாரின் அழுகுரல் கேட்டு அவர் உடல் நடுங்கியது.

தந்தை தங்களை விட்டு பிரிந்து விட்டார் என்பதை உணர்ந்த ஜவஹர்லால் நேருவின் கண்கள் கலங்கியது.

13

கொடிக்காக அடிவாங்கிய இந்திரா

திருமணத்திற்கு முன்பே இந்திரா காந்தி காங்கிரஸ் இயக்கத்தில் ஓர் உறுப்பினராக இருந்தார்.

திருமணத்திற்குப் பின்னும் அவருக்கு இருந்த நாட்டுப்பற்று சிறிதும் குறைய வில்லை.

கணவர் பெரோஸ் காந்தியுடன் சேர்ந்து விடுதலைப் போராட்டத்தில் தீவிரமாக ஈடுபட்டார். அதனால் பல துன்பங்களை அவர்கள் இருவரும் சேர்ந்து அனுபவித்தனர்.

விடுதலைப் போராட்டம் தீவிரமாக நடைபெற்று வந்தது. கல்லூரிகளிலும் விடுதலைப் போராட்டம் பரவ ஆரம்பித்தது.

ஈவிங் கிறிஸ்துவ கல்லூரி மாணவர்கள் விடுதலைப் போராட்டத்தில் தீவிர ஈடுபாடு கொண்டிருந்தனர். அவர்கள் தங்கள் கல்லூரித் திடலில் மூவர்ணக் கொடியேற்று விழாவிற்கு ஏற்பாடு செய்திருந்தனர்.

அவர்கள் இந்திரா காந்தியின் இல்லத்திற்கு சென்று கொடியேற்றி வைக்க வருமாறு அழைப்பு விடுத்தனர். இந்திரா காந்தியும் சம்மதம் தெரிவித்தார்.

விழா நாளன்று இந்திரா காந்தி ஈவிங் கல்லூரியை நோக்கிப் புறப்பட்டார். அங்கு அவர் செல்லும் போது கூச்சலும் குழப்பமுமாக இருப்பதைக் கண்டார். கல்லூரிக்குள் துணிச்சலுடன் நுழைந்தார்.

கல்லூரியில் எங்கு பார்த்தாலும் ஏராளமான காவல் துறையினர் இருந்தனர். அவர்கள் குண்டாந்தடியுடன் மாணவர்களை தாக்கிக் கொண்டிருந்தனர்.

ஒரு மாணவனைச் சுற்றி வளைத்து நான்கைந்து காவலர்கள் தாக்கிக் கொண்டிருந்தனர். அடி தாங்க முடியாமல் அம்மாணவன் கீழே சாய்ந்தான். அவன் கையில் மூவர்ணக் கொடி கட்டிய கம்பு இருந்தது.

மண்ணில் சரிந்த பின்னும் அந்த மாணவன் கொடிக் கம்பைக் கீழே விழாமல் உறுதியாகப் பற்றிக் கொண்டிருந்தான். காவல் துறையினரோ ஈவிரக்கம் இல்லாமல் அந்த மாணவனை அடித்துக் கொண்டிருந்தனர் பாவம்.

அந்தக் காட்சியைக் கண்ட இந்திரா காந்தி அவர்கள் கொடிக்கம்பு அவமதிக்கப்படுவதை விரும்பவில்லை. திடீரென்று அவர் காவல் துறை யினர் இடையே பார்த்தார். மாணவர் கையில் இருந்த கொடிக்கம்பை பிடுங்கி எடுத்துக் கொண்டார் இந்திரா காந்தி.

சிதறி ஓடிய மாணவர்கள் இக்காட்சியை கண்டனர். உடனே ஓடி வந்து இந்திரா காந்தியை சூழ்ந்து கொண்டனர். அவர்களுக்கு புதிய உற்சாகம் ஏற்பட்டு தேசபக்தி பாடல்களைப் பாடத் தொடங்கினர். அதனால் மிகவும் கோபமுற்ற காவல் துறையினர் இந்திரா காந்தியையும் தாக்கத் தொடங்கினர்.

இந்திரா காந்தி கடுமையாகத் தாக்கப்பட்டார். அவரால் வலியைத் தாங்க முடியவில்லை. ஆனால் கொடியை மட்டும் கீழே போடவில்லை.

காவல் துறையினர் விடாமல் அவரைத் தாக்கினர். அடிமேல் அடியாக அடித்த போதும் இந்திரா காந்தியின் துணிவும் அதிகரித்துக் கொண்டே இருந்தது.

கொடிக் கம்பை மிக இறுகப் பற்றிக் கொண்டார். அதைக் கண்ட ஒரு காவலன் ஆத்திரமுடன் குண்டாந்தடியால் இந்திரா காந்தியைப் பலமாகத் தாக்கினான். தன் கையில் இருந்த கொடிக்கம்பால் அந்தத் தாக்குதலை அவர் தடுத்து விட்டார்.

கோபம் கொண்ட காவலன் கொடிக்கம்பைக் கீழே அழுத்தினான். பல்லைக் கடித்துக் கொண்டு கொடிக்கம்பை மேலே தூக்கிப் பிடித்தார். வெறிகொண்ட காவலன் அவரைக் கீழே தள்ளினான். இந்திரா காந்தி கீழே சாய்ந்தார். காவலன் வெறிகொண்டு அவர் மீது நடந்து சென்றான்.

இந்திரா காந்தியோ கொடியை மட்டும் கீழே போடாமல் உயர்த்திப் பிடித்துக் கொண்டே இருந்தார். அவருடைய அஞ்சாத மன உறுதியைக் கண்டு காவல் துறையினரே வியந்தனர்.

கொடியை காக்க உயிரையே தியாகம் செய்தான் திருப்பூர் குமரன். கொடி மண்ணில் விழால் இருக்க அடிமேல் அடி விழுந்த போதும் அதை ஏற்றுக் கொண்டார் இந்திரா காந்தி.

14

இந்திராவும் கணவரும் சிறையில்

தந்தை, மனைவி, தாய் என அடுத் தடுத்த மரணச் சோகங்களால் நேருவும், மகள் இந்திராவும் மிகவும் மனமுடைந்து போயிருந்த காலகட்டம் அது.

அன்னையை அடக்கம் செய்துவிட்டு வந்த அன்று மாலை ஜவஹர்லால் நேருவை குழந்தைப் பருவம் முதல் சீராட்டிப் பாராட்டி வளர்த்த பெரியம்மா பீபி அம்மையார் மீளாத் துயரத்தோடு சொரூபராணியின் படுக்கை அறையில் போய்ப் படுத்தவர் மீண்டும் எழவே இல்லை.

இந்திரா காந்திக்கும், நேருவுக்கும் சமைத்துப் போடக்கூட இப்போது யாருமற்ற நிலை ஏற்பட்டு விட்டது.

அடுத்த காங்கிரஸ் தலைவராக

நேதாஜி வரட்டும் என்ற எண்ணத்தில் தலைவர்களிடம் விடைபெற்றுக் கொண்டு, படிக்கும் தன் மகளைப் பார்த்து வர ஐரோப்பா சென்றார்.

தன் மகளுடன் சில நாடுகளைச் சுற்றிப் பார்த்தார். தந்தை ஜவஹர்லால் நேருவின் 'டிஸ்கவரி ஆப் இந்தியா' நூலின் ராயல்டி தொகையை லண்டனில் படித்துக் கொண்டிருந்த இந்திராவுக்கு அனுப்பி வந்தார் நேரு. இந்திராவும் அத்தொகையைக் கொண்டே மிகவும் சிக்கனமாக செலவு செய்து வந்தார்.

அப்போது இரண்டாம் உலகப்போர் நடைபெற்று வந்தது. போர் உச்சக் கட்டத்தை அடைந்தது. உலகம் முழுவதும் அச்சம் நிலவியது. அதன் காரணமாக இந்திரா காந்தியின் கல்விக்குத் தடை ஏற்பட்டது. அவர் இந்தியாவுக்கு திரும்பினார். அப்போது இலண்டனில் இருந்த பெரோஸ் காந்தியும் அவருடன் இந்தியாவுக்குத் திரும்பினார்.

இந்திராவுக்கு திருமணம் செய்து வைத்துவிட வேண்டும் என்று ஜவஹர்லால் நேரு நினைத்தார். இந்திராவின் விருப்பத்தைக் கேட்டார். அவர் பெரோஸ் காந்தியைத் திருமணம் செய்து கொள்ள விரும்புவதாக இந்திரா தெரிவித்தார்.

ஆனால் நேருவுக்கு அதில் உடன்பாடு இல்லை. பெரோஸ் காந்தி பார்சி இனத்தைச் சேர்ந்தவர். இந்திராவோ இந்து மதத்தைச் சேர்ந்தவர். அதனால்தான் நேரு அதற்குச் சம்மதிக்கவில்லை என்ற செய்திகள் வெளியாயின.

ஆனால் சாதி, மதங்களில் நம்பிக்கை இல்லாத ஜவஹர்லால் நேரு, வேறு பல காரணங்களுக்காக அந்த திருமணத்தை எதிர்த்தார் என்பதே உண்மை.

இந்திரா காந்தி திடமான முடிவுடன் பெரோஸ் காந்தியுடன் தான் திருமணம் என்று கூறி விட்டார். இதனால் வேறு வழியின்றி தன் ஒரே மகளின் திருமணத்திற்கு சம்மதம் தெரிவித்தார் நேரு.

இந்திரா மகாத்மா காந்தியைச் சந்தித்து தனது எண்ணத்தை தெரிவித்தார். அவர் முழு மனதுடன் இந்திரா - பெரோஸ் காந்தி திருமணம் நடைபெறுவதை வரவேற்று வாழ்த்து கூறினார்.

ஆனால் இந்திரா - பெரோஸ் காந்தி திருமணத்திற்கு நாட்டில் பலத்த

எதிர்ப்பு கிளம்பியது. இந்து மதத்தைத் சேர்ந்த இந்திரா ஒரு பார்சி இனத்தைச் சேர்ந்த பெரோஸை மணக்கக்கூடாது என்று பலரும் வாதம் செய்தனர்.

இந்திரா அந்த எதிர்ப்பையெல்லாம் சிறிதும் பொருட்படுத்தவே இல்லை. தன் எண்ணத்தை மாற்றிக் கொள்ளவும் இல்லை. மன உறுதியுடனேயே இருந்தார். இந்த சிக்கல்களைப் பற்றித் தெரிந்து கொண்டவுடன் காந்தி அவர்களை ஆதரித்து உடனே அறிக்கை வெளி யிட்டார். பல பத்திரிக்கைகள் அதை வெளியிட்டன.

இந்த திருமண நிச்சயதார்த்தத்தைப் பற்றி என்னுடைய கருத்தை வெளியிடுமாறு கேட்டுக் கொள்ளும் அவதூறான, அருவருப்பு நிறைந்த கடிதங்கள் ஏராளமாக எனக்கு வந்திருக்கின்றன. தனிப்பட்ட முறையில் பெரோஸைப் பற்றி யாருக்குமே ஆட்சேபணையில்லை.

அவர் பார்சி மதத்தினைச் சேர்ந்தவர் என்பதுதான் அவர் செய்திருக்கும் ஒரே குற்றம்.

பெரோஸ் பல வருடங்களாக நேரு குடும்பத்தின் நெருங்கிய நண்பராக இருந்து வருகிறார். ஐரோப்பாவில் கமலா நோய்வாய்ப்பட்ட பொழுது அவர் இந்திராவை நன்கு கவனித்துக் கொண்டார். அவர்களுக்கிடையே அன்பு வளர்ந்தது இயற்கையே. அவர்களுடைய திருமணத்தை எதிர்ப்பது ஈவிரக்கமில்லாத செயல் என்று காந்தி இடித்துக் கூறினார்.

காந்தியின் தலையீட்டுக்குப் பிறகு அருவிபோல வந்து கொண்டிருந்த ஆட்சேபக் கடிதங்கள் நின்றன.

காந்தியடிகள், ஜவஹர்லால் நேருவிடம், இந்திராவின் திருமணத்திற்கு நாட்டில் பலத்த எதிர்ப்பு கிளம்பி இருக்கிறது. ஆதலால் எல்லோரும் அறியும் வண்ணம் நீங்களே முன்னின்று திருமணத்தை நடத்த வேண்டும் என்று கேட்டுக் கொண்டார்.

நேருவும் அதற்குச் சம்மதம் தெரிவித்தார். இந்திரா - பெரோஸ் காந்தி திருமணம் உறுதி செய்யப்பட்டது. திருமண ஏற்பாடுகள் தீவிரமாக நடைபெற்று வந்தன.

அதன்படி இந்திரா - பெரோஸ் காந்தி திருமணம் 1942ம் ஆண்டு மார்ச்

26ம் தேதி ஆனந்தபவனில் இந்து முறைப்படி எளிமையான முறையில் நடந்தது. அதன் பின்னர் எதிர்ப்புகள் அடங்கின.

பின்னர் இந்திரா - பெரோஸ் காந்தி கலப்புத் திருமணத்தை அனைவரும் வரவேற்றனர். தூற்றியவர்களும் போற்ற ஆரம்பித்தனர்.

இந்திரா - பெரோஸ் காந்தியை திருமணம் செய்த பிறகு இந்திரா காந்தி என்று அழைக்கப்பட்டார்.

●

காங்கிரஸ் மாநாட்டில், 'வெள்ளையனே வெளியேறு' என்று தீவிரமான தீர்மானம் நிறைவேற்றப்பட்டதை அறிந்ததும் ஆங்கிலேய அரசாங்கம் ஆத்திரம் அடைந்தது.

காந்திஜி ஜவஹர்லால் நேரு மற்றும் தலைவர்கள் பலரையும் கைது செய்து சிறையில் அடைத்தது. இந்திரா காந்தியின் கணவர் பெரோஸ் காந்தியோ தலைமறைவாகி விட்டார். அவரைக் காவல் துறையினர் வலைவீசித் தேடினர்.

தலைவர்கள் கைதான செய்தியைப் பற்றி மக்கள் ஓரளவு அறிந்திருந்தாலும் அவர்கள் அனைவரும் எந்தெந்த சிறையில் அடைக்கப்பட்டிருந்தனர் என்று அவர்களுக்கு அவ்வளவாக தெரியவில்லை.

ஆனால் இது பற்றிய செய்திகள் அனைத்தையும் இந்திரா காந்தி நன்கு அறிந்திருந்தார். அதை அனைவருக்கும் தெரிவிக்க இரகசியமாக கூட்டம் நடத்த முடிவு செய்யப்பட்டது.

மக்கள் கூட்டம் கூடியது. இச்செய்தி காவல் துறையினருக்குத் தெரிய வந்தது. அவர்கள் விரைந்து வந்து கூட்டத்தை சுற்றி வளைத்துக் கொண்டனர். அதனைக் கண்டு இந்திரா சிறிதும் அஞ்சவில்லை. கூட்டத்தின் நடுவில் நின்று கொண்டு பேசத் தொடங்கினார்.

உடனே ஒரு படைவீரன் துப்பாக்கியை நீட்டியபடி இந்திராவை நோக்கி, பேசாதே ஏதாவது பேசினால் சுட்டுப் பொசுக்கி விடுவேன் என்று உரக்க கத்தினான். கூட்டம் திகைத்து நின்றது.

படை வீரனோ துப்பாக்கியை நீட்டியபடியே இருந்தான். அதுவரை கூட்டத்திற்குள் மறைந்திருந்த பெரோஸ் காந்தி பொறுமை இழந்தார்.

திடீரென்று படைவீரன் மீது பாய்ந்து அவனை அப்பால் தள்ளினார்.

காவல்துறை படைபட்டாளம் மக்கள் மீது பாய்ந்தது. கடுமையாகத் தடியடி நடத்தியது. அப்பொழுது ஒரு படைவீரன் இந்திராவை நோக்கி பாய்ந்தான். அவருடைய கையைப் பிடித்துக் காவல்துறை வண்டியை நோக்கி இழுத்தான்.

இதைக் கண்ட பொது மக்கள் ஆத்திரம் அடைந்தனர். இந்திராவின் மற்றொரு கையைப் பிடித்து பொது மக்கள் இழுத்தனர். இரு தரப்புக்கும் இடையில் தவித்தார் இந்திரா காந்தி. அவருடைய சேலை கிழிந்தது. காயம்பட்டு அவர் மேனி குருதியில் சிவந்தது.

இறுதியில் படை வீரர்கள் சேர்ந்து கூட்டத்தை விலக்கினர். இந்திராவை வண்டியில் ஏற்றிச் சிறைச் சாலைக்குக் கொண்டு சென்றனர்.

உள்ளூரில் உள்ள சிறையில் இந்திரா காந்தி அடைக்கப்பட்டார். பெரோஸ் காந்தி நைனிடால் சிறைக்கு கொண்டு செல்லப்பட்டார். இந்திரா காந்தி அடைக்கப்பட்ட அதே சிறையில்தான் அவருடைய அத்தை விஜயலட்சுமி பண்டிட்டும் அடைக்கப்பட்டு இருந்தார்.

பாம்பும் தேளுமாக நடமாடும் மோசமான இடமாக அந்தச் சிறையிலே இருந்தார். அவற்றையெல்லாம் கண்டு இந்திரா காந்தி சிறிதும் அஞ்சாமல் சிரித்த முகத்துடன் சிறை வாசத்தைக் கழித்தார்.

❏❏❏

15

அவசர நிலைப் பிரகடனமும் காலிஸ்தான் கோரிக்கையும்

நேருவின் மகள், நாட்டின் முதல் பெண் பிரதமர், இந்தியாவின் இரும்புப் பெண்மணி, பாகிஸ்தானிலிருந்து வங்காள தேசம் பிரிந்து தனி நாடாக உருவாகக் காரணமானவர், நாட்டில் அவசர நிலையைப் பிரகடனப்படுத்தியவர், தனது பாதுகாவலர்களாலேயே சுட்டுக் கொல்லப்பட்டவர் என இந்திய அரசியலில் இந்திராகாந்தி ஏற்படுத்திய சுவடுகளும், தாக்கமும் காலத்தால் அழியாத வரலாறு.

முன்னாள் பிரதமர் ஜவஹர்லால் நேரு - கமலா தம்பதியரின் ஒரே வாரிசான இந்திரா பிரியதர்ஷினி நவம்பர் 19, 1917 அன்று அலகாபாத் நகரில் பிறந்தார்.

தனது தந்தையும், தாத்தா மோதிலால்

நேருவும் சுதந்திர போராட்டத்தில் ஈடுபட்டு சிறை சென்றவர்கள் என்பதால் இயல்பாகவே இந்திராவின் ரத்தத்தில் தேசப்பற்று கலந்திருந்தது.

பெரோஸ் காந்தியுடன் இணைந்து சுதந்திர போராட்டத்தில் ஈடுபட்ட போது, காதல் மலர்ந்ததை அடுத்து அவரை மணம் முடித்தார்.

இந்திரா, பெரோஸ் காந்தி தம்பதிக்கு ராஜீவ்காந்தி, சஞ்சய் காந்தி என இரண்டு மகன்கள் பிறந்தனர். 1947ல் நாடு சுதந்திரம் பெற்று 1952ம் ஆண்டு நாட்டின் முதல் மக்களவைத் தேர்தல் நடைபெற்றது. முதல் பிரதமராக இந்தியாவின் தந்தை ஜவஹர்லால் நேரு பதவியேற்றுக் கொள்ளவே, தந்தையின் அரசியல் வாழ்க்கையை அருகிலிருந்து கற்றுக் கொண்டார்.

கணவர் பெரோஸ் காந்தி 1960ம் ஆண்டிலும், அதைத் தொடர்ந்து தந்தை நேரு 1964ம் ஆண்டில் காலமான பிறகு முழு நேர அரசியலில் குதித்தார் இந்திரா.

நேரு மறைவுக்குப் பின் லால்பகதூர் சாஸ்திரி பிரதமராக தேர்வு செய்யப்பட்டார். அவரது அமைச்சரவையில் இந்திராகாந்தி மத்திய தகவல் ஒலிபரப்புத்துறை அமைச்சராகப் பொறுப்பேற்றார்.

ஆனால் லால்பகதூர் சாஸ்திரி திடீரென காலமாகவே நாட்டின் இடைக்கால பிரதமராக குல்காரி லால் நந்தா பொறுப்பேற்றுக் கொண்டார். அவரைத் தொடர்ந்து நாட்டின் 3வது பிரதமராக முதல் பெண் பிரதமராக இந்திராகாந்தி பொறுப்பேற்றுக் கொண்டார்.

1967, 1971, மற்றும் 1980ம் ஆண்டுகளில் நடைபெற்ற மூன்று பொதுத் தேர்தல்களிலும் இந்தியாவின் பிரதமர் பதவியை அலங்கரித்தார்.

வங்கிகளை தேசியமயமாக்கியது, மன்னர்களுக்கு மானியம் வழங்கும் முறையை ரத்து செய்தது, நிலச் சீர்திருத்தச் சட்டம் நிறைவேற்றியது, பசுமைப் புரட்சியின் மூலம் உணவு உற்பத்தியில் தன்னிறைவு அடையச் செய்தது, சிக்கிம் பகுதியை இரவோடு இரவாக இந்தியாவோடு இணைத்தது, எல்லாம் வரலாற்றில் மகுடம் சூட்டத்தக்க சாதனை களாகும்.

அது மட்டுமின்றி அணுஆயுத சோதனை நடத்தி இந்தியாவை அணு

ஆயுதபலம் வாய்ந்த நாடாக உலகிற்கு பிரகடனம் செய்தது, வெளியுறவுக் கொள்கையில் புதிய பாதையை வகுத்தது, என இந்திராகாந்தியின் 15 ஆண்டுகால ஆட்சியில் அவரது சாதனைகளைப் பட்டியலிட்டால் அது நீண்டு கொண்டே போகும்.

இந்திரா காந்தியின் ஆட்சிக் காலத்தில் அவசர நிலைப் பிரகடனம் ஒரு கரும்புள்ளியாக பார்க்கப்பட்டது. ஆனால் தவறை உணர்ந்து மன்னிப்பு கேட்கிற நேர்மையும், அவசரநிலைப் பிரகடனத்தை ரத்து செய்துவிட்டு தேர்தலை சந்திக்கின்ற தைரியமும் இந்திராவுக்கு இருந்தது.

தேர்தலில் தோல்விக்குப் பிறகும் மூன்றே ஆண்டுகளில் மக்களிடம் இழந்த நம்பிக்கையை மீட்டெடுத்தார் அவர்.

1980 நாடாளுமன்றத் தேர்தலில் இந்திராகாந்தி தலைமையில் காங்கிரஸ் கட்சி 374 இடங்களில் மகத்தான வெற்றியடைந்தது. ஆனால் அச்சமயத்தில் இந்திராகாந்தி புதிய சவால்களை சந்திக்க வேண்டி யிருந்தது.

பஞ்சாபில் சீக்கியர்கள் எளிதாக தனியாக காலீஸ்தான் கோரிக்கை வைத்து கிளர்ச்சி தொடங்கினார்கள்.

தேசத்தின் ஒற்றுமைக்கும் ஒருமைப்பாட்டிற்கும் பெரிய சவாலாக அந்த இயக்கம் வளர்ந்து வருவதாக கருதியது அரசு.

1984ம் ஆண்டில் பொற்கோவிலில் ஆயுதங்களை குவித்துக் கொண்டு பதுங்கியிருந்த சீக்கிய பிரிவினை வாதிகளை 'ஆபரேஷன் புளூஸ்டார்' என்ற பெயரில் ராணுவத்தினர் பொற்கோவிலுக்குள் நுழைந்து தாக்கி யதன் மூலம் சீக்கியத் தீவிரவாதம் முடிவுக்கு வந்தது.

ஆனால் பொற்கோவிலுக்குள் ராணுவத்தை அனுப்பியது சீக்கியர்கள் மத்தியில் சர்ச்சைகளையும் கொந்தளிப்பையும் ஏற்படுத்தியது. இந்திரா வின் சீக்கியப் பாதுகாவலர் களால் அவரது உயிருக்கு ஆபத்து என்று உளவுத்துறை எச்சரித்தது. உயிரையே இழக்க நேர்ந்தாலும் மதத்தின் அடிப்படையில் தனது பாது காவலர்களை மாற்ற இந்திராகாந்தி மறுத்து விட்டார்.

இச்சூழலில் பொற்கோயில் தாக்குதலுக்கு பழிவாங்கும் நடவடிக்கை யாக இந்திரா காந்தியின் இரு சீக்கிய மெய்க்காப்பாளர்களால் 1984ம்

ஆண்டு அக்டோபர் 31ம் தேதி அவர் சுட்டுக் கொல்லப்பட்டார். தேசம் பிளவுபட்டு விடக் கூடாது என்பதற்காக 66 வயதில் தனது உயிரையே அர்ப்பணித்தார் இந்த இரும்புப் பெண்மணி.

தமது உயிருக்கு எந்த நேரமும் ஆபத்து ஏற்படலாம் என்பதை முன் கூட்டியே அறிந்திருந்ததோடு மட்டுமல்லாமல் அதை எதிர்கொள்ளவும் தயாராகவே இருந்தார் இந்திரா காந்தி.

இந்திரா கொல்லப்படுவதன் முதல் நாள் மாலையில் ஒடிசா மாநிலத்தில் நடந்த ஒரு பொதுக் கூட்டத்தில் உரையாற்றுகையில் 'இன்று நான் இங்கிருக்கிறேன். நாளை இருப்பேனா என்று தெரியாது. என்னைக் கொல்வதற்கு எத்தனை முயற்சிகள் நடைபெற்றன என்பதை யாரும் அறிய மாட்டார்கள்.

வாழ்வு, சாவு பற்றி நான் கவலைப்படவில்லை. நான் கணிசமான காலம் வாழ்ந்து விட்டேன். அந்தக் காலத்தை நாட்டுக்காகவும் நாட்டு மக்களுக்காகவும் செலவிட்டதில் பெருமைப்படுகிறேன். நான் சிந்தும் ஒவ்வொரு துளி ரத்தமும் இந்த நாட்டை வளப்படுத்தும் பலப்படுத்தும்' என்று குறிப்பிட்டிருந்தார்.

இந்தியாவின் மூன்றாவது பிரதம மந்திரியான இந்திராகாந்தி 1984ம் ஆண்டு அக்டோபர் மாதம் 31ம் நாள் காலை 9.20 மணியளவில் புது தில்லி, சப்தர் ஜிங் தெருவிலுள்ள அவரது இல்லத்தில் சத்வந்த் சிங், பீண்ட் சிங் என்ற அவரது இரு பாதுகாவலர்களால் சுட்டுக் கொல்லப்பட்டார்.

1984ம் ஆண்டு ஜூன் மாதம் அமிர்தசரஸ் நகரிலுள்ள சீக்கியர்களின் முக்கிய கோவிலான பொற்கோவிலை இந்திய ராணுவத்தினர் தாக்கிய புளூ ஸ்டார் நடவடிக்கையால் பொற்கோவில் பெரிதும் சேதமடைந்தது.

இந்த நடவடிக்கையின் எதிர்வினையே இந்திரா காந்தியின் படு கொலையாகும். இந்திராகாந்தி சுடப்பட்டு வீழ்ந்த இடத்தில் கண்ணாடி நுழைவாயில் கொண்ட பளிங்குப் பாதையொன்று அவரது நினை விடத்தில் அமைக்கப்பட்டுள்ளது.

அயர்லாந்து நாட்டு தொலைக்காட்சிக்காக ஆவணப்படம் எடுத்துக் கொண்டிருந்த பிரித்தானிய நடிகர் பீட்டர் உஸ்தொனோவிற்கு பேட்டி யளிப்பதற்காக 1984ம் ஆண்டு அக்டோபர் மாதம் 31ம் நாள் காலை 9.20 மணிக்கு இந்திரா காந்தி புதுதில்லி சப்தர் ஜங் தெருவில் அமைந்துள்ள

அவரது வீட்டுத் தோட்டத்திலிருந்து அடுத்தமைந்துள்ள அக்பர் வீதியிலுள்ள அலுவலகத்திற்கு சென்று கொண்டிருந்தார்.

அங்கிருந்த சிறுவாயிலை அவர் கடக்கும்போது, அவ்வாயிலைக் காத்து நின்ற அவரது பாதுகாவலர்கள் சத்வத் சிங், பீண்ட் சிங் இருவரும் அவரைச் சுடத் தொடங்கினர். பீண்ட் சிங் இந்திரா காந்தியின் அடிவயிற்றில் மூன்று முறையும், கீழே விழுந்து விட்ட இந்திரா காந்தியை சத்வந்த் சிங் இயந்திரத் துப்பாக்கியால் 30 முறையும் சுட்டனர்.

சுட்டபின்பு இருவரும் தமது ஆயுதங்களைக் கீழே எறிந்து விட்டனர். பீண்ட் சிங் 'நான் செய்ய வேண்டியதை செய்து விட்டேன். நீங்கள் செய்ய விரும்புவதைச் செய்து கொள்ளலாம்' எனக் கூறினார்.

அடுத்த ஆறு நிமிடங்களில் இந்திய திபெத் எல்லைக் காவல் படையைச் சேர்ந்த தார்செம்சிங், ஜாம்வால், ராம் சரணம் என்ற வீரர்கள் பீண்ட் சிங்கை சுட்டுக் கொன்றனர். சத்வந்த் சிங், இந்திரா காந்தியின் மற்ற பாதுகாவலர்களால் பலத்த காயங்களுடன் சிறைப்பிடிக்கப் பட்டார்.

1989ல் சத்வந்த் சிங்கும் உடன் குற்றவாளியான கெகர் சிங்கும் தூக்கிலடப்பட்டனர். இந்திராகாந்தி சுடப்பட்டு 10 மணி நேரங்கழித்து தான் தூர்தர்ஷன் மாலைச் செய்தியில் அவர் இறந்த செய்தி அறிவிக்கப் பட்டது.

அனைத்திந்திய மருத்துவ அறிவியல் கழக மருத்துவமனைக்கு 9.30 மணிக்கு கொண்டு செல்லப்பட்டார். 14.20 மணிக்கு அவரின் இறப்புச் செய்தி அறிவிக்கப்பட்டது.

டி.டி. தோக்ரா தலைமையிலான மருத்துவர் குழு இந்திராகாந்தியின் உடலைக் கூறாய்வு செய்தது. இயந்திரத் துப்பாக்கி, சூழல் கைத்துப்பாக்கியென இரு விதமான ஆயுதங்களிலிருந்து அவரது உடலில் கிட்டத்தட்ட 30 குண்டுகள் தாக்கியுள்ளதாக கூறாய்வு முடிவில் கூறப்பட்டது.

கொலையாளிகள் அவரை நோக்கிச் சுட்ட 32 குண்டுகளில் 30 குண்டுகள் அவரைத் தாக்கி இருந்தன. 23 குண்டுகள் அவர் உடலைத் துளைத்து வெளியேறியிருந்தன. 7 குண்டுகள் அவர் உடலில் தங்கி இருந்தன.

கொலை செய்ய பயன்படுத்தபட்ட துப்பாக்கிகளை அடையாளம் காண்பதற்காக தோக்ரா இந்திரா காந்தியின் உடலிலிருந்து குண்டுகளை வெளியே எடுத்தார். குண்டுகள் கொலையாளிகள் பயன்படுத்தியிருந்த ஆயுதங்களோடு ஒத்துப் போயின.

இந்திரா காந்தி கொலை வழக்கில் ஒரு முக்கிய சாட்சியமாக தோக்ரா சேர்க்கப்பட்டு விசாரிக்கப்பட்டார்.

நவம்பர் ஒன்றாம் நாளன்று அவரது உடல் ஒரு பீரங்கி வண்டியில் தில்லி தெருக்களின் வழியே தீன்மூர்த்தி பவனுக்கு கொண்டு செல்லப் பட்டது.

நவம்பர் 3ம் நாளன்று அவரது உடல் ராஜ்காட்டுக்கு அருகே தகனம் செய்யப்பட்டது. அவரது மூத்த மகனான ராஜீவ்காந்தி அவருக்கு இறுதிக் கடன்களைச் செய்தார்.

ஜெகாதா | 73

16

மரணம் குறித்து முன்கூட்டியே அறிந்த இந்திரா

நாடு சுதந்திரம் பெற்றபோது மதவெறியர்களால் மகாத்மா காந்தியை நாம் இழந்தோம். அதே மத வெறிக்கு 1984ல் அன்னை இந்திரா காந்தியை மீண்டும் பல கொடுத்தோம்.

தீவிரவாத பயங்கரவாத சக்திகளால் 1991ல் ராஜீவ்காந்தியை இழந்தோம். தமக்கு விரைவில் மரணம் ஏற்படும் என்று இந்திரா காந்தி அஞ்சினாரா? இதற்கு விடையளிக்க இந்திரா காந்தியால் ஏற்கனவே எழுதப்பட்ட குறிப்பு ஒன்றை அவரது உதவியாளர் ஆர்.கே. தவான் வெளியிட்டார்.

உயிரிழப்பதைப் பற்றி நான் ஒரு போதும் கவலைப்படவில்லை. இந்தப் பொறுமையும், மன அமைதியும்தான்

என்னை இத்தகைய உயிலை எழுதத் தூண்டியது. சிலர் அஞ்சுவதைப் போலவும், வேறு சிலர் திட்டமிடுவதைப் போலவும் நான் வன்முறையான வழியில் கொல்லப்பட்டால், எனது நாட்டின் மீதும், மக்களின் மீதும் நான் கொண்டிருக்கும் அன்பை எந்த வெறுப்பும் மறைக்க முடியாது.

இந்தியாவை முன்னேற்றப் பாதையில் கொண்டு செல்ல வேண்டும் என்ற உறுதியான நோக்கத்திலிருந்து எந்த சக்தியும் என்னை திசை திருப்ப முடியாது.

ஒரு கவிஞன் அவனது அன்பு பற்றிப் பாடல் எழுதினான். என்னுடன் சொத்துக்களாகிய நீங்கள் இருக்கும்போது என்னால் எப்படி தாழ்மையாக உணர முடியும் என்று அந்தக் கவிஞன் குறிப்பிட்டிருந்தான். அந்த வார்த்தைகள் இந்தியாவுக்கும் பொருந்தும் என்று நான் கூறுவேன்.

இந்தியாவின் பலம் எல்லையில்லாத பாரம்பரியம், மக்களின் கம்பீர உணர்வு, வறுமை மற்றும் நெருக்கடியிலும் வெளிப்படும் தன்னியல்பு ஆகியவற்றை எண்ணி எந்தவொரு இந்தியனும் பெருமைப்படாமல் இருப்பானா என்பதை என்னால் புரிந்து கொள்ள முடியவில்லை என்று அந்தக் குறிப்பில் இந்திரா கூறியிருந்தார்.

கோபல்பூர் என்ற இடத்தில் ஏவுகணைகளை செலுத்துவது குறித்துப் பயிற்சி அளிப்பதற்கான புதிய ராணுவப் பயிற்சிப் பள்ளிக்கு இந்திரா காந்தி அடிக்கல் நாட்டினார்.

அதே நாளில் ஒரிசா தலைநகர் புவனேசுரத் நடைபெற்ற பொதுக் கூட்டம் ஒன்றில் அவர் உரையாற்றினார். அக்கூட்டத்தில் 30 நிமிடங்களுக்கு உரையாற்றிய இந்திரா காந்தி, மதவாதத்தின் ஆபத்துகள் குறித்தும், இந்தியாவின் பாதுகாப்புக்கு வெளியிலிருந்து ஏற்பட்டுள்ள அச்சுறுத்தல்கள் குறித்தும் குறிப்பிட்டார்.

பின்னர் சில இடங்களில் தமக்கு எதிராக ஏற்பட்டுள்ள அரசியல் பகைமை குறித்தும் பல நேரங்களில் அது எல்லை மீறுவது குறித்தும் இந்திரா நினைவு கூர்ந்தார்.

அதற்கு முந்தைய நாள்தான் ஒரு பொதுக் கூட்டத்தில் தம்மை நோக்கி கல் வீசப்பட்டதை இந்திரா நினைவு கூர்ந்தார். ஆனால் இதற்கெல்லாம் தாம் அஞ்சவில்லை என்று இந்திரா கூறினார்.

"தேசத்திற்கு சேவையாற்றும் போது எனது உயிர் போனால் அதை எண்ணி நான் கவலைப்படப் போவதில்லை. ஒரு வேளை இன்றே நான் உயிரிழந்தாலும் எனது உடலில் இருந்து செல்லும் ஒவ்வொரு துளி ரத்தமும் இந்தியாவை வலிமைப்படுத்தும். எனது ஒவ்வொரு துளி ரத்தமும் இந்தியா வலிமையான உறுதியான நாடாக வளர்வதற்கு பங்களிக்கும் என்பதில் நான் உறுதியாக உள்ளேன் என்று இந்திரா உரையாற்றியிருந்தார்."

ஆனால் அடுத்த நாளே தமக்கு மரணம் நேரிடும் என்பதை அவர் நினைத்துக் கூட பார்த்திருக்க மாட்டார்.

இந்திராவின் படுக்கை அறையில் கடும் குளிர் நிலவியது. இந்திரா காந்தியின் இல்லம் உள்பட தில்லியில் உள்ள ஒரு சில வீடுகளில்தான் மையப்படுத்தப்பட்ட வெப்பமூட்டி வசதி இருந்தது. இந்திராவின் படுக்கை அறையில் இருந்த சிறிய அளவிலான மின்சார வெப்பமூட்டி திருப்தி அளிக்கும் வகையில் வேலை செய்யவில்லை.

படுக்கையிலிருந்து எழுந்த இந்திரா சில நிமிடங்களுக்கு யோகாசனப் பயிற்சி மேற்கொண்டார். பின்னர் குளித்து விட்டு பிரகாசமான ஆரஞ்சு வண்ண சேலையை உடுத்திக் கொண்ட அவர் தமது பேரக் குழந்தை களான பிரியங்கா, ராகுல் ஆகியோருடன் காலை உணவுக்காக அமர்ந்தார்.

அடுத்த ஓரிரு நாட்களில் நாடாளுமன்றத் தேர்தலை இந்திரா காந்தி அறிவிப்பார் என்ற எதிர்பார்ப்பு இருந்த நிலையில், அவரது புதல்வரான ராஜீவ்காந்தி, அப்போது தமது தாயாரின் சார்பில் சில அரசியல் பணிகளை முடிப்பதற்காக மேற்கு வங்கத்திற்கு சென்றிருந்தார்.

சில நாட்கள் முன்பாக அக்டோபர் 27ம் தேதி எவரும் எதிர்பார்க்காத நிலையில் இந்திரா காந்தி தமது பேரக்குழந்தைகளான பிரியங்காவையும், ராகுல் காந்தியையும் காஷ்மீர் தலைநகரான ஸ்ரீநகருக்கு சுற்றுலா அழைத்துச் சென்றிருந்தார்.

அந்தச் சுற்றுலா வெறும் 30 மணி நேரம் மட்டுமே நீடித்தது. அங்கு இந்திரா காந்தியை காஷ்மீர் மாநில ஆளுநர் ஜகமோகனும், அப்போது தான் புதிதாக பதவியேற்றிருந்த குல்சாவும் சந்தித்து பேசினர்.

இந்திரா காந்தியும், அவருடன் வந்தவர்களும் அனைவரையும் கவரக் கூடிய மாநில விருந்தினர் மாளிகையில் தங்க வைக்கப்பட்டிருந்தனர்.

இந்திரா காந்தி இந்தப் பயணம் குறித்து பின்னர் நினைவு கூர்ந்த ஆளுநர் ஜக்மோக் இந்திரா காந்தி வம்சத்திற்கு மாறாக நல்ல மன நிலையில் கலகலப்பாகவும் மனதுக்கு நிறைவாக உணவு அருந்தியும் மகிழ்ந்தார் என்று குறிப்பிட்டார்.

அக்டோபர் 28ம் தேதி காலையில் 'தால் ஏரிக்கு அருகிலுள்ள சங்க ராச்சாரியார் மலையில் ஏறி அங்குள்ள லக்ஷ்மண் ஜீ என்ற சுவாமியைச் சந்தித்தார். சிறிது நேரமே நீடித்த இச்சந்திப்பின்போது, தாம் விரைவி லேயே உயிரிழக்கப் போவதாக தமது உள்ளுணர்வு உணர்த்துவதாக இந்திரா காந்தி கூறினார்' என்று லக்ஷ்மணஜீ பின்னர் தெரிவித்தார்.

"இந்திரா காந்தி தமது மரணம் பற்றிப் பேசினார். தமது வாழ்க்கை முடிவடையும் நேரம் வந்துவிட்டதாகவும், சாவு நெருங்கி விட்டதாகவும் இந்திரா கூறினார்" என்று லக்ஷ்மணஜீ தெரிவித்தார்.

இந்திரா காந்தி தமது மரணம் குறித்து பேசுவார் என்று சுவாமி எதிர் பார்க்கவில்லை. அந்த நேரத்தில் அமைதியாகவும் இயல்பாகவும் இருக்க முயன்ற சுவாமி, அதே வளாகத்தில் கட்டப்பட்டிருந்த சிறிய கட்டடத்தை காட்டி, அந்தக் கோயில் நவம்பர் மாதத்தில் திறக்கப்பட உள்ளதாகவும், திறப்பு விழாவிற்கு உங்களால் தலைமையேற்க முடியுமா என்று இந்திரா காந்தியிடம் கேட்டார். அதைக் கேட்ட இந்திரா அதுவரை நான் உயிருடன் இருந்தால் நான் கண்டிப்பாக வருவேன் என்று கூறினார்.

சுவாமி லக்ஷ்மண ஜீவின் ஆசிரமத்திலிருந்து விடைபெற்ற இந்திரா, அருகிலுள்ள காஷ்மீர் பிராமணர்களின் கடவுளாகக் கருதப்படும் ஷரீகா கோயிலுக்குச் சென்றார். அங்கிருந்த குருக்கள் இந்திராவுக்காக சிறப்பு வழிபாடு நடத்தினார். சிறப்பு வழிபாடு முடிவடைந்த பின்னர், இந்திரா வும் அவரது பேரக்குழந்தைகள் ராகுல்காந்தியும், பிரியங்கா காந்தியும் தில்லி திரும்புவதற்காக விமான நிலையம் சென்றனர்.

காஷ்மீரில் அவசர அவரசமாக மேற்கொண்ட பயணத்தின் போது வட உள்ளூர் அரசியல் நிலைமை குறித்து இந்திரா காந்தி பேசியதையும் மாநிலத்தின் அன்றாட அரசியல் நிகழ்வுகள் குறித்து விளக்கும்படி ஜக்மோகன் பின்னர் நினைவு கூர்ந்தார்.

அதற்கு அடுத்த நாளான அக்டோபர் 29ம் தேதி விமானம் மூலம் ஒரிசா சென்று பல்வேறு நிகழ்ச்சிகளில் இந்திரா காந்தி கலந்து கொண்டார். அதன்பின் அக்டோபர் 30ம் தேதி மாலை தான் தில்லி திரும்பினார்.

அக்டோபர் 31ம் தேதி காலை உணவாக வாட்டப்பட்ட சில உணவு வகைகள், தானியங்கள், புதிதாகப் பிழிந்தெடுக்கப்பட்ட ஆரஞ்சுச்சாறு, முட்டைகள், தேநீர் ஆகியவற்றை இந்தியா எடுத்துக் கொண்டார்.

பின்னர் இந்திராவின் பேரக் குழந்தைகள் ராகுல், பிரியங்கா பள்ளிக்கு புறப்பட ஆயத்தமாயினர். அப்போது ராகுலையும், பிரியங்காவையும் பார்த்து எப்படி இருக்கிறீர்கள் என்று இந்திரா காந்தி கேட்டார்.

ஏனென்றால் அதற்கு முதல் நாள்தான். அவர்கள் இருவரும் பயணம் செய்த கார், இந்திராவின் சப்தர் ஜங் இல்லத்திற்கு அருகே வந்து கொண்டிருக்கும் போது, சிவப்பு சிக்னலைத் தாண்டி வந்த வேன் ஒன்று கார் மீது மோதியிருந்தது. இந்த விபத்தில் ராகுலுக்கும் பிரியங்காவுக்கும் காயம் ஏதுவும் ஏற்படவில்லை.

இந்த விபத்தின் பின்னணியில் சதித்திட்டம் எதுவும் இல்லை என்று பிரதமரின் பாதுகாவலர்கள் அவரிடம் தெரிவித்தனர்.

பேரக்குழந்தைகள் ராகுல், பிரியங்காவிடம் இந்திரா காந்தி பேசிக் கொண்டிருந்தபோது, உணவு அருந்தும் அறைக்குள் இந்திராவின் உதவியாளர் ஒருவர் நுழைந்தார்.

இந்திராவின் மிகுந்த நம்பிக்கைக்குரிய உதவியாளரான அவர் அதிகாரம் மிகுந்தவரும் கூட. இந்திராவிடம் தட்டச்சராக சேர்ந்து உதவியாளராகி மாறிய தவான், காங்கிரஸ் கட்சிக்கு நிர்வாகிகளை நியமிப்பதில் தொடங்கி வெளியுறவுக் கொள்கையை வகுப்பது வரை அனைத்து விசயங்களிலும் இந்திராவுக்கு ஆலோசனை வழங்கி வந்தார்.

இந்திராவை நெருங்கி தவான் அவரது அன்றைய முதல் நிகழ்ச்சிக்கான நேரம் நெருங்கி விட்டதாக கூறினார். அதைக் கேட்டு தலையாட்டிய இந்திரா தமது பேரக் குழந்தைகளை கட்டித் தழுவி முத்தம் கொடுத்தார். பின்னர் ராகுலும் பிரியங்காவும் அங்கிருந்து வெளியேறியபோது வழக்கத்திற்கு மாறாக அவர்களை மீண்டும் அழைத்து கட்டித் தழுவி முத்தம் கொடுத்தார்.

பின்னர் அருகிலுள்ள தமது அலுவலக அறைக்குச் சென்ற இந்திரா காந்தி, அங்கே ஏற்கனவே ஆர்.கே.தவான் எடுத்து வைத்திருந்த கோப்புகளைப் பார்த்தார். அங்கு இந்திரா காந்தி தமது கைப்பட சில விஷயங்களை எழுதினார். அது ஒரு வகையில் இந்திரா காந்தியின் கடைசி உயில் மற்றும் மரண சாசனத்தைப் போன்றதாகும்.

இந்திராவின் உதவியாளர்களுள் ஒருவரான ஆர்.கே. தவான் மட்டுமே அதைப் பார்த்திருந்தார். தமது உயில் எழுதும் பணியினை இந்திரா முழுமையாக முடிக்கவில்லை. அதைப் பற்றி இந்திராவிடம் ஆர்.கே.தவான் ஒருமுறை கேட்ட போதிலும் அதை அவர் கண்டு கொள்ளவில்லை.

தமக்கு ஏதேனும் ஆபத்து நிகழும் வாய்ப்பு இருப்பதைப் பற்றி இந்திரா அவ்வப்போது கூறுவதை அவரது நீண்டகால நண்பரும் ஆலோசகருமான நியூயார்க் பல்கலைக்கழகப் பேராசிரியர் ரால்ஃப் புல்ட்ஜென்சும் கேட்டிருக்கிறார்.

அப்படியெல்லாம் எதுவும் நிகழாது என்று இந்திரா காந்திக்கு அந்த பேராசிரியர் உணர்த்த முயன்ற போதிலும் இந்திரா விரக்தியடைந்த நிலையிலேயே காணப்பட்டார்.

1978ம் ஆண்டு இந்திரா காந்தி ஆட்சி பொறுப்பில் இல்லாத போது தம் வன்முறையான சூழலில் கொல்லப்பட்டால், பொதுமக்களுக்கு சில விசயங்களைத் தெரிவிப்பதற்காக தயாரித்து வைத்திருந்த வரைவு அறிக்கை ஒன்றை அந்தப் பேராசிரியரிடம் இந்திரா காந்தி காட்டியிருக்கிறார்.

இந்திரா காந்தியின் விரக்தியான மனநிலையை எண்ணி ஆர்.கே. தவான் பேராசிரியர் ரால்ஃபும் கவலையடைந்தார். 1984ம் ஆண்டு அமிர்தசரஸ் நகரிலுள்ள பொற்கோயில் மீது ராணுவ நடவடிக்கை எடுக்க இந்திரகாந்தி ஆணையிட்டதிலிருந்து அவரது பாதுகாப்பு குறித்து இருவரும் கவலைப்பட்டு வந்தனர்.

1984ம் ஆண்டில் பொற்கோயிலில் பதுங்கியிருந்த சீக்கிய தீவிரவாதிகளை 'ஆபரேஷன் புளூஸ்டார்' என்ற நடவடிக்கை மூலம் இந்திய ராணுவம் வெளியேற்றியது.

அதற்கு முன்பாகவே ராணுவத்திற்கும் தீவிரவாதிகளுக்கும் இடையில் சண்டையில் சிக்கி, புனிதப் பயணம் வந்த ஆயிரத்துக்கும் மேற்பட்ட

ஆண்களும், பெண்களும், குழந்தைகளும் உயிரிழந்தனர்.

இந்தியாவின் உணவுக்களஞ்சியமான பஞ்சாப் மாநிலத்தை பிரித்து தனிநாடு அமைத்து தர வேண்டும் என்ற சீக்கிய தீவிரவாதிகளின் கோரிக்கையை ஏற்பதில்லை என்பதில் இந்திரா காந்தி மிகவும் உறுதியாக இருந்தார்.

இந்தியாவில் உள்ள 1 கோடியே 40 லட்சம் சீக்கியர்களின் பெரும் பான்மையோர் தனிநாடு கோரும் தீவிரவாதிகளை ஆதரிக்கவில்லை என்ற போதிலும் அவர்களை ஒடுக்குவதற்காக இந்திரா காந்தி மேற்கொண்ட ஆபரேஷன் புளூஸ்டார் சீக்கியர்களால் கடுமையாக கண்டிக்கப்பட்டது.

பொற்கோயில் தாக்குதலில் ஏராளமானோர் கொல்லப்பட்டதையும், பொற்கோயிலுக்கும் பெரும் பாதிப்பு ஏற்பட்டதை எண்ணியும் அவர்கள் அதிர்ச்சியடைந்தனர்.

பொற்கோயில் தாக்குதலுக்குப் பிறகு பெரும்பாலான இந்தியர்கள் எண்ணியதைப் போலவே இந்திரா காந்தியின் உதவியாளர்களும் இந்திரா காந்தி மீது சீக்கியர்கள் தாக்குதல் நடத்தக்கூடும் என்று நம்பினார்கள்.

இந்தப் பழிவாங்கும் நடவடிக்கையில் இந்திரா காந்தி கொல்லப்படக் கூடும் என்றும் அவர்கள் அஞ்சினார்கள். இந்திரா காந்தியிடம் அன்றைய நாளின் அவரது முதல் சந்திப்பு குறித்து ஆர்.கே. தவான் நினைவூட்டினார்.

அன்று இந்திராவை முதலில் சந்திக்க இருந்தவர் இங்கிலாந்தைச் சேர்ந்த நடிகரான பீட்டர் உஸ்டினாவ் ஆவார். இந்திரா காந்தி குறித்து ஆவணப்படம் ஒன்றைத் தயாரிக்க உஸ்டினாவ் திட்டமிட்டிருந்தார். இதற்காக அவர் இந்திரா காந்தி மேற்கொண்ட பல பயணத்தின்போது உடன் சென்றிருந்தார்.

உஸ்டினாவின் 'மனிதர்கள்' என்ற உம்தேச தலைப்பின் கீழ் அவர் தயாரிக்க இருந்த தொடரின் ஒரு கட்டமாகவே இந்திரா காந்தி குறித்த ஆவணப்படம் அமைந்திருந்தது.

இந்திராவுடன் பல நேர்காணலை நடத்தியிருந்த உஸ்டினாவ், அன்று கடைசி அத்தியாயத்தை படம் பிடிக்க இருந்தார். இதற்காக அவர் தமது படப்பிடிப்புக் குழுவினருடன், இந்திரா காந்தியின் சப்தர் ஜிங் சாலை இல்லத்தில் நன்றாக செதுக்கப்பட்ட புல்வெளிக்குப் பின்புறத்தில்

காத்திருந்தார். கலைத்துறையைச் சேர்ந்தவர்களிடம் இந்திரா காந்தி தனிப்பாசம் கொண்டிருந்தார். அவர் பாசம் வைத்திருந்தவர்களுள் உஸ்டினாவும் ஒருவர்.

அது மட்டுமின்றி கிறிஸ்துமஸ் தாத்தா சாதாரண உடையில் வந்தால் எப்படி இருப்பாரோ அதைப் போன்ற தோற்றம் கொண்ட உஸ்டினாவ், துன்பப்படும் குழந்தைகளின் நலனுக்காக உதவி செய்யும் பணியில் ஈடுபட்டிருந்தார்.

இந்திரா காந்தியுடனான உஸ்டினாவின் நேர்காணல் காலை 9.20 மணிக்கு தொடங்க இருந்தது. இந்திரா காந்தியின் அக்பர் சாலை இல்ல புல்வெளி இயற்கை எழில் கொஞ்சும் வகையில் அமைந்திருந்ததால் அங்கு நேர்காணலை நடத்தலாம் என்று அவர் நினைத்திருந்தார்.

குளிர் நிறைந்த காலைப் பொழுதில் இந்திரா காந்தியின் தோட்டத்தி லிருந்த ரோஜா செடிகள் அனைத்தும் பூத்துக் குலுங்கின. அந்தப் புல்வெளிக்குப் பின்புறத்தில் தான் பிரதமரின் இல்ல அலுவலகம் அமைந்திருந்தது.

சவுத் பிளாக் பகுதியிலுள்ள பிரதமரின் அதிகாரப்பூர்வ அலுவலகத் திற்கு செல்வதற்கு முன்பாக தம்மை பார்க்க வருபவர்களை இந்த அலுவலகத்தில் தான் இந்திரா சந்திப்பது வழக்கம். இந்தக் கட்டிடமும் அதனை அடுத்திருந்த சுற்றுச் சுவரும் தான் அக்பர் சாலை பகுதியிலிருந்து இந்திராவின் வீட்டைப் பிரித்தன.

காலை 9.15 மணிக்கு இந்திரா காந்தி அவரது வீட்டிலிருந்து வெளியே வந்தார். அப்போது தயாராக இருந்த அலங்கார வல்லுநர்கள் அவரது முகத்தில் பவுடர் பூசி அழகுபடுத்தினர்.

உஸ்டினாவின் நேர்காணலுக்காக இந்திராவை அவர்கள் தயார் படுத்திக் கொண்டிருந்த நேரத்தில் அவர் தமது மருத்துவரான கே.பி. மாத்தூருடன் உரையாடிக் கொண்டிருந்தார். மாத்தூர் பெரும்பாலான காலை நேரங்களில் இந்திரா காந்தியை சந்திப்பதை வழக்கமாக கொண்டிருந்தார்.

மாத்தூருடனான சந்திப்பு முடிந்ததும் தில்லி காவல் துறையைச் சேர்ந்த காவலரான நாராயண்சிங் வெயிலிலிருந்து பாதுகாப்பதற்காக

குடைப் பிடித்துக் கொண்டிருந்த நிலையில், இந்திரா காந்தி, உஸ்டினாவ் இருந்த இடத்தை நோக்கி நடந்தார். அவரை ஆர். கே. தவான் பின் தொடர்ந்தார்.

அவருக்கு பின்னார் தில்லி காவல்துறை ஆய்வாளர் ராமேஷ்வர் தயாளும் இந்திராவின் பணியாளர் நாது ராமும் வந்தனர். இந்திரா காந்தி வழக்கம் போலவே அக்பர் சாலை அலுவலகத்தை நோக்கி விரைவாக நடந்தார். சுற்றுச்சுவரை அவர் நெருங்கிய போது, அங்கு சீக்கிய காவலரான பியாந்த் சிங்கைப் பார்த்தார்.

பியாந்த்சிங் இந்திராவின் பாதுகாப்புப் படையில் கடந்த ஆறு ஆண்டு களாகப் பணியாற்றி வந்தார். 28 வயதான நெட்டையான தாடி வைத்த பியாந்த் சிங்கைப் பார்த்து புன்னகைத்தார் இந்திரா.

பொற்கோயில் தாக்குதலுக்குப் பின் சீக்கியர்கள் இந்திரா மீது கோபம் கொண்டிருந்ததால், பியாந்த் சிங்கால் அவருக்கு ஆபத்து ஏற்படலாம் என்று அஞ்சிய இந்திராவின் ஆலோசகர்கள் பியாந்த் சிங்கைப் பாது காப்புக் குழுவிலிருந்து வெளியேற்றும்படி விடுத்த கோரிக்கைகளை இந்திரா நிராகரித்து விட்டார்.

சீக்கியர்களைக் கண்டு நாம் அஞ்சுவதற்கு எந்தக் காரணமும் இல்லை என்று அவர்களிடம் இந்திரா கூறியிருந்தார். இந்திராவை நோக்கி நகர்ந்த பியாந்த் சிங் தம்மிடமிருந்த கைத்துப்பாக்கியை எடுத்து குறி பார்த்தார்.

அதைப் பார்த்த இந்திரா 'நீ என்ன செய்கிறாய்?' என்று கேட்டார். அவர் கேட்டு முடிப்பதற்குள் அவரது அடிவயிற்றை நோக்கி மூன்று முறை பியாந்த் சிங் சுட்டார். அப்போது இந்திராவின் முகம் இறுக்கமாக அமைதியாக இருந்தது.

குண்டு பாய்ந்த வலியில் இந்திராவின் உடல் சரியும் முன்பே அங்கு வந்த இன்னொரு காவலரான 21 வயது சத்வந்த்சிங், தம்மிடமிருந்த தானியங்கித் துப்பாக்கியால் இந்திராவை நோக்கி சரமாரியாகச் சுட்டார்.

துப்பாக்கிக் குண்டு பாய்ந்த வேகத்தில் இந்திராவின் உடல் பூமியி லிருந்து மேல் எழுந்து சுழன்று தரையில் விழுந்தது. இருபது வினாடி இடைவெளிக்குள் அவரது சிறிய உடலில் 32 குண்டுகள் பாய்ந்தன.

இந்திராவின் உடல் தரையில் விழுவதற்கு முன்பாகவே அவர் உயிரிழந்திருக்க வேண்டும். அப்போது நேரம் சரியாக காலை 9.17 மணி. தரையில் விழுந்த இந்திராவின் உடல் சுமார் ஒரு நிமிடம் அப்படியே கிடந்தது. அவரது பாதுகாவலர்கள் தரையில் சாய்ந்திருந்த நிலையில் அவருடன் வந்த மற்றவர்கள் உயிர் பிழைப்பதற்காக ஓடினார்கள்.

இந்திரா காந்தி சுட்டுக் கொல்லப்படுவதற்கு சில காலம் முன்பாகத் தான் அவரது பாதுகாவலரான ஆர்.என். கோவ், வெளியிலிருந்து குண்டு வீசப்படுவதைத் தடுக்கும் வகையில் இந்திரா வீட்டுத் தோட்டத்தில் சில மாற்றங்களைச் செய்யும்படி அறிவுறுத்தினர்.

ஆனால் இந்திரா காந்தியோ சிரித்தபடியே அந்த யோசனைகளை நிராகரித்து விட்டார். கொலையாளிகள் என்னைக் கொல்ல வரும் நேரத்தில் எதுவும் உதவாது. யாரெல்லாம் என்னைக் காக்க வேண்டிய பொறுப்பில் இருக்கிறார்களோ அவர்கள்தான் முதலில் உயிர் பிழைப்பதற்காக தப்பி ஓடுவார்கள் என்று அப்போது இந்திரா காந்தி கூறியிருந்தார்.

சத்வந்த் சிங் சுட்டதில் இந்திராவின் பாதுகாப்புக்காக வந்த உதவி ஆய்வாளர் ராமேஷ்வர் தயாளின் தொடையில் குண்டு பாய்ந்திருந்தது.

ஆர். கே. திவானும், மற்றவர்களும் அதிர்ச்சியிலிருந்து மீண்டு பார்த்த போது பியாந்த் சிங்கும், சத்வந்த் சிங்கும் கைகளை மேலே உயர்த்தியபடி சரணடைய தயாராக நின்றனர். அவர்கள் துப்பாக்கிகளை கீழே போட்டிருந்தனர்.

எங்களுக்கு கொடுத்த பணியை நாங்கள் செய்து முடித்து விட்டோம். இப்போது எங்களை நீங்கள் என்ன செய்ய விரும்புகிறீர்களோ அதைச் செய்து கொள்ளுங்கள் என்று பியாந்த் சிங் ஹிந்தியில் கூறினார். அப்போது கூட கொலையாளிகளை பிடிக்க எவரும் முன்வரவில்லை.

இந்திரா காந்தியின் உடலைப் பார்த்த அவரது உதவியாளர்கள் தாங்கள் எதையும் செய்யாமல் மற்றவர்களுக்கு சத்தமாக உத்தரவு போட்டுக் கொண்டிருந்தனர். இந்தச் சத்தத்தைக் கேட்டு அக்பர் சாலை அலுவலகத்திலிருந்து தினேஷ்குமார் பட் என்ற பாதுகாவலர் விரைந்து வந்தார். இந்திராவின் மருத்துவர் மாத்துரும் ஓடி வந்தார். அவர் இந்திராவுக்கு சுவாசத்தை ஏற்படுத்தும் முயற்சியில் ஈடுபட்டிருந்தார்.

இந்திராவின் உடல் அருகே முழங்காலிட்டு சாய்ந்திருந்த ஆர்.கே. தவான் அதிர்ச்சியிலிருந்து மீளாதவராக காட்சியளித்தார்.

அந்த நேரத்தில் கவுன் அணிந்திருந்த நிலையில் செருப்புக் கூட போடாமல் சோனியாகாந்தி அலறி அடித்துக் கொண்டு ஓடிவந்தார். உடனடியாக காரை எடுங்கள் சோனியா கூச்சலிட்டார்.

சோனியா காந்தியும் ஆர்.கே.தவானும், நாராயண சிங், நாதுராம், தினேஷ்பட் உதவியுடன் இந்திராவின் உடலைத் தூக்கினார்கள். காரின் பின்புறத்தில் இந்திராவை வைத்த சோனியா அவரது தலையைத் தமது மடியில் வைத்துக் கொண்டார்.

எய்ம்ஸ் மருத்துவமனைக்கு காரை இயக்கும்படி ஆர்.கே. தவான் ஓட்டுநருக்கு ஆணையிட்டார். பிரதமரின் வீட்டிலிருந்து 4 கி.மீ தொலைவில் உள்ள அந்த மருத்துவமனைக்கு கொண்டு சென்றபோது மணி 10 ஆகியிருந்தது. ஆனால் இந்திரா காந்தி உயிருடன் இருப்பதற்கான அறிகுறிகள் எதுவும் தென்படவில்லை.

இந்திராவின் இல்லத்தில் பியாந்த் சிங்கும், சத்வந்த் சிங்கும் துப்பாக்கிகளை கீழே போட்டுவிட்டு நின்று கொண்டிருந்த நிலையில் அவர்கள் இருவரையும் கைது செய்யும்படி தெரிவித்தனர். அவர்கள் இருவரும் அருகிலுள்ள காவல் நிலையத்திற்கு அழைத்துச் செல்லப்பட்டனர்.

அடுத்த 20 நிமிடத்தில் அங்கு துப்பாக்கி சுடும் சத்தம் கேட்டது. பியாந்த் சிங், சத்வந்த் சிங் ஆகிய இருவரையும் அவர்களின் காவலுக்காக நிறுத்தப்பட்டிருந்த காவலர்கள் சுட்டனர்.

இதில் பியாந்த் சிங் அந்த இடத்திலேயே உயிரிழந்தான். சத்வந்த் சிங்கிற்கு முதுகுத் தண்டிலும், சிறுநீரகத்திலும் கடுமையான காயங்கள் ஏற்பட்டன.

இந்திரா காந்திக்கு உயிர் கொடுக்க மருத்துவர்களால் எதையும் செய்ய முடியவில்லை. உண்மையில் இந்திரா காந்தி சுடப்பட்ட சப்தர்ஜிங் சாலையிலுள்ள தமது இல்லத்தின் தோட்டத்தில் விழுந்தபோது உயிர் பிரிந்திருக்கக் கூடும் என்று கூறப்பட்டது.

17

நேஷனல் ஹரால்டு வழக்கு

நேஷனல் ஹரால்டு என்பது முன்னாள் பிரதமர் ஜவஹர்லால் நேருவால் தொடங்கப்பட்ட நாளிதழ் ஆகும்.

1937ம் ஆண்டு அசோசியேட்டட் ஜர்னல்ஸ் லிமிடெட் (AJL) என்னும் நிறுவனத்தை தொடங்கிய நேரு, 5 ஆயிரத்துக்கும் மேற்பட்ட சுதந்திரப் போராட்ட வீரர்களை அதில் பங்குதாரர் ஆக்கினார்.

1938ம் ஆண்டில் இருந்து நேஷனல் ஹரால்டு நாளிதழ் வெளியாகத் தொடங்கியது. AJL நிறுவனம் ரூ.5 லட்சம் மூல தனத்தில் உருவாக்கப்பட்டது. இதில் தலா 100 ரூபாய் மதிப்பில் 2 ஆயிரம் பங்குகளும், தலா 10 ரூபாய் மதிப்பில் 30 ஆயிரம் பங்குகளும் பிரிக்கப்பட்டன.

மேலும் இந்நிறுவனம் எந்தவொரு குறிப்பிட்ட நபருக்கும் சொந்தமானது அல்ல எனவும் தெரிவிக்கப்பட்டது.

புமூஸிநிறுவனத்தின் சார்பில் உருதுமொழியில் குவாமி அவாஸ் மற்றும் இந்தியில் நவ ஜீவன் ஆகிய நாளிதழ்கள் வெளியிடப்பட்டது.

அன்றைய காலகட்டத்தில் நாட்டில் மிகவும் செல்வாக்கு பெற்றிருந்த தலைவர்களால் வடிவமைக்கப்பட்ட நேஷனல் ஹெரால்டு பத்திரிகை இந்திய சுதந்திரப் போராட்டத்தின் அடையாளமாகப் பார்க்கப்பட்டது. ஆங்கிலேய ஆட்சிக்கு எதிராக விமர்சித்து நேரு எழுதிய தலையங்கங்கள் மக்களிடையே வரவேற்பைப் பெற்றன.

1942ம் ஆண்டு நேஷனல் ஹெரால்டு பத்திரிகைக்கு தடை விதிக்கப் பட்ட நிலையில் 3 ஆண்டுகளுக்குப் பின் மீண்டும் வெளியாகத் தொடங்கியது. 1947ம் ஆண்டு நாடு விடுதலை பெற்றது.

பிரதமராக பதவியேற்ற ஜவஹர்லால் நேரு, நேஷனல் ஹரால்டு பத்திரிக்கையின் தலைவர் பதவியை ராஜினாமா செய்தார். சுதந்திரத் திற்குப் பிறகு நடுநிலையாக செயல்படும் எனக் கூறப்பட்டாலும் நேஷனல் ஹரால்டு பத்திரிகை காங்கிரசுக்கு ஆதரவாகவே செயல் பட்டது.

இந்தியாவின் தலைசிறந்த பத்திரிக்கையாளர்களின் வழிகாட்டுதலின் கீழ் முன்னணி ஆங்கில நாளிதழ்களில் ஒன்றாக மாறிய நேஷனல் ஹரால்டு பத்திரிகைக்கு காங்கிரஸ் கட்சி தொடர்ந்து நிதியளித்து வந்தது.

நிதி நெருக்கடி காரணமாக 2008ம் ஆண்டு நேஷனல் ஹரால்டு பத்திரிக்கையின் பிரசுரம் நிறுத்தப்பட்ட நிலையில் 2016ம் ஆண்டு டிஜிட்டல் வடிவத்தில் மீண்டும் தொடங்கப்பட்டது. முன்னதாக 2010ம் ஆண்டு AJL நிறுவனத்தின் பங்குதாரர்களின் எண்ணிக்கை 1057 ஆக குறைக்கப்பட்டது.

கடந்த 2012ம் ஆண்டு பாஜக மூத்த தலைவரான சுப்ரமணியன் சாமி, நேஷனல் ஹரால்டு பத்திரிக்கையின் சொத்துக்கள் சட்ட விரோதமாக கைப்பற்றப்பட்டதாக, டெல்லியில் உள்ள விசாரணை நீதிமன்றத்தில் மனுதாக்கல் செய்தார்.

அதில் 2008ம் ஆண்டு நேஷனல் ஹெரால்டு பத்திரிகை மூடப்பட்ட

போது, AJL நிறுவனத்திற்கு காங்கிரசில் 90 கோடி ரூபாய் கடன் நிலுவை இருந்தாகவும், பின்னர் 2010ம் ஆண்டு காங்கிரஸ் கட்சி இந்த கடனை யங் இந்தியா லிமிடெட் (YIL) என்ற நிறுவனத்திடம் வழங்கியதாகவும் சுப்பிரமணியன் சுவாமி அம்மனுவில் கூறியிருந்தார்.

வருமான வரிச்சட்டத்தின கீழ் எந்த ஒரு அரசியல் அமைப்பும், மூன்றாம் தரப்பினருடன் நிதி பரிவர்த்தனை செய்ய முடியாது எனக் கூறி யிருந்த சுப்பிரமணியன் சுவாமி, வெறும் ரூ 50 லட்சம் மட்டும் திருப்பி செலுத்திய யங் இந்தியா நிறுவனம் முறைகேடாக AJL நிறுவனத்தையும், அதற்கு சொந்தமான ரூ.2000 கோடி ரூபாய் சொத்துக்களை கைப்பற்றிய தாக சுப்பரமணியன் சுவாமி குற்றம் சாட்டியுள்ளார்.

யங் இந்தியா நிறுவனத்தில் சோனியா காந்தி மற்றும் ராகுல் காந்தி ஆகியோர் தலா 38% பங்குகளை வைத்துள்ளனர். மீதமுள்ள 24% பங்கு காங்கிரஸ் தலைவர்கள் மோதிலால் வோரா மற்றும் ஆஸ்கார் பெர்ணாண்டஸ், பத்திரிகையாளர் சுமன் துபே ஆகியோரிடம் உள்ளன.

இந்த நிறுவனம் முற்றிலும் அறக்கட்டளையாக தொடங்கப்பட்ட தெனக் கூறி, நேஷனல் ஹெரால்டு வழக்கில் முன் வைக்கப்படும் குற்றச்சாட்டுகளை காங்கிரஸ் கட்சி மறுத்து வருகிறது. இவ்வழக்கில் ஜுன் 2014ம் ஆண்டு ராகுல் காந்தி, சோனியா காந்தி உள்பட இவ்வழக்கில் குற்றம் சாட்டப்பட்ட அனைவருக்கும் டெல்லி நீதிமன்றம் சம்மன் அனுப்பியது.

2015ம் ஆண்டு இவ்வழக்கில் சோனியாகாந்தி, ராகுல் காந்தி இருவருக்கும் ஜாமீன் வழங்கப்பட்டது. மேலும் இந்த வழக்கில் ராகுல் காந்தி, சோனியா காந்திக்கு எதிரான நடவடிக்கைகளை ரத்து செய்ய உச்சநீதிமன்றம் மறுப்பு தெரிவித்தது.

பின்னர் 2019ம் ஆண்டு நேஷனல் ஹெரால்டுக்கு சொந்தமான சுமார் 16 கோடி ரூபாய் மதிப்புடைய சொத்துக்களை அமலாக்கத்துறை பறிமுதல் செய்தது.

கடந்த 7 ஆண்டுகளாக இவ்வழக்கு எந்த முன்னேற்றமும் இல்லாத நிலையில் ராகுல் காந்திக்கும் சோனியா காந்திக்கும் சம்மன் அனுப்பப் பட்டிருப்பதால் இவ்வழக்கு மீண்டும் அரசியல் வட்டாரத்தில் பரபரப்பை ஏற்படுத்தியுள்ளது.

ராகுல் காந்தி மற்றும் சோனியா காந்தி இருவரும் தீங்கிழைக்கும் நோக்கில் கோடிக்கணக்கான சொத்துக்களை கைப்பற்ற சூழ்ச்சி செய்ததாக சுப்பிரமணிய சுவாமி குற்றம் சாட்டியிருந்தார்.

ஏ.ஜே.எல் மற்றும் டெல்லி, லக்னோ, மும்பை மற்றும் மற்ற நகரங்களில் உள்ள அதன் ரியல் எஸ்டேட் சொத்துக்கள் மீது யங் இந்தியா நிறுவனம் முழு கட்டுப்பாட்டையும் பெற்றுள்ளது என்று பாஜக தலைவர் குற்றம் சாட்டியுள்ளார்.

'பணம் இல்லாமல் பண மோசடி செய்ததாக கூறப்படும் விசித்திரமான வழக்கு' என விவரித்துள்ள காங்கிரஸ், இது பாஜகவின் அரசியல் பழிவாங்கும் நடவடிக்கை என குற்றம் சாட்டியுள்ளது.

நாடு சுதந்திரம் அடைந்த பின் அதிக ஆண்டு காலத்திற்கு ஆட்சி செய்த காங்கிரஸ் இவ்வழக்கை பயப்படாமல் எதிர்த்துப் போராடும் என தெரிவித்துள்ளது.

நேஷனல் ஹெரால்ட் பத்திரிகையின் வெளியிட்டு நிறுவனமான ஏ.ஜே.எல், நிதி நெருக்கடிகளில் சிக்கிய போதும், அதன் வரலாற்று பாரம்பரியம் மீது நம்பிக்கை வைத்திருந்ததால் காங்கிரஸ் அதனை கைவிடாமல் இருந்ததாக அக்கட்சி கூறியுள்ளது.

பல்வேறு சமயங்களில் மொத்தமாக காங்கிரஸ் கட்சி ஏ. ஜே. எல் நிறுவனத்திற்கு 90 கோடி ரூபாய் கடன் வழங்கியுள்ளது. யங் இந்தியா நிறுவனம் லாப நோக்கமற்றது என தெரிவித்துள்ள காங்கிரஸ், அதன் பங்குதாரர்கள் மற்றும் இயக்குநர்களுக்கு எந்த ஈவுத் தொகையும் வழங்கப்படவில்லை என தெரிவித்துள்ளது.

நேஷனல் ஹெரால்டு பத்திரிக்கையின் உரிமையாளர், அச்சு நிறுவனம், வெளியீட்டாளராக ஏ.ஜே.எல் நிறுவனம் தொடர்ந்து இருக்கிறது. அதன் சொத்துக்களில் எவ்வித மாற்றமோ, பரிமாற்றமோ இல்லை என காங்கிரஸ் தெரிவித்துள்ளது.

நேஷனல் ஹெரால்டை குறி வைப்பதன் மூலம் பாஜக இந்தியாவின் சுதந்திர போராட்ட வீரர்களையும், சுதந்திர போராட்டத்திற்கான அவர்களின் பங்கையும் அவமரியாதை செய்கிறது என காங்கிரஸ் செய்தித் தொடர்பாளர் அபிஷேக் மனுசிங்வி தெரிவித்துள்ளார்.

நேஷனல் ஹெரால்டு தொடர்பான வழக்கில் அமலாக்கத்துறை அதிகாரிகள் தொடர்ந்து காங்கிரஸ் தலைவர் சோனியா காந்தி, ராகுல் காந்தி உள்ளிட்ட முக்கிய புள்ளிகளிடம் தொடர் விசாரணையை மேற்கொண்டனர்.

இந்நிலையில் இந்த வழக்கு தொடர்பாக பல இடங்களில் அதிகாரிகள் இரண்டு நாட்களாக சோதனையை மேற்கொண்டனர். இந்த சோதனையின்போது குற்றம் சாட்டப்பட்டவர்கள் தரப்பில் யாரும் இல்லாததால் அதிகாரிகள் 'யங் இந்தியா' அலுவலகத்திற்கு சீல் வைத்துள்ளதாக அமலாக்கத்துறை வட்டாரங்கள் தெரிவிக்கின்றன.

இந்த சம்பவம் தொடர்பாக கட்சியின் முக்கிய தலைவரும், நாடாளு மன்ற மாநிலங்களவை எதிர்க்கட்சித் தலைவருமான மல்லிகார்ஜுன் கார்கேவுக்கு அதிகாரிகள் சம்மன் அனுப்பினர்.

இந்த சோதனையின் போது உடன் இருக்க வேண்டும் என்று அதில் வலியுறுத்தப்பட்டுள்ளது. மேலும் அவ்வாறு இருப்பதாக முன் வந்தால் மட்டுமே சீல் அகற்றப்படும் என்றும் தெரிவிக்கப்பட்டுள்ளது.

அமலாக்கத்துறையின் இந்த அதிரடி நடவடிக்கை பதற்றத்தை ஏற்படுத்தியுள்ள நிலையில் டெல்லி ஜன்பத் ரோட்டிலுள்ள சோனியா வின் வீடு மற்றும் காங்கிரஸ் தலைமையகத்திற்கு காவல் துறையினர் பாதுகாப்பை பலப்படுத்தியுள்ளனர்.

மேலும் இந்த சோதனை நடவடிக்கையின் ஒரு பகுதியாக டெல்லி நேஷனல் ஹெரால்டு உறவுகளில் உள்ள அலுவலகங்களிலும் அமலாக்க இயக்குநரகம் சோதனையை நடத்தியது.

18

2019ல் கொண்டு வந்த நம்பிக்கையில்லா தீர்மானம்

தேசிய ஜனநாயகக் கூட்டணி அரசுக்கு எதிராக 2019ல் காங்கிரஸ், தெலுங்கு தேசம், உள்ளிட்ட எதிர்க் கட்சிகள் கொண்டு வந்த நம்பிக்கை யில்லாத் தீர்மானத்துக்கு ஆதரவாக நாடாளுமன்றத்தில் பேசிய ராகுல்காந்தி, நரேந்திர மோடி அரசையும் பிரதமரையும் விமர்சித்தார்.

முந்தைய சந்தர்ப்பங்களில் ‘ஜம்லாக்கள்’ என்று குறிப்பிடப்பட்ட மோடியின் தவறான வாக்குறுதிகளை ராகுல்காந்தி தனது உரையில் வெளிப் படுத்தத் தொடங்கினார்.

ஏப்ரல் 2018ல் டெல்லியில் நடந்த ஜன்ஆக்ரோஷ் பேரணியின் போது ராகுல் இந்த வார்த்தையை முதன் முதலில் பயன்

படுத்தினார். அங்கு அவர் ஒவ்வொரு இந்தியரின் வங்கிக் கணக்கிலும் ரூ.15 லட்சம் டெப்பாசிட் செய்வதாக அளித்த வாக்குறுதி குறித்து பிரதமரிடம் கேள்வி எழுப்பினார்.

அது மட்டுமின்றி ஒவ்வொரு ஆண்டும் இரண்டு கோடி பேருக்கு வேலை வாய்ப்பு, பணமதிப்பிழப்பு தோல்வி, ரஃபேல் ஒப்பந்தம் போன்றவற்றை எழுப்பினார் ராகுல்.

விவசாயிகள் மற்றும் சிறு வணிகர்கள் பண பரிவர்த்தனைக்கு மட்டுமே செல்கின்றனர் என்ற உண்மையை மோடி அறியாததால் பண மதிப்பிழப்பு யோசனை தோல்வியடைந்துள்ளது என்று ராகுல் சுட்டிக் காட்டினார்.

மோடி அரசாங்கத்தின் சமீபத்திய ‘ஜும்லா வேலை நிறுத்தம்’ பற்றி அவர் குறிப்பிட்டார். இது எம்எஸ்பி ஜம்லா வேலை நிறுத்தம் என்று கூறினார். பிரதமர் நாடு முழுவதும் எம்.எஸ்.பிக்கு ரூ.10000 கோடி மட்டுமே ஒதுக்கினார்.

அதே நேரத்தில் கர்நாடக அரசு ஒரே மாதத்தில் ரூ.34000 கோடி ஒதுக்கியுள்ளது என்று ராகுல் கூறினார். பிரதமரின் அழுத்தத்தின் பேரில் மத்திய அமைச்சர் நிர்மலா சீதாராமன் பொய் சொன்னார் என்று கூறினார்.

பிரதமருக்கு சில தொழிலதிபர்களுடன் தொடர்பு இருப்பது எங்களுக்கு தெரியும். அப்படிப்பட்ட தொழிலதிபர் ஒருவருக்கு ரஃபேல் ஒப்பந்தம் கொடுக்கப்பட்டது அந்த மனிதர் 45000 கோடி ரூபாய் வரை பலன் அடைந்தார் என்று ராகுல் கூறினார்.

நான் தனிப்பட்ட முறையில் பிரான்ஸ் சென்று பிரான்ஸ் பிரதமரிடம் இந்தியா மற்றும் பிரான்ஸ் இடையே ஏதேனும் ரகசிய ஒப்பந்தம் உள்ளதா என்று கேட்டேன். அப்படி ஒரு ஒப்பந்தம் இல்லை என்று ராகுல் குற்றம் சாட்டினார்.

நாட்டின் விவசாயிகள் இளைஞர்கள், தலித்துகள், பழங்குடியினர் மற்றும் நாட்டின் பெண்கள் பாஜகவின் ஜும்லா வேலை நிறுத்தத்தால் பாதிக்கப்பட்டுள்ளனர் என்று ராகுல் குறிப்பிட்டார்.

மோடி அரசு பெரும் தொழிலதிபர்களுக்காக மட்டுமே பாடுபடுகிறது. ஏழைகள் மீது அக்கறை இல்லை. மோடியின் மார்க்கெட்டிங் குழுவில் தொழிலதிபர்கள் பணத்தை வாரி இறைக்கிறார்கள். இந்தக் குற்றச் சாட்டுகளை முன் வைத்த ராகுல், நரேந்திர மோடியைப் பார்த்து, பிரதான் மந்திரி மேரி ஆன் கோன்சே ஆங்கேன் மிலாகர் நஹி தேக் பாரஹே ஹைன் அவர் சிரிக்கிறார். ஆனால் அவர் பதட்டமாக இருக்கிறார். அவர் ஒரு 'சொகிதார் அல்ல. அவர் ஒரு பாகிதார்' என்று ராகுல் காந்தி கூறினார்.

மேலும் மோடி அரசை தாக்கிய ராகுல் நரேந்திர மோடி தனது நண்பர்களின் பாக்கெட்டை நிரப்ப விரும்புகிறார். அதனால்தான் உலகளவில் பெட்ரோல் விலை குறைந்தாலும் நாட்டில் பெட்ரோல் விலை உயர்த்தப்பட்டுள்ளது என்றார்.

மோடி ஆட்சியில் பெண்களின் பாதுகாப்பு மோசமடைந்து வருவதையும் அவர் கேள்வி எழுப்பினார். நாட்டின் வரலாற்றில் முதல் முறையாக இந்தியா தனது பெண்களை பாதுகாக்க முடியவில்லை என்று கூறினார்.

கொலைகள் விவகாரம் குறித்து ராகுல் கூறுகையில், கொடுமைகளை கண்டிப்பது பிரதமரின் கடமை. ஆனால் அவர் அவ்வாறு செய்யவில்லை. ஒடுக்கப்பட்டவர்கள் தாக்கப்படும் போதெல்லாம் அது அம்பேத்கர், அரசியலமைப்பு மற்றும் இந்திய மக்கள் மற்றும் இந்த வீட்டின் மீதான தாக்குதல் என்று கூறினார்.

தனது உரையின் முடிவில் தனது மதத்தைப் பற்றி சிறப்பாகக் கற்றுக் கொடுத்த பாஜக மற்றும் ஆர்.எஸ்.எஸ். மற்றும் மோடிக்கு ராகுல் நன்றி தெரிவித்தார்.

*2019*ம் ஆண்டு நடைபெற உள்ள மக்களவைத் தேர்தலில் மோடி அரசை தோற்கடிக்க காங்கிரசும் எதிர்க்கட்சிகளும் ஒன்று சேரும் என்று கூறி தனது உரையை நிறைவு செய்தார்.

□□□

19

பெகாசஸ் விவகாரம்

பெகாசஸ் என்ற ஸ்பை வேர் மூலம் உலகின் முக்கிய பத்திரிக்கையளார்கள், சமூகச் செயற்பாட்டாளர்கள், அரசியல் தலைவர்களின் செல்போன்களை அவர்கள் சார்ந்த நாட்டின் அரசாங்கமே உளவு பார்த்தது என்பது தான் சமீபத்தின் உலக அரசியலை உலுக்கிக் கொண்டிருக்கும் செய்தியாகும்.

'பெகாசஸ் புராஜக்ட்' என்ற பெயரில் 'தி கார்டியன்' உள்ளிட்ட 16 ஊடகங்கள் நடத்திய ஆய்வில் கிடைத்த தகவலின்படி உலகம் முழுவதும் சுமார் 50000க்கும் மேற்பட்டோரின் செல்போன்கள் ஹேக் செய்யப்பட்டது வெளிச்சத்துக்கு வந்துள்ளன.

இந்தியாவில் மட்டும் சுமார் 40

பத்திரிக்கையாளர்கள், உச்சநீதிமன்ற நீதிபதிகள், அரசு அதிகாரிகள், ராகுல் காந்தி, பிரசாந்த் கிஷோர் உள்ளிட்ட 300க்கும் மேற்பட்டோரின் செல்போன்கள் ஹேக் செய்யப்பட்டிருப்பதாக, 'தி வயர்' இணையப் பத்திரிகை கூறுகிறது.

நாட்டின் பாதுகாப்பு உள்ளிட்ட பல்வேறு காரணங்களுக்காக ஒவ்வோர் அரசாங்கமும் சந்தேகத்துக்குரிய சிலரின் செல்போன் உரையாடல்களை ஒட்டுக் கேட்கும் நடைமுறை இருக்கிறது என்றாலும், தற்போது வெளியான லிஸ்டில் பத்திரிகையாளர்கள், நீதிபதிகள், அமைச்சர்கள் ஆகியோர் அடங்கியிருப்பதுதான் பெரும் சர்ச்சையை ஏற்படுத்தியிருக்கிறது.

பெகாசஸ் ஸ்பை வேர் ஒரு போனிலிருந்து நீக்கப்படும் போது அது பயன்படுத்தப்பட்டதற்கான தடயங்களும் சேர்ந்தே அழிந்துவிடும் என்பதால் இதனால் பாதிக்கப்பட்ட செல்போன்களைக் கண்டறிவது கடினமாக இருந்திருக்கிறது.

தற்போது ஐபோன், சில ஆண்ட்ராய்டு போன்களின் பெகாசஸை நீக்கும்போது சில தடயங்களை அந்த ஸ்பை வேர் விட்டுச் செல்வதாகக் கூறப்படுகிறது.

இதை வைத்தே பெகாசஸ் ஹேக்கிங்கை வெளிச்சத்துக்கு கொண்டு வந்திருக்கிறார்கள். பெகாசஸ் ஸ்பை வேரின் பின்னணியைக் கண்டு அச்சப்பட வேண்டிய காரணமும், பாஜக அரசுக்கு இதனால் ஏற்பட்டுள்ள நெருக்கடிகளும் என்னவெனப் பார்க்கலாம்.

பெகாசஸ் ஸ்பை வேறை செல்போனுக்குள் செலுத்தியவுடன் கால், மெசேஜ், என்கிரிப்ட் டெக்ஸ் உள்ளிட்டவற்றை மட்டுமல்ல, மைக்ரோ போன், கேமரா முதலானவற்றையும் நமக்கு தெரியாமலேயே இயக்க முடியும் என்கிறார்கள்.

இஸ்ரேல் அரசு இதை 'இணைய வழி ஆயுதம்' என்றுதான் அழைக்கிறது. அந்த அளவுக்கு எளிதாக ஊடுருவி ஒருவரின் அந்தரங் கத்தை தெரிந்து கொள்ளலாம்.

அது மட்டுமல்ல, பீமா கோரேகான் வழக்கில் குற்றம் சாட்டப் பட்டவர்கள் மற்றும் அவர்களின் குடும்பத்தினர் என மொத்தம் 12க்கும்

மேற்பட்டோரின் செல்போன்களில் இந்த பெகாசஸ் ஸ்பை வேர் புகுத்தப்பட்டிருக்கிறது.

டெல்லி பல்கலைக்கழகத்தின் முன்னாள் பேராசிரியர் சையத் ரகுமான் கிலானி, அமித்ஷா் மகன் நிறுவனத்தின் பண மோசடி தொடர்ந்து ஆய்வு செய்து செய்திகள் வெளியிட்டவர் பியூஸ் கோயல் தொடர்பான செய்திகளை வெளியிட்ட பத்திரிக்கையாளர், ரஃபேல் ஊழல் மற்றும் காஷ்மீர் பிரச்சினைகள் உள்ளிட்ட மிகவும் சென்சிட்டிவான செய்திகள் வெளியிட்ட ஊடகவியலாளர்களின் செல்போன் எண்கள் வேவு பார்க்கப்பட்டுள்ளன.

முன்னாள் உச்சநீதிமன்றத் தலைமை நீதிபதி கோசோய் மீது குற்றம் சாட்டிய பெண் அவருடைய உறவினர்களின் எண்களும் உளவு பார்க்கப்பட்டோர் பட்டியலில் இருந்திருக்கிறது.

தமிழ்நாட்டில் மே 17 இயக்கத்தின் ஒருங்கிணைப்பாளர் திருமுருகன் காந்தியின் செல்போனும் ஹேக் செய்யப்பட்டுள்ளது. இப்படி ஹேக் செய்யப்பட்டதாக வெளியான ஒவ்வொருவரும் மத்திய அரசுடனே முக்கிய அதிகாரிகள், தலைவர்களுடனோ கருத்தியல் ரீதியாக எதிர் நிலையில் செயல்பட்டவர்கள்தான் என்பதுதான் இதில் அதிர்ச்சி தரும் உண்மை.

சர்ச்சை ஏற்படுத்த வேண்டும் எனத் திட்டமிட்டே மழைக்கால கூட்டத்தொடர் ஆரம்பிக்கும்போது இந்தத் தகவல் வெளியாகியிருப்ப தாகவும், இது அடிப்படையில் அசாதாரணமற்ற உண்மைக்கு புறம்பான செய்தி என்றும், இந்தியர்களின் செல்போன்களை ஒட்டுக் கேட்கவோ, ஹேக் செய்யவோ நமது அரசியலமைப்புச் சட்டப்படி பல்வேறு துறை களின் அனுமதி பெற வேண்டும் என்தால் அது எளிதாக நடந்திருக்க வாய்ப்பில்லை எனவும் மத்திய தகவல் தொழில்நுட்பத்துறை அமைச்சர் அஸ்வினி வைஷ்ணவ் நாடாளுமன்றத்தில் விளக்கம் அளித்திருக்கிறார். மேலும் இந்தியா பெகாசஸ் ஸ்பை வேரை பயன்படுத்தவே இல்லை என மத்திய உள்துறை அமைச்சர் கூறியிருக்கிறார்.

மத்திய அரசு உளவு பார்க்கவில்லை பெகாசஸை வாங்கவில்லை என வைத்துக் கொண்டாலும் இந்திய அரசின் அமைச்சர்கள், தேர்தல் ஆணையர், நீதிபதிகள், தலைவர்கள், பத்திரிக்கையாளர்கள், சமூக செயற் பாட்டாளர்களின் செல்போன்களை ஹேக் செய்து உளவு பார்த்தது யார்

எனக் கண்டறிய உடனடியாக ஒரு குழுவை அமைக்க வேண்டும் என எதிர்க்கட்சித் தலைவர்கள், பத்திரிக்கையாளர்கள் உட்பட பல்வேறு தரப்பிலிருந்து மத்திய அரசுக்கு தற்போது அழுத்தம் கொடுக்கப்படுகிறது.

இந்திய அரசு இல்லை யென்றால், அதன் எதிரி நாடுகளின் சீனா, பாகிஸ்தான் ஏன் இஸ்ரேல் கூட உளவு பார்த்திருக்க வாய்ப்பு இருக்கிறது. இது இந்தியாவின் பாதுகாப்புக்கு மிகப்பெரிய அச்சுறுத்தலாக அமைந்து விடும் எனும்போது, நம் நாட்டின் பாதுகாப்பில் இந்த அளவுக்கு கவனக் குறைவாக மத்திய அரசு இருந்தது ஏன் எனவும் எதிர்க்கட்சிகள், சமூக ஆர்வலர்கள், பத்திரிக்கையளார்கள் உள்ளிட்ட பல தரப்பிலிருந்தும் கேள்வி எழுப்பி இருக்கிறார்கள்.

பெகாசஸ் ஸ்பை வேரை தாங்கள் பயன்படுத்தவில்லை என்றுதான் மத்திய அரசு சொல்கிறதே தவிர அதை வாங்கவில்லை எனக் கூறவில்லை. எனவே இது குறித்து மத்திய பாஜக அரசு வெளிப்படையாக அறிவிக்க வேண்டும் எனவும் அரசுக்கு எதிராக குரல்கள் எழுந்திருக்கின்றன.

இந்தியாவின் பாதுகாப்புக்குத்தான் இப்படி செய்தோம் என்று மத்திய அரசு கூறுமானால், பத்திரிக்கையாளர்கள், எதிர்க்கட்சித் தலைவர் ராகுல் காந்தி, பாஜவுக்கு தேர்தல் ஆலோசகராக இருந்த பிரசாந்த் கிஷோர், மேற்கு வங்க தேர்தல் அதிகாரி, மத்திய அமைச்சர்கள் என இந்த ஸ்பைவே ரால் கண்காணிக்கப்பட்டவர்களாக கூறப்படுபவர்களால் எந்த அளவுக்கு இந்தியாவின் பாதுகாப்பு அச்சுறுத்தலுக்கு உள்ளாக்கப்படும் என்பதையும் மத்திய அரசு விளக்க வேண்டும்.

ஒருவரின் செல்போன் ஹேக் செய்யப்பட்டு அவரைக் கண்காணிப் பதன் மூலம் தனிமனித சுதந்திரம் பாதிக்கப்படுவதோடு ஜனநாயகத்தின் குரல் நசுக்கப்படும் அபாயமும் இருக்கிறது எனப்பல்வேறு தரப்பினரும் மத்திய அரசை கேள்விகளால் துளைத்துக் கொண்டிருக்கிறார்கள்.

மற்ற பிரச்சினைகளை எளிதாக கையாண்ட மத்திய பாஜக அரசு உண்மையில் இந்தப் பிரச்சினையை எதிர்கொள்ள முடியாமல் திணறி வருவது உண்மைதான் என அரசியல் விமர்சகர்கள் கூறுகிறார்கள்.

மேலும், தேசநலன், தேசத்தின் பாதுகாப்பு எனத் தொடர்ந்து பேசி வரும் மத்திய பாஜக அரசு தாங்கள் குற்றமற்றவர்கள் என்பதை நிரூபிக்க வேண்டிய கட்டாயத்தில் இருக்கிறது.

இந்தியா மீது நிகழ்த்தி இருக்கும் இணையவழித் தாக்குதலாகவே இதைப் பார்க்க முடியும். இஸ்ரேல் பாதுகாப்புத் துறையின் ஒரு பிரிவான என்.எஸ்.ஓ நிறுவனத்தின் தயாரிப்புதான் பெகாசஸ் உளவு மென் பொருள்.

இந்நிறுவனம் இந்த மென்பொருளை பல்வேறு நாடுகளின் அரசு அமைப்புகளுக்கு (உளவு, ராணுவம்) விற்பனை செய்து வருகிறது. நாட்டுக்கு எதிராக சதி திட்டங்களை தீட்டுபவர்களைக் கண்டறிய இந்த மென்பொருள் பயன்படுத்தப்படுகிறது.

இந்த பெகாசஸ் மென்பொருள் மூலம் உலகின் பல்வேறு நாடுகளைச் சேர்ந்த டுக்கியஸ்தர்களின் செல்போன் தகவல்கள் திருடப்பட்டுள்ளதாக அமெரிக்க ஊடகங்கள் குற்றம் சாட்டின. இந்த விவகாரம் இப்போது மீண்டும் இந்தியாவில் பூதாகாரமாகியுள்ளது.

அதற்கு காரணம் அமெரிக்காவின் நியூயார்க் டைம்ஸ் வெளி யிட்டுள்ள புதிய செய்திக் கட்டுரை உலகின் அதிசக்தி வாய்ந்த சைபர் ஆயுதத்துக்கான போன (The Battle for the World's most powerful Cyberweapon) என்ற பெயரில் வெளியிட்டுள்ள கட்டுரையில் இஸ்ரேல் உடனான இரண்டு பில்லியன் டாலர் மதிப்பிலான ஆயுத ஒப்பந்தத்தின் ஒரு பகுதியாக இந்திய அரசு கடந்த 2017ல் பெகாசஸ் மென்பொருளை வாங்கியது என்று குறிப்பிட்டுள்ளது.

பெகாசஸ் உளவு மென்பொருள் வாங்கியது குறித்து விசாரணை நடத்தக் கோரி உச்சநீதிமன்றத்தில் வழக்கறிஞர் எம்.எல்.சர்மா புதிய மனு ஒன்றை தாக்கல் செய்திருந்தார்.

அந்த மனுவில் இந்தியா - இஸ்ரேல் ஒப்பந்தம் நாடாளுமன்றத்தால் அங்கீகரிக்கப்படவில்லை. எனவே ரத்து செய்து பணத்தை மீட்டெடுக்க வேண்டும்.

கிரிமினல் வழக்கை பதிவு செய்தவற்கும், பெகாசஸ் மென்பொருள் கொள்முதல் ஒப்பந்தம் மற்றும் பொதுநிதியை தவறாகப் பயன்படுத்திய தாகக் கூறப்படும் ஒப்பந்தத்தை உச்சநீதிமன்றம் விசாரிக்க வேண்டும் என்று அதில் அவர் வலியுறுத்தி உள்ளார்.

2021ம் ஆண்டுக்கான நாடாளுமன்ற மழைக்கால கூட்டத்தொடர் 19ம் தேதி தொடங்கி நடைபெற்று வந்தது. பெகாசஸ் உளவு விவகாரத்தில்

விசாரணை குழு அமைத்து விசாரணை நடத்த உத்தரவிட வேண்டும் என்று எதிர்க்கட்சிகள் தொடர்ந்து அமளியில் ஈடுபட்டு வந்ததால் நாடாளுமன்றத்தில் இரு அவைகளும் 15 நாள்களுக்கும் மேலாக முடங்கியிருந்தன.

இரு அவைகளிலும் எந்த அலுவலும் நடைபெறாத நிலை ஏற்பட்டிருந்தாலும் மறுபுறம் மத்திய அரசு பல்வேறு மசோதாக்களை நிறைவேற்றி வந்தது.

சமீபத்தில் இஸ்ரேல் நாட்டைச் சேர்ந்த என்.எஸ்.ஓ நிறுவனத்தின் பெகாசஸ் மென்பொருள் மூலம் இந்தியாவிலுள்ள அரசியல் தலைவர்கள், மூத்த பத்திரிக்கையாளர்கள், நீதிபதிகள் என்று 300க்கும் மேற்பட்டவர்களின் மொபைல்கள் ஒட்டுக் கேட்கப்பட்ட சர்ச்சை கிளம்பியது.

இந்த விவகாரம் தொடர்பாக எதிர்க்கட்சித் தலைவர்கள் கலந்து கொண்ட கூட்டம் நடைபெற்றது. இந்த கூட்டத்தில் பெகாசஸ் விவகாரத்தில் அடுத்து என்ன செய்வது என்று கலந்தாலோசனை மேற்கொள்ளப்பட்டது.

இந்தக் கூட்டத்துக்குப் பிறகு பேசிய காங்கிரஸ் கட்சியின் முன்னாள் தலைவர் ராகுல் காந்தி, மோடியும் அமித்ஷாவும் இந்தியாவின் ஜன நாயகத்துக்கு எதிராக பெகாசஸ் மென்பொருளை ஏன் பயன்படுத்தினர்....?

பிரதமர் மோடி இந்திய ஜனநாயகத்தின் ஆன்மாவைக் காயப்படுத்தி விட்டார். இந்த நாட்டின் இளைஞர்களிடம் நான் கேட்க விரும்புகிறேன். பிரதமர் மோடி உங்களின் மொபைல் போனுக்கு பெகாசஸ் எனும் ஆயுதத்தை அனுப்பியிருக்கிறார்.

அந்த ஆயுதத்தை எனக்கு எதிராகவும் பயன்படுத்தி இருக்கிறார். என்னிடம் மட்டுமல்ல விஞ்ஞானிகள், அறிஞர்கள், நீதிபதிகள், சமூகச் செயற்பாட்டாளர்கள், பத்திரிகையாளர்கள் என்று பலரிடமும் பயன்படுத்தியிருக்கிறார்.

விவசாயிகள் பிரச்சினை, பண வீக்கம், பெகாசஸ் விவகாரம் போன்றவற்றில் சமரசம் என்ற பேச்சுக்கே இடமில்லை. இது பற்றி நாடாளு மன்றத்தில் விவாதித்தே ஆக வேண்டும் என்றார்.

தொடர்ந்து பேசிய ராகுல் காந்தி, நாடாளுமன்றத்தில் எதிர்க்கட்சி களின் குரல்கள் நெரிக்கப்பட்டு வருகின்றன. நாடாளுமன்றத்தில் நாங்கள் இடையூறு ஏற்படுத்தவில்லை.

மத்திய அரசு குறிப்பிட்ட சில நபர்களுக்கு எதிராக பயன்படுத்த பெகாசஸ் மென்பொருளை வாங்கியதா இல்லையா என்பதை மட்டும் தான் தொடர்ந்து கேட்டு வருகிறோம். ஆம் இல்லை என்று பதில் சொல்ல மறுக்கிறார்கள். நாங்கள் எங்கள் கடமையை மட்டும்தான் செய்கிறோம்.

இந்த விவகாரம் குறித்து விவாதம் நடைபெறாது என்று அரசு தெரிவித்திருக்கிறது ஏன் நாடாளுமன்றத்தில் விவாதம் நடைபெறாது? என்று கேட்டார் ராகுல்.

பெகாசஸ் உளவு விவகாரத்தில் விசாரணை நடத்த நீதிமன்றம் உத்தரவிட வேண்டும் என்று மூத்த பத்திரிக்கையாளர்கள் உட்பட பலரும் உச்சநீதி மன்றத்தில் மனுதாக்கல் செய்திருந்தனர். இவ்வாறு தாக்கல் செய்யப்பட்ட ஒன்பது மனுக்களின் மீதான விசாரணை, தலைமை நீதிபதி சூர்யகாந்த், நீதிபதி என்.வி.ரமணா அடங்கிய உச்ச நீதிமன்ற அமர்வு முன் விசாரணைக்கு வந்தது.

அப்போது பேசிய நீதிபதி ரமணா, நாங்கள் விவாதங்களுக்கு எதிரானவர்கள் அல்ல. இந்த விவகாரம் நீதிமன்றத்தில் இருக்கும் போது இங்குதான் விவாதிக்க வேண்டும். வெளியில் விவாதிக்க கூடாது. அரசியல் தலைவர்கள் யாரும் வரம்பு மீறக் கூடாது என்று கூறினார்.

பெகாசஸ் விவகாரத்தில் எதிர்க்கட்சிகளின் பல்வேறு கேள்விகளுக்கு பதில் சொல்லாமல் இருந்து வந்த நிலையில், ஆகஸ்ட் 9ம் தேதி நாடாளு மன்ற மாநிங்கள் அவையில் கேள்வி நேரத்தில் மார்க்சிஸ்ட் கம்யூனிஸ்ட் உறுப்பினர் வி.சிவதாசன் பெகாசஸ் மென்பொருளை உருவாக்கிய என்.எஸ். ஒ குழுமத்துடன் மத்திய அரசு ஏதேனும் வர்த்தக நடவடிக்கை யில் ஈடுபட்டதா? என்ற கேள்வியை எழுப்பினார்.

இந்த கேள்விக்கு என்.எஸ்.ஓ குழுமத்துடன் ராணுவ அமைச்சகம் எவ்விதமான வர்த்தக நடவடிக்கையிலும் ஈடுபடவில்லை என்று ராணுவ இணை மந்திரி அஜய்பட் எழுத்து பூர்வமாகப் பதிலளித்திருக்கிறார்.

சில தினங்களுக்கு முன்பு விசாரணையின்போது பேசிய நீதிபதி ரமணா, பெகாசஸ் தொடர்பாக வெளிவந்த செய்தி உண்மையென்றால்

இந்த விவகாரம் தீவிரமானது. பாதிக்கப்பட்டவர்கள் தங்கள் போன் ஒட்டுக் கேட்கப்பட்டது என்று கூறுகிறார்களே தவிர வேறு எந்த ஆதாரமும் இல்லை. ஏன் யாருமே வழக்கு தொடரவில்லை என்று கேட்டிருந்தார்.

இந்த விவகாரம் தொடர்பாக 14 எதிர்க்கட்சிகள் சார்பில் ஆகஸ்ட் 14ம் தேதி கூட்டாக அறிக்கை வெளியிடப்பட்டது. அந்த அறிக்கையில் பெகாசஸ் விவகாரத்தில் எதிர்க்கட்சிகளின் மீது அவதூறு பரப்பும் வகையில் மத்திய அரசு செயல்படுகிறது.

நாடாளுமன்றம் முடங்குவதற்கு மத்திய அரசுதான் பொறுப்பேற்க வேண்டும். எதிர்கட்சிகளின் மீது குற்றச்சாட்டு வைப்பது தவறானது. இந்த விவகாரம் தொடர்பாக இரண்டு அவைகளிலும் விவாதம் நடத்த வேண்டும் என்று எதிர்க்கட்சிகளின் சார்பில் கோரிக்கை வைக்கப்படு கிறது. அதை அரசு ஏற்க மறுத்து வருகிறது. நாடாளுமன்றத்தில் விவாதம் நடத்த அரசு முன்வர வேண்டும் என்று வலியுறுத்தப்பட்டது.

இந்த வழக்கின்போது வாதத்தின்போது மத்திய அரசு சார்பில் சொலிகிட்டர் ஜெனரல் துஷோர் மேத்தா அளித்த பிராமணப் பத்திரத்தில் பெகாசஸ் விவகாரத்திரல் மறைப்பதற்கு ஒன்றுமில்லை.

பெகாசஸ் ஒட்டு கேட்பு விவகாரம் என்பது உயர்ந்த தொழில்நுட்பம் சார்ந்த விசயம். ஆதலால் வல்லுநர்கள் குழுவின் மூலம் ஆய்வு செய்வது அவசியம். பெகாசஸ் விவகாரம் தொடர்பாக நாடாளுமன்றத்தில் தகவல் தொழில்நுட்பத்துறை அமைச்சர் அஸ்வினி உபாத்யாயா ஏற்கனவே தெளிவுபடுத்தியுள்ளார்.

மனுதாரர்கள் கோரியபடி பிராமணப் பத்திரத்தல் தகவல்களை வெளியிடுவது நாட்டின் பாதுகாப்பு அம்சங்களை உள்ளடக்கியதாக இருக்கும் நாட்டின் பாதுகாப்பு தொடர்பான தகவல்களை வெளியிட முடியாது.

பெகாசஸ் விவகாரம் தொடர்பான விரிவான பதில் பிராமணப் பத்திரத்தை தாக்கல் செய்ய அரசு விரும்பவில்லை. மத்திய அரசு சார்பில் எதையும் மறைக்க விரும்பவில்லை. அதனால் தான் தொழில்நுட்ப வல்லுநர்களைக் கொண்ட குழுவை அமைத்து, குற்றச்சாட்டு குறித்து விசாரணை நடத்த உத்தர விடுகிறோம்.

குறிப்பிட்ட மென்பொருளை பயன்படுத்தி மத்திய அரசு கண்காணிப்பில் ஈடுபட்டதா இல்லையா என்று வெளிப்படையாக விவாதிக்க அரசு விரும்பவில்லை. இந்தத் தகவல்கள் நாட்டின் நலனுக்கும் உகந்ததாக இருக்காது.

ஆனால் வல்லுநர்கள் குழு ஆய்வு செய்து அளிக்கும் அறிக்கை உச்சநீதிமன்றத்தில் தாக்கல் செய்யப்படும் எனத் தெரிவிக்கப்பட்டது. இந்நிலையில் இந்த வழக்கில் உச்ச நீதிமன்ற தலைமை நீதிபதி என்.வி.ரமணா நீதிபதிகள் சூர்யகாந்த், ஹிமா ஹோலி ஆகியோர் கொண்ட அமர்வு தீர்ப்பளித்தது.

அந்தத் தீர்ப்பில் நீதிபதிகள் கூறியதாவது :

சமூகத்தில் பல்வேறு வகையான மக்களை கண்காணிக்க இஸ்ரேலைச் சேர்ந்த பெகாசஸ் மென்பொருளை வைத்து மத்திய அரசு உளவு பார்த்ததாக எழுந்த குற்றச்சாட்டு குறித்து விசாரிக்க வல்லுநர்கள் குழுவை ஓய்வு பெற்ற நீதிபதி தலைமையில் அமைக்கிறோம்.

இந்த விவகாரத்தில் உளவு பார்க்கப்பட்டதா இல்லையா என்பது குறித்த தெளிவான நிலைப்பாட்டை மத்திய அரசு எடுத்திருந்தால் இந்த உத்தரவை நாங்கள் பிறப்பித்திருக்க வேண்டிய கட்டாயம் இருந்திருக்காது. பெகாசஸ் குற்றச்சாட்டை மத்திய அரசு எந்த விதத்திலும் மறுக்கவில்லை.

தேசியப் பாதுகாப்பு என்ற விசயத்தை கையில் எடுத்துக் கொண்டு வரும் மத்திய அரசுக்கு அனைத்திலும் விலக்கு அளிக்க முடியாது. நீதித்துறை மறு ஆய்வுக்கு எதிராக தேசியப் பாதுகாப்பைக் காரணம் கூறி சாதாரணமாகத் தடை விதிக்க முடியாது. இங்கு மத்திய அரசு தனது நிலைப்பாட்டை நியாயப்படுத்தியிருக்க வேண்டும்.

நீதிமன்றத்தை வாய் மூடி பார்வையாளனாக ஆக்கி விடக்கூடாது. மக்களின் அந்தரங்க உரிமை, பேச்சு சுதந்திரம் உரிமை ஆகியவை உளவு பார்க்கும் விசயத்தில் முழுமையாக மீறப்பட்டுள்ளன.

உளவு பார்க்கப்பட்ட விவகாரம், அறிக்கை போன்றவை மற்ற நாடு களில் தீவிரமாக எடுக்கப்பட்டு விசாரிக்கப்படுகின்றன.

மற்ற நாடுகளின் உளவு மென்பொருள் மூலம் கண்காணிப்புக்கு

பயன்படுத்துவது தேசியப் பாதுகாப்புக்கு குந்தகம் விளைவிக்கும். என்ன நடவடிக்கை எடுக்கப்பட்டது என்பதை விரிவாகத் தெரிவிக்க பல வாய்ப்புகளை மத்திய அரசுக்கு நாங்கள் அளித்தோம்.

ஆனால் மத்திய அரசுக்கு வழங்கப்பட்ட அடுத்தடுத்த வாய்ப்புகளில் பிரமாணப் பத்திரத்தில் தெளிவான விளக்கம் இல்லை. இதைத் தெளிவு படுத்தியிருந்தால் எங்களின் சுமை குறைந்திருக்கும்.

எந்த விதமான விளக்கம் தராமல் மத்திய அரசு மறுப்பது என்பது போதுமானதாக இருக்காது இந்தக் குற்றச்சாட்டுக்கள் விசாரிக்கப்பட வேண்டும். அதனால்தான் ஓய்வு பெற்ற நீதிபதி தலைமையில் விசாரணைக்குழு அமைக்கிறோம்.

இந்த விவகாரத்தில் அரசியலமைப்பு சட்டம் வழங்கிய அடிப்படை உரிமைகள் மீறப்பட்டுள்ளன. வெளிநாட்டு நிறுவனங்கள் இதில் ஈடுபட்டுள்ளன.

மக்களின் அடிப்படை உரிமைகள் மீறப்படும்போது அதைப் பாது காக்காமல் தடுக்காமல் நாங்கள் இருக்க முடியாது. அந்தரங்க உரிமை என்பது விவாதிக்கப்பட வேண்டியது.

அந்தரங்க உரிமை என்பது அரசியல் தலைவர்கள் பத்திரிக்கை யாளர்கள் மட்டுமல்ல தனிநபர்களுக்கு உரியது. அனைத்து முடிவுகளும் அரசியலமைப்புக்குழு உட்பட்டு எடுக்கப்பட்டது என்று நீதிபதி தமது தீர்ப்பில் தெரிவித்துள்ளார்.

❒❒❒

20

புல்வாமா தாக்குதலுக்கு நீதி கிடைக்க வேண்டும்

காஷ்மீரின் புல்வாமாவின் தீவிரவாத தாக்குதலில் 40 மத்திய ரிசர்வ் போலீஸ் படைவீரர்கள் கொல்லப்பட்டு சரியாக ஒரு வருடம் ஆன நிலையில், மூன்று கேள்விகள் கேட்கப்படவேண்டும் என்று காங்கிரஸ் தலைவர் ராகுல்காந்தி கூறியுள்ளார்.

கொல்லப்பட்டவர்களை நினைவு கூர்ந்த ராகுல் காந்தி, இந்தத் தாக்குதலால் யார் அதிகம் பயனடைந்தார்கள்? அதன் மீதான விசாரணையின் முடிவு என்ன? என்று கேட்டார்.

தாக்குதலை அனுமதித்த பாதுகாப்பு குறைபாடுகளுக்கு பாரதிய ஜனதா கட்சி ஆட்சியில் யார் பொறுப்புக் கூற வேண்டும் என்றும் ராகுல் கேட்டார்.

கடந்த ஆண்டு (2019) பிப்ரவரி 14ம் தேதி ஜெய்ஷ்-இ-முகமது தீவிரவாதி அடீல் அகமதுதார், சி.ஆர்.பி.எஃல் கான்வாய் மீது வெடிகுண்டு நிரப்பப்பட்ட காரை ஓட்டிச் சென்றான்.

சி.ஆர்.பி.எஃப் உள்விசாரணையில் தாக்குதலுக்கு முன் பாரிய உளவுத் துறை தோல்வி இருந்ததைக் காட்டியது. வழக்கத்திற்கு மாறாக நீண்ட கான்வாய் உட்பட இது எளிதான இலக்காக இருந்தது.

சி.ஆர்.பி.எப் விசாரணையில் உளவுத்துறையினர், ஒரு பொது வெடி குண்டு சாதனை குறித்து படையை எச்சரித்திருந்தாலும், காரில் தற்கொலை குண்டுதாரியின் அச்சுறுத்தல் குறித்து அவர்களிடம் எந்த உள்ளீடும் இல்லை என்று கூறியது.

ஆனால் உளவுத்துறையில் எந்த தோல்வியும் இல்லை என்ற கூற்றை மத்திய உள்துறை அமைச்சகம் நிராகரித்துள்ளது. அனைத்து ஏஜென்சி களும் ஒருங்கிணைந்த முறையில் செயல்படுகின்றன மற்றும் உளவுத் துறை உள்ளீடுகள் நிகழ் நேர அடிப்படையில் பல்வேறு ஏஜென்சி களிடையே பகிர்ந்து கொள்ளப்படுகின்றன.

புல்வாமா தீவிரவாத தாக்குதல் தொடர்பாக இதுவரை N1 நடத்திய விசாரணையின் குற்றவாளிகள் அடையாளம் காணப்பட்டுள்ளனர் என்று உள்துறை இணையமைச்சர் ஜி.கிஷன் ரெட்டி தெரிவித்துள்ளார்.

இறப்புகளுக்கு அதிகாரிகளை பொறுப்பாக்குவதைப் பற்றி கவலைப் படும் ஒரே அரசியல்வாதி காந்தி அல்ல. உதாரணமாக சிபிஐ (எம்) தலைவர் முகமது சலீம் கொல்லப்பட்டவர்களுக்கு நினைவிடம் கட்டு வதில் கவனம் செலுத்துவதற்கு பதிலாக முதலில் தாக்குதல் எவ்வாறு நிகழலாம் என்பதை அரசாங்கம் கண்டுபிடிக்க வேண்டும் என்று கூறினார்.

நமது திறமையின்மையை நினைவூட்ட ஒரு நினைவுச் சின்னம் தேவையில்லை. நாம் தெரிந்து கொள்ள வேண்டிய ஒரே விசயம் என்ன வென்றால், 80 கிலோ ஆர்.டி.எக்ஸ் சர்வதேச எல்லைகளைத் தாண்டி, பூமியின் மிகவும் இராணுவமயமாக்கப்பட்ட மண்டலத்திற்கு எப்படி வந்து புல்வாமாவில் வெடித்தது? புல்வாமா தாக்குதலுக்கு நீதி கிடைக்க வேண்டும்.

வெடிபொருட்களின் ஆதாரம் ஏன் கண்டுபிடிக்கப்படவில்லை?

தற்கொலை குண்டுதாரிக்கு காரை ஏற்பாடு செய்தது யார்?

சிறப்பு CRPF DGயும், ஜம்மு காஷ்மீர் மண்டல டிஜியும், தேசிய புலனாய்ப்பு நிறுவனமும் இந்த விசயத்தை கவனித்து வருவதாகவும், விசாரணை சரியான திசையில் செல்கிறது என்றும் கூறினார்.

●

ஒட்டுமொத்த இந்தியாவே அதிர்ந்து போயுள்ளது புல்வாமா பயங்கரவாத தாக்குதலில். விடுமுறை காலத்தை தங்களது குடும்பத்துடன் கூடிக்களித்த மகிழ்ச்சியில் எல்லை பாதுகாப்பு பணிக்கு மீண்டும் திரும்பிய நமது இந்திய துணைராணுவப் படையினர் 40 பேர் காஷ்மீர் பிரிவினை வாதிகளின் கார்குண்டு தாக்குதலில் வீர மரணம் தழுவியிருக்கிறார்கள்.

தாக்குதல் நடந்த கணமே இந்த கொலைவெறித் தாக்குதலை நடத்தியது நாங்களே என்று ரத்த வெறியுடன் ஊளையிட்டு கொக்கரித் துள்ளது ஜெய்ஷ்-இ-முகமது பயங்கரவாத இயக்கம்.

இப்படியொரு கனவிலும் நினைக்க முடியாத மோசமான தாக்கு தலுக்கு ஜெய்ஷ்-இ-முகமது திட்டமிட்டது எப்படி? 2019 பிப்ரவரி 14ம் தேதியை தேர்வு செய்தது ஏன்?

பயங்கரவாதிகளின் தாக்குதல் திட்டத்தை முன்கூட்டியே உளவறிந்து பாதுகாப்பு படையினரை உஷார்படுத்த உளவுத்துறை தவறியது எப்படி என்பது குறித்த திடுக்கிடும் தகவல்கள் வெளியாகியுள்ளன.

காஷ்மீரில் ஹர்கத் உல் முஜாஹிதீன் தீவிரவாத அமைப்பில் உறுப்பின ராக இருந்த மசூத் அசார் 1994ல் பாதுகாப்பு படையினரால் கைது செய்யப்பட்டு சிறையில் அடைக்கப்பட்டான்.

ஆனால் 1999 டிசம்பரில் நேபாளம் தலைநகர் காட் மண்டுவில் இருந்து இந்திய விமானத்தை கடத்திய பயங்கரவாதிகள் பயணிகளை விடுவிக்க தங்களது தலைவன் மசூத் அசாரை விடுவிக்க வேண்டுமென நிபந்தனை விதித்து அதில் வெற்றியும் கண்டனர்.

விடுதலைக்குப் பிறகு மசூத் அசார் 2000ம் ஆண்டில் ஜெய்ஷ்-இ-முகமது அமைப்பை துவக்கி தற்கொலைப் படை தாக்குதலை ஆரம்பித் தான். கடந்த 2001ல் டில்லி பாராளுமன்ற வளாக தாக்குதலிலும் இவன் தலைமையிலான இயக்கமே ஈடுபட்டது.

ஜெய்ஷ்-இ-முகமது 2002ல் பெயரளவில் தடை செய்யப்பட்டிருந்தாலும் அதன் தலைவன் மசூத் அசார் இன்னும் பாகிஸ்தானிலுள்ள பஞ்சாப் மாநிலம் பஹவல் பூரில்தான் பதுங்கியுள்ளான்.

2016ல் காஷ்மீரில் யூரி இராணுவ முகாம் மீது நடந்த தாக்குதலைத் தொடர்ந்து, காஷ்மீரை ஒட்டிய பாகிஸ்தான் எல்லைப் பகுதிகளில் இந்திய ராணுவ வீரர்கள் நுழைந்து ஏராளமான பயங்கரவாத முகாம்களை அழித்தனர்.

அவ்வப்போது ஜெய்ஷ்-இ-முகமது இயக்கத்தின் தாக்குதல் ராணுவ நிலைகள் மீது நடந்த போதிலும் பதிலடி கொடுத்து கடுமையாக ஒடுக்கினர் பாதுகாப்பு படையினர்.

ஒரு கட்டத்தில் ஜெய்ஷ்-இ-முகமது இயக்கத்தின் செயல்பாடுகள் காஷ்மீர் பள்ளத்தாக்கில் பெருமளவு முடக்கப்பட்டன. காஷ்மீர் விடுதலைக்கான போராளிகள் நாங்களே என்ற கொக்கரிப்பும் அடங்கியது.

தங்களது இயக்கம் மீதான ஈர்ப்பு இளைஞர்களுக்கு நாளுக்கு நாள் குறைந்து வருவதைக் கண்ட மசூத் அசார் மாபெரும் தாக்குதலுக்கு திட்டமிட்டான். அதுதான் 2019 பிப்ரவரி 14 புல்வாமா தாக்குதல்.

பொதுவாக டிசம்பர் ஜனவரி மாதங்களில் பண்டிகை மற்றும் விழாக்கள் அதிகளவில் வருவதால் துணைநிலை ராணுவ வீரர்கள் ஆண்டு முழுவதும் சேர்த்து வைத்திருக்கும் 30 நாள் மற்றும் அதற்கும் மேலான நாட்களுக்கான விடுமுறையை பயன்படுத்தி சொந்த ஊர்களுக்கு கிளம்புவது வழக்கம்.

அவ்வாறு கிளம்பிச் சென்றவர்கள் பிப்ரவரி துவக்கம் முதலே குழு குழுவாக பணிக்கு திரும்பி ஜம்மு முகாமில் தங்களின் வருகையை பதிவு செய்தனர்.

இவ்வாறு வருவோரை தனித்தனி வாகனங்களில் எல்லை பாதுகாப்பு முகாம்களுக்கு அனுப்பினால் பயங்கரவாதிகளின் தாக்குதலுக்கு இலக்காகக் கூடும் என்பதால் பெருந்தொகையிலான எண்ணிக்கையில் வீரர்கள் சேர்ந்ததும், குறிப்பாக 500, 1000, 2000 என வீரர்கள் சேர்ந்ததும் மொத்தமாக நூற்றுக்கணக்கான கவச வாகனங்களில் ஏற்றி, அணி வகுத்துச் சென்று அவரவர் முகாம்களில் இறக்கி விடுவதும் வழக்கம்.

அவ்வாறு தான் 2500 வீரர்கள் சேர்ந்ததும் 78 வாகனங்களில் கிளம்பி ஸ்ரீநகர் ஜம்மு தேசிய நெடுஞ்சாலைகளில் அணிவகுத்துச் சென்றனர். இவ்வாறு ராணுவத்தினர் செல்லும்போது அந்தச் சாலையில் முன் கூட்டியே அதிநவீன கருவிகள் மூலமாக வெடிகுண்டு சோதனைகள் நடத்தப்படும்.

அதுபோன்ற சோதனையும் முடிக்கப்பட்டு பயண வழித்தடம் பாதுகாப்பாக உள்ளது என்ற நாசவேலை முறியடிப்பு குழுவினர் சான்றளித்த பிறகே படைவீரர்களின் வாகனங்கள் கிளம்பிச் சென்றன.

ஆனால் ராணுவ வீரர்களின் கூடுகை மற்றும் பிப் 14ல் முகாம்களுக்கு கிளம்புதல் குறித்த தகவல்களை முன்கூட்டியே ‘உளவாளிகள்’ வாயிலாக தகவல் சேகரித்து வைத்திருந்த ஜெய்ஷ்-இ-முகமது அந்த நாளையே தங்களது நாச வேலைக்கு உகந்த நாளாக தேர்வு செய்தது.

துணைநிலை ராணுவ அணிவகுப்பு மீது தாக்குதல் நடத்திவிட்டு உயிர் தப்புவது சுலபமல்ல என்பதை நன்றாக அறிந்து வைத்திருக்கும் மசூத் அசார், தற்கொலைப் படைதாக்குதலுக்கு திட்டம் தீட்டிக் கொடுத்தான்.

அதாவது 350 கிலோ வெடிமருந்து நிரப்பிய காரை, ராணுவத்தினர் பஸ் மீது மோதவிட்டு பெருமளவு வீரர்களை கொல்வதே அந்த திட்டம். அதற்கு ஸ்ரீநகர் - ஜம்மு தேசிய நெடுஞ்சாலையும் வசதியாகவே இருந்தது.

காரணம் இச்சாலையின் பக்கவாட்டில் இருந்து எண்ணற்ற கிளைச் சாலைகள் வந்து முட்டுகின்றன. அவ்வாறான சாலை ஒன்றிலிருந்து அதிபயங்கர விளைவுகளை ஏற்படுத்தக் கூடிய ராணுவத்தினர் பயன் படுத்தக்கூடிய ஆர்.டி.எக்ஸ் வெடிமருந்து நிரப்பிய காரை ஓட்டிச் சென்று எளிதாக ராணுவ வாகனங்கள் மீது மோதிவிடலாம் என்பதே சதித் திட்டத்தின் சூட்சமமாக இருந்தது.

துரதிருஷ்ட வசகமாக இவர்களது திட்டம் நிறைவேற வாய்ப்பாக அந்த கிளைச் சாலைகளின் போக்குவரத்தும் அன்னைறய தினம் தடை செய்யப்படாமலே இருந்தது.

தற்கொலைத் தாக்குதலுக்கு ஆதில் அகமதுதர் (20) தயார் செய்யப் பட்டான். இவன் ஹிங்புல் முஜாஹீதின் அமைப்பின் முக்கிய தலைவராக இருந்த புர்கான் வாணியன் வார்த்தைகளால் ஈர்க்கப்பட்டு, பின்னாளில் ஜெய்ஷ்-இ-முகமது இயக்கத்தில் சேர்ந்தவன். இவனைத்தான் மூளைச்

சலவை செய்து தற்கொலை தாக்குதலுக்கு தயார்படுத்தி வைத்திருந்தனர்.

நாளும் குறித்தாயிற்று. ஆளும் தேர்வாயிற்று அடுத்தது தாக்குதல்தான் என ரத்தவெறியுடன் காத்திருந்தனர் பயங்கரவாதிகள். இவர்களுக்கு அங்கிருந்த தட்ப வெட்பமும் கைகொடுத்தது, பனிப்பொழிவால் மூடப்பட்டிருந்த ஸ்ரீநகர் - ஜம்மு சாலை பனிப்பொழிவு குறைந்ததால் மீண்டும் போக்குவரத்துக்கு திறந்து விடப்பட்டது.

நடக்கப் போகும் நாடே அதிரக்கூடிய தாக்குதலுக்கு இலக்காகப் போகிறோம் என்பதை அறியாமல் வழக்கமான வழிக்காவல் சோதனை களை முடித்த CRPF வீரர்கள் 2500 பேர்களுடன் 78 வாகனங்கள் அணி வகுத்தன.

காஷ்மீரின் புல்வாமா மாவட்டம் அவந்திபோரா பகுதியில் வெடி குண்டு நிரப்பிய காருடன் காத்திருந்தான் பயங்கரவாதி ஆதில் அகமதுதர். தங்களின் பதுங்கு வேலைகளுக்கு இந்த இடமே வசதியாக இருக்கும் என்பதால் அப்பகுதியையே தேர்வு செய்திருந்தனர் பயங்கரவாதிகள்.

கிளைச்சாலை வழியாக வெடிகுண்டு காரை அனுப்பி மெயின் ரோட்டில் வந்த பாதுகாப்பு படையினரின் வாகனம் மீது மோதச் செய்தனர்.

சுக்கு நூறாக சிதறிய பஸ்ஸிலிருந்து பாதுகாப்பு படையினர் 40 பேர் உடல் சிதறியும் படுகாயமடைந்தும் உயிரிழந்தனர். தாக்குதல் நடத்திய வனும் பலியானான். இத்தாக்குல் மூலம் தாங்கள் இன்னும் வலுவாக இருப்பதை காட்டிக் கொக்கரித்துள்ளது ஜெய்ஷ்-இ-முகமது இயக்கம்.

காஷ்மீர் புல்வாமாவில் பயங்கரவாத தாக்குதலில் வீரமரணம் அடைந்தவர்கள் உடலை அடையாளம் காண அதிகாரிகள் பெரிதும் சிரமப்பட்டனர்.

ஆர்.டி.எக்ஸ் வெடிகுண்டு தாக்குதல் என்பதால் உடல்கள் சிதறுண்டு போயின. பல உடல்கள் தீயில் கருகின. வீரர்களிடம் இருந்த ஆதார் கார்டு, பான்கார்டு, அடையாள அட்டை, உடை, மற்றும் கைப்பையில் இருந்த விடுமுறை விண்ணப்பங்கள் ஆகியவற்றைக் கொண்டு உடல்கள் அடையாளம் காணப்பட்டன.

சில வீரர்கள் அணிந்திருந்த கை கடிகாரம், பணப்பை ஆகியவற்றை

சக வீரர்கள் அடையாளம் காட்டி உடல்களை கண்டறிய உதவினர். 2500க்கும் மேற்பட்ட வீரர்கள், 70க்கும் மேற்பட்ட வாகனங்களில் சென்றனர். எனினும் தாக்குதல் நடந்த பஸ்ஸில் இருந்தவர்கள் குறித்து இதர பஸ்ஸில் வந்த வீரர்கள் ஓரளவு அடையாளம் கண்டு தெரிவித்தனர்.

விடுமுறையில் ஊருக்கு சென்ற சில வீரர்கள் கடைசி நேரத்தில் பயணத்தை ரத்து செய்ததால் அதிர்ஷ்டவசமாக உயிர் தப்பினர். அவர்கள் விபரங்களை நேரடியாகவும் உறவினர்களிடமும் போனில் தொடர்பு கொண்டு பேசி அதிகாரிகள் சரி பார்த்தனர்.

உடல்கள் சிதறிக் கிடந்ததால் உயிரிழந்தவர்கள் எண்ணிக்கை குறித்து துல்லியமாக அறிவிப்பதில் சிக்கல் ஏற்பட்டது. இதனால் முதலில் 42 பேர் இறந்ததாக செய்தி நிறுவனங்கள் அறிவித்தன. பின்னர் CRPF உயர் அதிகாரிகள், டாக்டர்கள் தடவியல் நிபுணர்கள் ஆய்வு செய்து பலி எண்ணிக்கை 40 என உறுதி செய்து விபரங்கள் அதிகாரப் பூர்வமாக வெளி யிடப்பட்டன.

காஷ்மீர் இளைஞர்களை சிறுவயதிலேயே மூளை சலவை செய்து பயங்கரவாதிகளாக மாற்றி வருகின்றன பாகிஸ்தானின் கைக்கூலி அமைப்புகள்.

அதில் ஒருவன் தான் காஷ்மீர் புல்வாமாவில் 40 வீரர்களை கொன்று குவித்து தற்கொலை படை பயங்கரவாதி ஆதில் அகமதுதர் (20) சம்பவம் நடந்த இடத்தில் இருந்து 10 கி.மீ தொலைவில் உள்ள காகாபோரோ என்ற கிராமத்தைச் சேர்ந்தவன். இவனது தந்தை குலாம் ஹசன்தர் வீடு வீடாக துணி விற்பனை செய்து வருகிறார். அவர் கூறுகையில் எனது மகன்தான் இந்தக் கொடூரத்தை நடத்தியவன் என்ற தகவல் டிவியில் செய்திகளாக வந்தபோது நான் நம்பவில்லை. பின்னர் உள்ளூர் போலீசார் எங்களுக்கு இது குறித்து தகவல் அளித்தனர்.

நாங்கள் கற்பனை கூட செய்து பார்க்காத பெரும் துயரம் இது. அவன் அதீத மத நம்பிக்கை கொண்டவன். அன்றாட வேலைகளில் அம்மாவுக்கு உதவி செய்து வந்தான். எப்படி இப்படி மாறினானோ என கவலை தோய கூறினார்.

உறவினர் சமீர் அகமது கூறும் போது, ‘எங்களுக்கு அவனது உடலோ உடல் உறுப்புகளோ எதுவும் கிடைக்கவில்லை. அடக்கம் செய்வதற்கு

எதுவும் இல்லை. புதைக்க உடல் இல்லாமல் இறுதி சடங்கு நடத்தி விட்டோம்' என்றார்.

அதில் அகமதுவின் தாய் பாமீதா அகமது கூறுகையில், 'அவன் பயங்கர வாதியாக மாறுவான் என ஒரு போதும் எதிர்பார்க்கவில்லை. கிரிக்கெட் விளையாட்டை டிவியில் பார்க்கும்போது கூட இந்தியாவுக்கு ஆதரவாக தான் இருப்பான்.

2016ல் நடந்த ஒரு போராட்டத்தின் போது காலில் குண்டடியிட்டு சில நாட்கள் படுக்கையில் இருந்தான். 2017ல் படிப்பை துறந்தான். அதற்கு பின் அவனது செயல்பாடுகளில் மாற்றம் ஏற்பட்டது.

பயங்கரவாத கூட்டத்தை விட்டு வெளியே வா மகனே என பல முறை அழைத்தேன். ஆனால் எங்கள் முயற்சி வெற்றி பெறவில்லை, 2018ல் வீட்டை விட்டு வெளியே சென்று விட்டான். இன்று புதைக்க உடல் கூட கிடைக்காமல் கதறுகிறோம்' என்றார்.

ஜம்மு - காஷ்மீர் மாநிலம் புல்வாமா மாவட்டம் அவந்தி போரா நெடுஞ்சாலையில் ஜெய்ஷ்-இ-முகமது பயங்கரவாத இயக்கத்தினர் தாக்குதலில் 40 வீரர்கள் வீரமரணம் அடைந்தனர். 30க்கும் மேற்பட்டோர் படுகாயமடைந்தனர்.

இந்த கொடூர செயலுக்கு நாடு முழுவதும் கண்டனம் எழுந்துள்ளது. கிரிக்கெட் வீரர்கள் விராட் கோலி, கவுதம் கம்பீர், வீரேந்திர சேவாக், முகமது கைப், ஷிகர் தவண் ஆகியோரும் கண்டனம் தெரிவித்திருந்தனர்.

இந்நிலையில் வீரமரணம் அடைந்த 40 CRPF வீரர்களின் குழந்தைகள் கல்விச் செலவை ஏற்பதாக வீரேந்திர சேவாக் தெரிவித்துள்ளார். இது தொடர்பாக அவர் தனது டுவிட்டர் பதிவில், வீர மரணம் அடைந்த இந்த வீரர்களுக்கு நாம் எது செய்தாலும் அது போதுமானதான இருக்காது.

ஆனால் என்னால் முடிந்தவரை குறைந்தபட்சமாக வீரமரணம் அடைந்த CRPF வீரர்கள் குழந்தைகளின் முழுமையான கல்விச் செலவு அனைத்தையும் நான் பார்த்துக் கொள்கிறேன். என்னுடைய சேவாக் சர்வதேச பள்ளியில் படிக்க வைக்கிறேன் என்று தெரிவித்துள்ளார். சேவாக் ஹரியானாவில் உள்ள ஹங்ஜாரில் சர்வதேச பள்ளிக்கூடம், பயிற்சிப் பள்ளி உள்ளிட்டவற்றை நடத்தி வருகிறார்.

சேவாக்கின் பெருந்தன்மையான அறிவிப்பை பலரும் பாராட்டி வருகின்றனர். இதற்கிடையே ஹரியானா காவல்துறையில் பணியாற்றி வரும் நட்சத்திர குத்துச்சண்டை வீரரான விஜேந்தர் சிங் தன்னுடைய ஒருமாத ஊதியத்தை வீரமரணம் அடைந்த வீரர்களின் குடும்பத்துக்கு வழங்குவதாக தெரிவித்துள்ளார்.

தன்னைப் போல் நாடு முழுவதும் உள்ள மக்களும் தங்களால் முடிந்த உதவிகளை வீரர்களின் குடும்பத்தினருக்கு வழங்க வேண்டும் எனவும் அவர் வலியுறுத்தியுள்ளார்.

●

காஷ்மீர் மாநிலம் புல்வாமாவில் தீவிரவாதி நடத்திய தாக்குதலில் CRPF வீரர்கள் 40 பேர் உயிர்த் தியாகம் செய்தனர். அவர்களில் பீகார் மாநிலம் பகல்பூரைச் சேர்ந்த CRPF வீரர் ரத்தன் தாக்குரும் ஒருவர்.

தாக்கூர் வீரமரணம் அடைந்த செய்தி அவரது குடும்பத்தினருக்கு தெரிவிக்கப்பட்டது. அந்தச் செய்தி கேட்டு அவரது குடும்பத்தினர் கதறிக் கொண்டிருக்கின்றனர். எனினும் மகனை இழந்த சோகத்தில் இருந்தாலும் தீவிரவாதத்துக்கு அடிபணிய முடியாது என்று ரத்தன் தாக்குரின் தந்தை கண்ணீருடனும் துணிச்சலுடனும் கூறினார்.

இது குறித்து அவர் மேலும் கூறுகையில் 'தாய்நாட்டை காப்பதற்காக என்னுடைய ஒரு மகனை தியாகம் செய்துள்ளேன். நாட்டைக் காப்பாற்ற இன்னொரு மகனையும் தியாகம் செய்வதற்கு தயாராக இருக்கிறேன். ஆனால் இந்தத் தாக்குதலுக்கு பாகிஸ்தானுக்கு தகுந்த பதிலடி கொடுத்தே ஆக வேண்டும்' என்றார்.

●

ஜம்மு காஷ்மீரில் ராணுவத்தினர் மீது நடந்த தாக்குதலுக்கு பிரதமர் மோடி தமது கடும் கண்டனத்தைத் தெரிவித்தார். தேவேந்திர பட்னாவின் தலைமையிலான பா.ஜ கூட்டணி அரசு அமைந்துள்ள மகாராஷ்டிராவில் நடைபெற்ற நிகழ்ச்சிகளில் பங்கேற்ற பிரதமர் மோடி இந்த தாக்குதல் தொடர்பாக உருக்கமாகவும், ஆவேசமாகவும் பேசி யுள்ளார்.

உயிர் தியாகம் செய்த வீரர்களுக்கு இந்த நிகழ்ச்சிகளில் இரங்கல்

தெரிவிக்கப்பட்டது. அப்போது மோடி பேசியதாவது :

'புல்வாமா வில் நடந்த பயங்கரவாத தாக்குதலில் 40 வீரர்கள் பலியான சம்பவம் நாடு முழுவதும் சோகத்தை ஏற்படுத்தி உள்ளது. இந்த தாக்கு தலுக்கு பதிலடி தர வேண்டும் என்ற கொந்தளிப்பையும் மக்களிடையே ஏற்படுத்தி உள்ளது.

நாடு சுதந்திரம் பெற்ற பின் நம்மிடம் இருந்து பிரிந்து சென்ற பாகிஸ்தான் பயங்கரவாதிகளின் புகலிடமாக பயங்கரவாதத்தின் மறு உருவமாக மாறி உள்ளது.

புல்வாமாவில் நடந்த தாக்குதலுக்கு பாகிஸ்தான் பதில் சொல்லியே தீர வேண்டும். இந்த தாக்குதலுக்கு தகுந்த பதிலடி கொடுப்பது குறித்து முடிவு செய்யவும் அதிகாரம், சுதந்திரம் நம் படைகளுக்கு அளிக்கப் பட்டுள்ளது.

எந்த நேரத்தில் எங்கு எப்படி பதிலடி தருவது என்பதை நம் படைகள் முடிவு செய்யும். அதுவரை நாட்டு மக்கள் பொறுமையுடனும், ராணுவத்தின் மீது நம்பிக்கையுடனும் இருக்க வேண்டும்.

நம் வீரர்களை குறிவைத்து தாக்குதல் நடத்த குண்டுகளையும், துப்பாக்கிகளையும் அளிப்போரை புதிய இந்தியா ஏற்காது. வீரர்கள் உயிரிழந்த சம்பவம் நாட்டு மக்களின் கண்களில் கண்ணீரை வரவழைத் துள்ளது. ஒவ்வொரு கண்ணீர் துளியும் வீணாகாது. அதற்கு பதில் கிடைப்பதை உறுதி செய்வோம்.

நாடு கண்ணீரில் இருக்கும்போது நம் அடுத்த கட்ட நடவடிக்கைகள் உணர்வுபூர்வமானதாகவும், கட்டுப்பாடு உள்ளதாகவும் இருக்க வேண்டும். புதிய இந்தியாவில் நம் நடவடிக்கைகளும் வித்தியாசமானதாக இருக்கும்.

உலக நாடுகளுக்கு இது புதிய அனுபவமாக அமையும். நம் வீரர்களை சொல்வதற்கு துப்பாக்கிகள் குண்டுகளை அளித்தவர்கள் இனி அமைதி யாக உறங்க முடியாது' என்று மோடி பேசினார்.

●

'பயங்கரவாதத்தை ஊக்குவிக்கும் பாகிஸ்தானுக்கு எதிராக கடும் நடவடிக்கைகளை உடனடியாக மேற்கொள்ள வேண்டும்' என பல்வேறு

தரப்பினர் வலியுறுத்தி வருகின்றனர். இந்த சூழ்நிலையில் நம் ராணுவத்தின் முன் உள்ள வாய்ப்புகள் குறித்து பாதுகாப்புத்துறை நிபுணர்கள் கூறியதாவது :

உரியில் நடந்த தாக்குதலுக்குப் பின் நம் ராணுவத்தினர் சர்ஜிக்கல் ஸ்டிரைக் எனப்படும் துல்லிய தாக்குதலை நடத்தினர். பாகிஸ்தான் ஆக்கிரமிப்பு காஷ்மீரில் உள்ள பயங்கரவாதிகளின் முகாம்கள் அதில் அழிக்கப்பட்டன.

ஆனாலும் அது பாகிஸ்தானின் மனநிலையில் பெரியதாக்கத்தை ஏற்படுத்தவில்லை. இந்த சூழ்நிலையில் மிக நிதானமாகவும் அதே நேரத்தில் நிரந்தர தீர்வு ஏற்படும் வகையிலும் நம் அடுத்த கட்ட நடவடிக்கைகள் இருக்க வேண்டும்.

பாகிஸ்தான் இதுவரை தன் ராணுவத்தின் மூலம் எந்த தாக்குதலையும் நடத்தவில்லை. பயங்கரவாதிகளையே ஆயுதங்களாக பயன்படுத்தி உள்ளது. அதனால் நம் ராணுவ நடவடிக்கைகள், பயங்கரவாதிகளை குறி வைக்க வேண்டும். பாகிஸ்தான் ஆக்கிரமிப்பு காஷ்மீரில் இந்த நடவடிக்கைள் எடுக்கலாம்.

பாகிஸ்தானுடனான எல்லையில் நம் ராணுவம் எல்லையைத் தாண் டாமல் அந்த நாட்டில் உள்ள பயங்கரவாதிகள் மற்றும் பாகிஸ்தான் ராணுவ முகாம்களை குறிவைத்து பீரங்கிதாக்குதலை நடத்தலாம்.

அதே போல் எல்லையில் தற்போதுள்ள உயரமான இடங்களை விட மேலும் உயரமான இடங்களில் நம் முகாம்களை அமைத்து பாகிஸ் தானுக்கு எச்சரிக்கை விடுக்கலாம்.

பாகிஸ்தான் எல்லைக்கு செல்லாமலேயே நம் எல்லைப் பகுதியில் இருந்து விமானம் மூலம் அவ்வப்போது தாக்குதல் நடத்தலாம். அதே சமயம் பாகிஸ்தான் ராணுவமும் தயார் நிலையில் உள்ளது. அதனால் எதிர் தாக்குதல் நடத்தினால் அதை சமாளிப்பதற்கு தயாராக இருக்க வேண்டும்.

இத்தனை ஆண்டுகளாக நம் நடவடிக்கைகள் பாகிஸ்தானுக்கு படிப்பினையாக அமையவில்லை. நம் அடுத்தகட்ட நடவடிக்கைகள் பாகிஸ்தானுக்கும் ராணுவத்துக்கும் பயங்கரவாதிகளுக்கும் மிகப்பெரிய படிப்பினையாக இருக்க வேண்டும் என்று அவர்கள் கூறினர்.

புல்வாமா கொடூர தாக்குதல் சம்பவத்துக்கு எதிர்ப்பு தெரிவிக்கும் வகையில் ஜம்முவில் வன்முறை வெடித்தது. பாகிஸ்தானுக்கு எதிராக மக்கள் கோஷங்களை எழுப்பினர். பல இடங்களில் வாகனங்கள் தீ வைத்து கொளுத்தப்பட்டன. கல்வீச்சு சம்பவங்களில் போலீசார் உட்பட ஒன்பது பேர் காயம் அடைந்தனர்.

இறந்த வீரர்களுக்கு அஞ்சலி செலுத்தும் வகையில் மாநிலம் முழுவதும் மக்கள் மெழுகுவர்த்தியுடன் ஊர்வலம் நடத்தினர். நிலைமையை கட்டுக்குள் கொண்டு வர ஜம்முவில் ஊரடங்கு உத்தரவு பிறப்பிக்கப்பட்டது.

வன்முறை வெடிக்க அதிக வாய்ப்புள்ளதாக கருதப்படும் பகுதிகளில் ராணுவத்தினர் கொடி அணிவகுப்பு நடத்தினர். ஜம்மு பல்கலையில் நேற்று நடக்க இருந்த தேர்வுகள் மறுதேதி குறிப்பிடாமல் ஒத்தி வைக்கப் பட்டன. அங்கு இணையதள சேவை துண்டிக்கப்பட்டன.

மகாராஷ்டிர மாநிலம் மும்பையில் உள்ள நல சோபரா ரயில் நிலையத்தில் பொது மக்கள் சாலை ரயில் மறியலில் ஈடுபட்டனர். இதனால் வெளி மாநிலம் மற்றும் உள்ளூர் மின்சார ரயில் சேவை பாதிப்புக்குள்ளானது.

மும்பையின் வசாய் மற்றும் விரார் பகுதிகளில் சிவசேனா கட்சியினர் பந்த் அறிவித்து இருந்தனர். உத்தரபிரதேசத்திலும் மக்கள் ஆர்ப்பாட்டத் தில் ஈடுபட்டனர். கோரக்பூர் பகுதியில் இம்ரான் பொம்மை எரிக்கப் பட்டது.

பீகார், அசாம், ஹரியானா மாநிலங்களிலும் ஆர்ப்பாட்டங்கள் நடைபெற்றன. எழுபத்தெட்டு வாகனங்களில் 2500 ராணுவ வீரர்கள் ஜம்முவிலிருந்து ஸ்ரீநகரிலுள்ள முகாம்களுக்கு பயணித்துக் கொண்டிருந்த போதுதான் இந்த பயங்கரத் தாக்குதல் நடந்திருக்கிறது.

ஜம்முவிலிருந்து ஸ்ரீ நகருக்கு போவதற்கு இந்த ஒரு நெடுஞ்சாலை மட்டும்தான் இருக்கிறது. 2017ல் அமர்நாத் யாத்ரீகர்கன் இதே நெடுஞ் சாலையில் தான் தாக்குதலுக்கு ஆளானார்கள்.

ஆனால் இம்முறை நடந்தது தற்கொலை தாக்குதல். வெடி மருந்துகள் நிரம்பிய வாகனத்தை மத்திய துணைக்காவல் படையினர் சென்று

கொண்டிருந்த வாகனத்தில் மோதி 40 ராணுவ வீரர்களின் உயிர்களை பலி வாங்கியுள்ளனர். இதுவரை நடந்த தாக்குதல்களிலேயே இதுதான் அதிக எண்ணிக்கையில் ராணுவ வீரர்கள் பலியான தாக்குதல்.

புல்வாமா தற்கொலை தாக்குதல் கூறும் செய்தி என்ன?

பொதுவாக முஸ்லீம்கள் மத்தியில் தற்கொலை செய்து கொள்வது 'ஹராம்' (தடை செய்யப்பட்டது) என்று கருதப்படுகிறது.

காஷ்மீர் பயங்கரவாதிகள் இதுவரை இதுபோல தற்கொலைத் தாக்குதலில் ஈடுபட்டதில்லை. மேற்கு ஆசியாவில் இஸ்லாமைப் பாதுகாப்பதற்காக நடத்தப்படும் ஜி ஹாத் புனிதப்போரில் உயிரை மாய்த்துக் கொள்வது ஹராமல்ல என்கிற புதிய கருத்து உருவாகியது.

அது சிரியா, ஆப்கானிஸ்தான், பாகிஸ்தான் ஆகிய நாடுகளுக்கு பரவி இப்போது இந்தியாவிற்குள்ளும் நுழைந்து விட்டிருக்கிறது என்பதன் வெளிப்பாடுதான் ஆதில் அகமது என்கிற மனித வெடிகுண்டு கூறும் செய்தி. சாதாரணமாக ஆயிரத்துக்கும் அதிகமான ராணுவ வீரர்கள் இந்த நெடுஞ்சாலை வழியாக வேறு முகாம்களுக்கு அழைத்துச் செல்லப்படுவதில்லை.

கடந்த இரண்டு நாட்களாக பனிப்பொழிவு காணப்பட்டதால் நெடுஞ்சாலையில் போக்குவரத்துத் தடை செய்யப்பட்டிருந்தது. அதனால்தான் வரிசையாக 78 வாகனங்களில் மத்திய துணைக் காவல்படை வீரர்கள் இந்த நெடுஞ்சாலை வழியாக பயணிக்க நேர்ந்தது.

ராணுவ வாகனங்கள் செல்லும் போது பாதுகாப்பு வாகனங்கள் சாலையை முதலில் ரோசதனை நடத்தும் வழக்கம் தொடர்ந்தது என்றாலும், பாதுகாப்பை உறுதிப்படுத்துவதில் தொய்வு ஏற்பட்டிருப்பதைத்தான் இந்தத் தாக்குதல் வெளிச்சம் போட்டுக் காட்டியுள்ளது.

நெடுஞ்சாலைக்குள் சாலைகள் சேரும் இடங்களில் எல்லாம் பாதுகாப்பு இருந்தும்கூட எப்படி மனித வெடிகுண்டாக செயல்பட்ட ஆதில் அகமதால் வெடிகுண்டு நிரப்பிய வாகனத்தை அந்தக் குறிப்பிட்ட இடத்தை தேர்ந்தெடுத்து வரிசையில் ஐந்தாவதாகச் சென்று கொண்டிருந்த ராணுவ வாகனத்தின் மீது மோதித் தாக்குதல் நடத்த முடிந்தது என்று புதிராகவே இருந்தது.

அந்தக் குறிப்பிட்ட இடத்தில் கண்காணிப்பு கேமரா இல்லாமல் இருந்ததை அவர்கள் சாதுர்யமாக பயன்படுத்தி இருக்கிறார்கள் என்பது தான் வேதனை. இதில் அவர்கள் திறமையை மெச்சிக் கொள்வது நம்மை நாமே நிர்வாணப் படுத்திக் கொள்வது போன்றது.

மசூத் அசார், ஹபீஸ் சையது, சையத் சலாவுதீன் உள்ளிட்ட பயங்கர வாத இயக்கத் தலைவர்கள் பாகிஸ்தான் ராணுவத்தாலும், அதன் உளவுத் துறையான ஐ.எஸ். ஐயாலும் பாதுகாக்கப்படுகின்றனர்.

பாகிஸ்தானை சீனா பாதுகாக்கிறது. ஜெய்ஷ்-இ-முகமதுவின் தலைவர் மசூத் அசாரை தேடப்படும் பயங்கரவாதியாக ஐ.நா. சபை அறிவிப்பதை சீனா தடுத்து வருகிறது.

பாகிஸ்தானுக்கு சீனா அளித்து வரும் ராஜாங்க ரீதியிலான பாது காப்பையும், ராணுவ ரீதியான ஆதரவையும் விலக்கிக் கொள்ளாதவரை பயங்கரவாத குழுக்களை ஊக்குவிப்பதை பாகிஸ்தான் நிறுத்தப் போவ தில்லை.

பாகிஸ்தானுக்கு அளிக்கப்பட்ட சிறப்பு அந்தஸ்தை விலக்கிக் கொள்வ தால் பயன் இருக்கப் போவதில்லை. சீனாவுடனான வர்த்தகத்தை முடக்குவது, தைவான், திபத் பிரச்சினைகளில் இந்தியா துணிந்து வெளிப்படையாக ஆதரவு தெரிவிப்பது சீனாவில் வாழும் உயர் முஸ்லீம்களுக்கு எதிராக அந்த நாடு எடுக்கும் நடவடிக்கைகளை வெளிச்சம் போட்டு காட்டுவது என்று அடுத்தடுத்து நெருக்கடிகளை இந்தியா ஏற்படுத்தினால் ஒரு வேளை பலன் கிட்டும்.

பாகிஸ்தானுடைய தொடர்ச்சியான ஆதரவினால் வளர்ந்த ராட்சனாக நிற்கும் ஜெய்ஷ்-இ-முகமது இயக்கம் எதிர்காலத்தில் இந்தியா பாது காப்புக்கு மிகப்பெரிய கேள்விக்குறியாக வளர்வதை மூர்க்கமாக தடுத்தாக வேண்டும்.

ஆப்கானிஸ்தானில் உள்நாட்டுப் போரை முடிவுக்கு கொண்டுவர தாலிபான்களுடன் அமெரிக்கா பேச்சு வார்த்தை நடத்த துவங்கியிருக் கிறது. இதற்கு அமெரிக்காவுக்கு பாகிஸ்தானின் உதவி தேவைப்படுகிறது.

இந்தச் சூழ்நிலையில் பயங்கரவாதிகளுக்கு பாகிஸ்தான் அடைக்கலம் அளிப்பதற்கு எதிராக அறிக்கைகள் விட்டாலும்கூட பாகிஸ்தானுக்கு

எதிராக கடுமையான நடவடிக்கையில் ஈடுபட இந்தியாவுக்கு அமெரிக்கா தேர்ந்தெடுக்குமா என்பது நியாயமான கேள்விதான்!

இந்தியா முழுவதும் மிகுந்த துயரத்தை ஏற்படுத்தியுள்ள புல்வாமா பயங்கரவாத தாக்குதலை தொடர்ந்து பிரதமர் நரேந்திர மோடி, 'இந்திய மண்ணில் தொடர்ந்து பயங்கரவாதத்தை அரங்கேற்றி வருகிற பாகிஸ் தானுக்கு எதிரான மனநிலை நாட்டு மக்களிடம் உருவாகி உள்ளது. அந்த நாட்டுடன் இனி பேச்சு வார்த்தை கிடையாது' என்று அறிவித்துள்ளார்.

இந்த நிலையில் பாகிஸ்தான் பிரதமர் இம்ரான்கான் ஒரு வீடியோ செய்தி வெளியிட்டு இது அந்த நாட்டு டெலிவிஷனில் ஒளிபரப்பானது. அதில் அவர் பேசியதாவது :

'காஷ்மீர் தாக்குதலில் பாகிஸ்தான் மீது இந்தியா குற்றச்சாட்டு சுமத்தி உள்ளது. எனவே இதற்கு பதில் அளிக்க விரும்புகிறேன். சவுதி பட்டத்து இளவரசர் வந்திருந்த தருணத்தில் கவனம் திசை திரும்பி விடும் என கருதி முதலில் நான் பதிலளிக்க விரும்பவில்லை. சவுதி இளவரசர் சென்று விட்ட தால் இப்போது பதில் அளிக்கிறேன்' இந்த செய்தி இந்திய அரசுக்கானது.

ஆரம்பத்திலேயே நீங்கள் பாகிஸ்தான் மீது குற்றம் சுமத்தி இருக் கிறீர்கள். ஆனால் இதற்கு ஆதாரம் இல்லை. பாகிஸ்தானுக்கு இதில் என்ன இருக்கிறது என்று நீங்கள் ஒருபோதும் எண்ணியது இல்லை.

15 ஆண்டுகளாக பயங்கரவாதத்துக்கு எதிராக நாங்கள் போரிட்டு வருகிறோம். 70 ஆயிரம் பாகிஸ்தானியர் தங்களது உயிரை இழந் துள்ளனர். இப்போது பயங்கரவாதம் குறைந்து வருகிறது. ஸ்திரத்தன்மை யும் அமைதியும் திரும்பி வருகிறது.

அரசியல் ஸ்திரத்தன்மை நோக்கி நகர்ந்து கொண்டிருக்கிற இந்த தருணத்தில் புல்வாமா தாக்குதலால் பாகிஸ்தானுக்கு என்ன நன்மை கிடைத்து விடப் போகிறது?

காஷ்மீரில் ஒவ்வொரு முறையும் ஏதாவது நடக்கிறபோது நீங்கள் பாகிஸ்தானை பொறுப்பாளியாக்க விரும்புகிறீர்கள். காஷ்மீர் பிரச்சினை யில் தீர்வு காண்பதற்கு பதிலாக, பேச்சு வார்த்தை தொடங்காமல் முன்னோக்கி நகராமல் இல்லாம பாத்தை கசையடி படுகிற பையனாக்க விரும்புகிறீர்கள்.

நான் உங்களுக்கு தெளிவாக சொல்கிறேன். இது புதிய பாகிஸ்தான், புதிய மனப்பாங்கு இருக்கிறது. சிந்தனையில் புதிய பாதை இருக்கிறது.

பிற நாடுகளில் பயங்கரவாத தாக்குதல்கள் நடத்துவதற்கு பாகிஸ்தான் மண் பயன்படக் கூடாது. மற்றவர்கள் இங்கு வந்து தாக்குதல் நடத்துவதையும் நாங்கள் விரும்பவில்லை. நாங்கள் ஸ்திரத் தன்மையை விரும்புகிறோம்.

இந்திய அரசுக்கு ஒரு வாய்ப்பு தருகிறேன். இந்த தாக்குதலில் பாகிஸ்தானியர் யாருடைய தொடர்பு இருக்கிறது என்பதற்கு உங்களிடம் நடவடிக்கை எடுக்கதக்க விதத்தில் ஆதாரம் இருந்தால் எங்களிடம் கொடுங்கள். நிச்சயம் நாங்கள் நடவடிக்கை எடுப்போம் என்ற உத்தர வாதத்தை நான் தருகிறேன்.

நாங்கள் நிர்ப்பந்தத்தில் இருப்பதால் இதை சொல்லவில்லை. அப்படி பாகிஸ்தானியர் யாருக்காவது தொடர்பு இருந்தால் அவர்கள் பாகிஸ்தானின் எதிரிகளாக நடந்து கொண்டிருக்கிறார்கள் என்று கருதித் தான் சொல்கிறேன்.

யாராவது, எங்காவது பயங்கரவாத தாக்குதல் நடத்துவதற்கு பாகிஸ்தான் மண்ணை பயன்படுத்தி கொண்டிருந்தால் அவர்கள் எங்களுக்கு பகைவர்கள். இது எங்கள் நலன்களுக்கு எதிரானது. நாங்கள் எப்போதெல்லாம் இந்தியாவுடன் பேச்சு வார்த்தை நடத்த விரும்புகிறோமோ அப்போதெல்லாம் பயங்கரவாதம் பற்றி பேச வேண்டும் என்று இந்தியா முன் நிபந்தனை விதிக்கிறது. நாங்கள் பயங்கரவாதம் பற்றி பேசத் தயார்.

பயங்கரவாதம், பிராந்திய பிரச்சினை. இந்த பிராந்தியத்தில் உள்ள பயங்கரவாதம் ஒழிய வேண்டும் என்று விரும்புகிறோம். பயங்கர வாதத்தால் பாகிஸ்தான் கடுமையாக பாதிக்கப்பட்டுள்ளது. எனவே நாங்கள் உங்களுடன் பேச விரும்புகிறோம்.

பாகிஸ்தானுக்கு தகுந்த படம் கற்பிக்க வேண்டும். பாகிஸ்தானுக்கு எதிராக பழி வாங்க வேண்டும். பாகிஸ்தான் மீது ராணுவ துல்லிய தாக்குதல் நடத்த வேண்டும் என்றெல்லாம் இந்தியாவில் சொல்வதை நாங்கள் கேட்கிறோம்.

முதலில் எந்த சட்டமும் எந்தவொரு நாடும் நீதிபதியாகவும், வக்கீலாகவும் தண்டனையை நிறைவேற்றுபவராகவும் இருக்க அனுமதிக்கிறதா? இது எந்த வகையிலா நீதி?

நீங்கள் தேர்தலை சந்திக்க இருக்கிறீர்கள். தேர்தலின்போது பாகிஸ்தானுக்கு பாடம் கற்பித்தால் அது உங்களுக்கு ஊக்கம் அளிப்பதாக அமையும் என நீங்கள் கருதுகிறீர்கள் என்றே நாங்கள் நம்புகிறோம்.

நீங்கள் பாகிஸ்தான் மீது என்ன வகையிலான தாக்குதலை நடத்த விரும்பினாலும் பாகிஸ்தானும் பதிலடி தரும். பழி வாங்குவதை தவிர வேறு வழி இல்லை.

போர் தொடங்குவது எளிது. போர் தொடங்குவது நமது கைகளில் இருக்கிறது. ஆனால் முடிவு அப்படி இருக்காது. அது எங்கே போகும் கடவுளுக்குத் தான் தெரியும் என்று ஆவேசமாக பாகிஸ்தான் பிரதமர் இம்ரான்கான் பேசி உள்ளார்.

புல்வாமா தாக்குதலைத் தொடர்ந்து இந்தியா பாகிஸ்தான் இடையே பதற்றம் நிலவுகிறது. வர்த்தகத்தில் மிகவும் ஆதரவான நாடு என்று பாகிஸ்தானுக்கு வழங்கிய அந்தஸ்தினை இந்தியா பறித்து விட்டது. பாகிஸ்தான் பொருட்களுக்கான சுங்க வரியை 200 சதவீதமாக உயர்த்தியது.

புல்வாமா தாக்குதலில் பாகிஸ்தானுக்கு தொடர்பு உள்ளது என்பது இந்தியாவின் குற்றச்சாட்டு. இதை விமர்சிக்கிற வகையில் பாகிஸ்தான் பிரதமர் இம்ரான்கானை ஆவேசமாக பேசியதற்கு இந்தியா பதிலடி கொடுத்துள்ளது.

இது தொடர்பாக மத்திய வெளியுறவுத்துறை அமைச்சகம் விடுத்துள்ள அறிக்கையில் கூறி இருப்பதாவது :

புல்வாமாவில் நமது பாதுகாப்பு படையினர் மீதான் தாக்குதலை பயங்கரவாத செயல் என்பதை பாகிஸ்தான் பிரதமர் ஏற்க மறுப்பதில் ஆச்சர்யம் இல்லை.

இந்த கொடூரமான செயலுக்கு அவர் கண்டனமும் தெரிவிக்கவில்லை. வீரர்களை இழந்து தவிக்கிற குடும்பங்களுக்கு இரங்கலும் தெரிவிக்கவில்லை.

பயங்கரவாத தாக்குதலுக்கும், பாகிஸ்தானுக்கும் தொடர்பு கிடையாது என்பது அடிக்கடி திரும்பத் திரும்ப சொல்லப்படுகிற செய்தி ஒன்றுதான்.

ஜெய்ஷ்-இ-முகமது இயக்கமும் இந்தக் கொடூர தாக்குதலுக்கு சதி செய்த பயங்கரவாதியும் ஒப்புக் கொண்டுள்ளதை பாகிஸ்தான் பிரதமர் கண்டு கொள்ளவில்லை.

ஜெய்ஷ்-இ-முகமது இயக்கமும் சரி, மசூத் அசாரும் சரி இவர்கள் பாகிஸ்தானை அடிப்படையாக கொண்டவர்கள் என்பது நன்கு அறியப் பட்ட உண்மை. பாகிஸ்தான் நடவடிக்கை எடுப்பதற்கு இதுவே போதுமான ஆதாரம்.

இந்தியா ஆதாரம் அளித்தால் விசாரணை நடத்த தயார் என பாகிஸ்தான் பிரதமர் கூறி உள்ளார். இது நொண்டிச் சாக்கு மட்டும்தான்.

மும்பையில் 2008ம் ஆண்டு நவம்பர் 26ம் தேதி நடந்த கொடிய தாக்கு தலுக்கு பாகிஸ்தானிடம் ஆதாரம் கொடுத்தோம். 10 ஆண்டுகளாகியும் அங்கு நடக்கிற வழக்கு விசாரணையில் முன்னேற்றம் இல்லை.

பதன்கோட் விமானப்படை தளம் தாக்குதலிலும் முன்னேற்றம் இல்லை. உறுதியான நடவடிக்கைக்கு அளிக்கப்படுகிற வாக்குறுதிகள் எதுவும் நிறைவேற்றப்படவில்லை என்பது கடந்த கால வரலாறு.

புதிய பாகிஸ்தான் புதிய சிந்தனை என்று பாகிஸ்தான் பிரதமர் கூறுகிறார். ஆனால் ஐநா சபையால் சர்வதேச பயங்கரவாதி என அறிவிக்கப்பட்டுள்ள ஹபீங் சயீத் போன்ற பயங்கரவாதிகளுடன் தற்போதைய அரசின் மந்திரிகள் ஒரே மேடையில் ஒன்றாக தோன்று கிறார்கள்.

பேச்சு வார்த்தைக்கு பாகிஸ்தான் பிரதமர் அழைப்பு விடுத்துள்ளார். பயங்கரவாதம் பற்றி பேச தயார் என்று சொல்லி இருக்கிறார். பயங்கரவாதமும், வன்முறையும் இல்லாத சூழலில் முழுமையான இரு தரப்பு பேச்சு வார்த்தைக்கு தயார் என்று இந்தியா மீண்டும் மீண்டும் கூறி இருக்கிறது.

பாகிஸ்தான் பயங்கரவாதத்துக்கு மிகப்பெரிய களப்பலி என சொல்லி இருக்கிறது. இதெல்லாம் உண்மைக்கு வெகு தூரமானது.

பாகிஸ்தான் பயங்கரவாதத்தின் நரம்பு மண்டலம் என்பதை சர்வதேச சமூகம் நன்கு அறிந்திருக்கிறது.

பயங்கரவாத தாக்குதலுக்கு இந்தியாவின் குற்றச்சாட்டு வரவுள்ள தேர்தலை வைத்து நிர்ணயிக்கப்பட்டுள்ளது என்று பாகிஸ்தான் பிரதமர் கூறி இருப்பது வருந்தத்தக்கது. இந்த தவறான குற்றச்சாட்டை இந்தியா நிராகரிக்கிறது.

இந்தியாவின் ஜனநாயகம் உலகத்துக்கே முன் மாதிரி. அது ஒருபோதும் பாகிஸ்தானுக்கு புரியாது.

சர்வதேச சமூகத்தை தவறாக வழி நடத்துவதை பாகிஸ்தான் கட்டுப்பாட்டில் உள்ள பகுதிகளில் இருக்கிற பிற பயங்கரவாதிகள் பயங்கரவாத இயக்கங்கள் மீது நம்பத்தகுந்த காணத் தகுந்த நடவடிக்கையை எடுக்க வேண்டும் என்று அந்த அறிக்கையில் தெரிவிக்கப் பட்டிருந்தது.

21

பணக்காரர்களுக்கும் ஏழைகளுக்கும் தனித்தனி இந்தியா

பணக்காரர்களுக்கும் ஏழைகளுக்கும் தனித்தனி இந்தியாவை பிரதமர் நரேந்திர மோடி உருவாக்கியுள்ளார் என்று முன்னாள் காங்கிரஸ் தலைவர் ராகுல் காந்தி குற்றம் சாட்டியுள்ளார். மேலும் நாட்டின் வளங்கள் ஒரு சில பணக்காரர் களுக்கு வழங்கப்படுவதாகக் கூறி யுள்ளார்.

குஜராத்தில் சட்டமன்ற தேர்தல் நடைபெறுவதையொட்டி தஹோத் மாவட்டத்தில் ஆதிவாசி சத்தியாகிரகப் பேரணியை தொடங்கி வைத்த ராகுல் காந்தி, மாநிலத்தில் காங்கிரஸ் ஆட்சிக்கு வரும் என்று நம்பிக்கை தெரிவித் துள்ளார்.

'2014 நரேந்திர மோடிஜி இந்தியாவின்

பிரதமரானார். அதற்கு முன் அவர் குஜராத் முதல்வராக இருந்தார். குஜராத்தில் அவர் தொடங்கிய பணியைத் தன் நாடு முழுக்கச் செய்து வருகிறார். அது குஜராத் மாடல் என்று அழைக்கப்படுகிறது' என்று ராகுல் காந்தி கூறியுள்ளார்.

'இன்று இரண்டு இந்தியா உருவாகி இருக்கிறது. ஒன்று பணக்காரர்களின் இந்தியா. மற்றொன்று ஏழைகளின் இந்தியா. பணக்காரர்களின் இந்தியாவில் ஒரு சில தேர்ந்தெடுக்கப்பட்ட மக்கள் உள்ளனர்.

அதில் கோடீஸ்வரர்கள், அதிகாரம் படைத்தவர்கள், மற்றும் பணம் படைத்த அதிகாரிகள் உள்ளனர். இரண்டாவது இந்தியாவில் சாதாரண ஏழை மக்கள் உள்ளனர்' என்று அவர் தெரிவித்துள்ளார்.

இரண்டு இந்தியாவையும் காங்கிரஸ் கட்சி விரும்பவில்லை என்று தெரிவித்த அவர் மாநிலத்தில் பாஜக தலைமையிலான அரசு பழங்குடியினரின் உரிமைகளை பறித்துள்ளது என்றும் குற்றம் சாட்டியுள்ளார்.

"பாஜக அரசு உங்களுக்கு எதையும் தராது உங்களிடமிருந்து அனைத்தையும் பறிக்கும். நீங்கள் உங்களுக்கான உரிமைகளை அவர்களிடமிருந்து புடுங்க வேண்டும். அப்போதுதான் உங்களுக்குச் சொந்த மானது கிடைக்கும்" என்று ராகுல் காந்தி தெரிவித்துள்ளார்.

குஜராத்தில் உள்ள சாலைகள், பாலங்கள், கட்டிடங்கள் மற்றும் உள் கட்டமைப்புகளை உங்களது கடின உழைப்பால் உருவாக்கினீர்கள். ஆனால் அதற்கு ஈடாக உங்களுக்கு என்ன கிடைத்தது? உங்களுக்கு எதுவும் கிடைக்கவில்லை. நல்ல கல்வி, அல்லது சுகாதார சேவை எதுவும் இல்லை.

குஜராத்தில் மூன்று லட்சம் பேர் தொற்றுநோயின் போது இறந்தனர். அப்போது, பால்கனிகளில் இருந்து கைகளைத் தட்டுங்கள். எண்ணெய் இட்டு விளக்கு ஏற்றுங்கள் அல்லது மொபைல் விளக்குகளை ஒளிரச் செய்யுங்கள் என்றும் பிரதமர் தெரிவித்தார்.

கங்கை நதியில் இறந்த உடல்கள் மிதந்தன. இந்தியாவில் 50 முதல் 60 லட்சம் வரை கொரோனாவால் இறந்தனர் என்று ராகுல் காந்தி பேசினார்.

❑❑❑

22

இந்தியாவை போலீஸ் நாடாக மாற்றாதீர்கள்

நாட்டில் உள்ள அனைத்து கணினியையும் உளவு பார்ப்பதற்கு மத்திய அரசு அனுமதி அளித்துள்ளது. இந்த விவகாரத்தில்தான் பிரதமர் மோடியை ராகுல் காந்தி கடுமையாக விமர்சித்துள்ளார்.

இந்தியாவை போலீஸ் நாடாக மாற்ற மோடி அரசு முயற்சித்து வருவதாக ராகுல்காந்தி குற்றம் சாட்டியுள்ளார்.

பிரதமர் மோடி ஒரு பாதுகாப்பற்ற சர்வாதிகாரி என்று காங்கிரஸ் தலைவர் ராகுல்காந்தி கடுமையாக விமர்சித்துள்ளார்.

நாட்டின் பாதுகாப்பு, சட்டம் ஒழுங்கு வெளிநாடுகள் உடனான நட்புறவை இவற்றை மீறும் வகையில் செய்யப்படும் குற்றங்களைத் தடுப்பதற்காக மத்திய

அரசு நடவடிக்கை எடுத்துள்ளது.

இதன்படி நாட்டில் உள்ள அனைத்து கணினிகளையும் கண்காணிக்க என்.ஐ.ஏ.ரா, போதைப் பொருள் தடுப்புப் பிரிவு, டெல்லி காவல் ஆணையர் உள்ளிட்ட 10 அமைப்புகளுக்கு மத்திய அரசு அனுமதி அளித்துள்ளது.

இதனை எதிர்கட்சிகள் கடுமையாக விமர்சித்து வருகின்றன. இதுகுறித்து ராகுல் காந்தி தனது டுவிட்டர் பதிவில் இந்தியாவைப் போலீஸ் கட்டுப்படுத்தும் நாடாக மாற்ற பிரதமர் மோடி நடவடிக்கை எடுத்து வருகிறார்.

மோடி ஒரு பாதுகாப்பற்ற சர்வாதிகாரி என்பதைத் தான் இந்த நடவடிக்கை நிரூபிக்கப் போகிறது என்று கூறியுள்ளார்.

இதற்கு உடனடியாக பாஜக தரப்பிலும் பதிலடி கிடைத்திருக்கிறது. இது குறித்து அக்கட்சியின் தேசியத் தலைவர் அமித்ஷா தனது டுவிட்டர் பதிவில் : 'இந்திய வரலாற்றில் பாதுகாப்பற்ற இரண்டு சர்வாதிகாரிகள் மட்டுமே இடம் பெற்றிருக்கின்றனர். ஒருவர் நாட்டில் எமர்ஜன்சியை அறிவித்தவர். மற்றொருவர் சாதாரண குடிமகன்களின் கடிதங்களைப் படிக்க வேண்டும் என்று விரும்பியவர். அவர்கள் யார் என்று தெரிகிறதா ராகுல் காந்தி?' என்று கூறியுள்ளார்.

23

பிரியங்கா - ராகுல் அதிகார மோதல்

வரும் லோக்சபா தேர்தலில் பாஜகவை வீழ்த்த எதிர்க்கட்சிகளின் இந்தியா கூட்டணி ஆயத்தமாகி வரும் சூழ்நிலையில், ‘பிரியங்கா காந்தி நாடாளு மன்றத்துக்கு செல்வது மிகவும் நல்லது. கட்சிக்கும் இது பெரிய அளவில் உதவும்’ என அவரது கணவர் ராபர்ட் வதேரா கூறியிருப்பது காங்கிரஸ் வட்டாரத்தில் பேசு பொருளானது.

அதே போல் ‘மோடியை எதிர்த்து வாரணாசியில் போட்டியிட்டால் பிரியங்கா காந்தி நிச்சயம் வெல்வார்’ என சிவ சேனா எம்பி சஞ்சய் ராவத்தும் கூறி யிருந்தார்.

இவ்வாறான சூழலில் ராகுலுக்கும் பிரியங்கா காந்திக்கும் கட்சியில் அதிகார மோதல் இருப்பதாக பாஜக ஐடி செல்

தலைவர் அமித் மால்வியா ஒரு கருத்தினை கொளுத்திப் போட்டார்.

இது தொடர்பாக அவர் டுவிட்டரில் வெளியிட்ட வீடியோவில் ‘சமத்துவம், பெண்களுக்கு அதிகாரம் என்று காங்கிரஸ் பேசுகிறது. ஆனால் கட்சியை தங்களின் சொத்தாகக் கருதும் ராகுல்காந்தி குடும்பத்திலேயே பெண்களுக்கு அதிகாரமோ, சம உரிமையோ இல்லை.

தன் மகன் மீது கொண்ட கண்மூடித்தனமான அன்பினால் ராகுல் காந்தியே மீண்டும் மீண்டும் முன்னிறுத்தும் சோனியா காந்தி, பிரியங்கா காந்தியை தேர்தலில் போட்டியிட கூட அனுமதிக்கவில்லை.

ஏனென்றால் எங்கே பிரியங்கா காந்தி தன் சகோதரனை விஞ்சி விடலாம் என்றும் நாடாளுமன்றத்தில் ராகுல் காந்திக்கு மாற்றாக அமைந்து விடலாம் என்றும் சோனியா காந்தி அச்சப்படுகிறார். இதனால் தான் அம்மா - மகன் இருவரும் பிரியங்கா காந்தியை தேர்தலில் போட்டி யிட விடாமல் நிறுத்தி வைத்திருக்கின்றனர்.

இதனை தற்போது உணர்ந்த ராபர்ட் வதேரா, பிரியங்கா காந்தி வேட்பாளராக களமிறக்கப் பட வேண்டும் என்று கூறி வருகிறார்’ என்று அமித் மால்வியா பேசியிருந்தார்.

இந்த நிலையில் சகோதர சகோதரிகளை ஒருவரையொருவர் அன்பை வெளிப்படுத்திக் கொள்ளும் ரக்ஷா பந்தன் தினமான நேற்று அமித் மால்வியா இத்தகைய கூற்றுக்கு பிரியங்கா காந்தி பதிலளித்திருக்கிறார்.

இது குறித்து பிரியங்கா காந்தி தனது டுவிட்டர் பக்கத்தில் பணவீக்கம், வேலையில்லாத் திண்டாட்டம் போன்ற வேறு எந்தப் பிரச்சினைகளை யும் பாஜகவினர் கண்டு கொள்ளவில்லையா மன்னிக்கவும், உங்களின் கனவு ஒரு போதும் நனவாகாது. நானும் என் சகோதரரும் ஒருவருக் கொருவர் அன்பு, நம்பிக்கை மரியாதை மட்டுமே கொண்டிருக்கிறோம் என்றென்றும் இப்படியே இருப்போம்.

பயப்படாதீர் கோடிக்கணக்கான சகோதரிகள் மற்றும் சகோதரர் களுடன் சேர்ந்து உங்களது பொய்கள், கொள்கைகள், வெற்றுப் பிரச்சாரங்களின் ஆணவம் போன்றவற்றை முறியடிப்போம் எனக் குறிப்பிட்டு ரக்ஷா பந்தன் வாழ்த்து தெரிவித்து இருந்தார்.

□□□

24

விவசாயிகள் போராட்டமும் திசாரவி கைது எதிர்ப்பும்

விவசாயிகள் போராட்டங்கள் தொடர்பான 'டூல்கிட்' பகிர்வில் ஈடுபட்டதாகக் கூறி பெங்களூரைச் சேர்ந்த 21 வயதான திசாரவி கைது செய்யப்பட்டதற்கு காங்கிரஸ் தலைவர் சசி தரூர் கடுமையாக தனது கண்டனத்தை தெரிவித்திருந்தார்.

திஷாரவி ஃபிரைடே ஃபார் ஃபியூச்சர் பிரச்சாரத்தின் நிறுவனங்களில் ஒருவர். இவர் டூல்கிட்டை எடிட் செய்து சமூக ஊடகங்களில் அனுப்பியதாகக் கூறப்படுகிறது. பெங்களூரு சோல தேவன ஹன்னி பகுதியில் உள்ள அவரது வீட்டில் இருந்து சனிக்கிழமை அழைத்துச் செல்லப்பட்டார்.

டெல்லி காவல் துறை பிப்ரவரி 4

அன்று இந்திய தண்டனைச் சட்டத்தின் பிரிவுகள் 124-எ, 120-எ மற்றும் 153-எ ஆகியவற்றின் கீழ் தேசத் துரோகம், குற்றச் சதி மற்றும் குழுக்களிடையே வெறுப்பை ஊக்குவித்தல் ஆகிய குற்றச்சாட்டுகளின் கீழ் எஃப் ஐ ஆர் பதிவு செய்தது. இது பின்னர் உலகளாவிய காலநிலை ஆர்வலர் கிரேட்டா துன்பெர்க் பகிர்ந்து கொண்டார்.

ஆவணத்தை உருவாக்கி பரப்பியதில் திஷா ரவியை முக்கிய அதிகாரராக விவரித்த போலீஸ்காரர் அவர் ஒரு வாட்ஸ் அப் குழுவை தொடங்கி ஆவணத்தை உருவாக்க ஒத்துழைத்ததாகக் கூறியுள்ளார்.

இந்த நிகழ்வைக் கண்டித்து ராகுல் காந்தி தனது டுவிட்டர் பக்கத்தில் 'இந்தியா அமைதியாக இருக்காது' என்று கூறினார்.

"தட்ப வெப்ப இயக்கத்தில் சேருவதற்கான எனது உந்துதல் விவசாயிகளான என் தாத்தா பாட்டி பருவநிலை நெருக்கடியின் விளைவுகளுடன் போராடுவதைப் பார்த்ததில் இருந்து வந்தது.

அந்த நேரத்தில் அவர்கள் அனுபவித்தது கால நெருக்கடி என்பதை நான் அறிந்திருக்கவில்லை, ஏனென்றால் நான் எங்கிருந்து வந்தாலும் காலநிலை கல்வி இல்லை"

என்று கூறும் திசாரவி இந்தியாவின் பருவநிலை மாற்றம் குறித்து போராடி வரும் சுற்றுச் சூழல் போராளியாவார்.

கிரெட்டா துன்பெர்க் மற்றும் 2020-2021 இந்திய விவசாயிகள் போராட்டங்கள் தொடர்பான, இணையதள கருவித் தொகுப்பில் ஈடுபட்டதாகக் கூறி குற்றம் சாட்டப்பட்டு 2021 பிப்ரவரி 13 அன்று கைது செய்யப்பட்டதன் மூலம் சர்வதேச கவனத்தை ஈர்த்த போராளியாக திசா ரவி கருதப்படுகின்றார்.

அமைதியின்மை மற்றும் தேசத்து துரோகத்தை தூண்டியது ஆகிய குற்றச்சாட்டுகளில் இவர் கைது செய்யப்பட்டார். இந்தக் கைது இந்தியாவிலும் சர்வதேச அளவிலும் பரவலாக விமர்சிக்கப்பட்டது.

சுற்றுச் சூழல் நீதியை ஊக்குவிப்பதிலும் கடுமையான சுற்றுச் சூழல் கவலைகள் குறித்து மக்களுக்கு விழிப்புணர்வு ஏற்படுத்துவதிலும் திஷா ரவியின் முயற்சிகள் தேசிய அளவிலும் உலக அளவிலும் அங்கீகரிக்கப் பட்டுள்ளன.

செப்டம்பர் 2020ல் பிரிட்டிஷ் வோக் பத்திரிகை நான்கு உலகளாவிய சுற்றுச்சூழல் ஆர்வலர்களின் சுய விபவரங்களைக் கொண்ட ஒரு கட்டுரையை வெளியிட்டது, அவர்களில் திஷா ரவியும் ஒருவர் என்பது குறிப்பிடத்தக்கது.

பிப்ரவரி 15, 2021ல் 'தி.நியூ இந்தியன் எக்ஸ்பிரஸ், அவர்களின் கட்டுரை ஒன்றில் 'பெங்களூரின் கிரேட்டா' என்று குறிப்பிட்டது. உலகெங்கிலும் உள்ள முக்கிய நிறுவனங்களில் அவரது பணி பாராட்டப் பட்ட நிகழ்வுகள் உள்ளன.

கர்நாடகாவில் பெங்களூருவில் பிறந்து வளர்ந்தவர் திஷா ரவி. தனது வாழ்க்கையின் துவக்க காலத்திலேயே பருவநிலை வெப்ப தட்ப செயல்பாட்டின் மீது அக்கறை கொண்டவராக இருந்தார்.

1998ல் பிறந்த இவரது முழுப் பெயர் திஷா அன்னப்ப ரவி. கர்நாடகா வில் பெங்களூருவில் சோல தேவன ஹள்ளியில் பிறந்த இவர் மவுண்ட் கார்மல் கல்லூரியில் பி.பிஏ படித்துக் கொண்டிருந்தவர். இவருடைய தந்தை ரவி அன்னப்பா தடகள பயிற்சியாளர். தாய் மஞ்சுளா நஞ்சய்யா குடும்பத்தை நிர்வாகம் செய்து வந்தார்.

'டூல்கிட்' எனப்படும் சர்ச்சைக்குரிய ஆவணத்தை எடிட் செய்து பகிர்ந்து கொண்டதற்காக திஷா ரவி 2021ல் டெல்லி காவல் துறையில் கைது செய்யப்பட்டார். பின்னர் இதையெடுத்து அவர் மீது தேச துரோகம் கிரிமினல் சதி உள்ளிட்ட பல்வேறு கடுமையான குற்றச்சாட்டுகள் சுமத்தப்பட்டன.

திஷா ரவி ஒரு இனம் இயற்கை ஆர்வலர் மட்டுமல்ல, ஃபிரைடேஸ் ஃபார் ஃபியூச்சர் (ய்ய்ய்) இந்தியாவின் நிறுவன உறுப்பினராவார்.

இந்த அமைப்பு 2018ல் ஸ்வீடிஷ் காலநிலை ஆர்வலர் கிரேட்டா துன்பர்க் அவர்களால் துவங்கப்பட்ட காலநிலை பாதுகாப்பு பிரச்சாரத் தின் இந்திய விரிவாக்கமாகும்.

டெல்லி காவல்துறை இவரை தேசத்துரோகத்தின் கீழ் கைது செய்த பின்னர் அவர் உலகளாவிய விளம்பரத்தைப் பெற்றுள்ளார்.

திசா ராவி தேவைப்படும் சமூகங்களுக்கு குரல் கொடுப்பதில் கவனம் செலுத்தி வந்தார். சர்வதேச இளைஞர் காலநிலை ஆர்வலர்களுக்கான பல

தலையங்கங்கள் மற்றும் கட்டுரைகளின் ஆசிரியராகவும் உள்ளார்.

அவர் செப்டம்பர் 2020ல் பிரித்தானிய வோக் பத்திரிகை சுயவிபரத்தில் சுற்றுச் சூழல் இனவெறிக்கு எதிராக வேலை செய்தார் என்று குறிப்பிடப் பட்டிருந்தது.

'நாங்கள் காலநிலை நெருக்கடியில் வாழ்வதால் நான் வேலை நிறுத்தம் செய்கிறேன். அதற்கான காரணமாக, பலத்த மழை மற்றும் அரசாங்கங்கள் எடுத்த பற்றாக்குறையான நடவடிக்கைகள் காரணமாக, குறிப்பாக இந்தியாவில் வெள்ளம் காரணமாக இலட்சக்கணக்கான மக்கள் இடம் பெயர்ந்துள்ளனர். கடந்த வாரம் எனது வீடு வெள்ளத்தில் மூழ்கியது' என்று 'தி கார்டியன்' ஊடகத்திற்கு விளக்கினார் திசா ரவி.

"நாங்கள் எதிர்காலத்திற்கு மட்டும் போராடவில்லை. நிகழ்காலத்திற் காகப் போராடுகிறோம். அரசாங்கத்தின் உதவியாளனாக அல்லாது, மிகவும் பாதிக்கப்பட்ட மக்களான நாங்கள் காலநிலைப் பேச்சு வார்த்தை களில் மக்களுக்கு பயனளிக்கும் ஒரு நியாயமான மீட்புத் திட்டத்தை வழிநடத்தப் போகிறோம்'' என்று கூறினார்.

மேலும் அவர் கூறும் போது, 'ஃப்ரைடே ஃபார் ஃபியுச்சர்' என்பது ஒன்றை இலக்கு கொண்டதாக இல்லை. முன்னதாக காலநிலை அவசர நிலையை அறிவிப்பதே எங்கள் குறிக்கோளாக இருந்தது.

காலநிலை அவசர நிலையை அறிவித்த நாடுகள் அதனை சரிசெய்ய செயல்படவில்லை. அப்போது தான் நாங்கள் காலநிலை நீதியை விரும்பு கிறோம் என்பதை முடிவு செய்தோம்.

எங்களிடம் குறிப்பிட்ட கோரிக்கைகள் இல்லை. ஒவ்வொரு நாடு களுக்கும் ஏற்றவாறு நாங்கள் கோரிக்கையினை வைக்க முயற்சிக்கிறோம் என்றார்.

ஜெனரல் இ அட் காலநிலை ஆர்வலர்கள் பற்றிய புத்தகத்திற்காக 2020ம் ஆண்டு அமெரிக்க எழுத்தாளர் 'கெய்ல் இம்பாலுக்கு அளித்த பேட்டியில் திசா ரவி கூறும்போது, இந்திய சுதந்திரப் போராட்டம் அமைதியின் போராட்டமாக வேரூன்றியதிலிருந்தே இந்தியாவில் போராட்டங்கள் வாழ்க்கையின் ஒரு பகுதியாக அமைந்துள்ளது.

மனிதாபிமான பிரச்சனைகள் மீது நிறைய போராட்டங்கள் இந்திய

சமூகத்தில் மிகவும் வேரூன்றியுள்ளன. சமீபத்திய நாட்களில் சமூக ஊடகங்கள் இதற்கு உதவியுள்ளன' என்று கூறினார்.

●

இருபத்திரண்டு வயதான திசா ரவி, ஸ்வீடிஷ் காலநிலை ஆர்வலர் கிரேட்டா துன்கபர்க்கால் தொடங்கப்பட்ட ஒரு இயக்கமான ஃப்ரை மேல் ஃபார் ஃபியூச்சருடன் இணைந்து தன்னார்வலத் தொண்டு செய்து வரும் போராளியாவார்.

2018ம் ஆண்டு கிரேட்டர் துன்பெர்க் உலகையே ஆட்டிப் படைத்த ஸ்வீடிஷ் காலநிலை மாற்ற ஆர்வலராக இயங்கத் தொடங்கிய ஆண்டாகும். 'எதிர்காலத்திற்கான வெள்ளிக்கிழமைகள்' எனும் இயக்கத்தை காலநிலை நீதிக்கான உலகளாவிய மக்கள் இயக்கம் என்று பிரகடனப்படுத்தினார்.

நாம் நிலையாக வளரும் விகிதத்தை விட திடீர் வெள்ளம் மற்றும் வெப்ப அலைகள் அதிகச் சேதத்தை ஏற்படுத்துகின்றன.

காலநிலை அவசர நிலை பிரகடனத்திற்கு முதலில் தேசிய அரசாங்கம் இந்த தற்போதைய காலநிலை நெருக்கடிக்கு தீர்வு காண வேண்டும் என்று இந்த அமைப்பு கோரிக்கை விடுத்தது.

இந்தியாவில் பெங்களூருவில் உள்ள மவுன்ட் கார்மல் கல்லூரியில் மாணவியான திசா ரவி, ஊடகத்திற்கு தெரிவித்ததுபோல அவர் வெள்ளிக்கிழமைகளை ஃபியுச்சர் இந்தியாவுக்காகத் தொடங்கினார்.

ஒவ்வொரு வெள்ளிக்கிழமையும் நகரின் வெவ்வேறு பகுதிகளில் வேலை நிறுத்தங்களை ஒருங்கிணைத்தார்.

இந்தியாவைச் சூழ்ந்துள்ள சுற்றுச்சூழல் நெருக்கடி குறித்து எச்சரிக்கை மணியை ஒலிக்கும் இளப் போராளியாக திஷா ரவியை உலகம் முழுவதும் அடையாளம் கண்டு கொண்டுள்ளது.

"நாங்கள் கருத்து வேறுபாடுகள் ஒடுக்கப்பட்ட நாட்டில் வாழ்கிறோம்" என்று திஷா ரவி ஆட்டோ ரிப்போர்ட் ஆப்பிரிக்காவுக்கு பேட்டியின் போது கூறினார்.

"எதிர்கால இந்தியாவுக்காக வெள்ளிக்கிழமைகளில் நாங்கள் வரைவு

சிஸிபு அறிவிப்பை எதிர்த்ததற்காக பயங்கரவாதிகள் என்று முத்திரை குத்தப்பட்டோம்.

மக்கள் மீது லாபம் பார்க்கும் அரசாங்கம் மட்டுமே சுத்தமான காற்று, சுத்தமான நீர் மற்றும் வாழக் கூடிய கிரகம் ஆகியவற்றைக் கேட்பதை பயங்கரவாதச் செயலாகக் கருதும்” என்றார்.

வேலை நிறுத்தங்களை ஏற்பாடு செய்வது வழக்கமான அம்சமாக இருந்த போதிலும் வெள்ளிக் கிழமைக்கான ஃபியுச்சர் இந்தியா என்ற புதிய வரைவு சுற்றுச்சூழல் தாக்க மதிப்பீடு 2020 குறித்து விழிப்புணர்வை ஏற்படுத்துவதற்காக பிரச்சாரம் நடத்தப்பட்டது.

சுற்றுச்சூழல் ஆர்வலர்கள், அரசாங்கம் அவசர அவசரமாக பாதுகாப்பு களை குறைத்து விட்டதாகக் கூறி வரைவுச் சட்டத்தை முன்வைப்பதாகக் குற்றம் சாட்டினர். தேச துரோக சதியின் அடையாளமாகக் குறிப்பிட்ட கிரெட்டா துன்பெர்க்கின் டூல் கிட் (கருவித் தொகுப்பு) உண்மையில் எதனை உள்ளடக்கமாகக் கொண்டது என்பதில் வேறுபட்ட கருத்துகள் நிலவுகின்றன.

இது சமூகநீதிப் பிரச்சாரகர்களால் பிரச்சனைகளைப் பற்றிய விழிப்புணர்வை ஏற்படுத்தவும், தொடர்வதற்கான உத்திகளைப் பரிந்துரைக்கவும் பயன்படுத்தும் வழக்கமான தொடு ஆவணமேயாகும்.

இந்தியாவில் விவசாயிகள் போராட்டங்களுக்கு ஆதரவை வெளிப் படுத்தும் தனது செய்திகளில் காலநிலை மாற்ற பிரச்சாரகர் கிரேட்டா துன்பெர்க் ட்டுட் செய்த கருவித் தொகுப்பை (டூல்கிட்) உருவாக்கியவர் களுக்கு எதிராக டெல்லி காவல்துறை முதல் தகவல் அறிக்கையை பதிவு செய்தது.

குடியரசுத் தினத்தன்று டெல்லியில் டிராக்டர் பேரணியில் பங்கேற்ற வர்களில் ஒரு பிரிவினர் திட்டமிட்ட வழியை விட்டுவிலகி செங் கோட்டைக்குள் நுழைந்த போது வன்முறையில் விளைவித்த சதிச் செயலுக்கு இது ஆதாரம் என்று போலீசார் தெரிவித்தனர்.

ஒரு கருவித்தொகுப்பு என்பது ஒரு காரணத்தை அல்லது சிக்கலை விளக்குவதற்காக உருவாக்கப்பட்ட ஒரு சிறு புத்தகம் அல்லது ஆவணம் ஆகும். அடிமட்டத்தில் இருந்து பிரச்சனையை தீர்ப்பதற்கான அணுகு முறைகளை இது அடையாளம் காட்டுகிறது.

மூன்று புதிய விவசாயச் சட்டங்களுக்கு எதிராக விவசாயிகள் நடத்திய போராட்டத்தை சீர்குலைக்கும் முயற்சியில் ஹரியானாவின் பல பகுதிகளில் விதிக்கப்பட்ட இணைவெட்டுக்கள் குறித்து பார்படாஸில் பிறந்த பாப் நட்சத்திரம் ரிஹானா ட்டுட் செய்த சிறிது நேரத்திலேயே போராட்டங்களுக்கு ஆதரவு தெரிவிக்கும் வகையில் கிரேட்டா துன்பெர்க்கின் செய்தி வந்தது. பல சர்வதேச பிரபலங்கள் இந்த கோரஸில் இணைந்தனர் பல சிறந்த கூடைப்பந்து வீரர்கள்.

கிரேட்டா துன்பெர்க் ஆல் ட்வீட் செய்யப்பட்ட 'கருவித் தொகுப்பு' இந்தியாவில் நடந்து வரும் விவசாயிகள் போராட்டங்களைப் பற்றி அறிமுகமில்லாத வெறும் நிலைமையை நன்கு புரிந்து கொள்வதற்கும், அவர்களின் சொந்த பகுப்பாய்வின் அடிப்படையில் விவசாயிகளுக்கு எவ்வாறு ஆதரவளிப்பது என்பது குறித்து முடிவெடுப்பதற்கும் இது உதவும் என்று விளக்குகிறது.

விவசாயிகள் ஏன் எதிர்ப்பு தெரிவிக்கிறார்கள் என்பதை சுருக்கமாக விளக்குகிறது.

'தன்னம்பிக்கை மற்றும் வளமானதாக ஆவதற்கு ஆதரவளிக்கப்படுவ தற்குப் பதிலாக பெரும்பான்மையான விவசாயிகள் பெரு நிறுவனங்கள் மற்றும் சர்வதேச நிறுவனங்களின் கட்டுப்பாட்டிற்கு அதிகளவில் உட்படுத்தப்படுகிறார்கள்.

இது ஒரு நாடு மற்றும் அதன் ஒடுக்கப்பட்ட மக்களைப் பற்றியது மட்டுமல்ல உலகெங்கும் உள்ள மக்களுக்கான பாதுகாப்பு பற்றியதே!' கிலும் டூல்கிட் வழக்கில் சிறைக்குச் செல்வதற்கு முன் திஷா ரவி பெங்களூரைச் சேர்ந்த குட்மைல்க் என்ற உணவு நிறுவனத்தில் சமையல் மேலாளராகப் பணிபுரிந்து வந்தார்.

பால் மற்றும் அசைவ உணவுப் பொருள்களுக்கு மாற்றாக தாவர உணவுப் பொருட்களை தயாரிப்பதில ஈடுபட்டுள்ளார்.

காலநிலை பருவ மாற்றம் குறித்த விழிப்புணர்வை பரப்பியதோடு தூய்மை இயக்கங்களை நடத்துதல், மரங்களை நடுதல் போன்ற சுற்றுச் சூழலுடன் தொடர்புடைய பல சமூக நடவடிக்கைகளுக்கும் திஷா ரவி தன்னார்வத் தொண்டு செய்து வருகிறார்.

பிப்ரவரி 3, 2021 அன்று ஸ்வீடிஷ் சுற்றுச் சூழல் ஆர்வலர் கிரேட்டா துன்பெர்க், செப்டம்பர் 2020ல் இந்திய அரசாங்கம் இயற்றிய மூன்று விவசாயச் சட்டங்களுக்கு எதிராக நடக்கும் இந்திய விவசாயிகளின் போராட்டத்திற்கு ஆதரவைத் திரட்டும் நோக்கத்துடன் ஒரு ஆவணத்தை செய்தார்.

கிரேட்டா பகிர்ந்த கருவிகள் இந்தியாவிற்கு எதிரான சர்வதேச சதியின் ஒரு பகுதியாகும். இந்தியாவில் உள்ள சில ஆர்வலர்களின் உதவியுடன் காலிஸ் தானி சார்பு அமைப்புகளான 'சீக்ஸ் ஃபார் ஜஸ்டிஸ் ஃபவுண் டேஷன்' ஆகியவற்றால் இந்த டூல்கிட் உருவாக்கப்பட்டது என்று டெல்லி காவல்துறை கூறியது.

அதைத் தொடர்ந்து IPC பிரிவுகள் 124(எ) (தேசத் துரோகத்திற்காக) 153(எ) (மதம், இனம், பிறந்த இடம், இருப்பிடம், மொழி ஆகியவற்றின் அடிப்படையில் வெவ்வேறு குழுக்களிடையே பகைமையை ஊக்குவித்த தற்காக) மற்றும் 120(பி) (குற்றச்சதிக்காக) ஆகிய பிரிவுகளின் கீழ் வழக்கு பதிவு செய்யப்பட்டது.

13, பிப்ரவரி 2021 அன்று டெல்லி காவல்துறையின் சைபர் செல்குழு, திஷா ரவியை டூல்கிட் வழக்கில் விசாரிப்பதற்காக வடக்கு பெங்களூரில் உள்ள அவரது இல்லத்திலிருந்து கைது செய்தது.

பின்னர், இந்த வழக்கில் தாக்கல் செய்யப்பட்ட எப்.ஐ. களில் அவரது பெயர் சேர்க்கப்பட்டது. டூல்கிட் வழக்கில் கைது செய்யப்பட்ட முதல் பெண் இவரே.

FIRன் படி சமூக ஊடக கண்காணிப்பின் போது திஷா ரவியின் கூட்டாளியான நிகிதா ஜேக்கப் ஜூம் அழைப்பில் கலந்து கொண்டதும், தடை செய்யப்பட்ட காலிஸ்தானி சார்பு அமைப்பான சீக்ஸ் ஃபார் ஜஸ்டிஸின் சிலரும் கலந்து கொண்டதும் கண்டறியப்பட்டதாக போலீசார தெரிவித்தனர்.

போலீசாரிடம நடத்திய விசாரணையில் சர்ச்சைக்குரிய டூல்கிட்டில் இரண்டு வரிகளைத் திருத்தியதை திஷா ரவி ஒப்புக் கொண்டார்.

இருப்பினும் விவசாயிகளின் போராட்டத்திற்கு உலகளாவிய ஆதரவைப் பெறுவதே கருவித் தொகுப்பின் (டூல்கிட்) நோக்கம் என்றும்,

அது எந்தவிதமான வன்முறையையும் ஏற்படுத்தும் நோக்கம் இல்லை என்றும் அவர் கூறினார்.

திஷா ரவி கைது செய்யப்பட்ட பிறகு ஏராளமான இந்திய குடி மக்களிடமிருந்து மகத்தான ஆதரவைப் பெற்றார். மேலும் அவரது கைது உலகளாவிய அளவில் மக்களால் விமர்சிக்கப்பட்டது. மேலும் கேள்விக் குறியானது.

'பொய்க் குற்றச்சாட்டின் பேரில் சட்ட விரோத கைது' என்று அவர்கள் கூறியதை எதிர்த்து மக்கள் வீதிகளில் இறங்கினர்.

ஃபிரைடேஸ் ஃபார் ஃபியுச்சர் (FFF) இந்தியா இயக்கம் ஜூலை 2020 முதல் டெல்லி காவல்துறையின் கண்காணிப்பின் கீழ் இருப்பதாக கூறப்படுகிறது.

அதன் உறுப்பினர்கள் புதிய வரைவுக்கு எதிர்ப்புத் தெரிவிக்கும் வகையில் அதன் அதிகாரப் பூர்வ மின்னஞ்சல் கணக்கிற்கு ஆயிரக்கணக் கான மின்னஞ்சல்களை அனுப்புவதன் மூலம் சுற்றுச்சூழல், வனம் மற்றும் காலநிலை மாற்ற அமைச்சகத்தின் மின்னஞ்சல் பெட்டிகளை மூழ்கடித் துள்ளனர்.

'எதிர்கால இந்தியாவுக்கான வெள்ளிக்கிழமைகளின்' இணைய தளத்தை டெல்லி காவல்துறை சுருக்கமாக முடக்கியது.

23 பிப்ரவரி 2021 அன்று, ஒன்பது நாட்கள் சிறையில் கழித்த பிறகு திஷா ரவியின் காவலை நீட்டிக்க நீதிபதியை நம்ப வைக்கக் கூடிய கணிச மான ஆதாரங்கள் எதையும் காவல்துறை சமர்பிக்கத் தவறியதால் டெல்லி செஷன்ஸ் நீதிமன்றத்தால் திஷா ரவி ஜாமீனில் விடுவிக்கப்பட்டார்.

கூடுதல் செவுன்ஸ் நீதிபதி, தில்லி காவல்துறை நீதிமன்றத்தில் சமர்ப் பித்த ஆதாரங்கள் மிகக் குறைவானவை மற்றும் திஷா ரவிக்கு எதிராக சுமத்தப்பட்ட குற்றச்சாட்டுகள் எதையும் நிரூபிக்கவில்லை என்றும் கூறினார்.

திஷா ரவிக்கு எதிரான குற்றச்சாட்டின் பேரில், ஜாமினில் விடுவிக்க உத்தரவிட்ட நீதிபதி சில முக்கியமான கருத்துக்களை தெரிவித்துள்ளார்.

'எனது கருத்தில், வாட்ஸ் அப் குழுவை உருவாக்குவது அல்லது தீங்கற்ற டூல்கிட்டின் எடிட்டராக இருப்பது குற்றமல்ல.

மேலும் கூறப்பட்ட கருவித் தொகுப்பு அல்லது PJF உடனான இணைப்பு ஆட்சேபனைக்குரியதாகக் கண்டறியப்படாததால் வாட்ஸ் அப் அரட்டையை வெறுமனே நீக்குவது அர்த்தமற்றதாகி விடும்

கூறப்பட்ட கருவித் தொகுப்பை ஆய்வு செய்வது, எந்த விதமான வன்முறைக்கான அழைப்பும், வெளிப்படையாக இல்லை என்பதை வெளிப்படுத்துகிறது.

திஷா ரவிக்கு எதிராக பிரிவினைவாத சக்திகளுடன் சதி செய்ததற்கான எந்த ஆதாரமும் இல்லை.

பேச்சு மற்றும் கருத்து சுதந்திரத்தற்கான உரிமையானது உலகளாவிய கருத்தைத் தேடும் உரிமையை உள்ளடக்கியது.

ஆதாரங்களை மேலும் சேகரிக்க வேண்டி போலீசார் கோரிக்கை ஏற்று திஷா ரவியை சிறையில் தள்ள முடியாது.'

●

இந்திய விவசாயிகளின் போராட்டத்திற்கு ஆதரவாக பாப் பாடகி ரிஹானா ட்விட்டரில் பதிவிட்ட பின்பு சுவீடனைச் சேர்ந்த மாணவியும் கிரேட்டா துன்பர்க் தமது ட்விட்டர் பக்கத்தில் 'டூல்கிட்' ஒன்றைப் பகிர்ந்திருந்தார்.

அந்த டுவிட்டர் பதிவில் இந்தியளவில் களத்தில் உள்ள மக்களால் இந்த டூல்கிட் புதுப்பிக்கப்பட்டு வருகிறது என்றும் குறிப்பிட்டிருந்தார். ஆனால் அதன் பின்பு அதை தமது டுவிட்டர் பக்கத்தில் இருந்து நீக்கி இருந்தார்.

பிப்ரவரி 4 மற்றும் 5 ஆகிய தேதிகளில் விவசாயிகள் போராட்டத்திற்கு ஆதரவாக பதிவுகள் மூலம் 'ட்விட்டர் புயல்' உருவாக்குவது, போராட்டம் நடத்தும் விவசாயிகளுக்கு ஆதரவு தெரிவிக்கும் வகையில் புகைப்படம் மற்றும் காணொலிகளை வெளியிடுவது ஆகியவை கிரேட்டா துன்பெர்க் டூல்கிட்டில் வலியுறுத்தப்பட்டிருந்தது.

அதானி, அம்பானி போன்ற பெருமுதலாளிகளுக்கு எதிராகச் செயல் படுவது அரசு அதிகாரிகள் மற்றும் அரசை பிரதிநிதித்துவப் படுத்தவர் களுக்கு விவசாயிகள் போராட்டம் தொடர்பாக நடவடிக்கை எடுக்கு மாறு கோரிக்கை வைப்பது, பிப்ரவரி 13 மற்றும் 14 ஆகிய தேதிகளில்

அவரவர் இருக்கும் இடத்துக்கு அருகில் உள்ள இந்தியத் தூதரகம், ஊடக நிறுவனம், அல்லது உள்ளூர் அரசு அலுவலகம் ஆகியவற்றின் அருகே போராட்டம் நடத்துவது உள்ளிட்டவையும் அதில் குறிப்பிட்டிருந்தன.

கிரேட்டா துன்பெர்க் பதிவிட்டிருந்த டூல்கிட் இந்திய அரசுக்கு எதிராக செயல்பட விரும்பும் காலிஸ்தான் பிரிவினைவாதிகளின் சதி என்றும் கிரேட்டா தன்னுடைய பதிவின் மூலம் காலிஸ்தான் பிரிவனை வாதத்தைத் தூண்டும் சதித்திட்டத்தில் ஈடுபட்டார் என்றும் டெல்லி காவல்துறை வழக்குப் பதிவு செய்தது.

கிரேட்டா துன்பெர்க் மட்டுமல்லாது அடையாளம் அறியப்பட்ட வர்கள் மீதும் டெல்லி காவல்துறையின் முதல் தகவல் அறிக்கையில் குற்றம் சாட்டப்பட்டிருந்தது.

கிரேட்டா துன்பெர்க் பகிர்ந்த டூல்கிட்டில் இருந்த குற்ற நடவடிக்கை எடுக்கத் தகுந்த தகவல்கள் வெளியில் கசிந்ததால் தான் திஷா ரவி அதை நீக்குமாறு கிரேட்டாவிடம் கூறினர் என்று டெல்லி காவல்துறை தெரிவிக்கிறது.

திஷா ரவி இந்த டூல்கிட்டை உருவாக்கியதில் முக்கிய சதியில் ஈடு பட்டவர் என்று தெரிவித்துள்ளது டெல்லி காவல்துறை. இது தொடர்பாகத்தான் அவர் கைது செய்யப்பட்டார்.

காலிஸ்தான் ஆதரவு 'பொயட்டிக் ஜஸ்டிஸ் ஃபவுண்டேஷன்' எனும் அமைப்புடன் இணைந்து இந்திய அரசுக்கு எதிரான வெறுப்புணர்வை பரப்பும் வகையில் திஷா ரவி செயல்பட்டார் என்று டெல்லி காவல்துறை ட்விட்டரில் தெரிவித்துள்ளது.

சட்டத்தை மீறுவதற்கு சட்டம் பயன்படுத்தப்படும்போது நாம் சட்டமற்ற நிலையில் வாழ்வதற்கு தள்ளப்படுகிறோம் என்ற நியாயமான கவலை நமக்குள் எழுகிறது.

குற்றச் செயல்கள் நடக்காத போது குற்றவியல் சட்டத்தை பயன் படுத்துவது என்பது மத்திய அரசின் வரையறுக்கும் உத்தியாகப் பார்க்கப்படுகிறது.

டிராக்டரில் சென்ற இளம் விவசாயி ஒருவர் காவல் துறையினரால் சுட்டுக் கொல்லப்பட்டதாகக் கூறப்படும் செய்தியை ட்வீட் செய்ததற்

காக மூத்த பத்திரிக்கையாளர்கள் மீது தேசத் துரோகக் குற்றம் சாட்டப் பட்டுள்ளது.

போராட்டத்தில் ஈடுபட்ட விவசாயிகள் மூன்று விவசாய சட்டங்களை ரத்து செய்யவேண்டும் என்று கோரிக்கை வைத்துப் போராடுவது 124ஏ பிரிவில் உள்ள தேசத்துரோகக் குற்றத்தில் வழக்குப் பதிவு செய்வது எப்படி ஏற்புடையதாகும்?

திஷா ரவியின் வழக்கில் அவர் இந்திய தண்டனைச் சட்டத்தின் 124ஏ பிரிவின் கீழ் தேசத்துரோக குற்றச்சாட்டுக்கு ஆளானார்.

'நான் அந்த நீதிமன்ற அறையில் நின்று என் வழக்கறிஞர்களைத் தீவிர மாகத் தேடிக் கொண்டிருந்தபோது, நான் என்னைப் பாதுகாத்துக் கொள்ள வேண்டும் என்ற உண்மையை உணர்ந்தேன். சட்ட உதவி கிடைக்கும் என்று எனக்குத் தெரியவில்லை.

எனவே நான் ஏதாவது சொல்ல வேண்டுமா என்று நீதிபதி என்னிடம் கேட்ட போது, என் மனதைச் சொல்ல முடிவு செய்தேன்' என்று திஷா ரவி கூறினார்.

தேசதுரோக வழக்கில் டெல்லி நீதிமன்றத்தால் ஜாமீன் பெற்ற பதினைந்து நாட்களுக்கும் மேலாக தனது மௌனத்தை கலைத்த பருவநிலை போராளி திஷா ரவி

'எவ்வளவு நேரம் எடுத்தாலும் உண்மை தன்னை வெளிப்படுத்து கிறது' என்று கூறினார். அவர் கைது செய்யப்பட்டதைத் தொடர்ந்து நடந்த ஊடக விசாரணையை அவர் கடுமையாக சாடினார்.

டூல்கிட் தொடர்பாக டெல்லி காவல்துறையால் பிப்ரவரி 13ம் தேதி கைது செய்யப்பட்ட பின்னர் 10 நாட்கள் போலீஸ் மற்றும் நீதிமன்ற காவலில் இருந்த 22 வயதான திஷா ரவி 'எனக்கு சொந்தமான ஒரு கதையை முன்வைக்க' என்று ட்விட்டரில் நான்கு பக்க அறிக்கையை பதிவிட்டுள்ளார்.

ஸ்வீடிஷ் ஆர்வலர் கிரேட்டா துன்பெர்க் ட்வீட் செய்த விவசாயிகள் போராட்டங்கள் குறித்து, பெங்களூரில் இருந்து டெல்லிக்கு அழைத்து வரப்பட்ட பின்னர் பாட்டியாலா ஹவுஸ் நீதிமன்றத்தில் ஆஜர்படுத்தப் பட்ட தனது அனுபவத்தை நினைவு கூர்ந்தார்.

திஷா ரவி தன்னுடைய அறிக்கையில் இவ்வாறு தொடங்குகிறார்.

"உண்மையான அனைத்தும் மிகவும் உண்மையற்றதாக உணர்கிறது. டெல்லியின் பிரபலமற்ற புகை மூட்டம், சைபர் காவல் நிலையம்,

தீதையான் மருத்துவமனை, பாட்டியாலா ஹவுஸ் நீதிமன்றம் மற்றும் திகார் சிறை. 5 ஆண்டுகளில் என்னை எங்கே பார்க்கிறேன் என்று யாராவது என்னிடம் கேட்ட எல்லா வருடங்களிலும் நான் ஜெயில் என்று பதிலளித்திருக்க மாட்டேன், ஆனால் நான் இங்கே இருந்தேன்.

குறிப்பிட்ட நேரத்தில் அங்கு இருப்பது எப்படி இருந்தது என்று என்னை நானே கேட்டுக் கொண்டேன். ஆனால் பதில் எதுவும் இல்லாமல் திரும்பி வந்தேன்.

இது எனக்கு நடக்கவில்லை என்று என்னை ஏமாற்றிக் கொள்வதன் மூலம் மட்டுமே என்னால் வாழ முடியும் என்று என்னை நானே வற்புறுத்திக் கொண்டேன்.

பிப்ரவரி 13, 2021 அன்று காவல்துறை என் கதவைத் தட்டவில்லை. அவர்கள் எனது தொலைபேசி மற்றும் மடிக்கணினியை எடுத்துக் கொண்டு என்னைக் கைது செய்யவில்லை. அவர்கள் என்னை பாட்டியாலா ஹவுஸ் நீதிமன்றத்தில் ஆஜர்படுத்தவில்லை. ஊடகவியலாளர்கள் அறைக்குள் ஒரு இடத்தைக் கண்டுபிடிக்க முயற்சிக்கவில்லை."

போலீஸ் காவலில் வைக்கப்பட்டதைத் தொடர்ந்து நடந்த ஊடக விசாரணை குறித்து திஷா ரவி பேசினார் :

"அடுத்த நாட்களில் எனது சுயாட்சி மீறப்பட்டதில் ஆச்சரியமில்லை. எனது புகைப்படங்கள் அனைத்து செய்திகளிலும் தெறிக்கப்பட்டன. என் செயல்கள் குற்றவாளிகளாக அறிவிக்கப்பட்டன. நீதிமன்றத்தில் அல்ல, மாறாக TRP களைத் தேடுபவர்களால் பிளாட் ஸ் கிரீன்களில், என்னைப் பற்றிய அவர்களின் எண்ணத்தைத் திருப்திபடுத்துவதற்காக என்னைப் பற்றிய பல சுருக்கங்களை அறியாமல் நான் அங்கேயே அமர்ந்திருந் தேன்" என்று திஷா ரவி கூறினார்.

திகார் சிறையில் இருந்த நாட்களைப் பற்றி எழுதும் திஷா ரவி, "ஐந்து நாட்களின் முடிவில் (19 பிப்ரவரி 2021) நான் 3 நாட்களுக்கு நீதிமன்றக் காவலுக்கு மாற்றப்பட்டேன்.

திகாரில் ஒவ்வொரு நாளும் ஒவ்வொரு மணிநேரத்தின் ஒவ்வொரு நிமிடத்தின் ஒவ்வொரு நொடியையும் நான் அறிந்திருந்தேன்.

எனது அறைக்குள் அடைத்து வைக்கப்பட்டிருந்த நான் இந்தப் பூவுலகில் உள்ள ஜீவனோபாயத்தின் மிக அடிப்படையான கூறுகள் என்னுடையது என நினைப்பது எப்போது குற்றமாக மாறியது என்று நான் ஆச்சர்யப்பட்டேன்.

பிப்ரவரி 23 அன்று அவருக்கு ஜாமீன் வழங்கிய கூடுதல் செவுன்ஸ் நீதிபதி தர்மேந்தர் ராணா, ‘‘எந்தவொரு ஜனநாயக தேசத்திலும் குடிமக்கள் அரசாங்கத்தின் மனசாட்சியைக் காப்பவர்கள்’’ என்றும் அரசு கொள்கைகளுடன் உடன்படவில்லை என்பதற்காக அவர்களை சிறையில் தள்ள முடியாது’’ என்று கூறினார்.

திஷா ரவி தனது அறிக்கையில் ‘பெரும்பாலான மக்களுக்கு காலநிலை செயல்பாடு அல்லது கால நிலை நீதி பற்றி எதுவும் தெரியாது அல்லது எதுவும் தெரியாது’ என்று எழுதினார்.

விவசாயிகளான என் தாத்தா பாட்டி மறைமுகமாக எனது காலநிலை செயல்பாட்டிற்கு வழிவகுத்தனர். தண்ணீர் நெருக்கடி அவர்களை எவ்வாறு பாதித்தது என்பதற்கு நான் சாட்சியாக இருக்க வேண்டியிருந்தது.

ஆனால் எனது பணி, மரங்களை நடுதல் மற்றும் சுத்தப்படுத்துல் என்று குறைக்கப்பட்டது. இவை முக்கிமானவை. ஆனால் உயிர் வாழ்வதற்காகப் போராடுவது போன்றதல்ல.

காலநிலை நீதி என்பது குறுக்கு வெட்டு சமத்துவத்தைப் பற்றியது. இது அனைத்து மக்களையும் தீவிரமாக உள்ளடக்கியதாகும். இதனால் அனைவருக்கும் சுத்தமான காற்று உணவு மற்றும் தண்ணீர் கிடைக்கும் என்று அவர் கூறினார்.

‘ஒரு அன்பான நண்பர் எப்போதும் சொல்வது போல, காலநிலை நீதி என்பது பணக்காரார்களுக்கும் வெள்ளையர்களுக்கும் மட்டுமல்ல. இது இடம் பெயர்ந்தவர்களுடன் சேர்ந்து ஒரு சண்டை. யாருடைய நதிகள் விஷமாக்கப்பட்டன. யாருடைய நிலங்கள் திருடப்பட்டன. ஒவ்வொரு பருவத்திலும் தங்கள் வீடுகளை அடித்துச் செல்லப்படுவதைப்

பார்த்தவர்கள், மற்றும் அடிப்படை மனித உரிமைகளுக்காக அயராது போராடுபவர்கள்' என்று திஷா ரவி கூறினார்.

'நாங்கள் மக்களால் தீவிரமாக மௌனிக்கப்பட்டவர்களுடன் இணைந்து போராடுகிறோம். மேலும் குரலற்றவர்கள் என்று சித்தரிக்கப் படுகிறோம். ஏனென்றால் சவர்ணாக்கள் அவர்களை குரலற்றவர்கள் என்று அழைப்பது எளிது.'

'மக்களிடமிருந்து வந்த அபரிமிதமான அன்பு எனக்கு பலத்தை அளித்தது. எனக்கு ஆதரவாக நின்ற அனைவருக்கும் நன்றி தெரிவித்துக் கொள்கிறேன்.'

கடந்த சில நாட்கள் வலிக்கு அப்பாற்பட்டவை. ஆனாலும் நான் சலுகை பெற்றவர்களுள் ஒருவன் என்பதை நான் அறிவேன்.

சார்பு சட்ட உதவியைப் பெறுவதற்கு நான் அதிர்ஷ்டசாலி. ஆனால் அவ்வாறு செய்யாத அனைவரையும் என்ன செய்வது?

இன்னும் சிறையில் உள்ளவர்களின் கதைகள் சந்தைப்படுத்த முடியாதவைகளின் நிலை என்ன?

உங்கள் திரை நோக்கத்திற்கு தகுதியற்ற விளிம்பு நிலைகளைப் பற்றி என்ன?

உலகின் வெட்கக் கேடான அலட்சியத்தை எதிர்கொள்பவர்களின் நிலை என்ன? என்று திசை ரவியின் கேள்விகள் அமைந்தன.

''எங்கள் கூட்டு அமைதியின் காரணமாக அவர்களின் உடல் வடிவங்கள் கம்பிகளுக்கு பின்னால் சிக்கிக் கொண்டாலும், அவர்களின் கருத்துக்கள் மக்களின் ஒன்றுபட்ட எதிர்ப்பைப் போலவே தொடர்ந்து வாழ்கின்றன.

எண்ணங்கள் இழப்பதில்லை. மேலும் உண்மை அது எவ்வளவு காலம் எடுத்தாலும் எப்போதும் தன்னை வெளிப்படுத்திக் கொள்ளும்.

நாங்கள் ஒவ்வொரு நாளும் அச்சுறுத்தல் படுகிறோம். எங்கள் குரல்கள் நசுக்கப்படுகின்றன. ஆனால் நாங்கள் தொடர்ந்து போராடு வோம்'' என்று காலநிலை போராளி திஷா ரவியின் அறிக்கை நீண்டது.

கிரேட்டா துன்பெர்க் டூல்கெட் வழக்கு தொடர்பாக 21 வயதான காலநிலை போராளி திஷா ரவி பெங்களூரிலிருந்து டெல்லி காவல் துறையால் கைது செய்யப்பட்டதற்கு பல அரசியல் தலைவர்கள் ஆர்வலர் கள் மற்றும் கலைஞர்கள் தங்கள் எதிர்ப்பை பதிவு செய்துள்ளனர்.

ஆம் ஆத்மி கட்சித்தலைவர் அரவிந்த் கெஜ்ரிவால் '21 வயதான திஷா ரவி கைது செய்யப்பட்டிருப்பது ஜனநாயகத்தின் மீதான முன்னோடி யில்லாத தாக்குதல். விவசாயிகளை ஆதரிப்பது குற்றமில்லை' என்று கூறியுள்ளார்.

முன்னாள் நிதி அமைச்சர் ப.சிதம்பரம், 'திஷா ரவி கைது செய்யப் பட்டிருப்பதை வன்மையாக கண்டிப்பதோடு, எதேச்சாதிகரமான ஆட்சிக்கு எதிராக அனைத்து மாணவர்களும் இளைஞர்களும் குரல் எழுப்ப வேண்டும்' என்று வலியுறுத்தினார்.

காங்கிரஸ் பிரமுகர் சசிதரூர், 'திஷாரவியின் கைது, விவசாயிகளின் வெகுஜனப் போராட்டங்களை ஒடுக்க முயல்வதால் சுதந்திரமான கருத்து மற்றும் அரசியல் கருத்து வேறுபாடுகளுக்கு எதிரான இந்தியாவின் ஒடுக்கு முறையின் சமீபத்திய விரிவாக்கம் என்று UK, Daily Telegraph கூறுகிறது. அதன் சொந்த உலகளாவிய பிம்பத்திற்கு அது ஏற்படுத்தும் சேதத்தைப் பற்றி G O I கவலைப்படவில்லையா?' என்று கேள்வி எழுப்பினார்.

அமெரிக்க வழக்கறிஞர் மீனா ஹாரீஸர் இந்திய அதிகாரிகள் மற்றொரு இளம் பெண் ஆர்வலர் 21 வயது திஷா ரவியை கைது செய்துள்ளனர். ஏனெனில் அவர் விவசாயிகளின் போராட்டத்தை எவ்வாறு ஆதரிப்பது என்பது குறித்த சமூக ஊடக கருவித் தொகுப்பை அவர் வெளியிட்டார்.

நிகழ்வுகளின் வரிசையைப் பற்றிய இந்த நூலைப் படித்து ஆர்வலர்கள் ஏன் அரசாங்கத்தால் குறிவைக்கப்பட்டு மௌனமாக்கபடுகிறார்கள் என்று கேளுங்கள் என்று பதிவிட்டிருந்தார்.

ஆனந்த் சர்மா காங்கிரஸ், 'காலநிலை ஆர்வலர் திஷா ரவி கைது மிகவும் துரதிருஷ்ட வசமானது மற்றும் அதிர்ச்சியளிக்கிறது. எந்தவொரு குற்றவியல் முன்னோடியும் இல்லாமல் ஒரு இளம் பெண்ணை காவலில் வைத்து விசாரணை செய்வது நியாயப்படுத்த முடியாது.

அவரது சுதந்திர உரிமையை காவல்துறை அங்கீகரிக்க வேண்டும் மற்றும் நீதிமன்றங்கள் ஜாமீன் விதி மன்றும் சிறைவிதி விலக்கு என்று உச்ச நீதிமன்றத் தீர்ப்பை மதிக்க வேண்டும்.'

கிளாடி வெப் எம்பி இங்கிலாந்து தமது பதிவில் 'திஷா ரவிக்கு 21 வயது. இந்தியாவைச் சேர்ந்த காலநிலை ஆர்வலரான அவர் சுத்தமான காற்று, சுத்தமான நீர், மற்றும் வாழக்கூடிய கிரகத்திற்காக பிரச்சாரம் செய்கிறார். விவசாயிகளை அமைதியான முறையில் ஆதரித்ததற்காக அவர் இப்போது அரசால் அனுமதிக்கப்பட்டவன் முறையை எதிர் கொள்கிறார். மௌனம் என்பது ஒரு விருப்பமல்ல. இந்த அடக்குமுறை செயலை நாம் அனைவரும் கண்டிக்க வேண்டும்' என்று கூறியுள்ளார்.

25

ஆணவத்தை அடக்கிய வேளாண் போராளிகள்

வேளாண்துறை தொடர்பாக 2020 செப்டம்பர் 20 மற்றும் 22ம் தேதிகளில் இந்திய நாடாளுமன்றத்தில் மூன்று வேளாண் மசோதாக்கள் நிறைவேற்றப் பட்டன.

குடியரசுத் தலைவர் ராம்நாத் கோவிந்த் இந்த மசோதாக்களுக்கு செப்டம்பர் 27ம் தேதி ஒப்புதல் அளித்ததும் அவை சட்ட வடிவத்தைப் பெற்றன.

அந்த சட்டங்களில் பல்வேறு அம்சங் களுக்கு எதிர்ப்பு தெரிவித்து விவசாயிகள் போராட்டம் நடத்தி வருகின்றனர்.

ஏற்கனவே செயல்பட்டுக் கொண் டிருக்கும் ஏ.பி.எம்.சி.மண்டிகளுடன், தனியார் துறையினரும் ஒப்பந்த அடிப்படையில் வேளாண் உற்பத்தி,

கொள்முதல், சேமிப்பு மற்றும் வர்த்தகத்தில் ஈடுபட இந்தச் சட்டங்கள் வகை செய்கின்றன.

வேளாண் உற்பத்திப் பொருட்களை குறிப்பாக கோதுமை மற்றும் நெல்கொள்முதலை அரசு படிப்படியாகக் குறைத்து, கடைசியில் கொள்முதல் செய்வதையே நிறுத்தி விடும் என்றும், அதனால் மார்க்கெட்டை இலக்கும் சக்தியாக இருக்கப்போகும் தனியாரைச் சார்ந்தே தாங்கள் இருக்க வேண்டியிருக்கும் என்றும் விவசாயிகள் அச்சம் தெரிவிக்கின்றனர்.

எனவே இச்சட்டங்கள் தனியாருக்குப் பயன்தருவதாகத் தான் இருக்குமே தவிர, குறிப்பாக குறைந்தபட்ச ஆதார விலை (எம்.எஸ்.பி) நடைமுறை கைவிடப்படுவதால் விவசாயிகள் தான் சிரமத்துக்கு ஆளாவார்கள் என்றும் விவசாயிகள் அஞ்சுகின்றனர்.

ஏ.பி.எம்.சி மண்டிகள் நடைமுறை கைவிடப்படும் அல்லது மூடப் படும் அல்லது எம்.எஸ்.பி முறை கைவிடப்படும் என்பது குறித்து சட்டங் களில் எதுவும் குறிப்பிடப்படவில்லை என்றாலும் இந்தச் சட்டங்களின் மூலம் களத்தில் இறங்கும் தனியார் துறையினரால் கடைசியில் அந்த சூழ்நிலைதான் உருவாகும் என்று விவசாயிகள் கூறுகின்றனர்.

2019.20ம் ஆண்டில் பஞ்சர் மற்றும் ஹரியானாவில் கோதுமை மற்றும் உணவு தானியம் கொள்முதல் செய்ததில் விவசாயிகளுக்கு அரசு சுமார் ரூ.80ஆயிரம் கோடி பணம் பட்டுவாடா செய்தது.

அதில் பெரும்பாலானோர் சிறிய மற்றும் விளிம்பு நிலை விவசாயிகள். தனியார் இத்துறையில் நுழைவதால் உணவு தானியங்களை அரசு கொள்முதல் செய்வது குறையும் அல்லது கைவிடப்படும் என்ற அச்சத்தில், வேளாண்மை அவசரச் சட்டங்களுக்கு எதிராக பஞ்சாப் விவசாயிகள் ஜீன், ஜீலை மாதங்களில் போராட்டங்களில் ஈடுபட்டனர்.

அதே அச்சங்களைக் குறிப்பிட்டு ஹரியானா விவசாயிகள் செப்டம்பர் மாதம் போராட்டத்தில் ஈடுபட்டனர்.

பஞ்சாப் ஹரியானாவில் மாதக் கணக்கில் போராட்டங்கள் நடந்த நிலையில் மாநிலங்களில் இருந்து அரசியல் வாதிகள் குரல் எழுப்பியும், இந்தப் பிரச்சினை குறித்து போராட்டக்காரர்களுக்கும் மத்திய அரசுக்கும் இடையே முறைப்படியான பேச்சு வார்த்தை எதுவும் நடைபெறவில்லை.

போராட்டத்தில் ஈடுபட்டுள்ள விவசாயிகள் நவம்பர் 26 மற்றும் 27 தேதிகளில் தலைநகர் டெல்லியின் எல்லையை அடைந்தபோது, அவர்களை சமாதானப் படுத்துவதற்கு விவசாய அமைப்புகளுடன் அரசு பேச்சுவார்த்தை நடத்தியது. வேறு மாநிலங்களைச் சேர்ந்த விவசாயி களும் பஞ்சாப் ஹரியானா விவசாயிகளுடன் இணைந்து கொண்டுள்ள னர். விவாதத்துக்குள்ளாக்கப்பட்டுள்ள மூன்று வேளாண் மசோதாக்கள் விபரம் :

வேளான் விளைபொருள் வர்த்தகம் மற்றும் வணிகம் (ஊக்குவித்தல் மற்றும் வசதி ஏற்படுத்துதல்) மசோதா 2020

விலை உத்தரவாதம் மற்றும் வேளாண் சேவைக்கான விவசாயிகள் (அதிகாரம் அளிப்பு மற்றும் பாதுகாப்பு) ஒப்பந்த மசோதா 2020

அத்தியாவசியப் பொருட்கள் (திருத்த) மசோதா 2020

வேளான் ஒழுங்குமுறை விற்பனைக் கூடங்கள் அல்லது ஏ.பி.எம்.சி மண்டிகளிலும், மண்டிகளுக்கு வெளியிலும் வேளாண் விளைபொருள் களை விவசாயிகள் வாங்கவோ, விற்கவோ இந்தச் சட்டங்கள் வகை செய்கின்றன.

இந்த விதிமுறைக்கு விவசாயிகள் எதிர்ப்பு தெரிவிக்கின்றனர். ஏ.பி.எம். சிகளுக்கு வெளியில் தாங்கள் விற்பனை செய்தால் சந்தை விலையை தரும்போது அரசுக்கு நஷ்டம் ஏற்படும் என்று விவசாயிகள் கூறுகின்றனர்.

ஏ.பி.எம். சிகள் இல்லாமல் போய்விட்டால் இடைத்தரகர்கள் மற்றும் கமிஷன் ஏஜென்ட்கள் நிலை என்னவாகும் என்றும் அவர்கள் கேட் கின்றனர்.

இந்தச் சட்டங்கள் அமலுக்கு வந்தார் குறைந்தபட்ச ஆதார விலை முறை கிடைக்காமல் போய்விடும் என்று விவசாயிகள் அச்சம் தெரிவிக் கின்றனர்.

ஒழுங்கமைக்கப்பட்ட ஒப்பந்த வேளாண்மை முறைக்கு புதிய சட்டங்கள் அனுமதி அளிக்கின்றன.

எனவே விவசாயிகள் இப்போது மொத்த விற்பனை வணிகர்கள், பதப்படுத்தல் தொழில் நிறுவனங்கள் மற்றும் தனியார் நிறுவனங்களுடன் சட்டபூர்வ ஒப்பந்தங்கள் செய்து கொள்ளலாம்.

வேளாண் பொருள் சாகுபடி உற்பத்தி மற்றும் அவற்றை விற்பதற்கு இந்த ஒப்பந்தங்கள் வகை செய்யும் பேச்சுவார்த்தை மூலம் விலைகளை முடிவு செய்து ஒப்பந்தத்தில் நிர்ணயம் செய்து கொள்ளலாம்.

இந்த நடைமுறையில் இடைத்தரகர்கள் இல்லை என்பதால் விவசாயிகள் முழு லாபத்தையும் பெறமுடியும் என்று அரசு கூறுகிறது.

ஆனால் ஒப்பந்த வேளாண்மை முறைக்கு விவசாயிகள் எதிர்ப்பு தெரிவிக்கின்றனர். விவசாயிகள் எழுப்பும் இரண்டு முக்கிய ஆட்சேபங்கள் : கிராமப்புறங்களைச் சேர்ந்த விவசாயிகள், தனியார் நிறுவனங்களுடன் நியாயமான விலைக்கு பேரம் பேச முடியுமா என்பது முதலாவது விசயம்.

அடுத்ததாக தரம் குறைவாக இருக்கிறது என்று கூறி விளைச்சலுக்குப் பிறகு தனியார் ஒப்பந்தகாரர்கள் அதை நிராகரிக்க வாய்ப்பு உண்டு என்பதாக உள்ளது.

மூன்று சட்டங்களையும் முழுமையாக ரத்து செய்ய வேண்டும் என்று விவசாயிகள் கோருகின்றனர். சமீபத்தில் நிறைவேற்றப்பட்ட சட்டங்களில் எந்தத் திருத்தங்கள் செய்வதையும் அவர்கள் விரும்பவில்லை.

எம்.எஸ்.பி. விலைக்கும் குறைவாகக் கொள்முதல் செய்வதை கிரிமினல் குற்றமாக அறிவிக்க வேண்டும் என்றும் உணவு தானியங்களை குறிப்பாக கோதுமை, நெல், ஆகியவற்றை அரசு கொள்முதல் செய்வதை கட்டாயமாக்கும் வகையில் புதிய சட்டம் இருக்க வேண்டும் என்று விவசாய சங்கங்கள் வலியுறுத்துகின்றன.

குறைந்தபட்ச ஆதார விலை (எம்.எஸ்.பி) என்ற நடைமுறை விவசாயிகளைப் பாதுகாப்பதற்காகக் கொண்டு வரப்பட்டது.

வெளிச்சந்தையில் சரிவு ஏற்பட்டால் நிர்ணயிக்கப்பட்ட எம்.எஸ்.பி விலையில் வேளாண் வினைபொருளை அரசு கொள்முதல் செய்து கொள்ளும். இதனால் விவசாயிகள் நிதி இழப்பு ஏற்படாமல் காப்பாற்றப் படுகிறார்கள்.

குறிப்பிட்ட ஒரு வேளான் வினைபொருளுக்கு நாடு முழுக்க ஒரே எம்.எஸ்.பி அமலில் இருக்கும். வேளாண் செலவுகள் மற்றும் விலைகள் கமிஷன் அளிக்கும் தகவல்களின் அடிப்படையில் எம்.எஸ்.பி விலையை வேளாண்மை அமைச்சகம் முடிவு செய்கிறது.

இப்போது வேளாண் பொருட்களை எம்.எஸ்.பி விலையில் அரசு கொள்முதல் செய்கிறது. இருந்த போதிலும் அரசு அதிக அளவில் கொள் முதல் செய்யும் கோதுமை, நெல் தவிர மற்ற பொருள்களை தனியாரிடம் எம்.எஸ்.பி விலைக்கு விற்க முடிவதில்லை என்று விவசாயிகள் கூறு கின்றனர்.

மத்திய அரசு கொண்டு வந்துள்ள புதிய வேளாண்மைச் சட்டங்கள் ஏ.பி.எம்.சிக்கு வெளியில் எந்த விலைக்கும் விவசாயிகள் தங்கள் விளைபொருட்களை விற்க அனுமதி அளிக்கிறது. ஆனால் ஏ.பி.எம்.சியில் விற்றாலும் அல்லது வெளியில் விற்றாலும் எம்.எஸ்.பி விலைக்கு உத்தரவாதம் அளிக்க வேண்டும் என்று விவசாயிகள் கேட்கின்றனர். அந்த உத்தரவாதம் இல்லாமல் போனால் விலைகளைக் குறைத்து விவசாயி களுக்கு நெருக்கடி ஏற்படுத்துவார்கள் என்று அவர்கள் அஞ்சுகின்றனர்.

எம்.எஸ்.பி ரத்து செய்யப்படாது என்றும் அரசின் கொள்முதல் தொடரும் என்றும் பிரதமர் கூறிவந்துள்ளார். இதுவரையில் அது குறித்து எழுத்து பூர்வ உறுதியை அளிக்க அரசு தயாராக இல்லை. தங்கள் கோரிக்கைகளை செவி சாய்த்து கேட்கவில்லை என்பதால் கோபம் அடைந்த விவசாயிகள் செப்டம்பர் 26 மற்றும் 27 தேதிகளில் டெல்லியை முற்றுகையிடப் போவதாக அறிவித்தனர்.

தலைநகர் செல்லும் நெடுஞ்சாலையில் திருப்புகள் அமைத்தும், தண்ணீரை பீய்ச்சி அடித்தும் விவசாயிகளை ஹரியானா காவல் துறையினர் தடுத்த வீடியோக்கள் வெளியான பிறகு தான் மத்திய அரசு இதை கவனத்தில் எடுத்துக் கொண்டதாகத் தெரிகிறது.

பல்வேறு மாநிலங்களில் உள்ள பல்வேறு விவசாய அமைப்புகளும் அவர்களுக்கு ஆதரவு தெரிவித்து தங்கள் மாநிலங்களில் போராட்டங்கள் நடத்தியுள்ளன.

மூன்று வேளாண்சட்டங்களை எதிர்த்து 2020 நவம்பர் 26ம் தேதி டெல்லியில் தொடங்கிய விவசாயிகள் போராட்டம் ஒரு வருடத்தை நெருங்கிக் கொண்டிருக்கிறது. சமீப ஆண்டுகளில் இப்படியொரு போராட்டத்தை உலகம் கண்டிருக்காது.

ஜனநாயக ரீதியிலான விவசாயிகளின் போராட்டம் வெற்றி பெற்றிருக்கிறது.

இந்த வேளாண் சட்டங்களை பிரதமர் மோடி திரும்பப் பெறும் போது, 'விவசாயிகளை எங்களால் சம்மதிக்க வைக்க முடியவில்லை. இந்தச் சட்டங்களைப் பற்றி விவசாயிகளுக்கு புரிய வைக்கவும் முடிய வில்லை' என்று தெரிவித்துள்ளார்.

சுமார் 700க்கும் மேற்பட்டோரை பலிகொண்ட இந்த விவசாயிகள் போராட்டம் மக்களிடையே பெரும் விவாதத்தையும் கவனத்தையும் கிளப்பியது. இந்த ஒரு வருடத்தில் விவசாயப் போராட்டத்தில் நிகழ்ந்த முக்கிய சம்பவங்கள் :

மூன்று வேளாண்மைச் சட்டங்களும் நாடாளுமன்றத்தில் நிறை வேற்றப்படுதவற்கு முன்பே 2020 செப்டம்பர் 14ம் தேதி டெல்லியைச் சுற்றியுள்ள பஞ்சாப், ஹரியானா மாநில விவசாயிகள் போராட்டத்தில் இறங்கினர்.

நாடாளுமன்ற மழைக்காலக் கூட்டத் தொடர் நடைபெற்றுக் கொண்டிருக்கும் போதே போராட்டங்களை நடத்திக் கொண்டிருந்தனர். இதையடுத்து செப்டம்பர் 22ம் தேதி இந்தச் சட்டம் நாடாளுமன்றத்தில் நிறைவேற்றப்பட்டது. செப்டம்பர் 27ம் தேதி குடியரசுத் தலைவர் இந்த சட்டத்துக்கு ஒப்புதல் அளித்தார்.

இதையடுத்து விவசாயிகள் நவம்பர் 25ம் தேதி டெல்லி சலோ, என்ற போராட்டத்தை அறிவித்தனர். அறிவித்ததோடு அனைத்து மாநில விவசாயிகளையும் போராட்டத்தில் பங்கெடுக்குமாறு அழைப்பு விடுத்தனர்.

2020 நவம்பர் 26ல் டெல்லி சலோ போராட்டம் அறிவிக்கப்பட்டது. டிராக்டர்களிலும் பேருந்துகளிலும், கார்களிலும் டெல்லியை நோக்கி விவசாயிகள் சென்றனர்.

குறிப்பாக பஞ்சாப், ஹரியானா, உத்தரப் பிரதேசம் மாநில விவசாயிகள் இதில் கலந்து கொண்டனர். பஞ்சாபிலிருந்து வந்த விவசாயி களை ஹரியானா அரசு தடுத்தது. விவசாயிகள் மீது கண்ணீர் புகை குண்டு வீசுதல், தண்ணீரைப் பீய்ச்சி அடித்தல், தடுப்புகள் வைத்தல் என்று விவசாயிகளுக்கு பல தடைகளை உருவாக்கியது.

ஆனால் அதையும் மீறி விவசாயிகள் டெல்லியை நோக்கிச் சென்றனர்.

இந்தப் போராட்டத்தில் 500 விவசாய சங்கங்களிலிருந்து 20000க்கும் மேற்பட்ட விவசாயிகள் கலந்து கொண்டனர்.

2020 டிசம்பர் 30ம் நாள் ஆறாம் கட்டப் பேச்சு வார்த்தையும் தோல்வி யில் முடிந்தது. இந்தப் பேச்சுவார்த்தையில் தான் மின்சார சட்டத்திருத்த மசோதா சட்டமாக்கப்படாது என்றும், பஞ்சாபில் வைக்கோல் எரிக்கும் விவசாயிகளுக்கு அபராதமும் சிறைத் தண்டனையும் விதிக்கின்ற சட்டத்தை கை விடுவதாகவும் மத்திய அரசு உறுதியளித்தது.

2020 டிசம்பர் 8ல் பஞ்சாப், ஹரியானா மாநில விவசாயிகளுடன் நாடு முழுவதுமுள்ள மற்ற மாநில விவசாயிகளும் போராட்டத்தில் பங்கெடுத் தனர். இதோடு நாடு முழுவதும் பாரத் பந்துக்கு அழைப்பு விடுக்கப் பட்டது. இந்த பாரத் பந்த் போராட்டத்துக்கும் பல விவசாயிகள் சங்கங்களும் எதிர்கட்சிகளும் ஆதரவு அளித்தன.

2021 ஜனவரி 13ல் வேளாண் சட்ட நகல்களை தீ வைத்து எரிக்கும் போராட்டம் முன்னெடுக்கப்பட்டது. இதைத் தொடர்ந்து குடியரசு தின விழாவில் டிராக்டர் பேரணி நடத்துவது என்றும் முடிவெடுக்கப்பட்டது.

2021 ஜனவரி 16ல் டெல்லியில் போராடும் விவசாயிகளுக்கு ஆதரவாக மகாராஷ்டிரா மாநிலத்தில் விவசாயிகளுக்கான மும்பை என்ற போராட்டம் முன்னெடுக்கப்பட்டது.

2021 ஜனவரி 21ல் குடியரசுதின விழா பேரணிக்கு டெல்லி காவல்துறை அனுமதி மறுக்கிறோம் என்று தெரிவித்தது. பிறகு டிராக்டர் பேரணிக்கு அனுமதி அளித்தது.

2021 ஜனவரி 26ல் விவசாயிகள் போராட்டம் கலவரமாக மாறி நாடே கொந்தளித்தது. விவசாயிகள் போராட்டத்தில் கலந்து கொண்ட சிலர் டெல்லி செங்கோட்டையில் ஏறி கொடியை ஏற்றியது பரபரப்பை ஏற்படுத்தியது. இதில் பல விவசாயிகள் கைது செய்யப்பட்டனர். அவர்கள் மீது வழக்குகளும் போடப்பட்டன.

2021 பிப்ரவரி 3ல் போராட்டம் குறித்து சர்வதேச சூழலியல் போராளி கிரேட்டா துன்பெர்க் ட்டுவீட் செய்தது பரபரப்பை ஏற்படுத்தியது.

கிரேட்டா துன்பெர்க் பதிவு செய்ய ஒரு ட்வீட்டில் 'டூல்கிட்' என்றொரு டாகுமெண்டை ஷேர் செய்திருந்தார். அது வன்முறையையும்

பிரிவினையையும் தூண்டும் வகையில் இருந்தாகக் கூறி டெல்லி காவல் துறை வழக்கு பதிவு செய்தது.

இதனையடுத்து பிப்ரவரி 13ம் தேதி பெங்களூரு வந்த டெல்லி காவல் துறையினர், போராட்டங்கள் நடத்தும்போது, அதில் பங்கேற்பவர்கள் செய்ய வேண்டியவை குறித்து வெளியிடப்படும் ஆவணமான ‘டூல்கிட்’யை உருவாக்கி விவசாயிகளுக்குப் பகிர்ந்ததற்காக காலநிலை சுற்றுச் சூழல் போராளி திஷா ரவியைக் கைது செய்தனர்.

மத்திய வேளாண் அமைச்சர் ஹம்சிரம்கவுர் தன்னுடைய மத்திய அமைச்சர் பதவியை ராஜினாமா செய்தார். பஞ்சாப் மாநில முன்னாள் முதல்வர் சுக்பர் சிங் பாதல் தன்னுடைய பத்மஸ்ரீ விருதைத் திருப்பி யளித்தார்.

இங்கிலாந்து நாடாளுமன்றத்தில் இந்திய விவசாயிகள் போராட் டத்தைப் பற்றி விவாதிக்கும் அளவுக்கு சென்றது.

விவசாயிகள் போராட்டம் காரணமாக ஒன்னரை ஆண்டுகளுக்கு வேளாண் சட்டங்களை அமல்படுத்தப் போவதில்லை என்று அறிவித்தது மத்திய அரசு, ஆனால் இதை விவசாயிகள் ஏற்கவில்லை.

2021 அக்டோபர் 3ம் தேதியன்று உத்தரப்பிரதேச மாநிலம் லக்கீம்பூர் கெரியில் அக்டோபர் 3ம் தேதி பி.ஜே.பி அமைச்சரின் மகனால் விவசாயிகள் 3 பேரும் தனியார் டிவி நிருபரும் கார் ஏற்றிக் கொல்லப் பட்டனர்.

இதனால் ஏற்பட்ட கலவரத்தில் காரை ஓட்டி வந்த டிரைவர் உள்ளிட்ட 3 பேர் கொல்லப்பட்டனர். எதிர்கட்சிகள், விவசாய சங்கங்கள், பல்வேறு அமைப்புகள், மாநில முதல்வர்கள் எனப் பல்வேறு தரப்பினரும் இந்தக் கொடும் சம்பவத்துக்கு கண்டனம் தெரிவித் துள்ளனர்.

உச்சநீதிமன்றம் தானாக முன்வந்து இந்த வழக்கு சம்பந்தமாக என்ன செய்திருக்கிறீர்கள்? ஏன் அசட்டையாகக் கையாள்கிறீர்கள் என்று உத்தரப்பிரதேச அரசைக் கேட்டது. இன்று வரை இந்தச் சம்பவத்தில் விவசாயிகளுக்கான நியாயம் கிடைக்கவில்லை.

2021 நவம்பர் 19ம் தேதி மூன்று வேளாண் சட்டங்களையும் பிரதமர்

மோடி திரும்பப் பெறுவதாக அறிவித்தார். 'மோடியின் இதயத்திலிருந்து இது உதிக்கவில்லை. மோடியின் ஆணவம் தலை குனிந்தது' என்று எதிர்க்கட்சியினர் கருத்து தெரிவித்தனர்.

மக்களின் எதிர்ப்பை மீறி எந்தச் சட்டத்தையும் நிறைவேற்ற முடியாது என்பதை மீண்டும் விவசாயிகளின் போராட்டம் நிரூபித்துள்ளது.

விவசாயிகளின் நலனுக்காக, வருவாயை அதிகரிக்க என்று அடைமொழிகளுடன் அறிமுகப்படுத்தப்பட்ட புதிய மூன்று வேளாண் சட்டங்களும் நவம்பர் 29ம் தேதி பாராளுமன்றத்தில் ரத்து செய்யப்படுவதாக பிரதமர் நரேந்திர மோடி அறிவித்துள்ளார்.

போராட்டத்தில் உயிரிழந்த விவசாயிகளுக்கு இந்த வெற்றியை சமர்ப்பிப்பதாக விவசாயிகள் சங்கம் தெரிவித்துள்ளன.

26

ஜெய் ஜவான் - ஜெய் கிஷான் - ஜெய் பாரத்

ஒரு வருடத்திற்கு முன்பு இந்திய நாடாளுமன்றத்தால் நிறைவேற்றப் பட்ட மூன்று வேளாண் சட்டங்களை தமது அரசாங்கம் ரத்து செய்யும் என்று பிரதமர் மோடி வெள்ளிக்கிழமை அறிவித்தார்.

முன்னதாக அரசுக்கும் விவசாய சங்கங் களுக்கும் இடையே நடந்த பல கட்ட பேச்சு வார்த்தைகள் போராட்டத்தை முடிவுக்கு கொண்டு வராததால், மூன்று விவசாய சட்டங்களை அமல்படுத்துவ தற்கு உச்சநீதிமன்றம் தடைவிதித்தது.

இந்த மூன்று வேளாண் சட்டங் களுக்கு பஞ்சாப், ஹரியானா, மற்றும் மேற்கு உத்தர பிரதேசத்தை சேர்ந்த விவசாயிகள் கடும் எதிர்ப்பு தெரிவித்தனர்.

நாட்டின் மற்ற பகுதிகளில் உள்ள விவசாயிகள் சங்கங்களின் பெரும் பாலானவை டெல்லியில் போராடும் விவசாயிகளுக்கு ஆதரவு அளித்தன.

ஒரு சில அமைப்புகள் டெல்லி எல்லைக்கு வந்து தங்களுடைய ஆதரவை தெரிவித்துச் சென்றன. இந்த நிலையில் ஒரு சில விவசாயிகள் சங்கங்களை தமது நடவடிக்கைக்கு ஆதரவாக சேர்த்த மத்திய அரசு தரப்பு, அவர்களிடம் எழுத்து பூர்வமாக கடிதங்களைப் பெற்று மூன்று சட்டங்களும் சரியான நோக்கத்துடனேயே நிறைவேற்றப்பட்டுள்ளதாக கூறி வந்தது.

ஆனால் பெரும்பான்மை விவசாயிகளுடன் ஒப்பிடும் போது மூன்று வேளாண் சட்டங்களை ஆதரித்த விவசாயிகளின் சங்கங்களின் நிலைப் பாடு குறைவாகவே இருந்தது. அதனால் அது வெகுஜன ஆதரவை ஈர்க்கவில்லை.

மத்திய அரசின் மூன்று வேளாண் சட்டங்களை திரும்பப் பெறுவதாக பிரதமர் நரேந்திர மோடி வெளியிட்டுள்ள அறிவிப்பு குறித்து காங்கிரஸ் பொதுச் செயலாளர் பிரியங்கா காந்தி சந்தேகம் எழுப்பியுள்ளார்.

இது தொடர்பாக அவர் தமது டுவிட்டர் பக்கத்தில் 'பிரதமரின் மாறும் அணுகுமுறையை நம்புவது கடினம். தேர்தல் தோல்விக்கு பயந்து இப்போது திடீரென்று நாட்டின் உண்மையைப் புரிந்து கொள்ளத் தொடங்குகிறீர்கள்' என்று அவர் கூறியுள்ளார்.

நீங்கள் விவசாயிகளை கைது செய்தீர்கள். உங்கள் காவல்துறை அவர்கள் மீது தடியடி நடத்தியது. இப்போதுதான் உங்களுக்கு உண்மை புரிந்ததா? என்றும் பிரியங்கா கேள்வி எழுப்பியுள்ளார்.

'இந்த தேசத்தின் உண்மையை நீங்கள் புரிந்து கொள்ள ஆரம்பித்திருக் கிறீர்கள். சரி இந்த நாடு விவசாயிகளால் ஆனது. இந்த தேசம் விவசாயி களுக்கு சொந்தமானது. விவசாயிதான் அதன் உண்மையான பராமரிப் பாளர். அவர்களின் நலன் மற்றும் நலனை மிதித்து எந்த அரசாங்கமும் வாழ முடியாது' என்று அவர் குறிப்பிட்டுள்ளார்.

350 நாட்களுக்கும் மேலான போராட்டத்தில் உயிரிழந்த 600 விவசாயிகளை தியாகிகள் என்று அழைத்த பிரியங்கா காந்தி 'விவசாயிகள் மீது கார் மோதி நசுக்கிக் கொன்றவர் உங்கள் அமைச்சர் ஒருவரின் மகன்'

என்று லக்கிம்பூர் கேரி சம்பவத்தை மோடிக்கு நினைவூட்டும் வகையில் பதிவிட்டுள்ளார்.

மேலும் 'உங்கள் கட்சித் தலைவர்கள் விவசாயிகளை அவமதித்து, அவர்களை பயங்கரவாதிகள், துரோகிகள், குண்டர்கள் என்று அழைத்தார்கள். நீங்களே அவர்களை போராட்டக்காரர்கள் என்று அழைத்தீர்கள். உங்கள் நிலைப்பாட்டில் இந்த மாற்றத்தை நம்புவது கடினமாக உள்ளது' என்று பிரியங்கா கூறியுள்ளார்.

ஜெய் ஜவான் - ஜெய் கிஷான் - ஜெய் பாரத் என்ற வாசகத்துடன் விவசாயிகளை வாழ்த்தி தனது டுவீட்டை நிறைவு செய்திருந்தார் பிரியங்கா காந்தி.

27

நேரு நினைவு அருங்காட்சியகம் பெயர் மாற்றம்

நேருவின் பாரம்பரியத்தை மாற்றுதல், சிதைத்தல், அவதூறு செய்தல், அழித்தல் என்ற ஒற்றை நோக்கத்துடனேயே பிரதமர் மோடி இருப்பதாக காங்கிரஸ் கட்சி குற்றம் சாட்டியுள்ளது.

நேரு நினைவு அருங்காட்சியகம் மற்றும் நூலகம் என்பது 'பிரதமர் அருங்காட்சியகம் மற்றும் நூலக சங்கம் என்று அதிகாரபூர்வமாக பெயர் மாற்றப்பட்டுள்ளதற்கு தான் காங்கிரஸ் இவ்வாறு எதிர்ப்பு தெரிவித்துள்ளது.'

தில்லியின் தீன்மூர்த்தி பவன் கட்டடத்தில் இயங்கி வரும் இந்த அருங்காட்சியகக் கட்டடத்தில் தான் இந்தியாவின் முதல் பிரதமர் ஜவஹர்லால் நேரு தங்கியிருந்தார்.

அவரது மறைவுக்குப் பிறகு அந்தக் கட்டடத்தில் நூலகமும், இந்திய விடுதலைப் போராட்டம் மற்றும் இந்திய வளர்ச்சியில் நேருவின் பங்களிப்பை உணர்த்தும் வகையில் அருங்காட்சியகமும் அமைக்கப் பட்டது. இதனை பிரதமர் நினைவு அருங்காட்சியகம் என மத்திய அரசு மாற்றி அது ஆகஸ்ட் 14ம் தேதி முதல் நடைமுறைக்கு வந்துள்ளது.

நேரு நினைவு அருங்காட்சியகத்தின் பெயர் மாற்றப்பட்டதற்கு காங்கிரஸ் கட்சி கடும் கண்டனம் தெரிவித்திருந்தது.

நாட்டின் சுதந்திரப் போராட்டத்தில் ஜவஹர்லால் நேருவின் மகத்தான பங்களிப்பை பிரதமர் மோடி ஒரு போதும் பறிக்க முடியாது என்று காங்கிரஸ் பொதுச் செயலாளர் ஜெய்ராம் ரமேஷ் கூறியிருந்தார்.

மோடியிடம் மிகப் பெரிய அளவில் பயம், தாழ்வு மனப்பான்மை பாதுகாப்பின்மை உணர்வுகள் உள்ளன.

குறிப்பாக நமது முதல் மற்றும் நீண்டகாலமாக பிரதமராக இருந்த நேருவின் மீது அதிகமாக உள்ளது.

மோடிக்கு நேரு மற்றும் அவரது பாரம்பரியத்தை மாற்றும், சிதைக்கும், அவதூறு செய்யும் அழிக்கும் ஒற்றை குறிக்கோள் மட்டுமே உள்ளது எனவே அவர் N என்பதை எடுத்துவிட்டு அதற்கு பதிலாக P என்று மாற்றியுள்ளார். உண்மையில் P என்பது அற்பத்தனம் மற்றும் கோபத்தையே குறிக்கிறது.

ஆனால் சுதந்திரப் போராட்டத்தில் நேருவின் மகத்தான பங்களிப்பை யும், ஜனநாயக மதச் சார்பற்ற, அறிவியல் பூர்வமான, தாராளமயமான அடித்தளத்துடன் கூடிய இந்திய தேசியத்தை கட்டியெழுப்பிய அவரின் சாதனைகளையும் மோடியால் அழிக்க முடியாது.

இவை அனைத்தும் இன்று மோடி அவரது துதிபாடுபவர்களால் தொடர்ந்து தாக்குதலுக்குள்ளாகி வருகிறது.

தொடர்ந்து தாக்குதல் நடத்துகின்ற போதிலும் நேருவின் பாரம்பரியத்தை உலகம் நன்கு அறியும். வரும் தலைமுறையினருக்கும் அவர் தொடர்ந்து ஊக்கம் அளிப்பவராக இருப்பார் என்று ஜெய்ராம் ரமேஷ் தெரிவித்துள்ளார்.

லடாக் செல்லும் வழியில் விமான நிலையத்தில் செய்தியாளர்களை சந்தித்த ராகுல் காந்தியிடம் நேரு நினைவு அருங்காட்சியகத்தின் பெயர் மாற்றம் குறித்து செய்தியாளர் கேள்வி எழுப்பியதற்கு 'நேரு அவர்கள் அவர் செய்த சிறப்பான பணிகளால்தான் நினைவு கூறப்படுகிறாரே தவிர வெறும் அவரது பெயரால் அல்ல' என்று கூறினார்.

இது குறித்து சிவசேனா உத்தவ் தாக்கரே அணி சிவசேனா எம்பி சஞ்சய் ரவுத் மத்திய அரசை கடுமையாக தாக்கியுள்ளார்.

'மற்ற பிரதமர்களின் பங்களிப்பும் காட்டப்பட வேண்டும் என்பதை நான் ஏற்றுக் கொள்கிறேன். அதற்கு அருங்காட்சியத்திற்குள் ஒரு பிரிவை உருவாக்கி பிற பிரதமர்களின் பங்களிப்பை காட்சிப்படுத்தலாம். அருங்காட்சியகத்தின் பெயரை மாற்ற வேண்டிய அவசியம் இல்லை.

பிரதம மந்திரிகள் அருட்காட்சியகத்திற்கு பண்டிட் நேருவின் பெயர் மீண்டும் வைக்கப்பட வேண்டும். ஜவஹர்லால் நேரு நமது முதல் பிரதமர் நாட்டுக்கு அவர் நிறைய பங்களிப்பை செய்திருக்கிறார். இதன் மூலம் அவர்கள் வரலாற்றை அழிக்க முயல்கிறார்கள் வேறொன்றும் இல்லை' என்று தெரிவித்தார்.

காங்கிரஸ் கட்சியைச் சேர்ந்த கவுரவ் வல்லபாய் கூறும் போது 'பலகையில் இருந்து நேருவின் பெயரை நீக்கிவிட்டால் நேருவின் ஆளுமையை சிறுமைப்படுத்தி விடலாம் என்று அவர்கள் நினைக்கிறார்கள். மக்கள் நேருவை நவீன இந்தியாவின் சிற்பி என்று கருதுகிறார்கள்.

பாஜக 3000 கோடிக்கு படேலுக்கு சிலை வைக்கும் முனைப்பு, நேருவின் பெயர் பலகையில் கூட இருக்கக் கூடாது என்று முனைப்பு காட்டுவது இந்திய விடுதலை வரலாற்று நினைவுகளில் கரைந்திருக்கும் கோடான கோடி மக்களின் கண்களில் ஈரம் கசியச் செய்துள்ளது.'

❑❑❑

ஜெகாதா | 159

28

பிரதமராக பதவியேற்றிருக்க வேண்டியவர் படேலா?

கடந்த சில ஆண்டுகளாக இந்தியாவின் முதல் பிரதமர் ஜவஹர்லால் நேருதாக்குவதற்கு அப்போதைய பிரதமர் சர்தார் வல்லபாய் படேலின் பெயர் பயன்படுத்தப்படுகிறது.

இது முன்னெப் போதும் இல்லாத ஒன்றாகும். சர்தார் வல்லபாய் படேலும் நேருவும் ஒருவரையொருவர் விரோதிகளாக பாவித்ததாக வலைத்தளங்களில் இப்போதெல்லாம் நிறையச் செய்திகள் பரப்பப்பட்டு வருகின்றது.

பிரதமர் பதவிக்கு நேருவை விட அதிக தகுதி வாய்ந்தவர் சர்தார் வல்லபாய் படேல் என்று அவரே பிரதமராக பதவியேற்றிருக்க வேண்டும் என்றும் அந்த வலைத்தள பிரச்சாரங்களில் சூடு பிடிக்கின்றது.

சர்தார் வல்லபாய் படேல் பிரதமராக இருந்திருந்தால் காஷ்மீர் பிரச்சனைக்கு அப்போதே தீர்வு ஏற்பட்டிருக்கும் என்று இன்றைய பிரதமர் கூட நாடாளுமன்றத்தில் கருத்து தெரிவித்துள்ளார்.

நேருவிற்கும் படேலுக்கும் கருத்து வேறுபாடுகள் இருந்தன என்பதில் எந்தவித சந்தேகமும் இல்லை என்றாலும் இருவரும் எதிரிகள் இல்லை என்பதும் உண்மையே!

படேல் யதார்த்த வாதி என்றால் நேரு கனவு காணும் அரசியல்வாதி. படேல் அமைப்பின் மீது பிடிப்பு கொண்டவர். ஆனால் நேருவிற்கு தேசிய அளவில் இருந்த புகழ் இரும்பு மனிதர் படேலுக்கு இல்லை என்பதையும் மறுக்க முடியாது.

படேல் இந்துக்களின் ஆதரவாளர் என்று சிலர் அடிக்கடி காந்தியடிகளிடம் தூபம் போட்டுக் கொண்டே இருந்தனர்.

டெல்லி கலவரத்தை படேல் ஒடுக்கி விட்டதில் சிலருக்கு ஏமாற்றம். அது பெரிதாக வெடித்திருக்குமானால் அதை வைத்துக் கொண்டு பாரதத்தின் பல பகுதிகளில் இந்துக்களுக்கு எதிராக கலவரத்தைத் தூண்டலாம் எனச் சிலர் மனப்பால் குடித்தனர். அது நடைபெறாமல் போயிற்று.

தினம் தினம் அடித்துக் கொண்டிருக்காமல் பிரச்சினைகளுக்குரிய பகுதிகளில் இருந்து இஸ்லாமியர்கள் பாகிஸ்தானுக்குப் போய்விடலாம் என்று படேல் தெரிவித்த கருத்தை காந்தியடிகள் கடுமையாக எதிர்த்தார். அன்னை மகாத்மா சந்தேகப்படுகிறாரோ என்று கூட படேல் நினைத்தார்.

இனக்கலவரங்களின் வேகம் சற்றே அடங்கிய நிலையில் இந்திய யூனியனுடன் சேராத மூன்று சமஸ்தானங்களைப் பற்றி படேல் நினைக்க ஆரம்பித்தார்.

ஜீனாகத், ஹைதராபாத், காஷ்மீர் என்ற மூன்றில் காஷ்மீரைப் பற்றி படேல் அவ்வளவாக கவலைப்படவில்லை.

அதற்குக் காரணமும் இருந்தது, காஷ்மீரில் பெரும்பான்மை மக்கள் இஸ்லாமியர் மேலும் இந்திய எல்லையிலிருந்து காஷ்மீர் 300 மைல்கள் தள்ளி அமைந்திருந்தது. அவருடைய கவலையெல்லாம் ஜீனாகத் மற்றும் ஹைதராபாத் மீதுதான்.

ஜீனாகத் போர்பந்தருக்கு கிழக்கே அமைந்திருந்தது. அதன் மொத்த ஜனத்தொகை ஏழு லட்சத்தில் 80 சதவீதம் இந்துக்கள். புகழ் பெற்ற சோமநாதபுரம் ஆலயம் ஜீனாகத் சமஸ்தானத்தில் தான் இருந்தது.

அந்த சமஸ்தானத்தை ஆட்சி செய்த நாவல் ஒரு நாய்ப்பிரியன். விதவிதமான நாய்களைப் பராமரிப்பதில் அரசாங்கச் சொத்தை அழித்தவன். நவாடிக்கு பெரிய லட்சியங்கள் ஏதும் இல்லை.

துரதிஷ்டவசமாக நவாப் ஐரோப்பாவுக்கு போயிருந்தபோது அரண்மனையில் கிளர்ச்சி ஏற்பட்டது. பழைய திவான் துரத்தப்பட்டு, சிந்து பகுதியைச் சேர்ந்த ஷாநவாஸ் புட்டோ திவானாகப் பதவி ஏற்றார்.

இவர் ஜின்னாவுக்கு வேண்டியவர். முஸ்லீம் லீக்கைச் சேர்ந்தவர். எனவே பாகிஸ்தான் சுதந்திர நாடாக அறிவிக்கப்பட்ட போது ஜீனாகத் பாகிஸ்தானுடன் சேர விரும்புவதாக பத்திரிகையில் செய்தி வந்தது.

படேல் அதனைக் கண்டு மிகவும் சுறுசுறுப்பானார். ஜீனாகத் அறிவித்திருந்தாலும் இந்தியா அதனை ஏற்றுக் கொண்டதா என்பதை விசாரிக்குமாறு வெளி உறவுத் துறையைக் கோரினார். பாகிஸ்தான் அதைப் பரிசீலிப்பதாக தகவல் வந்தது.

ஒரு மாதத்திற்குள் ஜீனாகத் இணைவதை பாகிஸ்தான் ஏற்றுக் கொள்வதாக அதிகாரபூர்வ அறிவிப்பு வெளியாகியது.

பெரும்பான்மை மக்களின் விருப்பத்தை அறிந்து நடக்குமாறு பாகிஸ்தானுக்கு சொல்லப்பட்டது. ஆனால் பாகிஸ்தான் இணங்க வில்லை. இந்நிலையில் இஸ்லாமியர் அல்லாதோர் ஒரு சிறிய புரட்சியில் ஈடுபட்டு ஜீனாகத்தை கைப்பற்றினார்.

ஆர்ஸீ ஹீக்குமத் என்ற பெயரில் ஆட்சி அமைந்தது. ராக்கேட் தலைநகரமாயிற்று. கமல்தாஸ்காந்தி அதன் தலைவரானார். இதற்குள் இந்திய ராணுவம் ஜீனாகத் சமஸ்தானத்தைச் சுற்றி வளைத்தது. நவாப் அரண்மனைத் திரவியங்களுடனும் நாய்ப்படைகளுடனும் கராச்சிக்குப் போய் விட்டார்.

செயலற்றுப் போன திவான் வேறுவழி இன்றி சமஸ்தானத்தை ஏற்குமாறு இந்திய அரசாங்கத்தை கோரினார். திவானின் கோரிக்கை படி ஜீனாகத் இந்தியாவுடன் இணைவதாக பாகிஸ்தானுக்கு அறிவிக்கப் பட்டது. திவான் புட்டோ கராச்சிக்கு புறப்பட்டுப் போனார்.

நான்கு நாட்கள் கழித்து ஜீனாகத் சென்ற வல்லபாய் படேல் அங்கே பேசும்போது 'இந்தியாவுக்குள் இருந்து கொண்டே பாகிஸ்தானில் போய் சேர்வதாக செல்பவர்கள் கதி இதுதான். இன்று ஜீனாகத், நாளை ஹைதராபாத்' என்று எச்சரித்தார்.

திரும்பும்போது சோமநாதமர் ஆலயத்தை சென்று பார்த்தார். பெருமை வாய்ந்த அந்த ஆலயம் சீர் கெட்டுக் கிடப்பதைப் பார்த்து அங்கு இருந்த மந்திரி சபை சகாவான காட்கில் இதை ஏன் புதுப்பிக்க முயற்சியிருக்கக் கூடாது? என்று கேட்டார். அதன் பின் ஆலய சீர்திருத்தப் பணிக்கு அங்கே டிரஸ்ட் உருவாக்கப்பட்டது.

காஷ்மீரைப் பொறுத்த மட்டில் படேலுக்கு அவ்வளவாக ஆர்வ மில்லாமல் இருந்தது. ஆனால் காஷ்மீரில் இருந்த அரசர் ஹரிசிங்கிற்கு இஸ்லாமிய தலைவரான ஷேக் அப்துல்லா பிரச்சினைகளை கொடுத்துக் கொண்டே இருந்தார்.

இதனால் ஷேக் அப்துல்லா சிறை வைக்கப்பட்டார். ஆனால் ஜவஹர்லால் நேருவின் அன்புக்குரியவராக ஷேக் அப்துல்லா இருந்ததால் பிரச்சினைகள் மேலும் சிக்கானது.

ஹரிசிங்கிற்கு பாகிஸ்தானோடு இணைய விருப்பமில்லை. மகாத்மா விற்கும் நேருவிற்கும் காஷ்மீரை விட சம்மதமில்லை.

காஷ்மீர் இந்தியாவுடன் இணைந்தால் நேருவின் தலையீடு காரண மாக ஷேக் அப்துல்லா கைதான் ஓங்கி இருக்கும்.

இந்நிலையில் எல்லையில் தீவிரவாதிகள் காஷ்மீரில் தீராத தொல்லை தந்து கொண்டிருந்தனர். எனவே ஹரிசிங் யாரோடும் இணைவதற்கு விருப்பமில்லாமல் சுதந்திரமாக இருந்திடவே நினைத்தார்.

காந்திஜி நேரு இருவரையும் கருத்தில் கொண்டு காஷ்மீரில் ஒரு முயற்சி செய்து பார்க்க படேல் விரும்பினார்.

பஞ்சாபின் ஒரு பகுதியிலிருந்து ஜம்முவுக்கு ஒரு வழி இருந்தது. முதலில் படேல் அதைச் சீர்படுத்தினார்.

அமிர்தசரஸ், ஜம்முவுக்கு இடையே தந்தி தொலைபேசி இணைப்புகள் ஏற்பட்டன. விமானங்கள் ஸ்ரீ நகருக்கும் சென்றன.

பஞ்சாப் உயர்நீதிமன்ற நீதிபதி மகாஜனுக்கு எட்டுமாத விடுப்பு கொடுக்கப்பட்டு காஷ்மீரின் பிரதமராக அவர் அனுப்பி வைக்கப் பட்டார்.

ஹரிசிங், ஷேக் அப்துல்லா சமரச முயற்சியாக அப்துல்லா விடுதலை செய்யப்பட்டார். சமயம் பார்த்து எல்லைப்புற கொள்ளைக்காரப் படைகள் காஷ்மீருக்குள் வந்து விட்டன.

ஹரிசிங் குழப்பமடைந்து ஜம்முவுக்கு வந்து விட்டார். இனி காஷ்மீர் கதி அவ்வளவு தான் என்று அவர் முடிவுக்கே வந்து விட்டார்.

இந்நிலையில் காஷ்மீர் அரசு இந்திய யூனியனுடன் இணைய சம்மதித்தால் அவருக்கு ராணுவ உதவி அளிக்கப்படும் என்ற செய்தியின் வி.பி. மேனன் ஜம்முவுக்கு சென்றார்.

அங்கே ஹரிசிங் பாதுகாப்பாக இருந்தார். நிலைமையை விளக்கி சமஸ்தான இணைப்புப் பத்திரத்தில் மேனன் அவரிடம் கையெழுத்து வாங்கிக் கொண்டார்.

இராணுவ உதவியை அனுப்புமாறு அவரிடமிருந்து இந்திய அரசுக்கு ஒரு கடிதத்தையும் பெற்றுக் கொண்டார். ஷேக் அப்துல்லாவை இன்னொரு பிரதமராக நியமிக்க அனுமதியும் வாங்கிக் கொண்டார்.

இந்தப் பணிகள் இரவில் நடந்து கொண்டிருக்கும்போதே இந்தியப் படை அனுப்பப்படுவதற்கான விமானத்தை ஏற்பாடு செய்யப்பட்டு விட்டன.

பொழுது புலரும் நேரத்தில் ஸ்ரீ நகருக்குள் இந்திய ராணுவம் நுழைந்து விட்டது. இந்த தகவல் தெரிந்தவுடன் பாகிஸ்தான் படைகளை காஷ்மீருக்கு அனுப்ப ஜின்னா முயற்சித்தார்.

இந்தியாவுடன் இணைய காஷ்மீர் ஒப்புக் கொண்டு விட்டதால், பாகிஸ்தான் படைகளை இந்தியாவுக்குள் அனுப்ப இயலாது என அவருக்கு தெரிவிக்கப்பட்டது.

காஷ்மீருக்குள் ஊடுருவிய எல்லைப்படை இந்திய ராணுவத்தால் விரட்டி அடிக்கப்பட்டன. இத்தகைய அதிரடி ராணுவ நடவடிக்கைகளை எடுத்த படேலின் உள்துறைக்குள் ஜவஹர்லால் நேரு மட்டும் தலை யிடாமல் இருந்திருந்தால் விரைவிலேயே காஷ்மீரில் அமைதி

ஏற்பட்டிருக்கும். நிரந்தரத் தீர்வும் ஏற்பட்டிருக்கும்.

ஆனால் ஷேக் அப்துல்லா நேருவின் துணையுடன் தனக்கு நிரந்தரப் பிரதமர் பதவி வேண்டும் என வற்புறுத்த தொடங்கினார். பிரச்சனை கடுமையாகியது.

காஷ்மீரில் படேல் மேற்கொண்ட அதிரடி நடவடிக்கைகளை வெளிப்படையாக எதிர்க்காத நேரு, மறைமுகமாக படேலுக்கு மன உறுத்தலை கொடுத்தார்.

ஷேக் அப்துல்லா நிரந்தரப் பிரதமர் ஆனார். அவரது மந்திரிசபையில் படேலுக்கு பிடிக்காத என். கோபாலசாமி அய்யங்காரை நேரு இடம் பெற வைத்தார். இதனால் கோபால்சாமி அய்யங்காருக்கும் படேலுக்கும் உரசல் ஏற்பட்டு கடிதப் பரிமாற்றங்களில் எதிரொலித்தது.

நேருவுக்கு இவ்விசயம் தெரிய வரவே அவர் படேலுக்கு காரசாரமாக கடிதம் எழுதினார். கோபால்சாமி அய்யங்காரின் நியமனம் நியாய மானது. காஷ்மீர் விசயத்தில் அவரது அடிப்படைத் தெளிவு காரண மாகவே மந்திரி அமைச்சகத்திற்கு தொடர்பு ஏதும் இல்லை என்று நேரு எழுதினார்.

உடனே படேல் தன் மந்திரிசபையில் இருந்து விலகுவதாக கடிதம் அனுப்பினார். அதற்குப் பதிலாக 'பிரதமர் என்ற முறையில் எனக்கும் சில உரிமைகள் இருக்க வேண்டும் என நினைக்கிறேன் நம் இருவரில் யாரேனும் ஒருவர் விலகித்தான் ஆக வேண்டும் எனில் அது நானாக இருக்கவே ஆசைப்படுகிறேன்' என்று நேரு எழுதினார்.

பிறகு காந்தியடிகள் தலையிட்டு பிரச்சினை தீர்ந்தது.

மவுண்ட் பேட்டனின் தூண்டுதலால் காஷ்மீர் பிரச்சினையை ஐ.நா. சபையின் தீர்வுக்கு விட நேரு விரும்பினார். ஆனால் படேல் அதை ஏற்கவில்லை.

தீர்வு காஷ்மீர் பூமியில் தான் இருக்கிறது. ஐ.நா. சபையில் இல்லை என்பது படேலின் வாதம். கொள்ளைக்காரப் படைகள் நிரந்தரமாக காஷ்மீரை விட்டு விரட்டப்பட வேண்டும் என்று கூறினார் படேல்.

ஆனால் பிடிவாதமாக பிரச்சினை ஐ.நா. சபைக்கு சென்றது. அங்கே ஜீனாகத் கைப்பற்றப்பட்ட விதம், இஸ்லாமியர்க்கு எதிரான அடக்கு

முறை, காஷ்மீரில் இந்தியாவின் தலையீடு என பாகிஸ்தான் பல்வேறு குற்றச் சாட்டுகளை சுமத்தியது.

இது இரு தேசங்களுக்கிடையிலான பிரச்சனை என ஐ.நா சபை கருத்து தெரிவித்தது. காஷ்மீரில் கொள்ளைக்காரப் படைகள் அகன்று அமைதி அடைந்த பிறகு பொதுஜன வாக்கெடுப்பு எடுத்து எந்த தேசத்துடன் இணைவது என்பதை முடிவு செய்து கொள்ளலாம் என ஐ.நா கூறியது.

நேருவின் சமதர்மக் கொள்கையில் எனக்கு உடன்பாடில்லை

இந்திய அரசியலமைப்பு வரலாற்றில் 1935ம் ஆண்டுச் சட்டம் ஒரு புதிய சகாப்தத்தை உருவாக்கியது. இந்தச் சட்டம் வட்ட மேஜை மாநாடுகளின் தொடர்பாக ஏற்ப்பட்டது.

இந்தச் சட்டம் 1937 முதல் நடைமுறைக்கு வந்தது. அப்போது 11 மாகாணங்களில் நடைபெற்ற தேர்தலில் காங்கிரஸ் பெருவாரியான வாக்குகள் பெற்று மாகாணங்களில் ஆட்சி அமைத்தது.

இந்திய தேசிய காங்கிரஸ் வளர்ச்சியிலும் சில திருப்பங்கள் ஏற்பட்டன. சமதர்மக் கொள்கையால் கவரப்பட்ட ஜவஹர்லால் நேருவும் சுபாஸ்சந்திர போஸும் காங்கிரசில் உள்ள இளைஞர்களின் தலைவர்களாக விளங்கினார்கள். காங்கிரசில் இடதுசாரி அணி ஒன்று உருவாயிற்று.

1936ம் ஆண்டு லக்னோவில் காங்கிரஸ் மாநாடு கூடியது. அம்மாநாட்டில் நேரு தலைவராக தேர்ந்தெடுக்கப்பட்டார்.

நேரு தன்னை ஒரு சமதர்மச் சிந்தனைவாதி என்று குறிப்பிட்டார்.

இந்திய தேசிய காங்கிரசுக்கும் ஐரோப்பியாவில் நிலவிய சமதர்ம இயக்கங்களுக்கும் இடையில் உள்ள வேற்றுமைகளை விவரித்தார்.

இந்திய தேசிய காங்கிரஸ் அடிப்படையில் அரசியல் விடுதலை பெறுவதற்கான இயக்கம் ஆகும். அதனால் தான் அதன் தலைமை தொழிலாளி வர்க்கத்திடம் இல்லாமல் நடுத்தர வர்க்கத்திடம் இருக்கிறது என்றும் அவர் விளக்கம் தந்தார்.

'முதலாளித்துவ அமைப்பில் உள்ள லாப நோக்கம் அகன்று சமூக நன்மை ஏற்பட வேண்டும். போட்டிப் பொருளாதாரம் மறைந்து கூட்டுப்

பொருளாதாரம் அமைய வேண்டும் என்று நேருஜி தலைமை உரையில் கூறினார்.'

தீவிர சமதர்மவாதிகளான ஜெயப்பிரகாஷ், நாராயணன், ஆச்சர்ய நரேந்திர ராவ், பட்டவர்தன் ஆகியோரை நேரு காங்கிரஸ் செயற்குழுவில் சேர்த்துக் கொண்டார்.

சர்தார் வல்லபாய் படேல், இராஜேந்திர பிரசாத் போன்றவர்கள் நேருவின் சமதர்மக் கொள்கையை ஏற்றுக் கொள்ளவில்லை.

காந்திஜியிடம் நேரு கருத்து வேறுபாடு கொண்டிருந்தாலும் அவரின் ஒப்பற்ற தலைமையை ஏற்றுச் செயல்பட்டார்.

செயலற்று சிந்தனை மழுங்கிக் கிடந்த மக்களை அவர் தட்டி எழுப்பினார். தம கருணைமிக்க பார்வையால், அன்பு மொழியால் தன் முன் உதாரணத்தால் செயல்படச் செய்தார் என்று காந்திஜியைப் பற்றி குறிப்பிடுவார் நேருஜி.

ஹரிபுராவில் நடைபெற்ற காங்கிரஸ் மாநாட்டிற்கும் நேருவே தலைவராகத் தேர்ந்தெடுக்கப்பட்டார்.

தலைவர் பொறுப்பிற்கு படேலின் பெயர் சில மாநில காங்கிரஸ் குழுக்களால் முன்மொழியப்பட்டது. ஆனால் வல்லபாய் போட்டி உருவானதை விரும்பவில்லை. நேருவையே தலைவராக நியமிக்க கேட்டுக் கொண்டார். நேருவுக்கும் படேலுக்கும் சமதர்மக் கொள்கை பொறுத்தமட்டில் கருத்து வேறுபாடு நிலவியது உண்மைதான்.

"எனக்கும் ஜவஹர்லால் நேருவுக்கும் கருத்து வேறுபாடு உள்ளது என்பது காங்கிரஸ் தோழர்களுக்குத் தெரியும். முதலாளி தொழிலாளி வர்க்கப் போராட்டம் தவிர்க்க இயலாது என்பதை நான் நம்பவில்லை.

நான் முதலாளித்துவத்தின் கொடுமைகளை அமைதியான அறவழியில் அகற்ற முடியும் என்று நம்புகிறேன். ஜவஹர்லால் வற்புறுத்துவது போல நம்முதல் கடமை இந்தியாவை அந்நிய ஆதிக்கத்திலிருந்து விடுவித்து நல்லாட்சி சுரண்டலை வேரோடு கிள்ளி எறிய வேண்டும்.

இதில் நாம் வெற்றி பெற்றால் பின்னர் நம் இலட்சியங்களையும் திட்டங்களையும் நிறைவேற்ற முடியும்" என்று படேல் கூறினார்.

வல்லபாய் படேல் போன்ற மூத்த தலைவர்களின் உள்ளக் கிடக்கை களை நன்கு அறிந்து வைத்திருந்தார் நேரு.

'வெள்ளையர் ஆட்சியை அகற்றிவிட்டு மக்களாட்சியை அமைப்பதே காங்கிரசின் இலட்சியம்.' என்று நேருஜி தமது தலைமை உரையில் தெளிவாகக் கூறினார். அதே சமயம் வரலாற்றின் கட்டாயமாக சமதர்மத்தை இந்தியா ஏற்றுக் கொள்ள வேண்டி வரும் என்று நேரு நம்பினார்.

1937ல் காங்கிரஸ் அமைச்சரவை நடவடிக்கைகளை மேற்பார்வையிட வல்லபாய் தலைமையில் நாடாளுமன்றக் குழு அமைக்கப்பட்டது.

இமயம் முதல் குமரிவரை அனைவரும் இந்தியரே என்று ஒற்றுமையுடன் வாழவும், 'ஏக இந்தியா' உருவாகவும் காரணமான தனிப்பெரும் தலைவர் சர்தார் வல்லபாய் படேல்.

உலகம் முழுவதும் தங்கள் ஆதிக்கத்தின் கீழ் கொண்டு வர வேண்டும் என்று பல நாடுகளை அடிமைப்படுத்திய ஆங்கில அரசையே கதிகலங்கச் செய்தவர் சர்தார்.

இரும்பு மனிதர் இந்தியாவின் பீஸ்மார்க் என்றெல்லாம் புகழப்படுபவர் வல்லபாய் படேல். அவரது வாழ்க்கை வரலாறு என்பது தனிமனித வரலாறாக அமையவில்லை. இந்திய சுதந்திர போராட்ட வரலாறாகவே அது விரிந்தது.

அந்த அளவுக்கு படேல் இந்திய தேசத்தை நேசித்திருக்கிறார். தேக சுகம் நாடாமல் தேச சுகமே பெரிதெனக் கொண்டு இறுதி மூச்சுவரை பாடுபட்டிருக்கிறார் வல்லபாய்.

துண்டுகளாகக் கிடந்த நாடுகளை தன்னுடைய ஆளுமைத் திறத்தால் துணைக் கண்டமாக ஆக்கியவர் வல்லபாய் படேல்.

காந்தியடிகளின் மனதில் நீங்காத இடம் பெற்ற இரும்பு மனிதர் சர்தார். 'ஜவஹர்லால் நேரு ஒரு சிந்தனையாளர். வல்லபாய் படேல் ஒரு செயல்வீரர்' என்பார்கள். வல்லபாய் படேல் வளையாதவர், நேர்மை யானவர், உள்ளொன்று வைத்துப்புறம் ஒன்று பேசத் தெரியாத உன்னதத் தலைவர். கடுமையானவர். கரடுமுரடான விவசாயி. இக்காரணங்களால் சாதாரண மக்கள் அவரை நெருங்கவே அஞ்சினார்கள். தொண்டர்களும் சற்று விலகியே இருந்தார்கள்.

வெற்றுரைகளையும், விளம்பரத்தையும் விரும்பாத அவர் எதிரிகளுக்கு சிம்ம சொப்பனமாக திகழ்ந்தார். செயல் ஒன்றையே குறிக்கோளாக கொண்டிருந்தார்.

1948 முதல் தன் இறுதி காலமான 1950 முடிய 40 மாதங்களில் வல்லபாய் படேல் நிகழ்த்திய சாதனைகள் உலக வரலாற்றில் வேறு எந்தத் தலைவராலும் நிகழ்த்தப் பெறாத அற்புத சாதனை ஆகும்.

'எதிரி எவ்வளவுக்கெவ்வளவு கடுமையாக நடந்து கொள்கிறாரோ நாம் அவ்வளவுக்கவ்வளவு அவர்கள் மீது அன்பு செலுத்த வேண்டும். அது தான் சத்தியாகிரகத்தின் இலக்கணம் ஆகும்.

ஒவ்வொரு சத்தியாகிரகியும் இதைக் கடைப்பிடிக்க வேண்டும்' என்று காந்தியடிகள் கூறினார். திக்குத் தெரியாத காட்டில் போடப்பட்ட பாதைதான் சத்தியாகிரகம் ஆகும். காந்தியடிகளின் சத்தியாகிரகத்தை கிண்டல் செய்தவர்கள் பலர்.

அரசியல் கல் பொறுக்கினால் சுதந்திரம் கிடைத்துவிடும் என்பார் இந்த மனிதர் என்று காந்தியடிகளைக் கேலி பேசியவர் தான் வல்லபாய் படேல். ஆனால் காலத்தின் ரதவாதத்தை சீக்கிரமே புரிந்து கொண்டார் படேல்.

'காந்தியடிகளின் பாதம் இந்த குஜராத் மண்ணில் பட்டதால் புண்ணியம் பெற்றது' என்று பின்னர் வல்லபாய் படேலே நெகிழ்ந்து கூறினார்.

மக்களின் பெருமூச்சுக்கு இவரால்தான் விடிவுகாலம் பிறக்கும் என்னும் நம்பிக்கையுடன் காந்தியடிகளின் தலைமையை ஏற்றார் வல்லபாய்.

காந்தியடிகள் என்னை 'கிணற்றில் குதி என்றால் குதித்து விடுவேன்' என்று ஒரு பொதுநிகழ்ச்சியில் பேசும் அளவுக்கு காந்தியடிகளின் நெருங்கிய தோழராக தொண்டராக வல்லபாய் மாறினார்.

சர்தார் படேலின் உறுதி, தலைவனுக்கு கட்டுப்படும் தன்மை, அளவான பேச்சு, செயல் வேகம் ஆகியவற்றைக் கொண்டு காந்திஜி வியந்தார். தன்னலமில்லாத அந்த தொண்டனை தனக்குத் துணையாக வைத்துக் கொள்ள விரும்பினார்.

வரிகொடா இயக்கத்தை வழி நடத்தியதால் காந்திஜியால் 'சர்தார்' என்று பட்டம் அளித்து பாராட்டப் பெற்றவர். அன்று முதல் அவர் சர்தார் வல்லபாய் படேல் ஆனார்.

படேலின் பேச்சு எப்போதும் சட்டமொழியாகத்தான் விளங்கும். தேவையானவற்றைத் தான் பேசுவார். சுருக்கமாக பேசுவார். அளந்து பேசுவார்.

உழைப்பு என்றால் பட்டேலுக்குப் பிரியம். தந்தை ஜாவேந்தர் பாய்க்கு சிறுவயதிலேயே துணையாக வயலில் வேலை செய்வார் படேல்.

விதை விதைத்தல், நாற்று நடுதல், கால்நடை பராமரிப்பு என விவசாயப் பணிகள் அத்தனையும் படேலுக்கு அத்துபடி.

தந்தை ஜாவேந்தர் பாய்க்கு 10 ஏக்கர் நிலம் சொந்தம். பட்டிடார் வம்சத்தில் ஆறு சமூகத்தவர் என்ற பிரிவில் விவசாயின் மகனாகவே பிறந்தார் இவர்.

குஜராத் மாநிலத்தில் அகமதாபாத்துக்கும், பரோடாவுக்கும் இடையில் உள்ள நாடியாட் நகரத்தில் 1875ம் ஆண்டில் அக்டோபர் 31ம் தேதி படேல் தாயார் லாத்பா அம்மையாருக்கும் மகனாகப் பிறந்தார்.

படேல் மூத்த பிள்ளையாகவும் இல்லாமல் கடைப்பிள்ளையாகவும் இல்லாமல் இடையில் பிறந்ததால் அம்மாவின் அரவணைப்பு அவ்வளவாக படேலுக்கு கிடைக்கவில்லை என்பது உண்மை.

நேருவும், படேலும் இருவருமே காந்தியின் சீடர்கள்தான். நேருவே பிரதமராக பதவியேற்று நாட்டை வழி நடத்த வேண்டும் என்று முடிவு செய்தார் காந்தி.

நேருவின் கண்ணோட்டம் விஷயங்களை அவர் அணுகும் முறை மற்றும் உலக அளவில் அவருக்கு இருந்த அங்கீகாரத்தை கருத்தில் கொண்டே காந்தி இந்த முடிவை எடுத்தார்.

நேருவுக்கும் படேலுக்கும் இடையிலான உறவு எத்தகையது என்பதை தீர்மானிக்கும் வரலாற்று பக்கங்களை வாசிக்கும் வாய்ப்பு நமக்கு கிடைத்தால் தான் அது சாத்தியம்.

இந்தியாவின் சுதந்திர தினம் நெருங்கி வந்து கொண்டிருந்த வேளை.

அச்சமயத்தில் அமைச்சரவையை எப்படி அமைக்கலாம் என்று ஆலோசனைகள் மும்முறமாக இருந்த சமயத்தில் 1947 ஆகஸ்ட் முதல் நாளன்று படேலுக்கு கடிதம் எழுதினார் நேரு.

'ஓரளவு சம்பிரதாயங்கள் கடைபிடிக்க வேண்டும் என்பதன் அடிப்படையில் மத்திய அமைச்சரவையில் உங்களை சேர்த்துக் கொள் வதற்கான முறையான அழைப்பு விடுப்பதற்கான கடிதம் இது. இந்த கடிதத்திற்கு எந்தவித முக்கியத்துவமும் கிடையாது. ஏனெனில் நீங்கள் நம் அமைச்சரவையின் வலுவான தூண்'

நேருவின் இந்த கடிதத்திற்கு படேல் ஆகஸ்டு மூன்றாம் தேதியன்று இவ்வாறு பதில் எழுதினார்.

"அமைச்சரவையில் இணைவதற்கான அழைப்பு விடுத்த உங்கள் கடிதத்திற்கு நன்றி. நம் இருவருக்கும் இடையிலான பாசமும், அன்பும் 30 ஆண்டுகளாகத் தொடர்கிறது. நம்மிடையே சம்பிரதாய நடைமுறை களுக்கு எந்தவிதமான அவசியமும் இல்லை."

கடிதத்தில் படேல் மேலும் இவ்வாறு குறிப்பிடுகிறார். "எனது வாழ்வின் எஞ்சியுள்ள காலம் முழுவதும் உங்களுக்கு சேவை செய்ய விரும்புகிறேன். உங்களைப் போன்ற தியாகத்தை வேறு யாரும் செய்த தில்லை. நாட்டின் லட்சியத்தை நிறைவேற்ற அப்பழுக்கற்ற முழுமை யான விசுவாசத்தை காட்டுவேன்."

"நமது நாட்டையும் ஒற்றுமையையும் யாராலும் பிரிக்க முடியாது. சக்தி வாய்ந்த நம்முடைய உறவு வலுவானது. கடிதத்தில் நீங்கள் வெளிப்படுத்திய அன்புக்கு நன்றிக்கடன் பட்டுள்ளேன்" என்று இளகிய நெஞ்சுடன் கடிதம் எழுதினார் அந்த இரும்பு மனிதர்.

படேலின் உணர்வுகள் வெறும் சம்பிரதாயமானவையோ வெற்று வாய்ச் சவடால்களோ அல்ல. படேல் இறப்பதற்கு சுமார் ஒன்றரை மாதத்திற்கு முன் நேருவை பற்றி அவர் சொன்னது உயிலுக்கு சமமானது.

1950 அக்டோபர் இரண்டாம் தேதியன்று இந்தியாவில் ஒரு பெண்கள் மையத்தின் திறப்பு விழாவுக்கு சென்ற படேல் அங்கு உரையாற்றிய போது, 'இப்போது மகாத்மா காந்தி நம்முடன் இல்லை. அவர் தன்னுடைய பிரதிநிதியை நியமித்து அதனை அறிவித்தும் விட்டார். காந்தியின் சீடர்கள் அவர் சொன்னதை அடியொற்றி நடக்க வேண்டும்.'

தனக்கும் நேருவுக்கும் இடையில் பகைமை இருப்பதாக கூறப்படு வதை தொடர்ந்து மறுத்து வந்தார் சர்தால் வல்லபாய் படேல்.

அவர் இது குறித்து நாடாளுமன்றத்தில் வெளிப்படையாகவே பேசினார். நாடு எதிர் கொண்டிருக்கும் அனைத்து பிரச்சனைகளில் நான் பிரதமருடன் உறுதுணையாக நிற்கிறேன் நாங்கள் இருவரும் எங்கள் தலைவர் மகாத்மா காந்தியின் பாதத்தில் அமர்ந்து பாரதத் தாயின் விடுதலைக்காகப் பாடுபட்டோம்.

இன்று மகாத்மா நம்முடன் இல்லை. இந்த நிலையில் நாங்கள் ஒருவரோடு ஒருவர் சண்டையிடுவதைப் பற்றி சிந்திக்க கூட மாட்டோம். படேல் நாட்டின் முதல் பிரதமராகும் வாய்ப்பை நேரு தட்டிப் பறித்தார் என்று சுங்பரிவாரம் கூறுவது போல படேல் நினைக்கவில்லை என்பதை வல்லபாய் படேலே பலமுறை சொல்லிவிட்டார்.

படேல் உருவாக்க நினைத்தது மகாத்மா காந்தி கனவு கண்ட இந்தியாவைத்தான் உருவாக்க எண்ணினாரே தவிர ஆர்.என்.எஸ் விரும்பிய இந்தியாவை அல்ல என்பது மட்டும் நிச்சயம்.

இந்தியாவை இந்து நாடாக மாற்றும் எண்ணத்தை பைத்தியக்காரத் தனம் என்று வல்லபாய் படேல் வெளிப்படையாகவே விமர்சித்தார்.

படேல் பிரதமராக இருந்திருந்தால் காஷ்மீர் விவகாரத்தில் ஒரு முடிவு கிடைத்திருக்கும் என்றும் சொல்லப்படுகிறது. அதாவது படேல் ராணுவ பலத்தை பயன்படுத்தி காஷ்மீரை இந்தியாவின் அங்கமாக்கியிருப்பார். நேருவின் தாராள மனப்பான்மை அதை தடுத்து விட்டதாக கூறப்படு கிறது.

அதே சமயத்தில் ஜம்மு காஷ்மீர் மாநிலத்திற்கு சிறப்பு சலுகைகள் வழங்கும் இந்திய அரசியலமைப்பின் சட்டப்பிரிவு 370 ஐ வடிவமைத்தவர் களில் முக்கியமானவர் சர்தார் வல்லபாய் படேல் என்பதையும் மறப்பதற்கில்லை.

மவுண்ட் பேட்டன் பேச்சுவார்த்தை நடத்திய இந்தியத் தலைவர்கள் நால்வரில் வல்லபாய் படேல் தான் எளிதில் அணுக முடியாதவராக இருந்தார்.

இந்திய அரசியல்வாதி என்பதை விட ரோமானிய செனட்டர் போலவே அவர் தனக்கு எதிரே அமர்ந்திருப்பதாக மவுண்ட் பேட்டனுக்குத் தோன்றியது.

படேலின் தோள்களைச் சுற்றியிருந்த காதிவேட்டி பண்டைக்கால ரோமானியரின் அங்கி போல காட்சியளித்தது.

வழுக்கைத் தலையும், கனல் தெறிக்கும் பார்வையும் கொண்ட அந்த மனிதர், தனது ஆபரேஷன் செடக்ஷன் திட்டத்துக்கு பெரும் தடையாக இருப்பார் என்றே மவுண்ட் பேட்டனுக்கு தோன்றியது.

கடுமைக்கு பெயர்போன படேலும் மவுண்ட் பேட்டனும் கலந்துரையாடும் போது ஒரு பதற்றத்தை இருவருமே உணர்ந்தனர்.

நேருவுடன் பழகுவதற்கும் படேலுடன் பழகுவதற்கும் இடையே இருந்த மாறுபாட்டை நன்றாக அறிந்திருந்தார் மவுண்ட் பேட்டன்.

காங்கிரசின் காதி உடையில் இருந்த பங்காளியான நேருவுடன் படேல் எப்போதும் மாறுபட்ட கருத்தையே கொண்டிருந்தார். அவர்கள் இருவரும் இயல்பாகவே எதிரும் புதிருமாக இருந்தனர்.

சுதந்திரம் பெற்ற பின் இந்தியா எப்படி இருக்க வேண்டும் என்பதிலும் அவர்களிடையே வித்தியாசமான கருத்துகள் இருந்தன.

ஒரு புதிய சமூகத்தைப் படைக்க வேண்டும் என்ற நேருவின் கற்பனைவாத சோசலிசம் பயனற்றது என்று படேல் கூறினார்.

தீரம் மிக்க புதிய சோஷலிச உலகம் என்ற நேருவின் கனவை 'கிளிப்பிள்ளை சோசலிசக் கூச்சல்' என்று கூறி படேல் நிராகரித்தார்.

முதலாளித்துவ சமூகம் பயனுள்ளது என்பதில் படேல் உறுதியாக இருந்தார்.

எந்திரங்களும் தொழிலகங்களும், ஆலைகளும் நிறைந்த தொழில் நகரம் ஒன்றிலிருந்து வந்தவர் படேல். நேருவோ பழங்களும் பூக்களும் விளையும் பூமியிலிருந்து வந்தவர்.

நேருவைக் கவர்ந்து பற்றியிருக்கும் உலகு பற்றிய மாபெரும் விவாதங்களைக் கொண்ட வெளியுறவுத் துறையை படேல் வெறுத்தொதுக்கினார். அதிகாரம் எங்கே இருக்கிறது என்பதை அவர் அறிந்தே வைத்திருந்தார்.

காங்கிரஸ் எந்திரத்தில் தனது விசுவாசத்தை வளர்த்துக் கொண்டது போலவே சுதந்திர இந்தியாவின் காவல் பாதுகாப்பு, தகவல் ஒலிபரப்பு என முக்கிய விசயங்களைக் கொண்டிருக்கும் என்பதால் அரசு எந்திரத்தில் உள்துறை அமைச்சகத்தின் விசுவாசத்தை படேல் வளர்த்துக் கொண்டார்.

காந்தியின் வாரிசு நேரு என்ற போர்வையைப் போர்த்திக் கொண்டிருப்பதால் நேரு எப்போதும் உற்சாகமாகவே காணப்பட்டார்.

தனக்கு முன்னால் அமர்ந்திருந்த படேல் தன்னிடம் நீட்டிய துண்டுக் காகிதத்தை ஏற்றுக் கொள்ள முடியாது என்று அதனைத் திரும்பப் பெறுமாறு படேலிடம் மவுண்ட் பேட்டன் கேட்டு கொண்டார். ஆனால் படேல் சற்றும் தயக்கமின்றி மறுத்துவிட்டார்.

மவுண்ட் பேட்டன் அந்த இந்தியத் தலைவரை உற்று நோக்கினார். இந்த மனிதரின் ஆதரவும் இவர் பிரதிநிதித்துவப் படுத்தும் அமைப்பின் ஆதரவும் அவசியம் என்பதை அவர் அறிந்திருந்தார்.

ஆனாலும் இப்போது அவரைத் தன் போக்கிற்கு இணங்கச் செய்து விட்டால் அப்படிப்பட்ட ஆதரவைப் பெறுவது இயலாது என்பதிலும் மவுண்ட் பேட்டன் உறுதியுடன் இருந்தார்.

'ரொம்ப நல்லது. நான் புறப்பட்டுச் செல்வது தான் நல்லது. முதலாவதாக எனக்கு இந்த வேலையே பிடிக்கவில்லை. காரிய சாத்திய மில்லாத இந்த சூழ்நிலையிலிருந்து வெளியேறுவதற்கு உங்களைப் போல் யாராவது ஒருவர் காரணமாக இருப்பாரா என்பதைத்தான் தேடிக் கொண்டிருந்தேன்' என்று கோபத்துடன் மவுண்ட் பேட்டன் கூறிய போது, 'நீங்கள் சொன்னதைச் செய்து விடுவீர்களா?' என்று படேல் பதிலுக்கு கேட்டார்.

'செய்யாமல் என்ன உங்களைப் போன்ற இளையவர்களின் தாக்குதலையெல்லாம் தாங்கிக் கொண்டு இங்கேயே இருப்பேன் என்று நீங்கள் நினைக்கிறீர்கள்'

என்னிடம் கடுமையாக நடந்து பின்னுக்கு தள்ளிவிடலாம் என்று நீங்கள் நினைத்தால் அது தவறாகி விடும். உங்கள் குறிப்பை நீங்கள் வாபஸ் பெற வேண்டும். அல்லது நம்மில் ஒருவர் ராஜினாமா செய்ய வேண்டும்.

நான் பதவி விலகிச் சென்றால் ஏன் செல்கிறேன் என்பதை முதன் முதலில் உங்கள் பிரதம மந்திரியிடமும் திருவாளர் ஜின்னாவிடமும் விளக்குவேன். இந்தியாவில் இந்த பேச்சுவார்த்தை முறிந்தால் ரத்தக் களரி தொடரும். அதற்கு பொறுப்பு நீங்களாகத்தான் இருப்பீர்கள் வேறு யாருமல்ல என்றார் மவுண்ட் பேட்டன்.

மவுண்ட் பேட்டனை வெறித்துப் பார்த்த படேலின் மௌனத்தைப் பார்த்து அவருக்கு கோபம் எகிறியது.

'மிஸ்டர் படேல்! என்னைப் பற்றி நீங்கள் சரியாகப் புரிந்து கொள்ள வில்லை. உங்கள் குறிப்பை நீங்கள் இப்போதே திரும்பப் பெறப் போகிறீர் களா அல்லது பிரதம மந்திரியை அழைத்து எனது ராஜினாமாவை அறிவித்து விடட்டுமா?' என்று மவுண்ட் பேட்டன் கேட்டார்.

வைஸ்ராய்க்கு கோபத்தை ஏற்படுத்திய அந்தக் குறிப்பை அவரது மேஜையிலிருந்து எடுத்துக் கொண்டு படேலும் கோபத்துடன் வெளி யேறி விட்டார்.

இந்தியாவின் இரும்பு மனிதர் என்று பாராட்டப்பட்ட சர்தார் வல்லபாய் படேல் எழுபத்தைந்து ஆண்டுகள் வாழ்ந்தார்.

ஆரம்பக் கல்வி தாமதமானதால் அவர் தொழில் நடத்த வந்தபோது இருபத்தாறு வயதாகி விட்டது. அவர் அரசியலில் நுழைந்தபோது அவருக்கு வயது நாற்பத்திரண்டு.

சுதந்திர இந்தியாவில் அவர் அமைச்சரானபோது அவரது வயது எழுபத்திரண்டு, அமைச்சராகப் பதவி வகித்தது மூன்று ஆண்டுகள் தான். ஆனால் அவர் பெற்ற புகழும் சாதனையும் இந்த கால வரை கோட்டுக்குள் அடங்காதவை என்பதில் மாற்றுக் கருத்தில்லை.

சுதந்திரம் இந்தியாவிற்கு வரப்போகிறது என்று இரவும் பகலும் மகிழ்ச்சித் துள்ளலில் இருந்தவர் பலர். ஆனால் இந்தியாவில் உள்ள சமஸ்தானங்களின் கதி என்னவென்று சிந்தித்தவர் அவர் மட்டுமே.

ஐந்நூற்றுக்கும் மேற்பட்ட சுதேச சமஸ்தானங்களைக் கவனிக்காமல் விட்டால் அவை ஒவ்வொன்றும் சிறு சிறு பாகிஸ்தான்களாக மாறிவிடும் என்பது பற்றி அவருக்கு இருந்த தொலைநோக்கு வேறு இந்தியத் தலைவர்கள் யாருக்கும் இல்லை.

அவர் மட்டும் உறுதியாக இல்லாமல் இருந்திருந்தால் இன்றைய இந்தியாவின் நிலைமையை நினைத்தே பார்க்க முடியாது.

சுதந்திர இந்தியாவில் நிலையான அரசாங்கத்தை நேரு கொடுத்தார் என்று புகழ்வார்கள். ஆனால் அதற்கு ஆணிவேராகத் திகழ்ந்தவர் சர்தார் படேல்.

காந்தி மரணமடைவதற்கு ஆறு வருடங்களுக்கு முன்பே தன்னுடைய அரசியல் வாரிசு நேரு என்று அகில இந்திய காங்கிரஸ் கமிட்டிக்கு காந்தி முறைப்படி அறிவித்து விட்டார்.

அவரும் நேருவும் வெவ்வேறு அரசியல் மொழிகள் பேசுபவர்களா யிற்றே என்று காங்கிரஸ் தலைவர்கள் மத்தியில் சந்தேகங்கள் ஏற்பட்ட போது, இதயங்கள் ஒன்றுபடுவதற்கு மொழி ஒரு தடை அல்ல. நான் மறைந்த பிறகு நேரு என்னுடைய மொழியைப் பேசுவார் என்று காந்தி உறுதியாகப் பதிலளித்தார்.

எனினும் காங்கிரசிலிருந்த வலதுசாரிகள் காங்கிரஸ் தலைமையில் காந்திக்கு அடுத்த இரண்டாவது இடம் படேலுக்கு உரியது என்று அடிக்கடி கூறி வந்தார்கள்படேல் நேருவை பலமுறை எதிர்த்தார். கடைசி காலத்தில் காந்தியின் கருத்துக்களையும் அவர் கணக்கிலெடுத்துக் கொள்ளவில்லை.

ஆனால் ஜனவரி 30ம் தேதியன்று வெடித்த குண்டுகள் படேலுக்கு எதிராகத் திரும்பின. அன்று நடைபெற்ற சம்பவங்களுக்கு உள்நாட்டி லாகா அமைச்சர்தான் பொறுப்பு என்று சில முக்கியமான காங்கிரஸ் காரர்கள் கருதினார்கள்.

காந்தியின் உயிரைப் பாதுகாப்பதற்கு அவசியமான நடவடிக்கைகளை அவர் ஏன் எடுக்கவில்லை என்று அவர்கள் கேட்டார்கள்.

படேல் ஆத்திரமடைந்தார். எனக்கு எதிராக இப்படிப்பட்ட குற்றச் சாட்டுகளைச் சொல்லி காங்கிரசில் பிளவேற்படுத்துவதற்கு காங்கிரஸ் விரோதிகள் முயற்சிக்கிறார்கள் என்று அவர் கூறினார்.

படேலிடமிருந்த பல குணங்களை நேரு வெறுத்தார். அறிவு ஜீவிகளிடம் அவர் மிக அலட்சியமாக நடந்து கொண்டு ஆத்திர மூட்டுதல் சோசலிஸ்ட் நம்பிக்கைகளைக் கொண்டிருந்த காங்கிரஸ்காரர்களை

ஏளனம் செய்தல், நியாயப்படுத்த முடியாத அளவுக்கு கொடுமையான முறையில் கம்யூனிஸ்டுகளிடம் நடந்து கொள்ளுதல் இத்தகைய குறைகள் படேலிடமிருந்தன.

ஒருவரைத் தனிப்பட்ட முறையில் பிடிக்காவிட்டால் அவரோடு ஒத்துழைக்க முடியாது என்று நினைக்கும் அரசியல் வாதிகள் உண்டு. நேரு அப்படிப்பட்டவரல்ல.

கட்சி ஸ்தாபன விவகாரங்களில் படேலுக்கிருந்த திறமைகளை அவர் மதித்தார். சுதந்திரமான பலம் பொருந்திய இந்தியாவை உருவாக்கும் போராட்டத்தில் அவருடைய விசுவாசத்தை நேரு சந்தேகிக்கவில்லை.

29

நேருவின் மதச்சார்பற்ற உன்னதத் தன்மை

சுதந்திர இந்தியாவின் அரசியல் தொடக்கமே இந்தியா - பாகிஸ்தான் பிரிவினையோடுதான் ஆரம்பித்தது. மதத்தின் பெயரால் நாடு துண்டாடப் பட்டது.

பாகிஸ்தான் இஸ்லாமிய நாடாகப் பிறந்தது. ஆனால், இந்தியா இந்து பாரதம் என்று பெயரைச் சூட்டிக் கொள்ளாது மதச்சார்பற்ற பாரதம் என்று தோன்றியது.

மதச்சார்பின்மை உணர்வு என்பது மதங்களைப் புறக்கணிப்பது அல்ல. தனி மனித வாழ்க்கையில் மதத்துக்கு இட முண்டு. ஆனால், அது சமூக வாழ்க்கையை நிர்ணயிக்கும் பிரதான அம்சமாக இருப்பதுதான் கண்டிக்கத்தக்கதாகும்.

மதத்தின் பெயரால் பிரிவினை செய்யப்பட்ட நேரத்திலும் மதச் சார்பின்மை பற்றி பேசிய தலைவர் ஜவஹர்லால் நேரு. அதற்குக் காரணம் நேருவுக்கு மதச்சார்பின்மை என்ற கொள்கையின் மேலிருந்த அசைக்க முடியாத நம்பிக்கைதான்.

எந்த மதத் தலைவர்களையும் சந்திக்காமல், எந்த மத ஸ்தாபனங்களுக் கும் செல்லாமல், மதச்சார்பின்மையே தாரக மந்திரமாகக் கொண்டிருந்த ஒரே அரசியல் ஆசான் இந்தியாவின் முதல் பிரதமர் நேரு ஆவார்.

நமது வாழ்க்கையிலும் அரசியலிலும் அதிகப்படியாக மதம் என்று சொல்லப்படுவது இருக்கிறது என்பதை 1927ஆம் ஆண்டிலேயே ஒப்புக் கொண்டார். என்றாலும் இவர் இந்திய ஜாதி மதத் தீமைகளோடு தொடர்ந்து போராடினார். அரசியலில் மதத்தைப் புகுத்துவதைத் தடுப்பதில் நேரு சிறிதும் விட்டுக் கொடுக்கவில்லை.

“இந்தியாவில் மதம் என்று சொல்லப்பட்டதும் அது ஸ்தாபிதம் செய்யப்பட்டதும் என்னை வியப்பில் ஆழ்த்தியது. இதை நான் வெறுக் கிறேன். இதை முற்றிலும் அழிக்கவே விரும்புகிறேன்.

மிகப்பெரிய மதம் மானுடம். என்னை நான் அத்தொண்டுக்கே செல வழிப்பேன். இந்துக்கள் புனித ஸ்தலங்களுக்கு யாத்திரை செல்கிறார்கள். நானும் அவ்வழியேதான் போகிறேன். ஆனால், எனது யாத்திரை சுதந்திரத்தை நோக்கி” என்றார் நேருஜி.

சோதனையான உணர்ச்சி வசப்பட வேண்டிய நேரத்திலும் கண் முன்னே நடக்கும் கொலையின் மத்தியில் நேரு மதத்துக்கு இறையாகி விடவில்லை.

இந்தியா சுதந்திரம் பெறும் நேரத்தில் இரண்டாகப் பிரிந்தது. ஆயிரம் ஆயிரம் ஆண்டு காலமாக உயிரோட்டத்துடன் வாழ்ந்த பாரதம் இரண்டாக வெட்டப்பட்டது.

வெட்டப்பட்டதில் ஒன்று பாகிஸ்தான் என்று தோன்றியது. எப்படி ஒரு மாபெரும் தேசம் வெட்டப்பட்டதோ அதைப் போலவேதான் மக்களும் மதத்தின் பெயரால் வெட்டிக் கொண்டனர்.

ஆனால், தேசத்தின் இரு மதத்தினரின் இரத்தமும் ஒன்றாகத்தான் கலந்து எங்கும் ஓடி நனைத்தது.

இதனைப் பல நாளும் நேரில் கண்ட நேரு சிறிதும் நிதானம் தவறாது இஸ்லாமியரை வஞ்சம் செய்ய நினையாது எல்லோரையும் காப்பாற்றவே முயற்சித்தார்.

சுதந்திர இந்தியாவில் நேருவிடம் அளவற்ற அதிகாரம் இருந்தும் அதனைக் கலவரத்துக்கு உபயோகப்படுத்தாது ஒரு மாபெரும் மனிதாபி மானியாக நடுநிலை வகித்தார். அமைச்சரவையில் ஒரு சாரார் கடும் நடவடிக்கைக்கு முற்பட்ட போதும் நேரு அதனை நிராகரித்தார்.

பத்திரிகை ஆசிரியர் கரஞ்சியா நேருவைப் பற்றிக் கூறும்போது, புத்த பூமி எங்கும் இவரை அன்பே உருவான ராஜகுமாரனை ஒத்த இரண்டாம் சித்தார்த்தன் என மக்கள் போற்றுகின்றனர்.

அவருடைய சரீர அமைப்பிலும் அவர் இந்தியராகத் தோற்றமளிக்க வில்லை. அவருடைய அமைதியற்ற உள்ளத்திலும் மிளிரும் பார்வையைக் கொண்ட கண்களிலும் ஏதும் இந்து என்பதற்கே சாயலும் இல்லை என்றார்.

மதம் குறித்த தன்னுடைய இயல்பை வெளிப்படுத்தும்போது நேரு, நான் மதத்தில் அடைக்கலம் புகுவதென்பது என்னால் முடியாத காரியம். நான் சமுத்திர வெளியில் சூறாவளிக் காற்று அல்லது புயலின் மத்தியில் இருக்கவே விரும்புகிறேன். நான் இறந்தபின் என்ன ஏற்படும் என்பதைப் பற்றியும் அக்கறை செலுத்தவில்லை.

எந்தவிதமான மதக் கோட்பாடுகளாக இருந்தாலும் அது சாபக் கேடாகும். அதைக் களைந்தெறிய வேண்டும். மதங்களுக்கு அடிமையாய் இருக்கும் தேசமும் மக்களும் முன்னேற முடியாது. துரதிஷ்டவசமாக நமது தேச மக்கள் அதிகப்படியான மத அனுஷ்டானங்களைக் கொண்ட வர்களாகவும் சிறுமைப் புத்தியுடையவர்களாகவும் இருக்கிறார்கள் என்றார்.

இந்திய விடுதலைக்குப் பின்னரும் 1955லும் நேருவின் மதச் சார்பின்மை கருத்து பின்வருமாறு எதிரொலித்தது.

"மதவாதிகள் பண்டைய நாளின் இன்றைய ஞாபக சின்னங்கள். அவர்கள் கடந்த காலத்திலும் இல்லை. நிகழ்காலத்திலும் இல்லை. அந்தரத்தில் நிற்கிறார்கள்.

இத்தகைய மதவாதிகளின் போக்கு அபாயகரமானது. வெறுப்புணர்வுடன் உள்ள இந்தப் போக்கு இந்தியாவுக்கு நல்லதல்ல.

இம்மாதிரியான மதவாதத்தை அது இந்து, கிறிஸ்தவ, முஸ்லீம், சீக்கிய எவ்வித மதமாக இருந்தாலும் நாம் தொடர்ந்து கடைப்பிடித்தால் இந்தியா இன்று இருப்பதைப் போல் பின்னாளில் இருக்காது. அது துண்டு துண்டாகி விடும்.

நேரு காந்திஜிக்கு 1931ல் எழுதிய கடிதத்தில் நான் எந்த மதத்தையும் ஏற்பதற்கு தகுதி உடையவனாக இல்லாவிட்டாலும் மதங்களில் சொல்லப்பட்ட சகிப்புத் தன்மை பற்றிப் போதிப்பது எனக்கு எளிதாக உள்ளது" என்று குறிப்பிட்டார்.

மீண்டும் 1933 மே5ல் காந்திஜிக்கு எழுதிய கடிதத்தில், "மதம் எனக்கு ஆதாரமாக இல்லை. வயது ஆக ஆக நான் அதனின்றும் விலகிக் கொண்டே வந்தேன். எனக்கு அந்த இடத்தில் வேறு ஏதோ ஒன்று இருப்பதாகத் தோன்றியது.

பகுத்தறிவுப் புத்தியும், எனக்கு நம்பிக்கையையும், சக்தியையும் கொடுக்கின்றன. இப்படி இன்னதென்று விளக்க முடியாத ஒன்றிலிருந்து, நான் முற்றிலும் வேறுபட்டவனாக இருக்கிறேன். இம்மாதிரியான பலவீனமான ஆதாரத்தில் நான் நம்பிக்கை கொள்ள முடியவில்லை. ஆனால், புத்தி பலத்தைக் கொண்டு ஆராய்ந்தறிவதைத் தவிர வேறு நல்ல வழியில்லை" என்று தன்னை வெளிப்படுத்தியிருந்தார்.

□□□

30

காஷ்மீர் விவகாரமும் சட்டப்பிரிவு 370-ம்

1925ஆம் ஆண்டு காஷ்மீர் மன்னராக ஹரிசிங் பொறுப்பேற்றார். இந்தியா - பாகிஸ்தான் பிரிவினையின்போது காஷ்மீரின் ஹரிசிங்தான் மன்னர் பொறுப்பில் இருந்தார்.

அப்போது காஷ்மீரில் இரண்டு பிரதான கட்சிகள் இருந்தன. ஒன்று தேசிய மாநாட்டு கட்சி. இரண்டு முஸ்லீம் மாநாட்டு கட்சி தேசிய மாநாட்டு கட்சியின் தலைவர் ஷேக் அப்துல்லா இருந்தார்.

தேசிய மாநாட்டு கட்சிக்கு காஷ்மீர் பகுதியில் அதிக செல்வாக்கு இருந்தது. அதேபோல ஜம்மு பகுதியில் முஸ்லீம் மாநாட்டு கட்சிக்கு அதிக செல்வாக்கு இருந்தது.

1947ஆம் ஆண்டு இந்தியா - பாகிஸ்தான் பிரிவினையின்போது ஜம்மு - காஷ்மீரில் இருந்த இந்துக்கள் சீக்கியர்கள் மற்றும் பௌத்தர்கள் ஆகியோர் இந்தியாவில் இணைய வேண்டும் என்ற கருத்தில் இருந்தனர்.

அதேபோல மேற்கு ஜம்மு மற்றும் சில மாவட்டங்களிலுள்ள இஸ்லாமியர்கள் பாகிஸ்தானுடன் இணைய வேண்டும் என்ற கருத்தில் இருந்தனர்.

இந்தச் சூழ்நிலையில் காஷ்மீரின் மன்னராக இருந்து ஹரிசிங் ஒரு இந்துவாக இருந்தார். ஆனால், அவரின் மக்கள் அதிகம் பேர் இஸ்லாமியர் களாக இருந்தனர்.

இந்நிலையில் இந்தியாவுடன் சேர்வதா அல்லது பாகிஸ்தானுடன் இணைவதா என்ற கேள்வி எழுந்தது. எனவே, மன்னர் ஹரிசிங் இந்த இரு நாடுகளுடனும் இணைய மாட்டோம் என்ற முடிவை எடுத்தார்.

இதனைத் தொடர்ந்து 1947ஆம் ஆண்டு அக்டோபர் மாதம் பாகிஸ்தானின் ஆதரவுடன் ஸ்ரீநகர் பகுதியில் ஆசாத் காஷ்மீர் படைகள் தாக்குதல் நடத்தினர். இந்தப் பிரச்சனையிலிருந்து பாதுகாக்க ஹரிசிங் இந்தியாவிடம் ராணுவ உதவி கோரினார்.

அத்துடன் ஜம்மு - காஷ்மீரை இந்தியாவுடன் இணைக்க முன் வந்தார். அப்போது இந்திய பிரதமர் ஜவஹர்லால் நேரு மற்றும் மன்னர் ஹரிசிங் இடையே ஒரு ஒப்பந்தம் கையெழுத்தானது.

இதன்படி இந்தியாவின் ஒரு மாநிலமாக காஷ்மீர் இணைய ஒப்புக் கொண்டது. அத்துடன் ஜம்மு - காஷ்மீர் மாநிலத்தின் பாதுகாப்பு வெளி யுறவு மற்றும் தொலைத் தொடர்பு ஆகிய விஷயங்களில இந்திய அரசு முடிவு எடுக்கும் என்று குறிப்பிடப்பட்டிருந்தது.

இதனையடுத்து ஜம்மு - காஷ்மீர் பகுதியில் நடைபெற்ற பிரச்சனையை சரி செய்ய இந்திய பிரதமர் நேரு ஐ.நா. சபையிடம் முறை யிட்டார்.

இதனைத் தொடர்ந்து ஐ.நா சபையின் தீர்மானத்தின்படி பாகிஸ்தான் படைகள் காஷ்மீரிலிருந்து வெளியேற வேண்டும் என்று உத்தரவிடப் பட்டது. அதேபோல காஷ்மீரிலிருந்து இந்தியப் படையும் வெளியேற வேண்டும் என்று உத்தரவிடப்பட்டது.

இதனைத் தொடர்ந்து ஜம்மு - காஷ்மீர் மாநிலம் இந்தியாவிடம் இணையுமா அல்லது பாகிஸ்தானுடன் இணையுமா என்பது குறித்து அம்மாநில மக்களிடம் வாக்கெடுப்பு எடுக்கப்படும் என்ற தெரிவிக்கப் பட்டது.

எனினும், இந்த ஐ.நா.வின் தீர்மானத்திற்கு பாகிஸ்தான் ஒப்புக் கொள்ளாததால் இந்த வாக்கெடுப்பு இன்றுவரை நடைபெறவில்லை.

1947ஆம் ஆண்டு செய்யப்பட்ட ஒப்பந்தத்தின்படி இந்திய அரசியலமைப்பு சட்டத்தில் பிரிவு 370 அமைக்கப்பட்டது. இந்தப் பிரிவு ஜம்மு - காஷ்மீர் மாநிலத்திற்கு சிறப்பு அந்தஸ்து வழங்குகிறது.

அத்துடன் 1952ஆம் ஆண்டு ஷேக் அப்துல்லா மற்றும் இந்திய பிரதமர் நேரு ஆகியோர் இடையே டெல்லி ஒப்பந்தம் ஒன்று கையெழுத்தானது. இந்த ஒப்பந்தம் ஜம்மு - காஷ்மீர் மாநிலத்திற்கு வழங்கப்பட்ட சிறப்பு அந்தஸ்தை விரிவாக தெளிவுப்படுத்தியது.

காஷ்மீர் விவகாரத்தில் ஒவ்வொரு தரப்பினருக்கும் ஒவ்வொரு கருத்துகள் இருந்து வருகின்றன. காஷ்மீர் இந்தியாவோடு இணைய முக்கிய காரணகர்த்தாவாக இருந்தவர் இந்தியாவின் அப்போதைய பிரதமர் நேரு.

காஷ்மீர் விவகாரத்தில் நேரு செய்த தவறுதான் இன்றளவும் காஷ்மீர் மக்களை மட்டுமின்றி ஒட்டுமொத்த இந்தியாவின் நிம்மதியையும் குலைக்கிறது என்று ஒரு தரப்பினர் தொடர்ந்து கூறி வருகின்றனர்.

காஷ்மீர் ராஜா ஹரிசிங்குடன் ஒப்பந்தத்தில் கையொப்பமிட்ட நேரு, காஷ்மீரை ஆக்கிரமித்த பாகிஸ்தான் பழங்குடியினரை விரட்ட இந்திய ராணுவத்தை அனுப்பினார்.

அந்தச் சமயத்தில் ஐ.நா.வை நாடிய நேரு காஷ்மீர் வபிவகாரத்தில் தலையிட்டு தீர்வு காணச் செய்யும்ப வேண்டுகோள் விடுத்தார்.

உடனே சண்டை நிறுத்தம் செய்யும்படி ஐ.நா. சபை உத்தரவிட்டது. சண்டை நிறுத்தத்துக்கு முன்பு வரவர் ஆக்கிரமித்த பகுதி அவர்களுக்கே சொந்தம் என்று ஐ.நா. கூறியது. காஷ்மீரின் வசம் இருந்த பல கிராமங் களை பாகிஸ்தான் பழங்குடியினர் ஆக்கிரமித்து இருந்தனர். அவர் களுக்கே அந்தப் பகுதிகள் சொந்தமாகின.

ஐ.நா. தலையீட்டால்தான் பழங்குடியினரை இந்திய ராணுவம் முற்றிலும் விரட்ட முடியாமல் போய்விட்டது என்பதும், அதனால் இலாபமடைந்தது பாகிஸ்தான் தரப்புதான் என்பதும் நேருவை எதிர்ப்பவர்களின் கருத்தாக இருக்கிறது.

பாகிஸ்தான் பழங்குடியினர் வசித்து வரும் பகுதிகள் இன்றும்கூட பாகிஸ்தான் ஆக்கிரமிப்பு காஷ்மீர் என்றே அழைக்கப்படுகிறது.

காஷ்மீர் பிரச்சினையில் இந்திய அரசு கொடுத்த வாக்குறுதியை நிறை வேற்ற வேண்டும் என்று காஷ்மீர் மக்கள் விரும்புகின்றனர். இந்தியா வுடன் சில நிபந்தனைகளுக்கு உட்பட்டுத்தான் காஷ்மீர் சேர்ந்தது.

எதிர்காலத்தில் காஷ்மீர் மக்களிடம் வாக்கெடுப்பு நடத்தி அதன் முடிவில் இந்தியாவுடன் சேருவதா தனியாகப் போவதா என்று முடிவெடுக்கப்படும் எனத் தீர்மானிக்கப்பட்டது. நேருவும் இதற்கு அப்போது சம்மதம் தெரிவித்தார்.

காஷ்மீர் பிரச்சினையில் நேரு மேற்கொண்டது நேர்மையான செயல். ஆனால், அதே சமயத்தில் அவர் கொடுத்த வாக்குறுதியை அவரே காரில் போட்டு மிதித்ததையும் வரலாறு கவனமாக பதிவு செய்து வைத்திருக் கிறது.

அடுத்த இரண்டு ஆண்டுகளில் 1953ல் காஷ்மீர் அமைச்சரவையைக் கலைத்துவிட்டு மக்களால் தேர்ந்தெடுக்கப்பட்ட ஷேக் அப்துல்லாவை சிறையில் அடைத்து காஷ்மீர் பிரச்சினையை நேரு மேலும் சிக்கலாக்கினார்.

முதலில் காஷ்மீர் பிரச்சினையை ஐ.நா.வுக்கு எடுத்துச் சென்றது நேருவின் நியாயமான நடவடிக்கை. ஆனால், காஷ்மீர் அரசுடன் செய்து கொண்ட ஒப்பந்தப்படி நடந்து கொள்ளாதது நியாயமற்றதாகக் கருதப்படுகிறது.

'காஷ்மீர் மக்களிடம் வாக்கெடுப்பு நடத்த முடியாது' என்று நேரு சொன்னது மட்டுமின்றி காஷ்மீர் பிரதமர் ஷேக் அப்துல்லாவை சிறையில் போட்டது எல்லாம்தான் பிரச்சனைக்கு காரணம்.

1. காஷ்மீர் மாநிலத்தில உள்ள மக்கள் இரட்டை குடியுரிமை கொண்டவர்கள். அவர்கள் இந்தியாவிலும் குடியேறலாம்; பாகிஸ்தானிலும் குடியேறலாம்.

2. ஜம்மு - காஷ்மீருக்கு என்று தனிக்கொடி உள்ளது. அங்கு இந்திய தேசியக் கொடியை அவமதித்தாலும் அது தேசத்துரோக குற்ற மாகாது.

3. ஜம்மு - காஷ்மீரில் மாநில அரசு 6 ஆண்டுகள் பதவியில் இருக்கலாம். ஆனால், நம்மைப் போன்ற மற்ற மாநிலங்களில் 5 வருடங்கள்தான் வெற்றி பெற்ற அரசு ஆட்சி அமைக்க முடியும்.

4. இந்தியக் கொடி, தேசியச் சின்னங்கள் மற்றும் தேசிய கீதத்தை அவமதித்தால் அங்கு அது தவறு கிடையாது என்று ஆர்டிகிள் 370ல் உள்ளது.

5. இந்தியாவின் உச்சநீதிமன்றம் பிறப்பிக்கும் அனைத்து உத்தரவுகளும் காஷ்மீரைத் தவிர அனைத்து மாநிலங்களுக்கும் பொருந்தும்.

6. பாராளுமன்றத்தால் ஜம்மு - காஷ்மீரில் உள்ள சில இடங்களுக்கு மட்டுமே சட்ட திருத்தங்கள் செய்ய உரிமை உள்ளது.

7. ஜம்மு - காஷ்மீரில் உள்ள ஒரு பெண் மற்ற மாநிலங்களில் உள்ள ஒரு ஆணை திருமணம் செய்தால் அந்தப் பெண்ணிடம் உள்ள காஷ்மீருக்கான குடியுரிமை பறிக்கப்படும்.

   அந்தப் பெண் பாகிஸ்தானில் இருக்கும் ஒரு ஆணை திருமணம் செய்தால் அந்த பாகிஸ்தான் ஆணுக்கும் இந்திய குடியுரிமை அளிக்கப்படும். இதனால், பாகிஸ்தானில் இருந்து பல்வேறு பிரிவினைவாத தலைவர்கள் இந்தியா உள்ளே வருகின்றனர்.

8. அரசியல் சாசன சட்டம் 370 காரணமாக இந்தியாவின் ஆர்டிஐ, ஆர்டிஇ மற்றும் சிஏஜி லோக்பால், லோக் ஆயுக்தா போன்ற எந்த சட்டமும் ஜம்மு காஷ்மீரில் செல்லாது.

9. இஸ்லாமியர்கள் பின்பற்றும் ஷரியத் சட்டம் ஜம்மு - காஷ்மீரில் நடைமுறையில் உள்ளது. பஞ்சாயத்து போன்ற அமைப்புகளுக்கு அங்கு உரிமை இல்லை. மேலும், ஜம்மு காஷ்மீரில் சிறுபான்மையின ராக உள்ள சீக்கியர்கள் மற்றும் இந்துக்களுக்கு பிற மாநிலங்களைப் போல் 10 சதவீதம் இடஒதுக்கீடு இல்லை.

10. ஆர்டிக்கிள் 370படி இந்தியாவின் மற்ற மாநிலங்களில் உள்ள மக்கள் ஜம்மு - காஷ்மீரில் நிலங்களை வாங்க முடியாது. சொந்த நாடாக இருந்தாலும் நமக்கு உரிமைகள் அங்கு மறுக்கப்படும்.

11. காஷ்மீரில் பெண்களைத் திருமணம் மட்டும் செய்து கொண்டு பாகிஸ்தானியர்கள் இந்திய குடிமகனாக மாற முடியும். ஆனால், இந்தியாவில் உள்ள மற்ற மாநில மக்கள் காஷ்மீர் பெண்களைத் திருமணம் செய்து கொண்டு காஷ்மீரில் குடியுரிமை பெற முடியாது.

12. காஷ்மீரில் உள்ள மக்களுக்கு என்று இந்திய அரசு வரிச் சலுகை செய்ய வேண்டும் என்ற ஆர்டிக்கிள் 370 கூறுகிறது.

இதற்காக இந்தியா வருடா வருடம் பல்லாயிரக்கணக்கான கோடிகளை செலவு செய்கிறது. அத்தனையும் நமது வரிப்பணம்.

13. தேசிய சிறுபான்மை ஆணையம், தேசிய மனித உரிமை ஆணையம், தேசிய எஸ்சி/எஸ்டி ஆணையம் இவை எதுவுமே காஷ்மீரில் செயல்பட முடியாது.

●

காஷ்மீர் ஒப்பந்தம் குறித்தும் அரசியலமைப்பு சட்டப்பிரிவு 370 குறித்தும் நேரு கூறியது :

"வேறு எந்த மாநிலங்களையும்போல ஜம்மு காஷ்மீரும் இந்தியாவின் ஒரு பகுதிதான். இந்தியாவுடன் அது சட்டப்படியாகவும் உண்மையிலும் இணைந்து விட்டது. அது இப்போது இந்தியாவின் ஒரு பிரதேசம்தான்" என்று நாடாளுமன்றத்தில் திட்டவட்டமாக நேரு அறிவித்தார்.

காஷ்மீர் பிரச்சினையின் அடி முதல் நுனிவரை அவையில் விவரித்த நேரு, காஷ்மீரின் எதிர்காலம் குறித்து ஷேக் அப்துல்லாவுடனும் பிற தலைவர்களுடனும் பேசி முடித்த பிறகே ஒப்பந்தம் குறித்து அறிவித்ததாகக் குறிப்பிட்டார்.

ஒத்துழைப்பதன் மூலமும் நட்புறவுடனும் காஷ்மீர் விவகாரத்தில் செயல்படுகிறது என்றார். ஜம்மு - காஷ்மீர் மாநிலத்தில் யாரும் 23 ஏக்கருக்கு மேல் நிலம் வைத்துக் கொள்ளக் கூடாது என்று நிலச் சீர்திருத்தம் கொண்டு வந்திருப்பதைப் பாராட்டினார். இதற்காக பொறாமைப்படுவதாகவும் கூறினார்.

இந்தியாவின் பிற மாநிலங்களில் இது சாத்தியமில்லாதபோது காஷ்மீரில் நடந்து விட்டது என்று புகழ்ந்தார். மேய்ச்சல் நிலங்கள் தனியார் பெயரில் இருப்பதையும் சுட்டிக் காட்டினார்.

அதே வேளையில் வெளியார் யாரும் நிலம் வாங்கக் கூடாது என்று மகாராஜா காலத்திலிருந்தே தடை இருப்பதையும், காஷ்மீர் தட்ப வெப்பநிலை நன்றாக இருப்பதால் பிரிட்டிஷாரும் ஐரோப்பியர்களும் நிலங்களை வாங்கி விடக் கூடாது என்று ராஜா முன்னெச்சரிக்கையாக இருந்திருப்பதை சுட்டிக் காட்டினார்.

ஜம்மு - காஷ்மீர் மாநிலத் தலைவரைத் தேர்ந்தெடுப்பது மக்களின் விருப்பம். அதைச் செயல்படுத்துவது தேர்ந்தெடுக்கப்பட்ட உறுப்பினர் களின் உரிமை. அதில் நான் தலையிட விரும்பவில்லை. பிற மாநிலங்களின் முதலமைச்சர்களைத் தேர்ந்தெடுப்பதைப் போலவே காஷ்மீரிலும் நடக்கட்டும் என்றே விரும்பினார் நேரு.

நாடு சுதந்திரம் அடைந்த உடனேயே காஷ்மீரைக் கைப்பற்ற பாகிஸ்தான் செய்த சதி அம்பலமானதை பிரதமர் நேரு மாநிலங்களவை யில் விவாதத்தின்போது தெரிவித்தார்.

பஷ்தூன் பழங்குடிகள் காஷ்மீரின் ஒரு பகுதி மீது திடீர்த் தாக்குதல் நடத்தி அதைத் தங்களுடைய கட்டுப்பாட்டில் கொண்டு வந்தனர்.

இதற்கும் தங்களுக்கும் எந்தத் தொடர்பும் இல்லை என்றே பாகிஸ்தான் அரசு கூறி வந்தது. இந்தப் பிரச்சனையை ஐக்கிய நாடுகள் சபையின் பரிசீலனைக்குக் கொண்டு சென்றார் நேரு.

எஞ்சிய பகுதிகளை அப்பகுதியினர் கைப்பற்றி விடாமல் இந்திய ராணுவம் தடுத்தது. தாக்குதல் நடந்தபோது மேற்கு பஞ்சாப் மாநில முதலமைச்சர் மம்தாத்கான் காஷ்மீரைக் கைப்பற்றுவதற்காக நான் என் சொந்தப் பணத்திலிருந்து ரூ.65000 செலவு செய்தேன். பாகிஸ்தான் அரசு அதை எனக்குக் கொடுக்க வேண்டும் என்று கோரியிருக்கிறார்.

வடமேற்கு எல்லைப்புற மாகாண முதலமைச்சர்தான் பழங்குடி களைத் திரட்டி ஆயுதம் கொடுத்து காஷ்மீரைத் தாக்கச் சொல்லியிருக் கிறார் என்ற உண்மை இப்போதுதான் வெளிப்பட்டிருக்கிறது.

மேற்கு பஞ்சாபில் முதல்வராக இருந்தவர் இப்போது வடமேற்கு எல்லைப்புற மாகாண முதல்வராகியிருக்கிறார். பாகிஸ்தான் எப்படி இதன் பின்னணியில் இருந்திருக்கிறது என்பதற்கு வலுவான ஆதாரங்கள் கிடைத்துள்ளன.

பழங்குடிகள் தாக்குதல் நடத்தியிருந்தாலும் அங்கே நாம் போரைப் பெரிதாக்க விரும்பவில்லை. முதலாவதாக நாம் போர் செய்யும் மனநிலையில் இல்லை.

தேசப் பிரிவினைக்குப் பிறகு குடிபெயர்ந்த ஆயிரக்கணக்கான அகதிகளை குடியமர்த்தி அவர்களுக்கு உணவு, உடை, உறைவிடம் போன்றவற்றை அளிக்க வேண்டிய பெருங்கடமை நமக்கு இருக்கிறது.

அத்துடன் அரசு நிர்வாகத்தையும், விவசாயம், தொழில்துறை உள்ளிட்ட துறைகளையும் கவனிக்க வேண்டியிருக்கிறது.

கடந்த ஐந்தாண்டுகளில் காஷ்மீரில் எல்லாவிதமான செயல்களும் போராட்டங்களும் அரங்கேறியுள்ளன.

பிரிட்டிஷாரால் தங்கள் மீது திணிக்கப்பட்ட டோக்ரா மன்னரின் ஆட்சிக்கு முடிவு கட்ட வேண்டும் என்று மக்கள் பெரிய கிளர்ச்சியைத் தொடங்கினார்கள். இந்திய அரசியலிலும் பல மாறுதல்கள் ஏற்பட்டன.

காஷ்மீர் மன்னருக்கு எதிராக மக்களைத் திரட்டிப் போராடிய ஷேக் அப்துல்லா இந்தியாவுக்கு வந்து காந்தியைப் பார்க்க விரும்பினார். அவருடன் காங்கிரஸ் கட்சியின் பிற தலைவர்களையும் சந்திக்க விரும்பினார். அவர் இந்திய எல்லைக்கு அருகே வரும்போது காஷ்மீர் மன்னரால் தடுத்து கைது செய்யப்பட்டார்.

1947 மே அல்லது ஜூன் மாதத்தில் இந்தியாவின் வைஸ்ராயாக இருந்தவர் பிரிட்டிஷ் அரசின் சார்பாக ஒரு அறிவிப்பை வெளியிட்டார். இந்தியாவுடன் மாநிலங்கள் சேருவது பற்றியது அது. அதற்கும் முன்னரே சுமார் 500க்கும் மேற்பட்ட சுதேச மன்னர்களுடன் புதிய அரசில் சேருவது குறித்து பிரிட்டிஷ் அரசு பேசி வந்தது.

மக்கள் மன்னராட்சியை விரும்புவதில்லை. அரசியல் சட்டப்படியான ஜனநாயக ஆட்சியையே விரும்புகிறார்கள். அதற்கேற்ப நீங்களும் மாற வேண்டும் என்று மன்னர்களிடத்தில் அரசு கூறியது. அவர்களும் அப்படி மாறத் தயார் என்று அறிவித்தனர்.

புதிய இந்திய அரசு உருவாவதற்கு முன்னரே பல பகுதிகளில் மாற்றங்கள் ஏற்படத் தொடங்கின. ஜம்மு-காஷ்மீர், ஹைதராபாத் மற்றும் ஓரிரு சமஸ்தானங்கள் மட்டும் முரண்டு பிடித்தன.

மாநிலங்களை இந்தியாவுடன் சேர்ப்பது குறித்து நாங்கள் தெளிவாக இருந்தோம். எந்த சமஸ்தானமாக இருந்தாலும் மக்களின் விருப்பத்துக்கு முன்னுரிமை தர வேண்டும் என்றோம்.

மக்களிடையே கருத்து வேறுபாடுகள் இருந்தால் கருத்தறியும் வாக்கெடுப்பு நடத்தலாம் என்றோம். மக்களுடைய விருப்பம் இந்தியாவுடன் சேருவதுதான் என்றாலும் காஷ்மீர் மகாராஜா வேறு எண்ணத்தில் இருந்தார். அடுத்த முடிவு எடுக்கும்வரை இதே நிலையில் நீடிக்க விரும்புகிறோம் என்று இந்திய அரசுடனும், பிறகு பாகிஸ்தான் அரசுடனும் அவர் ஒப்பந்தம் செய்து கொண்டார்.

இதற்கிடையில்தான் 1947 ஆகஸ்டு 15ஆம் தேதி சுதந்திரம் பெற்றோம். சுதந்திரம் பெற்றாலும் தேசப் பிரிவினைக்கு முன்பைவிட பிறகு பெரும் கலவரங்கள் ஏற்பட்டன.

பாகிஸ்தானிலும் பிரச்சினைகள் ஏற்பட்டது. ஆனால், அவற்றின் பின்னணியில் நாம் இல்லை. காஷ்மீர் மகாராஜாவுக்கு பாகிஸ்தான் நெருக்கடி கொடுக்க ஆரம்பித்தது. ராணுவத்தில் பணியாற்றி ஓய்வு பெற்றவர்கள் பூஞ்ச் பகுதியில் அதிக எண்ணிக்கையில் வசித்தனர்.

வடமேற்கு எல்லைப்புற மாகாணத்தையொட்டி முசராபாத் என்ற இடத்தில் ஆயுதம் ஏந்திய பழங்குடிகள் பாகிஸ்தான் பகுதியிலிருந்து படையாக வந்து அப்பகுதி மக்கள் மீது கொடுந்தாக்குதல் நடத்தினர். வீடுகள் சூறையாடப்பட்டன. தீ வைத்து எரிக்கப்பட்டன. ஏராளமானோர் இரக்கமின்றி கொல்லப்பட்டனர்.

உடனே, அங்கே சென்று தலையிட வேண்டும் என்று டெல்லியில் எங்களுக்குத் தோன்றவில்லை. அடுத்து மொஹாரா பாலமும், மின்சார நிலையமும் தாக்கப்பட்டது. காஷ்மீர் பள்ளத்தாக்கு முழுவதுமே இருளில் சூழ்ந்து விட்டது என்றார்கள்.

ஸ்ரீநகர் விமான நிலையத்துக்கு 15 கி.மீ. தொலைவில் அவர்கள் வந்து கொண்டிருக்கிறார்கள் என்று தகவல் வந்தது. அவர்கள் விமான நிலையத்தைக் கைப்பற்றி விட்டால் போக்குவரத்து, தகவல் தொடர்பு, மின்னிணைப்பு அனைத்தும் துண்டிக்கப்பட்டு விடும் என்பதால் இந்திய அமைச்சரவை நீண்ட நேரம் விவாதித்து பிறகு இந்தியப் படையை அங்கு அனுப்ப முடிவு எடுக்கப்பட்டது.

மகாராஜா நம்மோடு சேருகிறாரா இல்லையா என்றுகூட கவலைப்படாமல் காஷ்மீரைக் காப்பாற்ற அந்த நடவடிக்கை எடுக்கப்பட்டது. அதன்பிறகு மகாராஜா குடிமக்களுடன் இந்தியாவுடன் இணைவதாக அறிவித்தார்.

இரண்டு விசய்கள் நமக்கு சாதகமாக இருந்தன. தேசிய மாநாட்டு கட்சித் தொண்டர்கள் தலைவர் ஷேக் அப்துல்லாவின் கட்டளையை ஏற்று சிறிதும் அச்சப்படாமல் இயல்பு வாழ்க்கை தொடரக் காரணமாக இருந்தனர்.

ஸ்ரீநகரில் ஒரு கடைகூட மூடவில்லை. மக்கள் பீதியடையாமல் அன்றாட வாழ்க்கையை நடத்தினர்.

இரண்டாவதாக ஊடுருவல்காரர்கள் வரும் வழியெல்லாம் நாச வேலைகளைத் தொடர்ந்து செய்து கொண்டும், வீடுகளைக் கொளுத்து வது, சூறையாடுவது, கண்ணில் பட்டோரை கொலை செய்வது என்று செயல்பட்டதால் அவர்கள் ஸ்ரீநகரை நெருங்குவதற்குள் நம்முடைய படைகள் அங்கு சென்று சூழ்ந்து கொள்ள முடிந்தது.

ஆரம்பம் முதலே பாகிஸ்தான் தனக்கு இதில் பங்கு இல்லை; ஊடுருவல்காரர்களை நாங்கள் அனுப்பவில்லை என்றே கூறி வந்தது. ஆனால், நாங்கள் கைது செய்தவர்களிடம் பாகிஸ்தான் ராணுவம் பயன்படுத்தும் துப்பாக்கிகளும் தோட்டாக்களும் இதர கருவிகளும் இருந்தன.

ஆனால், ஐக்கிய நாடுகள் சபையின் பாதுகாப்பு கவுன்சில் இன்று வரையில் ஊடுருவல்காரர்களைத் திரும்ப அழையுங்கள் என்று பாகிஸ்தானிடம் கூறாதது ஏன் என்பது வியப்பாக இருக்கிறது என்று ஜூலை 7, 1952ல் காஷ்மீர் பிரச்சினை குறித்து ஜவஹர்லால் நேரு விவரித்தார்.

•

இந்திய அரசியல் சட்ட நிர்ணய சபை அரசியல் சட்டம் 306?ஏ சட்டக் கூறினை நிறைவேற்றியது. இது ஜம்மு - காஷ்மீர் மாநிலத்துக்கும் இந்திய அரசுக்கும் இடையிலான உறவைப் பற்றியது.

வெளியுறவுத் துறை அமைச்சர் என்.கோபால்சாமி அய்யங்கார்

இதற்கான தீர்மானத்தைக் கொண்டு வந்தார். இம்மாநிலம் இந்திய அரசின் ஓர் அங்கமாகத் தொடரும். மாநில இணைப்பின்போது செய்து கொள்ளப்பட்ட ஒப்பந்தத்தில் இடம் பெற்றுள்ள அம்சங்கள் தொடர்பாக மாநிலத்துடன் பேசி ஒப்புக் கொள்ளும் விசயங்கள் தொடர்பாகவும் நாடாளுமன்றம் சட்டம் இயற்றும்.

மாநிலத்தின் அரசியல் சட்ட நிர்ணயசபை எடுக்கும் முடிவுகளை குடியரசுத் தலைவர் ஏற்றுக் கொள்வார் அல்லது அதில் செய்ய வேண்டிய மாறுதல்களைக் குறிப்பிடுவார். அல்லது நீக்குவார்.

மாநில அரசியல் சட்டசபையின் பரிந்துரையின்படியான மாறுதல்களையும் விதி விலக்குகளையும் ஏற்பார் என்கிறது இப்பிரிவு. மாநிலத்தில் முழு அமைதி திரும்பும் வரையில் முன்பிருந்த பிரஜா சபையோ அரசியல் சட்ட நிர்ணய சபையா இனி புதிய சட்டத்துக்குப் பிறகு செயல்பட முடியாது என்று தெளிவுப்படுத்தினார்.

பிற மாநிலங்களைப் போலவே ஜம்மு காஷ்மீரும் ஒரு நாள் இந்தியாவுடன் முழுதாகச் சேரும் என்று கோபால்சாமி கூறியபோது அவை மகிழ்ச்சியுடன் அதை வரவேற்றது.

மாநிலத்தின் ஒரு பகுதி எதிரிகளிடமும், தீவிரவாதிகளிடமும் சிக்கியிருப்பதையும் ஐக்கிய நாடுகள் சபை தீர்வு சொல்லட்டும் என்று காத்திருப்பதையும் அமைச்சர் நினைவு கூர்ந்தார்.

எப்போது இப்பகுதி விடுபடும் என்று சொல்ல முடியாது. காஷ்மீர் இணைப்பு பிரச்சினை திருப்திகரமாகத் தீர்க்கப்படுமபோதுதான் இந்தச் சிக்கலும் தீரும் என்றார். வெளியுறவுத்துறை அமைச்சர் என்.கோபால்சாமி அய்யங்கார் அக்டோபர் 19, 1949ல் இவ்வாறு தெரிவித்துள்ளார்.

காஷ்மீரின் சிறப்பு அந்தஸ்தை வைத்து இந்திய தேசியக் கொடியைக் கூட பறக்க விட வேண்டிய அவசியமில்லை என்று அடாவடித்தனம் செய்யக் காரணமாக இருந்த ஆர்டிக்கிள் 370ஐ ஒருவழியாகக் கல்லறைக்குள் வைத்தாயிற்று.

இந்தியாவின் பிரதமராக இருந்த ஜவஹர்லால் நேருவும் காஷ்மீரைச் சேர்ந்த ஷேக் அப்துல்லாவும் செய்து கொண்ட ஒப்பந்தத்தின் அடிப்படையில் உருவான ஆர்டிகிள் 370ம் ஆர்டிகிள் 35ஏ-யும் அன்றைய

பாராளுமன்றத்திலோ, அமைச்சரவைக் கூட்டத்திலோ ஒப்புதல் பெறாமல் கொண்டு வரப்பட்டவைதான்.

இந்தச் சிறப்பு அந்தஸ்தை வைத்து இதுநாள்வரை இந்தியாவை படாத பாடுபடுத்தி மிரட்டிய காஷ்மீர் பள்ளத்தாக்கு அரசியல்வாதிகளுக்கு இந்த ஆர்டிக்கிள் 370 நீக்கம் என்பது ஒரு மரண அடிதான்.

நமது தேசிய பட்ஜெட்டில் சுமார் பத்து சதவீதம் பணத்தை எழுபது ஆண்டுகளாக ஒரு சதவீதம் மக்கள் தொகை கூட இல்லாத ஜம்மு காஷ்மீருக்கு கொட்டி அழுது வந்திருக்கிறோம் பாதுகாப்பு என்ற பெயரில்.

காஷ்மீர் மாநிலத்துக்கு தனிக்கொடி, தனி முத்திரை, தேசப்பற்று வேண்டாம். ராணுவ பாதுகாப்பு தேவையில்லை. ஆனால், ஒட்டுமொத்த இந்தியாவின் வரிப் பணத்தின் பத்து சதவீதம் மட்டும் எப்போதும் வேண்டும். சராசரி இந்தியன் எதற்காக வருத்தப்பட்டு பாரம் சுமக்க வேண்டும் என்ற கேள்வியே 370 சட்டப்பிரிவை தூக்கி எறிய வேண்டியிருக்கிறது.

காஷ்மீரிகள் மட்டும் சென்னை உட்பட இந்தியாவின் எந்தப் பகுதிகளிலும் சொத்து வாங்கலாம். வியாபாரம் செய்யலாம். ஆனால், பிற மாநில இந்தியர்கள் காஷ்மீரில் சொத்து வாங்கவோ வியாபாரம் செய்யவோ கூடாது என்றால் அது எந்தவிதத்தில் நியாயம் என்று இந்திய இளைஞர்கள் இன்று கொந்தளிக்கத் தொடங்கியிருக்கின்றனர்.

காஷ்மீரிலிருந்து 1990ல் ராலிவ், சாலிவ், யா காலிவ்... இஸ்லாத்துக்கு மாறிவிடு; இடம் பெயர்ந்து சென்று விடு; இல்லையேல் செத்து விடு என்ற கோஷங்களுடன் ஒரே இரவில் பல்லாயிரக்கணக்கான காஷ்மீர் பண்டிட்கள் தங்கள் சொத்து உடைமைகளை விட்டுவிட்டு விரட்டப் பட்டனரே! கொல்லப்பட்டனரே!

சொந்த நாட்டிலேயே வீடு வாசல் சொத்துக்களை இழந்து அகதிகளாக வாழும் காஷ்மீர் பண்டிட்களுக்கு என்ன பதில் வைத்திருக்கிறோம்?

இந்து சீக்கிய பெண்களும் இந்து பண்டிட்களும் கொத்துக் கொத்தாக கொல்லப்பட்டனரே? சீக்கியப் பெண்கள் கதறக் கதறக் கற்பழிக்கப்

பட்டனரே... அவர்களுக்கான நியாயம் எப்போது இந்திய திருநாட்டில் கிடைக்கும்?

ஜம்மு - காஷ்மீர் மாநிலத்தில் இந்துக்கள், சீக்கியர்கள், பவுத்தர்கள் எல்லோரும்தான் வசிக்கிறார்கள். முஸ்லீம்களுக்குண்டான அடிப்படை உரிமைகள் ஏன் பறிக்கப்பட்டது என்ற கேள்விக்கு விடையாகவும் தீர்வாகவும்தான் ஆர்டிக்கிள் 370 நீக்கப்பட்டது.

1954ம் ஆண்டு குடியரசுத் தலைவராக இருந்த பாபு ராஜேந்திர பிரசாத் இருக்கும்போது நேருவின் அரசு அன்றைய பாராளுமன்றத்தைக் கூட்டாமல் ஒதுக்கிவிட்டு, குடியரசுத் தலைவரின் நேரடி ஆணை மூலம் தான் ஆர்டிகிள் 35ஏ சட்டப்பூர்வமாக்கியது.

அன்றைய குடியரசுத் தலைவருக்கு பாராளுமன்றத்தை மீறிய அதிகாரம் இருந்தது என்பது உண்மையானால், இன்றைய குடியரசுத் தலைவருக்கு அந்த ஆர்டிகிளை ரத்து செய்யும் உரிமை இருப்பதாகத் தானே அர்த்தம் என்பதுதான் இன்றைய இந்திய அரசு எதிர்க்கட்சிகளின் எதிர்ப்புக்கு முன்வைக்கும் விளக்கமாக இருக்கிறது.

மேலும், இந்த ரத்து ஆணைக்கான மசோதாக்கள் பாராளுமன்றத்தின் இரு சபைகளிலும் மூன்றில் இரண்டு பங்கு பெரும்பான்மையுடன் நிறைவேற்றப்பட்டுள்ளது.

சர்வதேச முதலீடுகள் காஷ்மீருக்கு வருவதற்கு இந்தச் சட்டப்பிரிவு பெரும் தடையாக உள்ளது.

இந்தச் சட்டத்தால் இங்குள்ள மருத்துவக் கல்லூரி உள்ளிட்ட முக்கிய கல்லூரிகள், போதிய இடங்களை நிரப்ப முடியாத சூழல் நிலவுகிறது.

ஜம்மு - காஷ்மீரில் நிரந்தரமாக வசிப்பவர்கள் மட்டுமே அங்கு சொத்துக்களை வாங்க முடியும். மாநில அரசில் பணியாற்ற முடியும்; தேர்தல்களில் போட்டியிட முடியும்.

ஜம்மு காஷ்மீரில் 30 ஆண்டுகளுக்கு மேல் பணியாற்றி ஓய்வு பெற்ற ஐ.ஏ.எஸ். அதிகாரிகளாலும் அங்கு சொந்தமாக வீடு வாங்க முடியாது.

□□□

31

நேருவின் மரண சாசனம்

காலனின் வருகை குறித்து யாதொரு கலக்கமும் இல்லாது மரணத்தை எதிர் கொள்ளும் மாவீரனாகவே பயணித்தவர் நேரு.

ஆயினும் காந்திஜியின் எதிர்பாராத துர்மரணம் நேருவைக் கலங்கச் செய்து விட்டது. என்றேனும் ஒருநாள் தன்னுடைய மரணத்தையும் இந்தப் பூவுலகம் சந்தித்துதானே ஆக வேண்டும் என்று தெளிவுபட இருந்த நேரு, எஞ்சி யுள்ள தன்னுடைய விருப்பு வெறுப்பு களை வெளிப்படுத்தும் விதமாக 1954 ஜூன் 21ல் சிம்லாவில் ஓய்வில் இருந்த போது தன்னுடைய மரண சாசனத்தை எழுதினார்.

"நான் இறந்தவுடன் எனது உடல்

சுட்டெரிக்கப்பட வேண்டும். வெளிநாட்டில் இறந்தால் அங்கேயே எரிக்கப்பட்டு எலும்பும் சாம்பலும் அலகாபாத்துக்கு அனுப்பபட வேண்டும்.

அவற்றில் ஒரு கைப்பிடி அளவு கங்கை, யமுனை சங்கமமாகும் பிரயாகையில் கரைக்கப்பட வேண்டும். மீதமுள்ள பெரும்பகுதியை கீழே குறிப்பிட்டுள்ளபடி செய்ய வேண்டும். அதில் சிறு பகுதியைக் கூட வைத்துக் கொள்ளவோ, பாதுகாக்கப்படவோ கூடாது.

சாம்பலை இவ்வாறு கங்கையில் கரைப்பதில் என்னைப் பொறுத்த வரையில் ஏதும் சமய சம்பந்தமான மனோபாவம் கிடையாது. அம்மாதிரி யான சடங்குகளை விரும்பவில்லை என்பதை மனப்பூர்வமாக அறிவிக்க விரும்புகிறேன்.

அதற்கு சாதாரணமாகக் கூட உட்படுவது கபட நாடகமாகும். நான் இளமையிலிருந்தே அலகாபாதில் ஓடும் கங்கை, யமுனை மீது ஆசை மிகவும் கொண்டவன். நான் வளர வளர இந்த ஆசையும் வளர்ந்து கொண்டே வந்திருக்கிறது.

பருவங்களின் மாறுதல்களுக்கேற்க அந்த நதிகளின் போக்கிலும் மாற்றங்கள் ஏற்படுவதை நான் கவனித்து வந்துள்ளேன். அப்போது நீண்ட நெடுங்காலமாக அந்த நதிகளோடு ஒட்டி வளர்ந்து வந்த வரலாறு, புராணம், மரபுகள் பாடல்கள், கதைகள் இவற்றைப் பற்றி நான் அடிக்கடி எண்ணிப் பார்த்திருக்கிறேன்.

கங்கை இந்திய மக்களால் சிறப்பாக போற்றப்படும் நதி. இது இந்திய மக்களின் உள்ளத்திலே புகுந்து அதைச் சுற்றியுள்ள இன மக்களின் வரலாற்று நினைவுகள், நம்பிக்கைகள், அச்சங்கள், வெற்றி தோல்விகள் ஆகிய எல்லாமே கங்கையோடு பின்னிப் பிணைந்துள்ளவையாகும்.

இந்தியாவின் தொன்மையான பண்பாட்டிற்கும், கலாச்சாரத்திற்கும், நாகரீகத்திற்கும் ஒரு சின்னமாக விளங்குகிறது. அது என்னை என்றென்றும் ஆக்கிரமித்துக் கொண்டிருக்கிறது.

நான் மிகவும் நேசிக்கின்ற பனி படர்ந்த இமயமலையின் சிகரங் களையும், ஆழமான பள்ளத்தாக்குகளையும் அவற்றின் கீழே உள்ள செழிப்பான பரந்த சமவெளிகளையும் கங்கை எனக்கு நினைவூட்டுகிறது.

இதுதான் எனது வாழ்க்கையும், செயலும் உருவாவதற்கு வளமான இடமாக இருந்தது.

என் கண்களுக்கு கங்கை இந்தியாவின் கடந்த காலப் பெருமைக்கு சின்னமாக தோன்றுகிறது. நிகழ்கால நனவாக ஓடி எதிர்காலக் கடலில் கலக்கும் மங்கையாக காட்சியளிக்கிறார்.

நான் பழங்கால பழக்க வழக்கங்களையும், சம்பிரதாயங்களையும் உதறித் தள்ளி விட்டாலும் அந்தப் பழமையினின்றும் நான் முற்றிலும் என்னைத் துண்டித்துக் கொள்ள எண்ணியதில்லை.

அந்தப் பழம் பாரம்பரியத்தைப் பற்றி நான் கர்வத்துடன் பெருமைப் படுகிறேன். எல்லோரையும் போல நானும் வரலாற்றில் மறையாத புகழ் கொண்ட கடந்த பழங்காலப் பாரதப் பழைமை என்னும் அந்த அறுபடாத சங்கிலியின் ஒரு இணைப்பு வளையம் நான் என்பதை உணர்ந்திருக் கிறேன்.

நான் அந்தச் சங்கிலியைத் துண்டிக்க மாட்டேன். ஏனெனில் நான் அதைப் போற்றிக் காத்து அதிலிருந்து உணர்ச்சி பெறுகிறேன்.

இந்த என் விருப்பத்திற்கு நானே சாட்சியாக உள்ளதாலும் இந்தியா வின் கலாச்சாரம் என்னும் பாரம்பரியச் சொத்துக்கு நான் செலுத்தும் இறுதி வணக்கமாக, அலகாபாத்தில் ஓடும் கங்கையில் என் அஸ்தியில் ஒரு கைப்பிடியளவு கரைக்கப்பட்டு அது இந்தியக் கரைகளை நனைத்துக் கொண்டிருக்கும் பெரும் கடலில் போய்ச் சேர வேண்டுமென விரும்பு கிறேன்.

மீதமுள்ள சாம்பலை ஒரு ஆகாய விமானத்தில் விண்வெளிக்குக் கொண்டு செல்லப்பட்டு விவசாயிகள் பாடுபடும் வயல்களிலும் இந்தியப் பூமியெங்கும் தூவப்பட வேண்டும்.

அதன் மூலம் தாய்த்திரு நாட்டின் மண்ணோடு மண்ணாகவும் காற்றிலே தூசியாகவும் கலந்து இந்திய மண்ணுடன் இரண்டறக் கலந்திட வேண்டும் என விரும்புகிறேன்.

நேருவின் மரண சாசனத்தின் பிற்பகுதியில் இந்திய மக்களுக்கு நன்றி தெரிவிக்கும் முகமாக சில வரிகளை எழுதியுள்ளார்.

நான் இந்திய மக்களிடமிருந்து அபரிமிதமான அன்பையும் பாசத்தையும் பெற்றிருக்கிறேன். அதற்கு கைம்மாறாக நான் சிறிதளவும் கொடுக்க முடியாதவனாக இருக்கிறேன்.

எத்தனையோ பேர்கள் போற்றப்பட்டிருக்கிறார்கள். எத்தனையோ பேர்கள் வணக்கத்திற்குரியவர்களாகவும் இருந்திருக்கிறார்கள்.

இந்திய மக்களில் எல்லா வகுப்பினரிடமிருந்தும் எனக்கு நிறைவாக அபரிமிதமாக அன்பு கிடைத்திருக்கிறது. இதனால் நான் மட்டற்ற மகிழ்ச்சியடைகிறேன்.

நான் வாழவிருக்கும் எஞ்சிய நாள்களில் அவர்கள் காட்டிய பாசத்திற்கு நான் தகுதியற்றவனாக இருக்க மாட்டேன் என்ற நம்பிக்கையோடு அவர்களுக்கு உத்தரவாதமளிக்கிறேன். இதைத் தவிர வேறு எதுவும் செய்ய இயலாது.

நான் ஏற்றிருந்த பெரும் பொறுப்புகளில் கூட்டாளிகளாக இருந்து தவிர்க்க முடியாத பின்னே தொடர்ந்த வெற்றி தோல்விகளில் துன்பத்தை எல்லோருமாகச் சேர்ந்து பகிர்ந்து கொண்டிருக்கிறோம். அவர்களுக்கும் நான் ஆழ்ந்த நன்றிக்கடன் பட்டிருக்கிறேன் எனக்கூறி நேரு தன்னுடைய மரண சாசனத்தில் தனது விருப்பத்தை நிறைவு செய்துள்ளார்.

32

நேருவின் நேசமிகு பூமி காஷ்மீர்

காஷ்மீரில் வசிக்கும் முஸ்லிம்கள் எந்த வகையைச் சேர்ந்தவர்கள் என்று என்னால் புரிந்து கொள்ள முடியவில்லை. ஏனென்றால், அவர்களுக்கும் காஷ்மீர் இந்துக்களுக்குமிடையே எந்த வேறுபாடும் இல்லை. இந்த இரு பிரிவினரும் ஒரே மாதிரியான பழக்க வழக்கங்களையும், பாரம்பரியங்களையும் கொண்டவர்களாக உள்ளனர். விருந்துகளையும், விழாக்களையும் சேர்ந்தே நடத்துகின்றனர்.

முகலாயப் பேரரசர் ஜஹாங்கீர் தமது நினைவுக் குறிப்புகளில் கூறியுள்ள வார்த்தைகள் இவை :

பூமியில் அமைந்த சொர்க்கம் என்று காஷ்மீரை வர்ணித்தார் முகலாயப்

பேரரசர் ஜஹாங்கீர். ஆனால், அந்த சொர்க்க பூமி காஷ்மீரிகளின் நரக பூமியாக இன்று மாறிக் கொண்டிருக்கிறது.

காஷ்மீர் பண்டிட்களின் வழித்தோன்றல் ஜவஹர்லால் நேரு. காஷ்மீர் பிராமணர்கள் பண்டிட்கள் என்று அழைக்கப்பட்டனர்.

நான்கு வருணங்களைக் கொண்ட இந்திய நாட்டின் சாதி அமைப்பில் பிராமணர்களை தவிர்த்து இதர மூன்று சாதிப் பிரிவினர்கள் எவரும் காஷ்மீரில் இல்லாதது அதன் தனித்தன்மையாகும்.

காஷ்மீரப் பண்டிட்டுகளின் திருமணங்கள், பூணூல் கல்யாணம் போன்றவற்றிலும் இறுதிச் சடங்குகளிலும் காஷ்மீர் முஸ்லீம்கள்தான் செய்து வந்துள்ளனர் என்பதும் காஷ்மீரின் தனித்தன்மையாகக் குறிப்பிடப்பட வேண்டும்.

ஒட்டுமொத்த காஷ்மீர் சமஸ்தானம் பகுதியில் இஸ்லாமியர்களே பெரும்பான்மையினராக இருந்தனர்.

காஷ்மீரப் பள்ளத்தாக்கு மீது பண்டிட் ஜவஹர்லால் நேரு கொண்டிருந்த நேசமும் மோகமும் அளவிடற்கரியது.

பெண்மையின் நளினமும் ஆண்மையின் கம்பீரமும் இணைந்த பகுதி என்று காஷ்மீரை வர்ணித்துள்ளார் நேரு.

உன்னதப் பேரழகு கொண்ட ஒரு பெண்ணுக்கு அந்த அழகு அவளின் தனிப்பட்ட தோற்றத்தைக் குறிக்காத வகையிலும் மானுட இச்சையைத் தூண்டாத வகையிலும் அமைந்திருந்தால் எப்படி இருக்குமோ அப்படிப் பட்ட பெண்மையின் நளினத்தைக் கொண்டது காஷ்மீர். ஆறுகள், பள்ளத்தாக்குகள், கவின்மிகு மரங்கள் ஆகியவை இந்தப் பெண்மையின் அடையாளமாக அமைந்துள்ளன.

மற்றொருபுறம் அதன் ஆண்மைத் தோற்றத்தின் வியத்தகு அழகினை யும் காண முடியும். உறுதியான மலைகள், செங்குத்தான பாறைகள், பனி படர்ந்த மலை முகடுகள், சிகரங்கள் இரக்கமின்றி கடுஞ்சீற்றத்துடன் கீழ்நோக்கிப் பாயும் அருவிகள் ஆகியவை அதன் ஆண்மையின் கம்பீரத் தோற்றத்திற்கான அடையாளங்கள்.

காஷ்மீருக்கு நூறு முகங்கள் உண்டு. எண்ணற்ற சாயல்கள் உண்டு. அவை தொடர்ந்து மாறிக் கொண்டே இருக்கும். சில நேரங்களில்

வருத்தத்துடனும், முழுமையான சோகத்துடனும் அது காணப்படும். கனவில் தோன்றும் நேசத்துக்குரிய பெண்ணின் முகம் விழித்தெழுந்த வுடன் காணாமல் போய் விடுவது போன்ற நிலை இது.

ஜவஹர்லாலின் கற்பனையில் வீற்றிருக்கும் பெண்மையின் நளினமும் ஆண்மையின் கம்பீரமும் கொண்ட காஷ்மீரில் கடந்த பல ஆண்டுகளாக துப்பாக்கிச் சத்தம் கேட்காத நாட்களே இல்லை என்று கூறும் அளவுக்கு வன்முறை தலை விரித்தாடுகிறது.

பிரிட்டிஷார் வெளியேறும்போது மத அடிப்படையில் பிரிவினை என்ற நெருப்புத் துண்டத்தை விதைத்துச் சென்று விட்டனர்.

நேருவின் நேசமிகு பூமியான காஷ்மீர் இந்து மன்னர் குலாப் சிங் கைக்கு மாறிய பூர்வீகக் கதை மிகவும் ராஜதந்திரமிக்க நடவடிக்கையாக வரலாற்றில் கருதப்படுகிறது.

மனிதர்களின் எதிர்காலம் 75 லட்சத்துக்கு விற்கப்பட்டது. காஷ்மீர் எனும் சொர்க்க பூமி 75 லட்சத்துக்கு விற்கப்பட்டது என்று உருதுக் கவிஞரான ஹபீஸ் ஜலந்தாரி எழுதியுள்ள கவிதையில் இந்த சோகம் வெளிப்படுகிறது.

நாம் ஒவ்வொருவரும் தலைக்கு மூன்று ரூபாய் கணக்கில் டோக்ரா மன்னர் குலாப் சிங்கால் வாங்கப்பட்டோம் என்று காஷ்மீரைச் சேர்ந்த வழக்குரைஞர் ஒருவர் பதிவு செய்துள்ளார்.

பிரிட்டிஷாரின் அடிவருடியாகக் கருதப்படும் டோக்ரா மன்னர் குலாப்சிங் தன்னை தங்கத்தால் விலைக்கு வாங்கப்பட்ட அடிமை என்று பிரகடனப்படுத்துகிறார் பெருமையாக.

முகலாய மன்னர்களால் 200 ஆண்டுகளுக்கும் மேலாக ஆட்சி செய்யப் பட்ட பூமி காஷ்மீர்.

காஷ்மீர் மீதான காதல் மனித இனத்தை ஆண்ட அத்தனை இந்திய மன்னர்களுக்கும் இருந்து வந்துள்ளது.

மௌரிய வம்சத்தின் அசோகச் சக்கரவர்த்தி தொடங்கி காஷ்மீர் ஆக்கிரமிப்பு தொடர்ந்திருக்கிறது.

கி.பி. முதலாம் நூற்றாண்டில் குஷானர்கள், ஆறாம் நூற்றாண்டில் ஹுணர்கள், எட்டாம் நூற்றாண்டில் கார்க்கோடர் வம்சம், ஒன்பதாம் நூற்றாண்டில் உத்பால வம்சம், பதினோராம் நூற்றாண்டில் லோகாரவம்சம், பதினான்காம் நூற்றாண்டில் மங்கோலியர்கள் எனத் தொடர்ந்தது.

காஷ்மீரில் இஸ்லாமிய மதம் கி.பி.14ஆம் நூற்றாண்டில்தான் பரவியது.

கி.பி. 1583ல் முகலாய மன்னர் அக்பர் தனது படையை அனுப்பி காஷ்மீர் ராஜ்ஜியத்தைக் கைப்பற்றினார். கி.பி. 1753ல் காஷ்மீர் ஆப்கானில் சாம்ராஜ்ஜியத்தின் கட்டுப்பாட்டுக்குள் வந்தது. அதன்பின் சீக்கிய வம்சத்தவரான ரஞ்சித்சிங் 1799ல் காஷ்மீரைக் கைப்பற்றினார்.

1846ல் நடைபெற்ற யுத்தத்தில் பிரிட்டிஷ் படைகள் சீக்கியர்கள் மீது படையெடுத்து வெற்றி பெற்றது. சீக்கிய சாம்ராஜ்யத்தின் அரசர் ரஞ்சித் சிங் மகன் துலிப்சிங் தோல்வியுற்றார்.

சீக்கிய சாம்ராஜ்ஜியத்தின் ஒரு பகுதியான இருந்த ஜம்மு ராஜ்ஜியம் இந்தப் போரில் சாதுர்யமாக கலந்து கொள்ளாது ஒதுங்கி இருந்தது.

ஜம்மு அரசர் குலாப்சிங் சாணக்கிய தந்திரம் மிக்கவர். சீக்கிய சாம்ராஜ்ஜியத்தின் மீது கண் வைத்திருந்த பிரிட்டிசாருடன் ரகசியமாக உறவாடி வந்தவர்.

நடந்து முடிந்த சீக்கிய யுத்தத்தின் நஷ்ட ஈடாக பிரிட்டிஷார் சீக்கியர் களிடம் 1 கோடி ரூபாய் கோரினர். அதற்கு லாகூர் ஒப்பந்தம் என்று பெயர்.

தங்கள் கட்டுப்பாட்டிலுள்ள குளுமனாலி மற்றும் காஷ்மீர் பள்ளத் தாக்கு பகுதியினை நஷ்ட ஈடாக சீக்கிய பேரரசு அளிக்க முன் வந்தது. ரொக்கமாக வேண்டும் என பிரிட்டிஷார் வற்புறுத்தியபோது காஷ்மீர் பள்ளத்தாக்கை பேரம் பேசி 75 லட்சத்துக்கு ஜம்மு மன்னர் குலாப்சிங் அந்தப் பகுதியை 1846ம் ஆண்டு மார்ச் 9ஆம் தேதி அமிர்தசரஸில் ஒப்பந்தம் போட்டு வாங்கிக் கொண்டார்.

1925ஆம் ஆண்டில் டோக்ரா வம்சத்தின் நான்காவதும் கடைசி அரசருமான ஹரிசிங் காஷ்மீரின் அரியணை ஏறினார். 1947ஆம் ஆண்டில் இந்தியாவுடன் காஷ்மீரை இணைக்கும் பிரச்சனையில் இவர் எடுத்த

நிலைப்பாடுதான் காஷ்மீர் பிரச்சனையின் முக்கிய அம்சமாக இன்று வரை அல்லல்படுத்தி வருகிறது.

காஷ்மீர் பிரச்சனையில் பாகிஸ்தானுடன் உதவுதல் என்ற பெயரால் பாகிஸ்தானை தனது சுயநல நோக்கங்களுக்காக அமெரிக்கா பயன் படுத்திக் கொண்டது.

ஜவஹர்லால் நேருவும் அன்றைய தேசியத் தலைமையும் இழைத்த தவறுகளே காஷ்மீர் பிரச்சனை தொடர்ந்து நீடித்து வந்ததற்கான காரணங்களாக எதிர்க்கட்சிகள் குற்றம் சாட்டி வந்தனர்.

33

ஜனநாயகமும் நேர்மையும் காத்திருக்கலாம்

மன்னர் ஹரிசிங் இணைப்பு ஆவணத்தில் கையெழுத்திட்டதைத் தொடர்ந்து காஷ்மீரின் ஆட்சி அதிகாரம் ஷேக் அப்துல்லாவின் தலைமையிலான தேசிய மாநாட்டுக் கட்சியிடம் 1947ஆம் ஆண்டு ஒப்படைக்கப்பட்டது.

1947ஆம் ஆண்டுக்கும் 1953ஆம் ஆண்டுக்கும் இடையேயான காலத்தில் காஷ்மீரின் தனித்தன்மையும் மாநில சுயாட்சி முறையும் தொடர்ந்து பாது காப்பாக இருக்குமா என்ற ஐயப்பாடு ஷேக் அப்துல்லாவுக்கு ஏற்பட்டது.

அமெரிக்க அரசியல் தலைமை சுதந்திர காஷ்மீர் கனவை ஷேக் அப்துல்லாவின் மனதில் ஆழமாக ஊன்றியிருந்தது.

இந்நிலையில் ஷேக் அப்துல்லாவின்

அச்சங்களைப் போக்க நேருவின் தலைமை பல முயற்சிகளை மேற் கொண்டது.

இதன் விளைவாகத்தான் 1952ல் நேரு ஷேக் அப்துல்லா உடன்பாடு கையெழுத்திடப்பட்டது. இதற்குப் பிறகும் அவர் இந்தியாவுடனான இணைப்பு என்ற நிலையை மறு பரிசீலனை செய்யத் தொடங்கியவுடன் பதவி நீக்கம் செய்யப்பட்டு சிறையிலடைக்கப்பட்டார்.

இது ஒரு ஜனநாயக விரோத அணுகுமுறை என்பதில் சந்தேகமில்லை. சர்வதேச அளவில் காஷ்மீர் மக்களின் ஆதரவு தங்களுக்கு தொடர்ந்து இருக்கிறது என்று காட்ட வேண்டியிருந்தது.

துவக்கத்தில் நேருவின் காஷ்மீர் கொள்கை ஒரு தனிமனிதரின் ஆதரவை - அதாவது ஷேக் அப்துல்லாவின் ஆதரவை அடிப்படையாகக் கொண்டது.

ஷேக் அப்துல்லாவிடம் காஷ்மீர் இணைப்புக்கு ஆதரவைப் பெறுவது காஷ்மீர் மக்களின் ஆதரவைப் பெறுவதாக நேரு எடுத்துக் கொண்டார்.

“என்னைப் பொறுத்தவரையில் காஷ்மீர மக்கள் அடிப்படையில் உங்களால் பிரதிநிதித்துவப்படுபவர்கள்” என்று 1952ஆம் ஆண்டு ஏப்ரல் 25ஆம் தேதி ஷேக் அப்துல்லாவுக்கு எழுதிய கடிதத்தில் நேரு குறிப் பிட்டார்.

ஷேக் அப்துல்லாவின் ஆதரவின் அடிப்படையில்தான் மன்னர் ஹரிசிங் அளித்த இணைப்பு ஆவணம் ஏற்கப்பட்டது. ஷேக் அப்துல்லா ஆதரிப்பதால் மக்கள் ஆதரவைப் பெற முடியும் என்ற நம்பிக்கையில் “காஷ்மீர் மக்களின் கருத்தை தெரிந்து கொண்ட பின் இணைப்பின் முடிவு இறுதியாக்கப்படும்” என்று இணைப்பு ஆவணத்தை ஏற்கும் பதில் கடிதத்தில் மவுண்ட் பேட்டன் குறிப்பிட்டிருந்தார்.

ஷேக் அப்துல்லா அளித்த ஆதரவின் அடிப்படையில் பாகிஸ்தான் படையெடுப்புக்கு எதிராக இந்தியப் படைகள் அனுப்பி வைக்கப்பட்டன.

அவருடைய ஆதரவு இருக்கும் என்ற நம்பிக்கையில்தான் ஐ.நா. சபைக்கு பிரச்சனையை கொண்டு செல்லும்போது பொது ஜனவாக் கெடுப்புக்குத் தயார் என்று ஒப்புக் கொள்ளப்பட்டது.

காஷ்மீரின் 'சதாரி ரியாசத்' பதவியை (ஆளுநர்) வகித்த மன்னர் ஹரிசிங்கின் மகனான கரன்சிங்கிடம் 1953ஆம் ஆண்டு ஏப்ரல் 21ஆம் தேதி நேரு பின்வருமாறு குறிப்பிட்டார்.

"காஷ்மீரின் தொடர்பான சர்வதேச வழக்கு முழுமையும் ஷேக் அப்துல்லாவைச் சார்ந்து உள்ளது" என்று கூறினார்.

ஷேக் அப்துல்லா காஷ்மீர் மக்களின் நம்பிக்கை நாயகராக இருந்த காரணத்தாலேயே நேருவால் அப்படி கூற முடிந்தது.

பாகிஸ்தானின் குள்ள நரித்தனம், ஷேக் அப்துல்லாவின் சந்தர்ப்ப வாதம் காஷ்மீர் மக்களின் எண்ணவோட்டம் எல்லாம் அறிந்திருந்த நேருவின் தொலைநோக்கு பார்வை தெளிவாகவே இருந்தது.

"காஷ்மீரின் அரசியலானது ஆளுமைமிக்க தலைவர்களைச் சுற்றியே சுழன்று கொண்டிருக்கிறது. அங்கே ஜனநாயகத்திற்கான மூலக்கூறுகளே இல்லை" என்று ஜவஹர்லால் நேரு கூறினார்.

பொதுவான வாக்கெடுப்பு நடத்தும் ஆலோசனையை ஒரு அம்சமாகக் கொண்ட ஐ.நா. தீர்மானத்தின் ஒரு நிபந்தனையான படை விலக்கலை பாகிஸ்தான் அரசு நிறைவேற்றுவதைப் பற்றி சிந்திக்கவே இல்லை.

தான் ஆக்கிரமித்திருந்த பகுதிகளிலிருந்து தனது படைகளை விலக்கிக் கொள்ள பாகிஸ்தான் தொடர்ந்து மறுத்து வந்தது. ஐ.நா. சபையில் பலமுறை விவாதங்கள் நடைபெற்றன.

பாகிஸ்தான் படைகள் காஷ்மீரத்தை விட்டு வெளியேறாததை காரணமாகக் காட்டி பொது ஜன வாக்கெடுப்பு உறுதிமொழியிலிருந்து இந்திய அரசு சிறிது சிறிதாக பின்வாங்கியது.

அதனை உறுதிப்படுத்தும் விதமாக 1957ஆம் ஆண்டில் ஸ்ரீநகருக்கு வந்த மத்திய உள்துறை அமைச்சர், "காஷ்மீர் இந்தியாவின் பிரிக்க முடியாத பகுதி. அதனுடைய நிலையை மீண்டும் ஒரு முறை தீர்மானிப்ப தற்கு பொது ஜனவாக்கெடுப்பு என்ற பேச்சுக்கே இடமில்லை" என்று கூறிவிட்டார்.

பிரதமர் நேரு இந்த நிலைப்பாட்டை எடுத்ததற்கு பல்வேறு காரணங்கள் கூறப்பட்டன. எனினும் ஷேக் அப்துல்லா சிறையிலடைக்கப் பட்ட நிலையில் பொது வாக்கெடுப்பு நடத்தப்பட்டால் அது இந்திய

அரசுக்கு எதிரானதாக இருக்கும் என்பதே முக்கியமான காரணமாகும்.

சர்வதேச அளவில் பிரச்சனை கொண்டு செல்லப்பட்ட நிலையில் காஷ்மீர மக்களின் எதிர்ப்புக்கு வடிகால் அமைத்துக் கொடுக்கும் வாய்ப்புகள் ஏற்படுத்தப்பட்டால் அது சர்வதேச அளவில் இந்தியாவின் மதிப்பை குறைத்து விடும் என்று நேரு அஞ்சினார். எனவே காஷ்மீர் மக்களுக்கு ஜனநாயக உரிமையை மறுக்கும் போக்கை மத்திய அரசு கடைப்பிடிக்க ஆரம்பித்தது.

மிகப்பெரும் ஜனநாயகவாதியாக கருதப்பட்ட ஜவஹர்லால் நேரு இத்தகைய நிலைபாட்டை எடுக்க வேண்டியதாயிற்று.

"சர்வதேச அளவில் நாம் ஒரு சூதாட்டத்தில் ஈடுபட்டு விட்டோம். அதனை நாம் இழக்கும் நிலையை அனுமதிக்க முடியாது. தற்போது நாம் அங்கே (காஷ்மீர்) துப்பாக்கி முனையை அடிப்படையாகக் கொண்டு இருக்கிறோம். நிலைமைகளில் முன்னேற்றம் ஏற்படும் வரை ஜன நாயகமும் நேர்மையும் காத்திருக்கலாம்" என்று கூறினார் நேரு.

காஷ்மீர் யுத்தத்தின்போது எடுக்கப்பட்ட தவறான முடிவுகள் தான் இந்தியாவுக்கு என்றென்றும் தீராத தலைவலியாகி விட்டது என்று தொடர்ந்து வலியுறுத்தப்பட்டு வருகிறது.

பாகிஸ்தான் ராணுவம் காஷ்மீரின் 40 சதவித பகுதியை ஆக்கிரமித்துக் கொண்டு மேலும் முன்னேறியது.

ஜெனரல் கரியப்பா தலைமையில் இந்திய ராணுவம் எதிரிகளை விரட்டி மேலும் முன்னேறும் சமயத்தில் ஜவஹர்லால் நேரு தடை போட்டு விட்டார்.

ஐ.நா. சபைக்கு இப்பிரச்சனையை கொண்டு செல்லவும் முற்பட்டார். தற்போது இந்தியா பாகிஸ்தான் இருக்கும் இடங்களில் அப்படியே தற்போதைய நிலை தொடரட்டும் என்று ஐ.நா. கூறி விட்டது.

இன்னும் இரண்டொரு தினங்கள் அவகாசம் தந்திருப்பின் காஷ்மீர் முழுமையையும் மீட்டிருப்போம் என்றார் ஜெனரல் கரியப்பா.

பாகிஸ்தான் ஆக்கிரமித்த பகுதி ஆசாத் காஷ்மீர் என்று பெயர் சூட்டப்பட்டது.

இந்தியாவில் இருந்த 562க்கும் மேற்பட்ட சின்னஞ்சிறு சமஸ்தானங் களை தமது மதிநுட்பத்தாலும் ராணுவ நடவடிக்கையாலும் இந்திய அரசோடு இணைத்த வல்லபாய் படேல், காஷ்மீர் பிரச்சனையையும் தீர்க்க விரும்பியபோது, “நான் பார்த்துக் கொள்கிறேன்” என்று நேரு தடுத்து விட்டார்.

1947ல் இடைக்கால அரசு அமைக்கப்பட்டது. இதில் ராஜேந்திர பிரசாத், நேரு, படேல், அம்பேத்கார், சியாமபிரசாத் முகர்ஜி, அபுல்கலாம் ஆசாத், ஜெகஜீவன்ராம், ஜான் மத்தாய், அமிர்த்கௌர், திவாகர், மோகன்லால் சக்சேனா, கோபாலசாமி அய்யங்கார், காட்கில், நியோஜி, ஜெய்ராம் தாஸ் தௌலத்ராம், சந்தானம் சத்ய நாராயண சின்ஹா கேஸ்கர் ஆகியோர் அமைச்சர்களாக பதவி ஏற்றனர்.

இந்திய அரசியல் சாசன சட்ட வரைவுக் குழுவுக்கு அம்பேத்கார் தலைமை ஏற்றார்.

அச்சமயம் காஷ்மீரத்தில் இருந்த ஷேக் அப்துல்லா காஷ்மீர் மக்களுக்கு என்று தனியான அரசியல் சாசனம் வேண்டும் என்று நேரு விடம் வேண்டினார்.

அதனை அம்பேத்காரிடம் கூறுமாறு நேரு அறிவுறுத்தினார். ஷேக் அப்துல்லா நீண்டதொரு கோரிக்கை மனுவுடன் அம்பேத்காரைச் சந்தித்தார். அரசியல் சாசன கோரிக்கையை வேண்டினார்.

அம்பேத்கார் மனுவை முழுமையாக படித்துவிட்டு, உங்கள் பிரதேச எல்லைகளை இந்தியா பாதுகாக்க வேண்டும். இந்தியா சாலைகள் அமைக்க வேண்டும். இந்தியா உங்களுக்கு உணவுப் பொருள்கள் வழங்க வேண்டும். காஷ்மீர் ஏனைய இந்திய மாநிலங்களைப் போல நடத்தப்பட வேண்டும்.

காஷ்மீரைப் பொறுத்தவரை இந்திய அரசுக்கு மிகக் குறைந்த அதிகாரமே இருக்க வேண்டும்.

ஆனால் இந்தியர்களுக்கு காஷ்மீரில் எந்த உரிமையும் இருக்கக் கூடாது என்று விரும்புகிறீர்கள். உங்களின் இந்தக் கோரிக்கைக்கு நான் இணங்கினால் இந்திய நாட்டுக்கு எதிராக துரோகம் இழைத்தவனாக கருதப்படுவேன். நான் சட்ட அமைச்சராக இருக்கும்வரை ஒருபோதும் இது நடக்காது என்று கூறி விட்டார்.

ஷேக் அப்துல்லா மீண்டும் நேருவிடம் சென்று நடந்ததைக் கூறினார். நேரு அப்துல்லா மீது கொண்டிருந்த நெருக்கமான உறவின் காரணமாக அப்போது காஷ்மீர் அரசில் திவானாக பணிபுரிந்து தற்போது அமைச்சராக உள்ள கோபாலசாமி அய்யங்காரைக் கொண்டு ஷேக் அப்துல்லா விரும்பிய எல்லாவற்றையும் ஒரு வரைவு படிவமாக்கி அதற்கு 370 ஆவது பிரிவு என்று பெயரிட்டு அல்லாடி கிருஷ்ணசாமி அய்யர் துணையோடு இந்திய அரசியல் சாசனத்தில் சேர்த்து விட்டார் நேரு.

அமைச்சரவையில் இருந்த தொழில் துறை அமைச்சர் சியாம பிரசாந்த் முகர்ஜி இந்த சட்டப்பிரிவு 370ஐ ரத்து செய்யும்படி நேருவிடம் முறையிட்டார்.

அவர் ஏற்காமல் போகவே 08.04.1950 அன்று பதவியை முகர்ஜி துறந்து 1951 அக்டோபர் 21ல் தில்லியில் பாரதிய ஜனசங்கம் என்ற புதிய அரசியல் கட்சியைத் தொடங்கினார்.

அடுத்து வந்த பொதுத் தேர்தலில் இவரது கட்சி மூன்று இடங்களில் வென்றது. நாடாளுமன்றத்தில் தேசிய குடியரசு என்ற அமைப்பை நிறுவினர்.

34

மதவாதப் போக்கும் மகாத்மாவின் மரணமும்

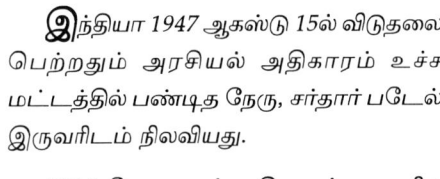

இந்தியா 1947 ஆகஸ்டு 15ல் விடுதலை பெற்றதும் அரசியல் அதிகாரம் உச்ச மட்டத்தில் பண்டித நேரு, சர்தார் படேல் இருவரிடம் நிலவியது.

1946 மே மாதம் பதினைந்து மாநில காங்கிரஸ் குழுக்களில் 12 மாநில காங்கிரஸ் குழு படேலின் பெயரை அகில இந்திய காங்கிரஸ் குழுத் தலைவருக்கு முன்மொழிந்தன.

சாதாரண நிலையில் படேல்தான் அகில இந்திய காங்கிரஸ் குழுத் தலைவ ராகத் தேர்ந்தெடுக்கப்பட்டார்.

ஆனால் இந்திய விடுதலை வெகு அண்மையில் வரப் போவதால் பல்வேறு சூழ்நிலைகளை அனுசரித்து காந்தியடிகள் பண்டித நேருவே அகில இந்திய

காங்கிரஸ் குழுத் தலைவராகவும், பின்னர் விடுதலை பெற்ற இந்தியாவின் பிரதமராகவும் வர வேண்டும் என்று விரும்பினார்.

காந்தியடிகள் சொல்லை என்றுமே மீறாத படேல் இச்சமயத்திலும் பிரதமர் போட்டிக்கு நேருவுக்கு வழிவிட்டார்.

ஒன்றுபட்ட இந்தியாவை உருவாக்க பாடுபட்ட படேல் தனது பதவியைப் பற்றி கவலைப்படவில்லை.

நேருவும் படேலை மிக உயர்ந்த மதிப்போடு நடத்தினார். விடுதலைப் பெற்ற இந்தியாவில் படேல் மிக முக்கியத்துவம் வாய்ந்த உள்துறை சுதேச சமஸ்தானங்கள், செய்தி ஒலி பரப்புத் துறை அமைச்சராக விளங்கினார். 1947 ஆகஸ்ட் 24ல் படேல் துணைப் பிரதமராக நியமிக்கப் பட்டார்.

நேருவுக்கும் படேலுக்குமிடையே சிறு சிறு கருத்து வேறுபாடுகள் இருந்தாலும் நாட்டுப்பணி, ஆழமான நாட்டுப்பற்று இருவரையும் ஒன்றாக இணைத்தது.

காங்கிரசிலுள்ள சில மதவாதப் பிற்போக்கு சக்திகள் நேருவுக்கும், படேலுக்குமிடையே பிளவு ஏற்படுத்துவதில் ஈடுபட்டன.

காங்சிரசிலுள்ள சில முஸ்லீம் தலைவர்கள் படேலின் பேச்சுக்களில் சிலவற்றை அவர் பேசிய இடம், காலம், சூழ்நிலை இவற்றிலிருந்து பிரித்து எடுத்துக் கொண்டு காந்தியடிகளிடமும் பிரதமர் நேருவிடமும் புகார் செய்தனர்.

சர்தார் படேல் முஸ்லீம்களின் நாட்டுப்பற்றை ஐயப்படுகிறார். ஆர்.எஸ்.எஸ். இயக்கம் முஸ்லீம்களை அச்சுறுத்துவதை ஊக்குவிக்கிறார் என்றெல்லாம் குற்றம் சாட்டினார்கள். ஆனால் சர்தார் உள்ளொன்று வைத்து புறமொன்று பேசாதவர். நியாயம் என்று பட்டதை அச்சம் தயையின்றி எடுத்துச் சொல்பவர்.

1947 ஜனவரி 3ம் தேதி ஐந்து லட்சம் மக்கள் கலந்து கொண்ட கல்கத்தா பொதுக் கூட்டத்தில் படேல் பின்வருமாறு பேசினார்.

இந்தியா சமய சார்பற்ற நாடாக இருக்கப் போகிறதா அல்லது இந்து நாடாக இருக்கப் போகிறதா என்ற கேள்வியில் இந்து நாடு என்ற பேச்சுக்கே இடமில்லை.

ஆனால் அதே நேரத்தில் ஒரு உண்மை மறுக்க முடியாத ஒன்று. இந்தியாவில் 4.5 கோடி முஸ்லீம்கள் வாழ்கின்றனர். இவர்களில் பெரும் பாலோர் பாகிஸ்தான் பிரிவினையை ஆதரித்தவர்கள் என்பதை மறுக்க முடியாது. அவர்களெல்லாம் ஒரே நாளில் இந்தியாவிற்கு விசுவாசமுள்ள வர்களாக மாறி விட்டார்கள் என்று எப்படி ஒப்புக் கொள்ள முடியும்?

மூன்று நாட்கள் கழித்து லக்னோவில் இதே கருத்தை வலியுறுத்திப் பேசினார். ஜின்னாவின் இரு தேசக் கொள்கையை தீவிரமாக ஆதரித்த முஸலீம்கள் எல்லாம் பாகிஸ்தானுக்கு செல்லாமல் இந்தியாவிலேயே தங்கி விட்டனர். அத்தகைய அரசியல் சந்தர்ப்பவாதிகளைப் பார்த்து படேல் பின்வருமாறு கேள்விகளைத் தொடுத்தார்.

இந்திய முஸ்லீம்களை ஒரு கேள்வி கேட்க விரும்புகிறேன். அண்மை யில் கூடிய அனைத்து இந்திய முஸ்லீம் மாநாட்டில் நீங்கள் ஏன் காஷ்மீர் பிரச்சனையில் உங்கள் கருத்தை முன் வைக்கவில்லை.

நான் திறந்த உள்ளத்தோடு கூறுகிறேன். நீங்கள் ஒரே சமயத்தில் இரு குதிரைகளின் மீது சவாரி செய்ய முடியாது. நீங்கள் ஒரு குதிரையைத் தேர்ந்தெடுங்கள்.

பாகிஸ்தானுக்கு குடிபெயரும் முஸ்லீம்கள் அங்கு சென்று அமைதியாக வாழலாம். எங்களை இந்தியாவில் அமைதியாக வாழ விடுங்கள்.

படேலின் இந்த மனம் திறந்த பேச்சு நேருவுக்கு பலத்த அதிர்ச்சியைத் தந்தது. நேரு உடனடியாக காந்தியடிகளிடம் படேல் பற்றி புகார் தெரி வித்தார். ஆனால் படேலின் பேச்சை நடுநிலையாளர்கள் அனைவரும் ஆதரித்தனர்.

தீவிரவாத இந்துக்களால் தங்களுக்கு பாதுகாப்பு இல்லாத சூழ்நிலை உருவாகி உள்ளதாக டெல்லியிலுள்ள முஸ்லீம்கள் புகார் கூறினார்.

காந்தியடிகள் இந்து முஸ்லீம் மக்களிடையே தோழமையையும் ஒற்றுமையையும் ஏற்படுத்த 1948 ஜனவரி 13ஆம் தேதியிலிருந்து கால வரையற்ற உண்ணாநோன்பு மேற்கொண்டார்.

அனைத்து சமய மக்களிடையே இயல்பான தோழமை உணர்வு ஏற்பட்டால் தான் உண்ணாநோன்பை முடிப்பேன் என்று காந்தியடிகள் உறுதி மேற்கொண்டார்.

சர்தார் வல்லபாய் படேல் எழுபத்தெட்டு வயதான காந்தியடிகளிடம் உண்ணாநோன்பை கைவிட வேண்டிக் கொண்டார். ஆனால் காந்தி யடிகள் பிடிவாதமாக இருந்தார்.

நாடு முழுவதும் காந்தியடிகளின் உடல்நிலையைப் பற்றி ஆழ்ந்த கவலையுற்றிருந்தது. அகில இந்திய காங்கிரஸ் குழுவின் தலைவர் டாக்டர் ராஜேந்திர பிரசாத் தன் இல்லத்தில் பல்வேறு சமயத் தலைவர்களின் கூட்டத்தை கூட்டினார்.

சமய நல்லிணக்கத்திற்கு தங்கள் உயிரையும் பணயம் வைத்துப் பாடுபடுவதாக அவர்களிடம் உறுதிமொழி பெற்று கூட்டறிக்கை வெளி யிடச் செய்தார். இதன் பிறகு காந்தியடிகள் ஆறாம் நாள் தன் உண்ணா விரதத்தை கைவிட்டார்.

ஆனால் காந்தியடிகளின் உண்ணாவிரதம் எதிர்பாராத விளைவுகளை தோற்றுவித்தது. கலவரத்தை தூண்டி விடும் முஸ்லீம் சமூக விரோதி களுக்குக்கூட ஏன் அரசு பாதுகாப்பு அளிக்க வேண்டும்என்று இந்து மகா சபை ராஷ்ட்ரீய சுயம் சேவக் போன்ற தீவிரவாத இந்து மத அமைப்புகள் கேள்வி எழுப்பின.

காந்தியடிகள் உண்ணாவிரதம் முடித்த இரு நாட்கள் கழித்து அவரின் பிரார்த்தனை கூட்டத்திற்கு அருகில் வெடிகுண்டு வீசப்பட்டது.

சர்தார் படேல் இந்நிகழ்ச்சி குறித்து மிகவும் கவலைப்பட்டார். காந்தியடிகளுக்கு கொடுத்து வந்த பாதுகாப்பை வலுப்படுத்தினார்.

காவல் துறையினர் பிரார்த்தனைக் கூட்டத்தில் கலந்து கொள்ளும் ஐயத்திற்குரிய நபர்களை சோதனையிட காந்தியடிகளிடம் அனுமதி கோரினர். அதற்கு காந்தியடிகள் ஒப்புதல் மறுத்தார்.

1948 ஜனவரி 30ம் நாள் மாலை சர்தார் படேல் காந்தியடிகளைச் சந்தித்து மத்திய அமைச்சரவையிலிருந்து விலக அனுமதி கோரினார்.

மவுலானா ஆசாத் உட்பட சில தலைவர்கள் தனக்கும் நேருவுக்கும் இடையே பிளவு ஏற்படுத்த விரும்புகின்றனர் என்று படேல் கூறினார். காந்தியடிகள் படேலின் குறைகளை அமைதியாக கேட்டுக் கொண்டார்.

“நான் முன்பு நேரு, படேல் இருவரில் ஒருவர் அமைச்சர் பதவியில் இருந்து விலக வேண்டும் என்று எண்ணினேன். ஆனால் இப்போதுள்ள

சூழ்நிலையில் இருவருமே அமைச்சரவையில் இருக்க வேண்டும் என்ற உறுதியான முடிவுக்கு வந்து விட்டேன். இன்று மாலை பிரார்த்தனைக்கு பின் நடக்கும் கூட்டத்தில் இதே கருத்தைப் பற்றி நான் பேசப் போகிறேன்" என்று படேலுக்கு பதில் அளித்தார் காந்திஜி.

சர்தார் வல்லபாய் படேல் காந்தியடிகளின் விருப்பப்படியே அமைச்சரவையில் இருந்தபடி நேருவுக்கு முழு ஒத்துழைப்பு அளிப்பதாக உறுதி கூறினார். காந்திஜி மனநிம்மதி அடைந்தார். படேல் மன நிறைவுடன் விடைபெற்றார்.

காந்தியடிகள் தன் அறையிலிருந்து பிரார்த்தனை கூட்டம் நடை பெறும் திறந்தவெளிக்கு நடக்கலானார்.

கூட்டத்திலிருந்து நாதுராம் கோட்சே என்ற மகாராஷ்டிர பிராமண இளைஞன் காந்தியடிகளை வணங்குவது போல முன்னால் வந்தான்.

உடனே தன் கைத்துப்பாக்கியை எடுத்து காந்தியடிகளின் மார்பில் மூன்று முறை சுட்டான். 'ஹேராம்' என்ற கடைசி சொல்லை உச்சரித்த படி காந்தியடிகள் கீழே சாய்ந்தார்.

மாலை 5 மணிக்கு காந்தியடிகளிடம் இருந்து விடைபெற்றுக் கொண்டு தன்னுடைய புதல்வி மனிபென்னுடன் வீட்டிற்கு சென்று செய்தித்தாளைப் படித்துக் கொண்டிருந்தார் படேல்.

அச்சமயம் காரில் வந்து இறங்கிய மகாத்மாவின் உதவியாளர் பிரிஜ் கிருஷ்ணா காந்திஜி சுடப்பட்ட செய்தியைக் கூறியதும் படேல் அலறினார். உடனே படேலும் மகளும் அதே காரிலேயே புறப்பட்டனர்.

படேல் பிர்லா மாளிகைக்கு போய்ச் சேர்ந்தபோது மகாத்மா காந்திஜியைத் தரை விரிப்பில் கிடத்தி இருந்தார்கள். பகவத்கீதை ஒலித்துக் கொண்டிருந்தது.

படேல் மவுனமாக மகாத்மாவின் காலடியில் அமர்ந்தார். சற்றைக் கெல்லாம் ஜவஹர்லால் விரைந்து வந்தார். துக்கம் பீறிட்டுக் கொண்டு வர, படேலின் மடியில் தலையை வைத்து நேரு குலுங்கிக் குலுங்கி அழுதார்.

மவுண்ட் பேட்டன் படேலையும், நேருவையும் அணைத்தபடி "காந்திஜியின் கடைசி ஆசை நீங்கள் இருவரும் ஒற்றுமையாக இருக்க

வேண்டும் என்பதுதான். அதை நிறைவேற்றுவது உங்கள் இருவரின் பொறுப்பு” என்றார்.

மூவரும் சற்று நேரம் அமைதியாக இருந்தனர். பின்னர் நேருவும் படேலும் கலங்கிய கண்களுடன் பார்வையைப் பகிர்ந்து கொண்டனர். பின்னர் இருவரும் ஒருவரையொருவர் தழுவிக் கொண்டனர்.

•

காங்கிரசுக்கு உள்ளேயும் வெளியேயும் இருந்த படேலின் எதிரிகள், மகாத்மா சுடப்பட்டதற்கு அமைச்சகத்தின் கவனக் குறைவே காரணம் என்று கூறத் தொடங்கினர்.

ஸ்டேட் ஸ்மென் பத்திரிகைம மகாத்மாவுக்கு பாதுகாப்பு அளிக்கத் தவறிய படேல் உடனடியாக பதவி விலக வேண்டும் என்று எழுதியது.

சோஷலிஸ்டுகளை விமரிசிப்பவரான படேல் ஜெயப்பிரகாஷ் நாராயணனின் கண்டனத்திற்கு ஆளானார்.

பொறாமை சேற்றில் உழன்று கொண்டிருந்தவருக்கு சேற்றை வாரி இறைக்க வாய்ப்பு கிடைத்தது.

படேல் உடனடியாக பதவி விலகல் கடிதத்தை தயாரித்தார். ஆனால் படேலின் செயலாளரான வித்யாசங்கர் அதனை அனுப்பவில்லை.

அவசரப்படாதீர்கள். இந்த அலை விரைவில் அடங்கிவிடும் எனக் கூறி படேலை திரும்பப் பெற வைத்து விட்டார்.

மறுநாளே நேருவிடமிருந்து படேலுக்கு ஒரு கடிதம் வந்தது.

“வதந்திகளையும் சில சந்தர்ப்பவாதிகளின் குற்றச் சாட்டுகளையும் கருத்தில் கொள்ள வேண்டாம். நமக்குள்ளே பிளவை உண்டு பண்ணவே சிலர் காத்திருக்கிறார்கள். இந்த முயற்சியை நாம் கூட்டாக முறியடிக்க வேண்டும்” என்றார்.

காயம் பட்ட படேலின் மனதுக்கு நேருவின் கடிதம் ஆறுதலைத் தந்தது. உடனே அதற்கு நன்றி தெரிவித்து கடிதம் எழுதினார் படேல். முதன்முதலாக படேல், ‘‘எனது தலைவர்’’ என்றும் அக்கடிதத்தில் குறிப்பிட்டிருந்தார். குழம்பிய குட்டையில் மீன்பிடிக்க காத்திருந்த வர்கள் ஏமாற்றமடைந்தனர்.

முப்பதாண்டு காலம் தொடர்பு கொண்டிருந்த ஒப்பற்ற தலைவரான மகாத்மாவின் மறைவு படேலை உடல் ரீதியாகவும் பாதித்தது.

1948 மார்ச் 5ஆம் தேதி பகல் உணவு அருந்திக் கொண்டிருந்தபோது அவருக்கு இதய வலி ஏற்பட்டது. எனவே சில வாரங்கள் அவர் மருத்துவக் கண்காணிப்பில் இருந்தார்.

1948 ஜூன் மாதத்தில் மவுண்ட் பேட்டன் விடைபெற வேண்டி இருந்தது. அப்போது மேற்கு வங்க கவர்னராக இருந்த ராஜாஜியை கவர்னர் ஜெனரலாக பொறுப்பேற்குமாறு நேருவும் படேலும் கேட்டுக் கொண்டனர்.

அதன்படி 21.06.1948 அன்று இந்தியாவின் கவர்னர் ஜெனரலாக ராஜாஜி பொறுப்பேற்றார். இராஜாஜியின் வரவு அவ்வப்போது நேரு, படேல் இருவரின் பிரச்சனைகளை சரி செய்ய பெரிதும் பயன்பட்டது.

35

காஷ்மீர் சிறப்பு அந்தஸ்து சட்டப்பிரிவு ரத்து

ஜம்மு காஷ்மீர் மறுசீரமைப்பு சட்டம் 2019 (Jammu and Kashmir Reorganisation Bill 2019) இந்தியாவின் ஜம்மு காஷ்மீர் மாநிலத்தை மறுசீரமைக்க வகை செய்ய சட்டமுன் வடிவத்தை இந்திய அரசின் உள்துறை அமைச்சர் அமித்ஷா 2019 ஆகஸ்டு 5 அன்று மாநிலங்களவையில் அறிமுகம் செய்து வைத்தார்.

இந்த சட்டமுன் வடிவமானது ஜம்மு காஷ்மீர் மாநிலத்திற்கு சிறப்புத் தகுதி களை வழங்கும். இந்திய அரசியல் அமைப்புச் சட்டப்பிரிவு 370 மற்றும் இந்திய அரசியல் அமைப்புச் சட்டம் பிரிவு 35ஏ நீக்கம் செய்யவும், ஜம்மு காஷ்மீர் மாநிலத்தை இரண்டாகப் பிரித்து சட்டமன்றம் கொண்ட ஜம்மு காஷ்மீர் ஒன்றியப் பகுதியாகவும் மற்றும்

லடாக் ஒன்றியப் பகுதியாகவும் பிரிக்க வகை செய்கிறது.

இச்சட்ட முன்வடிவம் நாடாளுமன்றத்தில் அறிமுகம் செய்து வைப்பதற்கு முன்னர் இந்திய குடியரசுத் தலைவர், அரசியல் அமைப்புச் சட்டம் 370 (3)ன் கீழ், 2019 ஆகஸ்டு 5ஆம் தேதியன்று ஜம்மு காஷ்மீர் மாநிலத்திற்கு சிறப்புத் தகுதிகள் வழங்கும் இந்திய அரசியல் சட்டப்பிரிவு 370 மற்றும் சட்டப்பிரிவு 35ஏ ஆகியவைகளை நீக்கி ஆணையிட்டுள்ளார்.

ஜம்மு காஷ்மீருக்கு சிறப்புத் தரும் சிறப்புத் தகுதிகளை நீக்குவதற்கான கீழ்க்கண்ட நான்கு சட்ட முன் வடிவங்களையும் மாநிலங்களவையின் தீர்மானத்திற்கு உள்துறை அமைச்சர் அமித்ஷா சமர்ப்பித்துள்ளார்.

அவைகள் :

1. இந்திய அரசியல் அமைப்புச் சட்டப்பிரிவு 370 நீக்கும் சட்ட மசோதா
2. ஜம்மு காஷ்மீருக்கு சிறப்புரிமை அளிக்கும் இந்திய அரசியல் அமைப்புச் சட்டம் பிரிவு 35ஏயை நீக்குவதற்கான மசோதா
3. ஜம்மு காஷ்மீர் மாநிலத்துக்கான இடஒதுக்கீட்டுக் கொள்கையை மாற்றுவதற்கான மசோதா
4. ஜம்மு காஷ்மீரை இரண்டாகப் பிரித்து சட்டமன்றம் கொண்ட ஜம்மு காஷ்மீர் யூனியன் பிரதேசமாகவும் மற்றும் சட்டமன்றம் இல்லாத லடாக் யூனியன் பிரதேசமாகவும் மறுசீரமைப்பதற்கான மசோதா

இந்த சட்டமுன் வடிவத்திற்கும் குடியரசுத் தலைவரின் ஆணைக்கும் ஆதரவாக பாரதிய ஜனதா கட்சி, அகாலிதளம், ஆம் ஆத்மி கட்சி, பகுஜன் சமாஜ் கட்சி, பிஜு ஜனதா தளம், சிவசேனா, அதிமுக, ஒய்.எஸ்.ஆர். காங்கிரஸ் கட்சி போன்ற அரசியல் கட்சிகளின் உறுப்பினர்கள் ஆதரவு அளித்து மாநிலங்களவையில் பேசினர்.

ஆனால் இந்திய தேசிய காங்கிரஸ், தேசியவாத காங்கிரஸ் கட்சி, திமுக, சமாஜ்வாதி கட்சி, ராஷ்டிரிய ஜனதா கட்சி, இந்திய பொதுவுடைமைக் கட்சி (மாவோயிஸ்ட்) ஆகிய அரசியல் கட்சிகள் இச்சட்ட முன் வடிவத்தை கடுமையாக எதிர்த்து பேசினர்.

இறுதியாக நடைபெற்ற வாக்கெடுப்பில் அரசின் வரைவுச் சட்டத் தீர்மானத்திற்கு ஆதரவாக 125 வாக்குகளும், எதிராக 61 வாக்குகளும்

பெற்று அரசின் தீர்மானம் நிறைவேறியது.

சட்டவரைவுக்கான வாக்கெடுப்பில் திரிணாமுல் காங்கிரஸ் உறுப்பினர்கள் கலந்து கொள்ளாமல் தங்களது எதிர்ப்பை தெரிவித்து விட்டு அவையை விட்டு வெளியேறினார்கள்.

2019 ஜம்மு காஷ்மீர் மறுசீரமைப்பு சட்ட முன் வடிவ தீர்மானத்தை மக்களவையில் 2019 ஆகஸ்டு 6 அன்று உள்துறை அமைச்சர் அமித்ஷா அறிமுகம் செய்து வைத்து உரையாற்றினார்.

இத்தீர்மானத்தை மாலை 7 மணி அளவில் இந்திய மக்களவை உறுப்பினர்களிடையே வாக்கெடுப்பிற்கு விடப்பட்டது.

இத்தீர்மானத்திற்கு ஆதரவாக 367 வாக்குகளும் எதிராக 67 வாக்குகளும் பெற்று உள்துறை அமைச்சர் அமித்ஷா மக்களவையில் கொண்டு வந்த தீர்மானம் நிறைவேறியது.

மாநிலங்களவை மற்றும் மக்களவையில் 2019 ஜம்மு காஷ்மீர் மறுசீரமைப்பு சட்டமுன் வடிவம் பெரும்பான்மை பெற்று வெற்றி பெற்றதால் இதனை இந்தியக் குடியரசு தலைவரின் ஒப்புதலுக்குப் பிறகு முழுமையான சட்ட வடிவம் பெறும்.

காஷ்மீர் மாநிலத்துக்கு சிறப்புத் தகுதிகளை நீக்கும் காஷ்மீர் மறுசீரமைப்பு மசோதாக்களுக்கு குடியரசுத் தலைவர் ராம்நாத் கோவிந்த் 2019 ஆகஸ்டு 7ஆம் தேதி ஒப்புதல் வழங்கியதால் சட்டமன்றம் உருப் பெற்றது.

2019 ஆகஸ்டு 9 அன்று ஜம்மு காஷ்மீர் மறுசீரமைப்பு சட்டம் 2019 அக்டோபர் 31 முதல் நடைமுறைக்கு வரும் என இந்திய அரசின் அரசிதழில் குடியரசுத் தலைவரின் அறிக்கை வெளியிடப்பட்டது.

சர்தார் வல்லபாய் படேலின் பிறந்த நாளான அக்டோபர் 31 அன்று ஜம்மு காஷ்மீர் மற்றும் லடாக் ஆகியவைகள் தனித்தனி ஒன்றியப் பகுதிகளாக செயல்படும் என இந்திய அரசு அறிவித்துள்ளது.

ஜம்மு காஷ்மீர் மாநிலத்தின் சிறப்பு அந்தஸ்து தகுதி நீக்கம் குறித்த இந்தியக் குடியரசுத் தலைவரின் உத்தரவை எதிர்த்து 2019 ஆகஸ்டு 10ல் இந்திய உச்சநீதிமன்றத்தில் ஜம்மு காஷ்மீர் தேசிய மாநாட்டு கட்சி வழக்கு தொடர்ந்து உள்ளது.

ஆகஸ்டு 5ஆம் தேதி ஜம்மு காஷ்மீர் மாநிலத்துக்கு சிறப்பு அந்தஸ்து அளிக்கும் 370வது சட்டப்பிரிவு ரத்து செய்யப்பட்டது.

இந்திய அரசியலமைப்பு சட்டத்தில் அதிர்வலைகளை ஏற்படுத்திய இந்த நிகழ்வுக்கு மூன்று நாட்கள் முன்னதாக ஆகஸ்டு 2, 2019 பயங்கர வாதிகளுக்கு எதிராக ஒரு வலிமையான ஆயுதம் எடுக்கும் சட்டபூர்வ நிகழ்வு ஒன்றை இந்திய மத்திய அரசு மேற்கொண்டது.

அதுதான் "சட்ட விரோத நடவடிக்கைகள் தடுப்புச் சட்டதிருத்த மசோதா" வாகும். அரசியலமைப்பு சட்டத்தில் இது ஒரு முக்கிய திருத்தம் ஆகும்.

காஷ்மீரில் வன்முறையில் இறங்கும் இளைஞர்கள், அனல் கக்கும் உள்ளூர் அரசியல் தலைவர்கள், பாகிஸ்தானின் ஆதரவுடன் காஷ்மீரில் இயங்கும் நூற்றுக்கணக்கான உதிரி பயங்கரவாத அமைப்புகள் ஆகியவற்றை அரசு எதிர் கொள்ள வேண்டியுள்ளது.

தேசிய புலனாய்வு நிறுவனத்தை பலப்படுத்துவதே இந்த சட்ட திருத்த மசோதாவின் அடிப்படை நோக்கம் ஆகும். இதுவரை அமைப்புகள் மட்டும்தான் "பயங்கரவாத அமைப்பு" என்று வகைப்படுத்த முடியும். இனி தனிநபர்களையும் "பயங்கரவாதி" என்று வகைப்படுத்தலாம்.

தனிநபர்களை பயங்கரவாதி என்று முத்திரை குத்துவது சரியா என்ற கேள்விக்கு மாநிலங்களவையில் மத்திய உள்துறை அமைச்சர் அமித்ஷா, அமெரிக்கா, பாகிஸ்தான், சீனா, இஸ்ரேல் மற்றும் ஐ.நா. சபை ஆகியவை தனிநபர்களை பயங்கரவாதியாக அறிவிக்கும் போது இந்தியாவும் இதை செய்வதில் என்ன பிரச்சனை? என்று கூறினார்.

இந்த சட்டதிருத்தம் ஏற்படுத்தியது ஒரு பெரும் ராஜதந்திர நடவடிக்கையாக கருதப்படுகிறது. 370ஆம் பிரிவை நீக்கிய பின் காஷ்மீரில் உருவாகும் எதிர் வினைகளை சமாளிக்க இது மிகவும் உபயோகமாக இருக்கும் என்று கருதப்படுகிறது.

பல்வேறு பெயர்களில் காஷ்மீரில் உருவாக்கியுள்ள தேச விரோத குழுக்களை வெளிப்படையாக ஆதரிக்கும் பல காஷ்மீர் தலைவர்கள் மீது கடுமையான தடுப்பு நடவடிக்கைகளை எடுக்க இது உதவும்.

மாநிலங்களவையில் உள்துறை அமைச்சரால் தாக்கல் செய்யப்பட்ட

வரைவு மசோதாவில் இது பற்றி தெளிவாக சொல்லப்பட்டுள்ளது.

பயங்கரவாத வழக்குகளை புலனாய்வு செய்வதிலும், நடத்துவதிலும், தேசிய புலனாய்வு நிறுவனம் தற்போது பல சிரமங்களை சந்தித்து வருகிறது. இவற்றை சரி செய்யவும், உள்நாட்டு சட்டங்களை ஐ.நா. பாதுகாப்பு கவுன்சில் தீர்மானங்கள் மற்றும் இதர சர்வதேச அரங்குகளின் வழிகாட்டுதல்களுக்கு ஏற்ப திருத்தி அமைக்கவும் இந்த சட்ட திருத்தம் மேற்கொள்ளப்பட்டுள்ளது.

சட்ட விரோத நடவடிக்கைகள் தடுப்புச் சட்டம் 1967ல் உருவாக்கப் பட்டது. சில தனிநபர்கள் மற்றும் அமைப்புகளின் சட்ட விரோத செயல்களை தடுக்கவும், பயங்கரவாத செயல்களை சமாளிக்கவும் இது உருவாக்கப்பட்டது.

இதை மேலும் பலப்படுத்த 2004, 2008 மற்றும் 2014ல் சில திருத்தங்கள் செய்யப்பட்டு பயங்கரவாதம் தொடர்பான புதிய பிரிவுகள் சேர்க்கப் பட்டன.

புதிய விதமான பயங்கரவாத செயல்கள் உருவாகியுள்ள நிலையில் அவற்றை இந்த சட்ட பிரிவுகளை வைத்து எதிர்கொள்ள மத்திய அரசும் சிரமப்பட்டது. பிப்ரவரி 2019ல் காஷ்மீரில் உள்ள புல்வாமாவில் நடந்த குண்டு வெடிப்பு சம்பவத்தை அடுத்து, பயங்கரவாதத்தை இரும்புக்கரம் கொண்டு ஒடுக்க வேண்டும் என்ற உறுதி பிரதமர் மோடிக்கு ஏற்பட்டது. இதற்கு பொது மக்களின் ஆதரவும் உருவாகியது.

காங்கிரஸ் தலைமையிலான எதிர்க்கட்சிகள் இந்த சட்டதிருத்தத்துக்கு கடுமையான எதிர்ப்பு தெரிவித்தன. பாஜ அரசு இதை தவறாக பயன் படுத்தி தங்களுக்கு சாதகமாக இல்லாதவர்களை பழிவாங்கும் நோக்கில் யார் மீது வேண்டுமானாலும் சகட்டு மேனிக்கு 'பயங்கரவாதி' என்ற முத்திரை குத்தி கைது செய்ய முடியும் என்ற அச்சத்தை வெளிப்படுத்தின.

மாநிலங்களவையில் இதனை தீவிரமாக எதிர்த்த திக்விஜய் சங் மற்றும் ப. சிதம்பரம் ஆகியோர் தனிநபர்களை பயங்கரவாதி என்று முத்திரை குத்த என்ன தேவை எழுந்துள்ளது என்று கேட்டனர்.

அவர்கள் சார்ந்துள்ள அமைப்புகள் பயங்கரவாதி அமைப்புகள் என்று வகைப்படுத்தப்பட்டுள்ள நிலையில் உள்துறை மந்திரி இதற்கு பதில் அளிக்க வேண்டும் என்று வலியுறுத்தினர்.

இந்த மசோதாவை மாநிலங்களவையில் தாக்கல் செய்த அமித்ஷா, ஒரு அமைப்பை நாங்கள் தடை செய்தால் உடனே மற்றொரு அமைப்பை அதே நபர் தொடங்குகிறார்.

புதிய அமைப்பை பற்றிய தகவல்களை தேசிய புலனாய்வு நிறுவனம் சேகரித்து அதை தடை செய்ய இரண்டு வருடங்களாகி விடுகிறது. இதற் கிடையே அந்த நபர் பயங்கரவாத செயல்களில் தொடர்ந்து ஈடுபடுகிறார். நாம் எவ்வளவு காலம்தான் அமைப்புகளைத் தடை செய்து கொண் டிருக்க வேண்டும்? என்று பதிலளித்தார்.

இந்தத் திருத்தப்பட்ட சட்டம் காஷ்மீரிகளுக்கு எதிராக தவறாகப் பயன்படுத்தப்படுமா என்ற கேள்விக்கு, 'பயங்கரவாத செயல்களை அமைப்புகள் செய்வதில்லை. தனிநபர்கள் தான் செய்கிறார்கள். பயங்கரவாதத்துக்கு மதம் கிடையாது. அவர்கள் மனித இனத்திற்கே எதிரானவர்கள்' என்று பதில் அளித்தார்.

பயங்கரவாதம் மற்றும் பயங்கரவாதிகள் என்றால் என்ன என்பதற் கான விளக்கத்தை இந்த சட்டதிருத்தம் கூறுகிறது.

இந்த சட்டதிருத்தத்தின்படி கீழ்க்கண்ட செயல்களின் ஈடுபடும் அமைப்புகள் பயங்கரவாத அமைப்புகள் என்று கருதப்படும்.

1. பயங்கரவாத செயல்களைச் செய்தல் அல்லது பங்கெடுத்தல்

2. பயங்கரவாத செயல்கள் செய்ய தயார் செய்தல்

3. பயங்கரவாத செயல்களை ஊக்குவித்தல்

4. வேறு வகைகளில் பயங்கரவாதத்தில் ஈடுபடுதல்

5. தனிநபர்களையும் இதே காரணங்களுக்காக பயங்கரவாதிகள் என்று அரசு வகைப்படுத்தும் அதிகாரத்தை இந்த மசோதா அளிக்கிறது.

ஒரு பயங்கரவாத அமைப்புடன் தொடர்புடைய அல்லது தொடர்புடையதாக சொல்லும் நபர் அந்த அமைப்பின் செயல்களை விரிவுபடுத்தும் நோக்கத்தில் செயல்பட்டால் அந்த அமைப்பின் உறுப்பினராக குற்றம் இழைத்தால் அவர் மீது குற்றச்சாட்டு பதிவு செய்ய முடியும்.

ஆனால் அந்த அமைப்பு பயங்கரவாத அமைப்பு என்று அறிவிக்கப் பட்ட காலகட்டத்தில் அதன் செயல்பாடுகளில் பங்கெடுக்கவில்லை என்று ஒருவர் நிரூபித்தால் இந்த பிரிவை அவர் மீது பயன்படுத்த முடியாது.

இந்த சட்டத்திருத்தத்தில் பயங்கரவாத செயல் என்பதற்கான வரையறையில் பட்டியலிடப்பட்ட பன்னாட்டு ஒப்பந்தங்களில் கூறப்பட்டுள்ள குற்றங்களும் அடங்கும் என்று கூறப்பட்டுள்ளது.

இந்தச் சட்டத்திருத்த மசோதாவில் 9 பன்னாட்டு ஒப்பந்தங்கள் பட்டியலிடப்பட்டு உள்ளன. பயங்கரவாத குண்டு வெடிப்பு தாக்குதல் கள் தடுப்பு மாநாடு (1997) பிணைக் கைதிகள் சிறைபிடிப்பு தடுப்பு மாநாடு (1979) மற்றும் அணுசக்தி பயங்கரவாத தடுப்பு மாநாடு (2005) ஆகியவை இதில் இடம் பெற்றுள்ளன.

பயங்கரவாதிகள் பட்டியலில் உள்ள அமைப்பை பட்டியலிலிருந்து நீக்க மத்திய அரசிடம் விண்ணப்பம் அளிக்க வேண்டும். இந்த சட்டப் பிரிவின்கீழ் ஒரு அமைப்பை பட்டியலில் சேர்த்தால் பாதிக்கப்படும் நபர் மற்றும் அமைப்பு விண்ணப்பிக்க முடியும்.

பட்டியலிலிருந்து நீக்க கோரும் மனு நிராகரிக்கப்பட்டால் அதை எதிர்த்து மறு விசாரணை கமிட்டியிடம் விண்ணப்பிக்கலாம்.

நீதிமன்றங்களில் மேல்முறையீடு நடக்கும் முறையில் இவை பரிசீலனை செய்யப்படும். மறு விசாரணை கமிட்டி இதை ஏற்றால் அதன் அடிப்படையில் ஒரு ஆணை பிறப்பிக்கும். இந்த ஆணையின் நகல் கிடைத்த பின் மத்திய அரசு அந்த அமைப்பை பட்டியலில் இருந்து நீக்க ஆணை பிறப்பிக்க வேண்டும்.

சட்ட விரோத நடவடிக்கைகள் தடுப்புச் சட்டத்தின் கீழ் ஒரு வழக்கை விசாரணை செய்யும் அதிகாரி பயங்கரவாதத்தின் மூலம் வாங்கப்பட்ட ஒரு சொத்தை கையகப்படுத்த சம்பந்தப்பட்ட மாநில காவல் துறை தலைவரிடம் அனுமதி பெற வேண்டும். அந்த சொத்தை கையகப்படுத்து வதில் நடைமுறை சிக்கல்கள் இருந்தால் அதை முடக்கி வைக்க ஆணை யிடலாம். அதன் நகலை சம்பந்தப்பட்ட நபருக்கு வழங்க வேண்டும்.

இன்றைய காலகட்டத்தில் பயங்கரவாதம் தொடர்புடைய நிதிகள் பங்குச் சந்தையிலும் டிமேட் வடிவ தங்கமாகவும் பதுக்கப்படுகிறது.

அவை எலக்ட்ரானிக் வடிவில் இருப்பதால் சில நொடிகளில் அவற்றை வேறு ஒருவருக்கு மாற்ற முடியும்.

எனவே அவற்றை கைப்பற்றும் அதிகாரம் தேசிய புலனாய்வு நிறுவனத்தின் இயக்குநருக்கு அளிக்கப்படுகிறது. மாநில காவல் துறை என்றால் அதன் தலைவர் இதற்கு ஆணை பிறப்பிக்கலாம். ஆனால் பல நேரங்களில் இத்தகைய வழக்குகள் பல மாநிலங்கள் அல்லது நாடுகள் சம்பந்தப்பட்டவையாக இருப்பதால் இவை மாநில காவல் துறை யினரிடம் இருந்து தேசிய புலனாய்வு நிறுவனத்திற்கு மாற்றப்படுகிறது.

எனவே தேசிய புலனாய்வு நிறுவனத்தின் இயக்குனருக்கு இந்த அதிகாரம் அளிக்கப்படுகிறது.

இந்திய அரசியல் அமைப்புச் சட்டத்தின் 370வது பிரிவு ரத்து செய்யப்பட்டுள்ள நிலையில் பாகிஸ்தானின் வெளியுறவு அமைச்சகம் ஒரு அறிக்கையினை வெளியிட்டது.

ஜம்மு காஷ்மீர் என்பது பிரச்சனைக்குரிய நிலப்பகுதி என சர்வதேச அளவில் அடையாளம் காணப்பட்டுள்ளது. இந்திய அரசு தன்னிச்சையாக எடுத்துள்ள முடிவால் இந்த நிலைமை மாறாது.

ஐ.நா. பாதுகாப்பு கவுன்சிலும், ஜம்மு காஷ்மீர் பிரச்சனைக்குரிய நிலப்பகுதி என கூறியுள்ளது. எனவே இந்திய அரசின் முடிவுகளுக்கு கடும் கண்டனம் தெரிவிப்பதுடன் அதை நிராகரிக்கிறோம்.

சர்வதேச பிரச்சனையாக உள்ள பகுதியில் எடுக்கப்பட்டுள்ள முடிவு சட்ட விரோதமானது. அதை அனைத்து வகையிலும் எதிர்ப்போம்.

இந்தப் பிரச்சனைக்கு அரசியல் ரீதியாகவும் தூதரக உறவு மூலமாகவும் தீர்வு காண்பதற்கு முயற்சிப்போம் என ஜம்மு காஷ்மீர் மக்களுக்கு நாங்கள் அளித்துள்ள உறுதிமொழியை நிறைவேற்றுவோம் என்று உறுதி யளிக்கிறோம் என்று அந்த அறிக்கை தெரிவித்தது.

ஜம்மு காஷ்மீர் மசோதாவுக்கு 351 பேர் ஆதரவும், 72 பேர் எதிர்ப்பும் தெரிவித்தனர். உள்துறை அமைச்சர் அமித்ஷா பேசும்போது 'வரலாற்றின் மிகப்பெரிய தவறைச் செய்து விட்டோம்' என்கின்றனர். அது தவறு வரலாற்றின் மிகப்பெரிய தவறை சரி செய்துள்ளோம்.

பிரிவினைவாதிகளான ஹூரியத் கட்சியினருடன் பேசப் போவதில்லை. அந்த மாநில மக்களுடன் பேசுவோம்.

ஜம்மு காஷ்மீரில் 1989 முதல் 41400 பேர் கொல்லப்பட்டு உள்ளனர். இதற்கு காரணமாக இருந்த சிறப்பு அந்தஸ்து சட்டப்பிரிவுகள் நீக்கப் பட்டுள்ளன. மாநில அந்தஸ்து தற்போது விலக்கிக் கொள்ளப் பட்டுள்ளது. நிலைமை சீரடைந்தால் மாநில அந்தஸ்து மீண்டும் வழங்கப்படும்.

பாகிஸ்தான் ஆக்கிரமிப்பு காஷ்மீர் நம் நாட்டின் ஒரு பகுதிதான். காஷ்மீரில் சில கட்டுப்பாடுகள் விதிக்கப்பட்டுள்ளன. சட்டம் ஒழுங்கு பிரச்சனையை கருதிதான் முன்னெச்சரிக்கையாக இந்த நடவடிக்கைகள் மேற்கொள்ளப்பட்டுள்ளன என்று கூறினார்.

370 மற்றும் 35ஏ பிரிவுகளை மத்திய அரசு ரத்து செய்ததன் மூலம் ஒரே நாடு ஒரே அரசியல் சட்டம் என்ற மோடி அரசின் கொள்கை அமலுக்கு வந்துள்ளது.

ஜம்மு காஷ்மீரை இரண்டு யூனியன் பிரதேசங்களாக பிரித்ததற்கு காரணம் அந்த மாநிலத்தில் நிலவும் வறுமை, லஞ்சம், ஊழல் போன்ற வற்றை ஒழிப்பதற்காகத்தான். வளர்ச்சி இன்றி இருக்கும் அந்த மாநிலத்தை வளர்ச்சி அடையச் செய்வதற்குத்தான் என்று அமித்ஷா கூறியுள்ளார்.

அரசியல் அமைப்புச் சட்டத்தின் 370 மற்றும் 35ஏ பிரிவுகள் அங்கு இருக்கும் வரை அந்த மாநிலத்திலிருந்து பயங்கரவாதத்தை ஒழிக்க முடியாது. ஜனநாயகம் அங்கு தழைக்க முடியாமல் போயிற்று. வறுமை அதிகரித்து விட்டது.

நாட்டின் பிற பகுதிகளில் விற்கப்படும் சிமின்டின் விலையை விட ஜம்மு காஷ்மீரில் கூடுதலாக 100 ரூபாய்க்கு விற்கப்படுகிறது.

பிற மாநிலத்தவர் அங்கு சொத்துக்களை வாங்க தடை இருப்பதால் அந்த மாநிலத்தில் சுற்றுலா மேம்படவில்லை. எந்த தொழிற்சாலைகளை யும் அங்கு துவக்க முடியவில்லை.

ஜம்மு - காஷ்மீரில் சுகாதார நிலையம் மிக மோசமாக உள்ளது. அதுபோலத்தான் கல்வியும். அதற்குக் காரணம் 370வது பிரிவு தான்.

கல்வி கற்பது அடிப்படை உரிமை என்பது அங்கு மறுக்கப்படுகிறது. கல்வியின் பலன்களை அந்த மாநில குழந்தைகள் அனுபவிக்க முடியாத நிலை உள்ளது. அங்கு இப்போது 370 வது பிரிவு ரத்தாகியுள்ளதால், இந்தியாவின் ஒருங்கிணைந்த பகுதியாக அந்த மாநிலம் உருவாகியுள்ளது.

பயங்கரவாதத்தால் அந்த மாநிலத்தில் 41400 பேர் இறந்துள்ளனர். யாருடைய கொள்கையால் அந்த மரணங்கள் ஏற்பட்டன?

மேலும் 370வது பிரிவு தற்காலிகமாக வழங்கப்பட்டதுதான். அந்த தற்காலிக பிரிவை எத்தனை ஆண்டுகளுக்கு தொடர்வது? என்று உள்துறை அமித்ஷா பேசினார்.

காஷ்மீரில் அமைந்துள்ள இயற்கை எழில் மிகுந்த பகுதிதான் லடாக். இது சியாச்சின் மலைத் தொடரில் இருந்து காரகோரம் மலைத் தொடர் வரை பரவி உள்ளது. இதில் லே மற்றும் கார்கில் என இரண்டு மாவட்டங்கள் மட்டும் உள்ளன.

லடாக் பகுதியை மத்திய அரசு யூனியன் பிரதேசமாக அறிவித்துள்ளது. இங்கு சட்டசபை இருக்காது. எம்.எல்.ஏ.வுக்கான தேர்தலும் நடக்காது. மத்திய அரசின் அதிகாரி தலைமை பொறுப்பை வகிப்பார். லோக்சபா எம்.பி. மட்டுமே தேர்வு செய்யப்படுவார்.

இந்த லடாக் பகுதியின் பரப்பளவு 59196 சதுர கி.மீ. இதன் மக்கள்தொகை 274289. இதில் 46.4 சதவீதம் பேர் முஸ்லீம்கள். 39.7 சதவீதம் பேர் புத்த மதத்தினர். 12.1 சதவீதம் பேர் ஹிந்துக்கள். இவர்கள் தவிர சீக்கியர்களும் உள்ளனர்.

இங்கு 1500 கி.மீ.க்கு சாலைகள் அமைக்கப்பட்டுள்ளன. லடாக்கி, புர்கி, ஷினா, திபெத்யன், ஹிந்தி, பால்டி, உருது மொழிகள் பேசப்படுகின்றன. இப்பகுதியின் பெரிய நகரம் லே. இரண்டாவது பெரிய நகரம் கார்கில்.

உலகின் உயரமான போர்முனை என கருதப்படும் சியாச்சின் மலைத்தொடர் இங்கு தான் உள்ளது. 1962ல் இந்தோ சீனா போர் இங்குதான் நடைபெற்றது. 1999ல் இந்தியா பாகிஸ்தான் இடையே கார்கில் போரும் இப்பகுதியில்தான் நடந்தது. தற்போது மத்திய அரசின் நேரடி கட்டுப்பாட்டில் வருவதால் சண்டை இல்லாத லடாக்காக மாறும் என எதிர்பார்க்கப்படுகிறது.

•

ஜம்மு காஷ்மீருக்கு அளிக்கப்பட்ட சிறப்பு சட்ட அந்தஸ்து ரத்து செய்யப்பட்டதற்கு காஷ்மீர் பண்டிட் சமூகத்தினர் மகிழ்ச்சி தெரி வித்துள்ளனர்.

காஷ்மீரின் பூர்வீக குடிகளான பண்டிட் சமூகத்தை சேர்ந்தவர்கள் அங்கு ஏராளமான எண்ணிக்கையில் வசித்து வந்தனர்.

காஷ்மீரில் பயங்கரவாதம் தலைதூக்கிய பின் அவர்கள், அங்கிருந்து விரட்டி அடிக்கப்பட்டனர். தற்போது அவர்கள் டில்லி உள்ளிட்ட பல இடங்களில் அகதிகளாக வசித்து வருகின்றனர்.

இந்நிலையில் மத்திய அரசு தற்போது எடுத்துள்ள நடவடிக்கை குறித்து காஷ்மீர் பண்டிட் சமூகத்தினர் ஒரு அறிக்கை வெளியிட்டுள்ளன.

மத்திய அரசின் நடவடிக்கை எங்கள் வாழ்வில் புது வெளிச்சம் பாய்ச்சி உள்ளது. ஆகஸ்டு 5ஆம் தேதி எங்கள் வாழ்வில் மிகவும் முக்கியமான நாள். சரித்திர சாதனை படைக்கப்பட்டுள்ள நாள்.

ஷ்யமா பிரசாத் முகர்ஜி, தீன்தயாள் உபத்யாய, வாஜ்பாய் போன்ற தலைவர்களின் லட்சியம் நிறைவேற்றப்பட்டுள்ளது.

எங்களின் கலாச்சாரம், அடையாளம் ஆகியவை பாதுகாக்கப் பட்டுள்ளன. நாட்டின் பல்வேறு பகுதிகளில் வசிக்கும் நாங்கள் விரைவில் தாய் மண்ணுக்கு திரும்புவோம்.

ஜம்முவில் கடுமையான பாதுகாப்பு கெடுபிடிகள் அமலில் உள்ள போதும், ஜம்மு காஷ்மீருக்கு சிறப்பு அந்தஸ்து அளிக்கும் சட்டம் ரத்து செய்யப்பட்டதை அறிந்த மக்கள் வீடுகளை விட்டு வெளியில் வந்து கொண்டாட்டத்தில் ஈடுபட்டனர்.

பட்டாசுகளை வெடித்தும் நடனமாடியும் மேளதாளங்களை இசைத்தும் தங்கள் மகிழ்ச்சியை வெளிப்படுத்தினர்.

தற்போது 370 நீக்கப்படுவதால் 35ஏயும் ரத்தாகிறது. இதனால் ஜம்மு காஷ்மீர் மக்களுக்கு பற்பல மாற்றங்கள் ஏற்படவுள்ளன.

முன்பு நிரந்தர குடியுரிமை பெற்றவர் தவிர மற்றவர்கள் காஷ்மீரில் நிலம் சொத்து வாங்க முடியாது. இனி இந்தியர் எவரும் சொத்து வாங்க லாம்.

காஷ்மீர் பெண்கள் மற்ற மாநிலத்தவரை திருமணம் செய்தால் அவர்களின் குழந்தைகளுக்கு சொத்துரிமை இல்லை. இனி குழந்தைகளுக்கு சொத்துரிமை உண்டு.

காஷ்மீர் மாநிலத்தை சாராதவர்கள் அம்மாவின் அரசு வேலைகளில் சேர முடியாது. இனி நாட்டின் மற்ற பகுதியினரும் இங்கு அரசு வேலை பெறலாம்.

காஷ்மீர் மாநில அரசு கல்லூரிகளில் மற்ற மாநிலத்தை சேர்ந்தவர்கள் சேர முடியாது. இனி மற்ற மாநிலத்தவரும் சேரலாம்.

காஷ்மீர் அரசு வழங்கும் உதவித்தொகை சமூக நலத்திட்டங்கள் என எந்த நிதி உதவியையும் நிரந்தர குடியுரிமை பெற்றவர்கள் மட்டுமே பெற முடியும். இனி காஷ்மீரில் வசிக்கும் நிரந்தர குடியுரிமை இல்லாதவர்களும் பெறலாம்.

காஷ்மீர் மாநிலத்துக்கு இதுவரை தனிக்கொடி இருந்தது. இனி கிடையாது.

மாநிலத்தின் எல்லையை அதிகரிக்கவோ, குறைக்கவோ மத்திய அரசால் முடியாது. தற்போது மத்திய அரசுக்கு அதிகாரம் உண்டு.

காஷ்மீர் சட்டசபையின் ஆயுட்காலம் 6 ஆண்டுகளாக இருந்தது. இனி ஐந்து ஆண்டுகள்தான்.

ஒட்டுமொத்த இந்திய சட்டம், இங்கு செல்லுபடியாகாது. ராணுவம், வெளியுறவு, தகவல் தொடர்பு போன்ற சட்டங்கள் மட்டுமே செல்லுபடியாகும். இனி நாட்டின் அனைத்து சட்டமும் இங்கு பொருந்தும்.

மாநிலத்துக்கு தனிச்சட்டம் இருந்தது. இனி கிடையாது.

புதிதாக சட்டம் ஏதும் நிறைவேற்ற வேண்டுமானால் மாநில அரசின் ஒப்புதல் அவசியம் இனி தேவையில்லை.

காஷ்மீருக்கு தனி தேசிய கீதம் இருந்தது. இனி நாடு முழுவதும் ஒரே தேசிய கீதம் தான்.

❏❏❏

36

கன்னியாகுமரி முதல் காஷ்மீர் வரை

சுதந்திரத்திற்கு பிறகு இந்தியாவில் நடத்தப்பட்ட பெரும்பாலான யாத்திரைகள், சம்பந்தப்பட்ட அரசியல் கட்சிகள் தங்களை வலுப்படுத்திக் கொள்ளும் நோக்கில் நடத்தியவைதான்.

ஆனால் ராகுல் காந்தியின் பாரத் ஜாடோ யாத்திரையின் நோக்கம் அது வல்ல. இது அரசியல் யாத்திரை அல்ல, நாட்டை ஒற்றுமையாக்கும் யாத்திரை. எப்படி இருந்த இந்தியாவை இப்படி ஆக்கி விட்டார்களே என்று மக்களிடம் சுட்டிக் காட்டும் யாத்திரை.

இந்தப் பயணத்தின் மூலம் இந்தியா வின் பல்வேறு தரப்பினரின் மன நிலையைப் புரிந்து கொள்வது தான் ராகுல்காந்தியின் நோக்கமாக இருக்கக்

கூடும். இந்தப் பயணத்திற்கு முன்னேற்பாடாகவும், பல்வேறு தரப்பினரின் மனநிலையை புரிந்து கொள்ளும் விதத்திலும் 150க்கும் மேற்பட்ட சிவில் குழுவினரை ராகுல் காந்தி சந்தித்துப் பேசி இருக்கிறார்.

இந்தியா ஒரு தேசம். பல பிராந்தியங்களின் கலவை. இந்தியாவில் நூற்றுக்கணக்கான மொழிகள் உள்ளன. இறைவழிபாட்டைப் பொறுத்த வரை பல நூறு பிரிவுகள் இந்து மதத்திலேயே உள்ளன.

இதுமட்டுமின்றி கிறிஸ்தவம், இசுலாம், ஜைனம், சீக்கியம் என பல மதங்கள் உள்ளன. இது தவறான சனாதன நம்பிக்கையை தகர்க்கவே ராகுல்காந்தி இந்த நடைப்பயணத்தை துவக்கி இருக்கிறார். ராகுல்காந்தி துவங்கி இருக்கும் நடைப்பயணம் என்பது புரட்சிகரமான சமூக மாற்றத்தை ஏற்படுத்தக் கூடியது.

ராகுல்காந்தியின் நடைபயணத்தின் பிரதான நோக்கமே இந்தியாவின் அரசியலமைப்பை பாதுகாப்பதுதான்.

5000 ஆண்டுகளாக இந்திய சமூகம் ஏற்றத்தாழ்வுகளால் நிரப்பப் பட்டது. இந்த ஏற்றத்தாழ்வுகளை சனாதன தர்மம் சரி என்கிறது. அன்றைய சமூகம் அதனை ஏற்றுக் கொண்டது. ஆனால் ராகுல்காந்தியின் பாரத் ஜோடோ யாத்திரை ஆர்.எஸ்.எஸ். முழக்கத்துக்கு எதிரான யாத்திரை.

இந்த ஏற்றத்தாழ்வுகளை நியாயப்படுத்த கடவுளின் பெயரையும் மதத்தின் பெயரையும் சனாதனிகள் பயன்படுத்தினார்கள். ஆனால் மகாத்மா காந்தி அந்த ஏற்றத்தாழ்வுகளை ஏற்கவில்லை. மறுப்பு தெரி வித்தார். சிறந்த ஆன்மீகவாதியாகவும் ராமரின் மீது பக்தி கொண்டவர் என்பதாலும் அவர் முன் வைத்த சீர்திருத்தங்களை இந்தியா ஏற்றுக் கொண்டது.

அவர்தான் முதன் முதலில் தீண்டாமை ஒரு பெருங்குற்றம் என்றார். மகாத்மா இதனைச் சொன்னபோது பெரும் எழுச்சி ஏற்பட்டது. ஆனால் இப்போது இவ்வளவு காலத்துக்குப் பிறகு மீண்டும் ஆர்.எஸ்.எஸ். சனாதனம் காப்பாற்றப்பட வேண்டும் என்கிறது.

உதய்ப்பூரில் நடைபெற் காங்கிரஸ் மாநாட்டில்தான் பாரத் ஜோடோ யாத்திரையை கன்னியாகுமரியில் செப்டம்பர் 7ல் துவங்கி 150 நாட் களுக்குப் பின் காஷ்மீரில் நிறைவடையும் வகையில் திட்டமிடப்பட்டது.

இந்த யாத்திரையில் பங்கேற்க ராகுல்காந்தி செவ்வாய்க்கிழமை இரவு சென்னை வந்தடைந்தார்.

புதன்கிழமை காலை ஏழு மணியளவில் சென்னையை அடுத்த ஸ்ரீபெரும்புதூரில் உள்ள தமது தந்தையும், முன்னாள் பிரதமருமான ராஜுவ்காந்தியின் நினைவிடத்தில் ஏற்பாடு செய்யப்பட்டிருக்கும் அஞ்சலி கூட்டத்தில் ராகுல்காந்தி கலந்து கொண்டார்.

அதன்பிறகு சென்னையில் இருந்து திருவனந்தபுரம் சென்று பிற்பகல் இரண்டு மணியளவில் கன்னியாகுமரி வந்தடைந்தார்.

மாலை மூன்று மணியளவில் திருவள்ளுவர் சிலை, அதற்குப் பிறகு விவேகானந்தர் மண்டபம், காமராஜர் மண்டபம் ஆகியவற்றுக்குச் சென்று விட்டு 4.10 மணியளவில் மண்டபத்தை வந்தடைந்தார்.

மாலை 4.30 மணியளவில் முதலமைச்சர் மு.க. ஸ்டாலின் தேசிய கொடியை ராகுல்காந்தியிடம் அளிக்க மாலை 5.00 மணியளவில் "இந்திய ஒற்றுமைப் பயணத்தை" முறைப்படி துவக்கி வைத்தார்.

காங்கிரசைப் பொறுத்தவரை வடஇந்தியாவில் பல மாநிலங்களில் ஆட்சிக்கு வரும் நிலையிலோ, முக்கிய எதிர்கட்சியாகவோ இருந்தாலும், இந்த யாத்திரையை தமிழ்நாட்டில் இருந்து துவங்க முடிவு செய்யப் பட்டிருப்பது மிக முக்கியத்துவம் வாய்ந்ததாகப் பார்க்கப்படுகிறது.

•

ராகுல்காந்தியின் "பாரத் ஜோடோ யாத்ரா"வின் நோக்கம் மக்கள் மனதில் இருந்து அச்சத்தை நீக்கி விலைவாசி உயர்வு மற்றும் வேலை யில்லா திண்டாட்டம் போன்ற பிரச்சனைகளை முன்னிலைப்படுத்துவ தாகும் என்று அவர் தெரிவித்தார்.

யாத்திரையின் போது குளிர்காலத்தில் டிசர்ட் அணிந்ததைப் பற்றி ஆவேசமான பேச்சுகளுக்கும் மத்தியில் அவரது உடை குறித்து ஊடகங்கள் முன்னிலைப்படுத்துகின்றன.

ஆனால் "கிழிந்த ஆடைகளுடன் தன்னுடன் நடந்து செல்லும் ஏழை விவசாயிகள் மற்றும் தொழிலாளர்களை கவனிக்கவில்லை" என்றார் ராகுல்காந்தி.

ராகுல்காந்தி தலைமையிலான பாரத் ஜோடோ யாத்திரை உத்தரப் பிரதேச மாநிலம் மாவிகலா கிராமத்தில் இருந்து மீண்டும் துவங்கியபோது பட்டாசு வெடித்து உற்சாகம் அளித்தார்கள்.

உத்தரப் பிரதேசத்தில் யாத்திரை மீண்டும் தொடங்கிய நிலையில், மாநிலத்தில் இருந்து வெறுப்பை வேரோடு பிடுங்குவதை நோக்கமாக கொண்டிருப்பதை ராகுல் உறுதி செய்தார்.

உத்தரபிரதேசம் வழியாக ராகுல் நடைபயணம் ஜனவரி 6ஆம் தேதி மீண்டும் ஹரியானாவில் நுழையும். அதன் பிறகு ஜனவரி 11 முதல் 20 வரை பஞ்சாபில் இருக்கும்.

ஜனவரி 19ஆம் தேதி ஹிமாச்சல பிரதேசத்தில் ஒரு நாள் இருக்கும். அதன்பின் யாத்திரையானது ஜம்மு காஷ்மீரின் கதுவாவை வந்தடைந்து ஜனவரி 30 அன்று ஸ்ரீ நகரில் முடிவடையும் வண்ணம் திட்டமிடப் பட்டிருந்தது.

37

நான் ராகுல்காந்தியைக் கொன்று விட்டேன்

ராகுல்காந்தியின் நடைபயணம் (பாரத் ஜோடோ யாத்திரை) ஹரியானா மாநிலத்தில் நுழைந்த நேரம்.

ராகுல் ஹரியானாவின் செய்தியாளர்களை சந்தித்தார். அப்போது ராகுல்காந்தி கூறும்போது "ராகுல்காந்தி மக்கள் மனதில் மட்டும்தான் இருக்கிறார். ராகுல் காந்தியை நான் கொன்று விட்டேன்" என்று கூறினார்.

மேலும் நாட்டில் உள்ள அனைத்து மக்களும் தன்னை வணங்க வேண்டும் என்று பிரதமர் நரேந்திர மோடி விரும்புகிறார்.

பாரத் ஜோடோ யாத்திரா என்பது சமூகத்தில் பரப்பப்படும் வெறுப்பு மற்றும் பயத்திற்கு எதிரானது. பாரத் ஜோடோ

யாத்திரை சுய தியானம் பற்றியது எனக் குறிப்பிட்டார்.

பத்திரிகையாளர் சந்திப்பில் மிகவும் கலகலப்பாக உரையாடிக் கொண்டு இருந்தார். அப்போது பாரத் ஜோடோ யாத்திரை உங்கள் பிம்பத்தை மாற்றியுள்ளது என்று நீங்கள் நம்புகிறீர்களா என பத்திரிகை யாளர் ஒருவர் ராகுல்காந்தியிடம் கேள்வி எழுப்பினார்.

இதற்கு பதில் அளித்த ராகுல்காந்தி நீங்கள் நினைத்துக் கொண்டு இருக்கும் ராகுல்காந்தியை நான் கொன்று விட்டேன் என்று பதில் அளித்தார்.

மேலும் கூறுகையில், "நீங்கள் பார்ப்பது ராகுல்காந்தியை அல்ல, இதனைப் புரிந்து கொள்ள ஹிந்து இலக்கியங்களும் சிவபெருமானைப் பற்றியும் நீங்கள் படிக்க வேண்டும். அப்போது நான் சொல்வது உங்களுக்கு புரியும்" என தெரிவித்தார்.

தனது பிம்பம் பற்றி தனக்கு கவலையில்லை எனவும், தன் வேலை மட்டுமே தனக்கு முக்கியம் எனவும் குறிப்பிட்டார்.

கன்னியாகுமரி முதல் காஷ்மீர் வரையிலான பாரத் ஜோடோ யாத்ராவை கடந்த செப்டம்பர் 7ஆம் தேதி கன்னியாகுமரியில் ராகுல்காந்தி தொடங்கினார்.

அன்று தொடங்கிய பயணம் இதுவரை தமிழ்நாடு, கேரளா, ஆந்திரப்பிரதேசம், கர்நாடகா, தெலுங்கானா, மகாராஷ்டிரா, மத்திய பிரதேசம், ராஜஸ்தான் மற்றும் டெல்லி மாநிலங்களைக் கடந்து நடைப் பயணம் நடைபெற்று வருகிறது.

மத்தியில் ஆளும் பாரதிய ஜனதா அரசின் வகுப்புவாத அரசியலை எதிர்த்தும் மக்களிடம் உண்மையை எடுத்துச் சொல்லி நாட்டில் ஒற்றுமையை ஏற்படுத்துவதாகவும் கூறி பாரத் ஜோடோ யாத்ரா எனும் ஒற்றுமை யாத்திரையை தொடங்கினார் ராகுல்காந்தி.

கன்னியாகுமரியில் துவங்கிய இந்த யாத்திரையில் இதுவரை 150 நாட்களில் 3570 கிலோமீட்டர் தூரம் நடைபயணம் மேற்கொண்டு காஷ்மீரை அடையும் ராகுல்காந்தி செல்லும் வழியெங்கும் மக்களை சந்திக்கத் திட்டமிட்டு அதன்படி தற்போது பயணித்து வருகிறார்.

12 மாநிலங்கள் 2 யூனியன் பிரதேசங்கள் வழியாக ராகுல்காந்தி செல்லும் ஒற்றுமை பயணத்தில் அரசியல் பொதுக்குழு கூட்டங்கள் எதையும் நடத்தப் போவதில்லை என்றும் அறிவிக்கப்பட்டு இருந்தது.

இந்திய வரலாற்றில் எந்த ஒரு அரசியல்வாதியும் இவ்வளவு நீண்ட நடைப்பயணம் மேற்கொண்டதில்லை என்றும் இதுவே மிக நீண்ட நடைப்பயணம் என்றும் கூறப்படுகிறது.

38

பாரத் ஜோடோ யாத்திரைக்கு முன்னோடி மகாத்மாவா?

மாபெரும் கவன ஈர்ப்பைப் பெற்ற இந்த பாரத் ஜோடோ யாத்திரையின் முன்னோடி மகாத்மா காந்தி என்று கூறினால் அது மிகையாகாது.

இந்தியா ஆங்கிலேயரின் ஆட்சியின் கீழ் அடிமைப்பட்டுக் கிடந்தபோது மகாத்மா காந்தி தேசிய ஒற்றுமையை மேம்படுத்த வேண்டும்.

நாட்டின் பல்வேறு சமுதாயங்களாகப் பிரிந்து கிடக்கும் மக்கள் மத்தியில் பொது வான அடையாள உணர்வை ஏற்படுத்த வேண்டும் என்கிற நோக்கில் இதுபோன்ற பல ஒற்றுமை யாத்திரைகளை நடத்தி யுள்ளார்.

இதுபோன்ற பயணங்கள் மூலம் அஹிம்சை அமைதி, ஒற்றுமை மூலம்

இந்தியராக அனைவரையும் ஒன்றிணைக்க முடியும் என்று நம்பினார்.

இந்தப் பயணங்களின் போது காந்தி அவர் செல்கின்ற வழியில் உள்ள உள்ளூர் தலைவர்கள், விவசாயிகள், தொழிலாளர்கள், பொது மக்கள் அனைவரையும் சந்தித்து அவர்களின் குறைகளையும் கேட்டறிவர். ஆங்காங்கே பொதுக் கூட்டங்களையும் நடத்துவார்.

அவற்றின் மூலம் விடுதலை வேட்கையையும் அகிம்சை தத்துவத்தையும் எடுத்துரைப்பார். காந்தியின் ஒற்றுமை நடைப்பயணங்களில் மிகவும் பிரபலமானது.

1930ல் நடைபெற்ற உப்புச் சத்தியாகிரக யாத்திரைதான். ஆங்கிலேய அரசு உப்பின் மீது விதித்த வரிக்கு எதிராக 24 நாட்கள் நடந்த இந்த பயணம் அகமதாபாத் தொடங்கி தண்டி வரை ஏறத்தாழ 390 கி.மீ. தூரத்திற்கு நடைபெற்றது.

வரலாற்று ஆய்வாளர்கள் இந்த யாத்திரையே இந்திய விடுதலை இயக்கத்தின் திருப்புமுனையாக அமைந்ததாகவும் பல லட்சக்கணக்கான இந்தியர்களை விடுதலை போராட்டத்தில் கலந்து கொள்ளத் தூண்டியதாகவும் குறிப்பிட்டுள்ளனர்.

2022 செப்டம்பர் 7ஆம் நாள் “மிலே கதம், ஜுடே வத்தன்” என்ற முழக்கத்துடன் தொடங்கிய ராகுல்காந்தியின் யாத்திரை கன்னியாகுமரியில் தொடங்கி 12 மாநிலங்கள் 2 யூனியன் பிரதேசங்கள் என 3560 கி.மி. கடந்து காஷ்மீர் பள்ளத்தாக்கின் ஸ்ரீநகரில் 2023 ஜனவரி 30ஆம் நாள் முடிவடைந்துள்ளது.

இந்த யாத்திரையில் கலந்து கொள்ள 50000க்கும் மேற்பட்டோர் விண்ணப்பித்த நிலையில் ராகுல்காந்தி உள்ளிட்ட 119 பேர்தான் “பாரத் யாத்ரிகள்” எனப்படும் முழுநேரப் பயணிகளைத் தொடக்கத்திலிருந்து இறுதிவரை ஒரு நாளைக்கு 22 லிருந்து 23 கிலோ மீட்டர் வரை நடந்துள்ளனர். மற்றவர்களெல்லாம் அந்தந்த மாநிலங்களில் கலந்து கொண்டவர்கள்தான்.

150 நாட்களாக பல்வேறு தடைகள் இயற்கை இடர்கள், பாஜகவின் விமர்சனங்கள் எனக் கடந்து மக்கள் கடலில் சங்கமம் நடத்தி விட்டார் ராகுல்காந்தி.

அவருடைய இந்த நெடும் பரப்புரைப் பயணம் நாட்டின் அனைத்து மட்டங்களிலும் பெரும் அதிர்வலைகளை ஏற்படுத்தியுள்ளது. இந்தப் பயணத்தின் தாக்கம் வரும் 2024 தேர்தலில் எந்தளவு பிரதிபலிக்கும் என்பது குறித்த விவாதங்கள் அரசியல் வட்டாரங்களில் எழுந்துள்ளது.

இந்த யாத்திரைக்கான நோக்கமும் தேவையும் என்ன என்று பார்க்க வேண்டும்.

இரண்டாவது முறை மத்தியில் பாஜக ஆட்சியைக் கைப்பற்றியதி லிருந்து மக்களுக்கு காங்கிரசின் மீதான நம்பிக்கை பெருமளவில் அடி வாங்கியது மட்டுமல்லாமல் கட்சியில் அடுத்தடுத்த பல உட்கட்சி பூசல்கள், மன்மோகன்சிங்கிற்குப் பிறகு நாட்டை ஆளும் அளவிற்குப் பெரும் ஆளுமைகள் யாரும் வெளிப்படாதது உள்பட பல பிரச்சனை களுடன் காங்கிரஸ்தான் நாட்டின் எதிர்கட்சியா என்றே யோசிக்கும் அளவிற்கு பெருமளவில் பலவீனப்பட்டது.

இந்தியர்கள் மத்தியில் பெரும் எதிர்பார்ப்பை ஏற்படுத்திய நரேந்திர மோடியால் வருகிற 2024 தேர்தலுக்கான முன்னோட்டம் என்றெல்லாம் சிலாகிக்கப்பட்ட கடந்த ஆண்டு நடைபெற்ற ஐந்து மாநிலத் தேர்தல் களில் நான்கு மாநிலங்களில் காங்கிரஸ் அடைந்த படுதோல்வி இதற்கு மாபெரும் சான்றாய் அமைந்தது. அத்தகைய இக்கட்டான கால கட்டத்தில் தான் இந்த யாத்திரை திட்டமிட்டு தொடங்கப்பட்டது.

வருகின்ற 2024 மக்களவைத் தேர்தலை மையப்படுத்தியே இந்த யாத்திரை நடத்தப்படுகிறது என்று எதிர்க்கட்சிகள் கூறி வந்தன.

அதற்குப் பதில் அளிக்கும் வகையில் ராகுல்காந்தி யாத்திரையின் நோக்கம் 2024 தேர்தல் அல்ல. இந்தியாவை ஒன்றிணைப்பதுதான்.

இந்தியா பிளவுபடுவதையும் சமூகங்களுக்கு மத்தியில் வன்முறை பரப்பப்பட்டு நம் நாட்டிற்கு பாதிப்பு ஏற்படுவதையும் பார்க்கின்றேன் என்று கூறியுள்ளார்.

யாத்திரையின் இறுதியில் மே நிப்ரத் கே பஸார்மே. முஹப்பத்கா துக்கான் கோல்னா நிக்கலா ஹூம் (நான் வெறுப்பின் சந்தையில் அன்பின் கடையை திறக்க வந்தவன்) என்ற ராகுலின் அறைகூவல் வெறுப்பு வணிகர்களுக்கு விழுந்த சாட்டையடி.

அதிகாரத்திற்காக மக்களைப் பிளவுபடுத்தும் வகுப்புவாத தீய சக்திகள் நாட்டைத் துண்டாட நினைக்கும் சூழலில் ராகுலின் நல்லிணக்கம் குறித்த கூற்று நம்பிக்கையளிப்பதாகவும், இலட்சியம் உடையதாகவும் பலர் சுட்டிக் காட்டியுள்ளனர்.

இதுபோன்ற பேச்சுகள், கலந்துரையாடல்களின் மூலமாக இந்த யாத்திரை முழுவதிலும் ராகுல் உருவாக்க முயன்ற நல்லிணக்கச் சித்திரம் மக்கள் மத்தியில் பெரும் வரவேற்பை பெற்றது.

இந்த ஒற்றுமைப் பயணம் செல்லும் வழியில் எல்லாம் நாட்டில் நடக்கும் பிரச்சனைகளை ஆக்கபூர்வமான முறைகளில் அடையாளப் படுத்தியது.

அந்தந்தப் பகுதிகளில் இருக்கும் மக்களுடன் உரையாடுவது போன்ற விசயங்கள் இதனை அடுத்த கட்டத்திற்கு எடுத்துச் சென்றது என்று சொல்லலாம்.

செல்லும் வழியிலெல்லாம் ராகுல்காந்தி அப்பகுதியிலுள்ள பெண்கள், குழந்தைகள், மாணவர்கள் என அனைவரையும் சந்தித்து அவர்களுடன் உரையாடி அவர்களின் குறைகளைக் கேட்டு அறிந்து அவர்களுடன் விளையாடியது போன்ற நிகழ்வுகள் ராகுல்காந்திக்கு மக்களின் தலைவர் எனும் பிம்பத்தை கட்டமைக்க பெரிதும் உதவியது.

கேரளாவில் நடந்த படகுப் போட்டியில் ராகுல் கலந்து கொண்டது எளிய மக்களுடன் வேறுபாடின்றி நெருக்கமாக உரையாடியது, மைசூரில் பெய்த மழையையும் பொருட்படுத்தாமல் பிரிட்டிசை எதிர்த்து காந்தி போராடியதுபோல காந்தியைக் கொன்ற சித்தாந்தத்துடன் போராடி வருகிறோம்.

எங்களுடைய ஒற்றுமைப் பயணம் எக்காரணத்தை கொண்டும் நிற்காது என்று பேசியது, எங்கள் வேலை எங்கே? என்று இளைஞர் களுடன் இணைந்து வேலை வாய்ப்பின்மையை சுட்டிக் காட்டியது, பயணத்தின்போது வழியிலேயே காங்கிரஸ் கட்சியின் தலைவருக்கான தேர்தலில் வாக்களித்தது.

குழந்தைகள் தினத்தன்று ஒரு கியூட்டான குழந்தையுடன் உறவாடியது, இந்திரா காந்தியின் பிறந்த தினத்தன்று ராகுல்காந்தியுடன் பெண்கள் மட்டுமே முதன்மையாக நடந்தது, காஷ்மீரில் கொட்டும்

பனியில் பிரிவு 370ன் தடையைக் குறித்து பேசியது எனப் பல ஆகா தருணங்கள் இந்த ஒற்றுமைப் பயணத்தில் நிறைந்து கிடந்தன.

இந்த ஒற்றுமைப் பயணத்தில் ராகுல்காந்தியுடன் முன்னணி அரசியல் தலைவர்கள் மட்டுமல்லாது எழுத்தாளர்கள், நடிகர் நடிகைகள், சமூக ஆர்வலர்கள், அரசியல் தலைவர்கள், பல துறைகளைச் சார்ந்தவர்களும் கலந்து கொண்டு ராகுலின் நடைப்பயணத்தை பலப்படுத்தினர்.

இந்த பாரத் ஜோடோ யாத்திரை என்ன தான் காங்கிரஸ் கட்சியின் ஒரு நிகழ்வாக இருந்தாலும் அது பொது மக்கள் மத்தியிலும் வரவேற்பை பெற்றதற்கு காரணம் தற்போது மத்தியில் ஆண்டு கொண்டிருக்கும் பாசிச பாஜக அரசை விரட்டியடிக்க காங்கிரஸ் தன்னை வலுப்படுத்திக் கொள்ள வேண்டும் என்ற எதிர்பார்ப்பும் நம்பிக்கையும்தான்.

அத்வானியின் ரத யாத்திரை கலவர வடிவில் வன்முறையின் பாரம்பரியத்தை விட்டுச் சென்றது. ராகுல்காந்தியின் யாத்திரை அகிம்சை யின் சக்தியை முன்னிறுத்தியுள்ளது. இந்த அளவுகோலில் பாரத் ஜோடோ யாத்திரை வெற்றி பெற்றுள்ளது.

கேம்பிரிட்ஜில் மே மாதம் ராகுல்காந்தி கூறும்போது, மக்களிடம் நேரடியாகச் செல்வதுதான் இந்தியாவில் புதிய அரசியலை உருவாக்க எஞ்சியிருக்கும் ஒரே வழி. எனக்கு அதில் சந்தேகம் இருந்தது இல்லை.

இது முழுக்க முழுக்க எனது சிந்தனைப் பழக்க வழக்கங்களால் ஆனது. அது உள்ளுணர்வாக வரலாற்றை நோக்கித் திரும்பியது மற்றும் அதன் மரபுகளின் நீண்ட மற்றும் கடினமான வரிசைதான் காரணம்.

கடந்த நூற்றாண்டில் இந்திய அரசியலை மாற்றியமைத்த இரண்டு சின்னமான அணி திரட்டல்கள் உள்ளன.

முதலாவது சந்தேகத்திற்கு இடமின்றி 1931ஆம் ஆண்டு எம்.கே. காந்தி யின் உப்பு ஊர்வலம் பிரிட்டிஷ் சாம்ராஜ்யத்தை தூக்கியெறிந்து இந்திய ஜனநாயகத்தின் அடித்தளத்தை அமைத்தது.

அறுபது ஆண்டுகளுக்கு பிறகு 1991ல் எல்.கே. அத்வானியின் டொயோட்டாவில் இந்தியா வழியாக ஓட்டுவது போல ஒரு போலி ரதமாக மாற்றப்பட்டது. அவரது ரத யாத்திரை இந்து தேசியவாதத்தின் அரசியல் மற்றும் தேர்தல் வருகையை உறுதி செய்தது.

ராகுல்காந்தியின் பாரத் ஜோடோ யாத்திரா எம்.கே. காந்தியின் கெள்கையின்பால் ஈர்க்கப்பட்டதால், அதன் அரசியல் வெளிப்படையாக போட்டியிட்டு இந்துத்துவா அரசியலை முறியடிக்க முயல்கிறது.

இது இந்தியாவின் அரசியல் எதிர்காலத்தை வழி நடத்த முயல்கிறது.

பாரத் ஜோடோ யாத்திரை ராகுல் காந்திக்கும் இந்திய தேசிய காங்கிரசுக்கும் குறிப்பிடத்தக்க தேர்தல் ஆதாயங்களை வழங்குமா என்பது விமர்சகர்களின் பெரும் கேள்வியாக இருந்ததால் ஆச்சர்யமில்லை. இது சம்பந்தமில்லாத கேள்வியல்ல.

பாரத் ஜோடோ யாத்ரா அரசியல் சார்ந்தது அல்ல என்று யாரேனும் கூறினால் அது நம்பத்தக்கதல்ல என்பதைப் புரிந்து கொள்ள வேண்டும்.

●

துவக்கத்தில் பாரத் ஜோடோ யாத்ரா, தேசத்தின் தந்தையின் ஆன்மா, அரசியல் மற்றும் நெறிமுறைகளுக்கு புத்துயிர் அளித்துள்ளது.

இந்துத்வாவின் அரசியல் கருத்துக்கள் மற்றும் நடைமுறைகளுக்கு எம்.கே. காந்தி முக்கிய எதிரியாக இருந்ததால் இது முற்றிலும் பொருத்தமானது.

வன்முறைக்கு எதிராக அகிம்சை, அதிகாரத்துக்கு மாற்றாக தியாகம், பலத்திற்கு மாறாக கருணை, ஒதுக்கலுக்கு மாறாக சேர்க்கை, எல்லாவற்றுக்கும் மேலாக, வெறுப்புக்கு மாறாக அன்பு, ராகுல்காந்தியின் யாத்திரை தெளிவாக பேசுகிறது. மேலும் எந்தவொரு வரவிருக்கும் தேர்தல் போரின் கருத்தியல் பங்குகளையும் போர் முனைகளையும் திறம்பட வகுத்தது.

எம்.கே. காந்தியை கடுமையாக விமர்சிப்பவர்கூட அவரை ஒரு தீவிர பிரச்சாரங்கள் என்று பாராட்டுவார். சந்தேகத்திற்கு இடமின்றி வெகுஜன ஊடகங்கள் அதன் ஆதிக்கத்திற்கு வருவதற்கு முன்பே அவர் காட்சி ஊடகத்தில் தேர்ச்சி பெற்றவர்.

சித்தாந்தத்தை விட்டுவிட்டு இந்திய ஜனநாயகத்தின் சமீபத்திய யாத்திரையை, அத்வானியின் ரத யாத்திரையுடன் சுருக்கமாக ஒப்பிட்டுப் பார்த்தால், இரண்டு முக்கிய அம்சங்கள் தனித்து நிற்கின்றன.

ஒன்று அத்வானியின் யாத்திரை இந்தியா வழியாகச் செல்லும்போது மெகாஃபோன்களுடன் இருந்தது.

பாரத் ஜோடோ யாத்ராவின் ஒப்பீட்டளவிலான மௌனம், அதை ஒரு அமைதியான மற்றும் உறுதியான வற்புறுத்தலுக்கான வடிவமாக ஆக்குகிறது. மிக முக்கியமாக ரத யாத்திரை கலவர வடிவில் வன்முறையின் பாரம்பரியத்தை விட்டுச் சென்றது, மேலும் மோசமானது.

ராகுல்காந்தியின் யாத்திரை அகிம்சையின் சக்தியின் மீது ஒருமைப்படுத்தப்பட்டுள்ளது. இந்த மிக முக்கியமான அளவுகோலில் பாரத் ஜோடோ யாத்ரா முழு வெற்றியாளராக ராகுல்காந்தியை நிலை நிறுத்துகிறது.

எம்.கே. காந்தியின் அரசியல் பொறுமை, கட்டுப்பாடு மற்றும் தியாகம் ஆகியவற்றின் மூலம் எதிரிகளின் கடுமையான மற்றும் வன்முறையாளர்களை அவருடைய யாத்திரை மாற்ற முயன்றது.

அன்பு, மன்னிப்பு மற்றும் இரக்கத்தைப் பற்றிப் பேசுவதிம், நடந்து கொள்வதிலும் ராகுல்காந்தி இந்தியாவின் மிக முக்கியமான ஸ்தாபக தந்தைக்கு மரியாதை செலுத்தினார்.

39

வீரசாவர்க்கர் குறித்த ராகுலின் சர்ச்சைப் பேச்சு

காங்கிரஸ் கட்சியின் முன்னாள் தலைவரான ராகுல்காந்தி மகாராஷ்டிரா வில் இந்திய ஒற்றுமை பாத யாத்திரையை நடத்தி வந்த நிலையில் மும்பையில் செய்தியாளர்களை சந்தித்து பேசினார்.

சுதந்திரப் போராட்ட வீரரும் இந்து மகா சபையின் முன்னோடி தலைவர் களில் ஒருவராக விளங்கியவருமான வீரசாவர்க்கர் ஆங்கிலேயர்களுக்கு உதவியதாகவும், அவர்களின் ஆதரவை எதிர்பார்த்து கருணை மனு கொடுத்த தாகவும் கூறினார். அதற்கு ஆதாரமாக ஒரு கடிதத்தையும் வெளியிட்டார்.

ராகுல்காந்தியின் இந்தக் கருத்துக்கு பாஜகவினர் கடும் கண்டனம் தெரிவித்து

வருகின்றனர். இது குறித்து பாஜக செய்தி தொடர்பாளர் சம்பிட்பாத்ரா கூறுகையில், நாட்டின் பெருமையாக விளங்கிய வீரசாவர்க்கரை ராகுல்காந்தி அவமரியாதை செய்திருக்கிறார்.

வீரசாவர்க்கர் மிகச் சிறந்த விடுதலைப் போராட்ட வீரர் என முன்னாள் பிரதமர் இந்திரா காந்தியே புகழாரம் சூட்டியுள்ளார்.

இந்திரா காந்தி சொல்வது பொய்யா அல்லது ராகுல்காந்தி சொல்வது பொய்யா என சோனியா காந்தி குடும்பம் விளக்க வேண்டும்.

தங்கள் குடும்பத்தைச் சேர்ந்தவர்கள் மட்டும்தான் நாட்டின் விடுதலைக்காக பாடுபட்டு சிறை சென்றார்கள் என சோனியா காந்தி குடும்பம் நினைத்துக் கொண்டிருக்கிறது என காட்டமாக தெரிவித்தார்.

மேலும் வீரசாவர்க்கர் குறித்து அவதூறாகப் பேசியதற்காக காங்கிரஸ் எம்.பி. ராகுல்காந்தி பகிரங்க மன்னிப்பு கேட்க வேண்டும் எனவும் அவர் கூறினார்.

40

லண்டனில் ராகுல்காந்தி நேர்காணல்

லண்டனில் நடைபெற்ற இந்திய பத்திரிகையாளர்கள் சங்க நிகழ்ச்சியில் பாரத் ஜோடோ யாத்ரா, சீனா மற்றும் ரஷ்யா மீதான இந்தியாவின் வெளியுறவுக் கொள்கை, பிபிசி ஆவணப் படத்திற்கு தடை, க்ரோனி கேப்பிடலிசம் மற்றும் வரவிருக்கும் பொதுத் தேர்தல்கள் தொடர்பான கேள்விகளுக்கு ராகுல்காந்தி பதிலளித்தார்.

அரசியல் மற்றும் மக்கள் ஏற்பிலிருந்து அரங்கேற்றம் வரை என்ற நிகழ்ச்சியில் ராகுல்காந்தி ஊடகங்களுடன் உரையாடினார். இந்த நிகழ்ச்சியின் நெறியாளராக இந்திய பத்திரிகையாளர்கள் சங்கத்தின் தலைவர் டேனிஷ்கான் பங்கெடுத்தார்.

பார்வையாளர்களில் பெரும்பாலும்

இந்தியா மற்றும் பிரிட்டனை சேர்ந்த பத்திரிகையாளர்கள் இருந்தனர்.

ஒரு நாள் முன்னதாக மார்ச் 3ஆம் தேதியில் இங்கிலாந்தின் புகழ் பெற்ற கல்வி நிறுவனமான கேம்பிரிட்ஜ் பல்கலைக் கழகத்தில் ராகுல்காந்தி விரிவுரை நிகழ்த்தினார்.

அதிலும் இந்தியாவில் ஜனநாயகம் தாக்கப்படுவதாகவும், அது ஆபத்தில் இருப்பதாகவும் ராகுல்காந்தி குற்றம் சாட்டியிருந்தார். இதற்கு நரேந்திர மோடியின் ஆளும் பாஜக அரசுதான் காரணம் என்றும் அவர் குற்றம் சுமத்தினார்.

ராகுல்காந்திக்ஙகு பதிலடி கொடுத்த பாஜக செய்தித்தொடர்பாளர் ஷெஹ்ஸாத் பூனவல்லா, ராகுல்காந்தியின் பாட்டி இந்திரா காந்தி எமர்ஜென்சியை விதித்ததாகவும் அவர் ஜனநாயகத்தைப் போதிக்கிறார் என்றும் கிண்டல் செய்தார்.

அதே நேரத்தில் புல்வாமா தாக்குதல் பாகிஸ்தானால் நடத்தப்பட்டது என்று ராகுல்காந்தி கூறவில்லை என்று மற்ற பாஜக தலைவர்கள் குற்றம் சாட்டினர்.

இந்தியாவில் எங்கும் குரல் நசுக்கப்படுகிறது. இதற்கு உதாரணம் பிபிசி ஆவணப்படம் என்று ராகுல்காந்தி கூறினார். அரசுக்கு எதிராக பிபிசி செய்தி வெளியிடுவதை நிறுத்தினால் அதன் மீதான வழக்குகள் மறைந்து விடும் என்றார்.

இந்தியாவில் பிபிசி அடக்குமுறையைத் தற்போது அனுபவித்து வருவதாகவும், ஆனால் கடந்த ஒன்பது ஆண்டுகளாக இந்தியாவில் ஊடகங்கள் ஒடுக்கப்பட்டு வருவதாகவும் ராகுல்காந்தி கூறினார்.

"செய்தியாளர்கள் மிரட்டப்படுகிறார்கள், தாக்கப்படுகிறார்கள். அரசு குறித்து சிறப்பித்துப் பேசும் செய்தியாளர்களுக்கு வெகுமதி அளிக்கப்படுகிறது" என்றார்.

ராகுல்காந்தி வெளிநாடு சென்று இந்தியாவுக்கு அவப்பெயரை ஏற்படுத்த முயல்வதாக பாரதிய ஜனதா கட்சி நீண்ட நாட்களாக குற்றம் சாட்டி வருகிறது. இது குறித்து அவரிடம் கேள்வி எழுப்பப்பட்டது.

அதற்குப் பதிலளித்த ராகுல்காந்தி, பிரதமர் நரேந்திர மோடி வெளிநாட்டுப் பயணங்களின்போது ஆற்றிய உரைகளை குறிப்பிட்டார்.

அந்த உரைகளில் பிரதமர் மோடியே ஆண்டுகளில் இந்தியா எதையும் செய்யவில்லை என்றும் தனது அரசு வருவதற்கு முன்பு நாட்டில் ஊழல் தலைவிரித்து ஆடியதாகவும் பிரதமர் மோடி கூறினார்.

இவ்வாறு கூறியதன் மூலம் இந்தியாவை வலிமையாக்க பங்காற்றிய கடின உழைப்பாளிகள் அனைவரையும் பிரதமர் அவமதித்துள்ளார்.

வெளிநாடுகளுக்கு சென்று இந்தியாவை அவதூறு செய்பவர் இந்திய பிரதமர்.

எனது நாட்டை நான் ஒரு போதும் அவமதிக்கவில்லை. அவ்வாறு செய்ய மாட்டேன் என்று ராகுல்காந்தி தெளிவாகக் கூறினார்.

மேலும் தான் எதைச் சொன்னாலும் அதை பாஜக திரித்துக் கூறுகிறது என்றும் கூறினார்.

இந்தியாவில் எதிர்கட்சிகள் ஒன்றிணைந்து உறுதியாக இணைந்து செயல்படுகின்றன என்று ராகுல்காந்தி கூறினார். ஆர்.எஸ்.எஸ். மற்றும் பாஜகவுக்கு எதிராகப் போராடி அவர்களைத் தோற்கடிக்க வேண்டும் என்பது எதிர்க்கட்சிகளுக்குள் ஆழமாக வேரூன்றியுள்ளது.

எதிர்கட்சிகள் சில விசயங்களில் பிளவுபட்டுள்ள போதிலும் அவர்கள் ஒன்றிணைந்து அந்தப் பிரச்சனைகளைத் தீர்க்க முயல்வதாக அவர் ஒப்புக் கொண்டார்.

இந்தியாவில் உள்ள எதிர்க்கட்சிகள் இனி எந்த அரசியல் கட்சியுடனும் போராடுவதில்லை. மாறாக நாங்கள் இந்தியாவின் நிறுவனக் கட்டமைப்பை எதிர்த்துப் போராடுகிறோம் என்று ராகுல்காந்தி கூறினார்.

இந்தியாவின் அனைத்து நிறுவனங்களையும் கைப்பற்றிய பாஜக மற்றும் ஆர்.எஸ்.எஸ். அமைப்புக்கு எதிராக நாங்கள் போராடுகிறோம். இவர்களின் கைப்பற்றலால் சமமான களம் இல்லாமல் போய் விட்டது.

செய்தியாளர்களிடம் பேசிய ராகுல்காந்தி அதானி குழுமம் பற்றிக் குறிப்பிடவும் மறக்கவில்லை. அதானி குழுமம் தொடர்பாக இந்தியாவில் ஆளும் நரேந்திர மோடி அரசுக்கு எதிராகப் பல கடுமையான குற்றச் சாட்டுகளை அவர் முன் வைத்தார்.

கடந்த 3 ஆண்டுகளில் 609 வது பெரிய பணக்காரராக இருந்து 2வது பெரிய பணக்காரர் என்ற பெருமையை கௌதம் அதானி பெற்றுள்ள தாகவும் பிரதமர் நரேந்திர மோடியுடன் அவருக்கு நல்ல உறவு இருப்பதாகவும் ராகுல்காந்தி கூறினார்.

காஷ்மீரில் கண்டுபிடிக்கப்பட்ட 5 மில்லியன் டன் லித்தியம் இருப்பு மற்றும் அதன் ஏல அறிவிப்பு குறித்து அவரிடம் கேட்டபோது அவர் அதானி குழுமத்தைச் சுட்டிக் காட்டினார்.

பங்கேற்கும் ஒவ்வொரு ஏலத்திலும் அதானி வெற்றி பெறுவார் என்று நான் உறுதியாக உங்களுக்குச் சொல்ல முடியும். வணிகத்தில் நுழைவதற்கு அவருக்கு அனுபவம் தேவையில்லை. அதனால் லித்தியம் தொழில் அதானி கை வசமாகும் என்று என்னால் கணிக்க முடியும் என்றார்.

பிரிட்டன் பயணத்தின்போது ராகுல்காந்தி கூறிய கருத்துக்கு பாஜக செய்தி தொடர்பாளர் ஷெஹ்ஸாத் பூனாவாலா பதிலடி கொடுத்துள்ளார்.

ராணுவத்தையும், தியாகிகளையும் அவமதிப்பதே காங்கிரஸின் அடையாளம் என்றார் அவர். புல்வாமா தாக்குதலை முதலில் கார் வெடிகுண்டு என்று கூறி மூடி மறைத்தார் ராகுல்காந்தி.

பின்னர் ராஜஸ்தானில் காங்கிரஸ் அரசு புல்வாமா தியாகிகளின் குடும்பங்கள் தங்கள் உரிமையைக் கோரியபோது அவர்களை அவமதித்தது என்று பூனாவாலா கூறினார்.

ராகுல்காந்தி குறித்து பேசிய மத்திய தகவல் மற்றும் ஒலிபரப்புத் துறை அமைச்சர் அனுராக் தாக்கூர், ராகுல் காந்தி மீண்டும் அந்நிய மண்ணில் சென்று அழும் வேலையை செய்து வருகிறார். பெகாசஸ் பிரச்சனை அவரது மனதிலும், இதயத்திலும் குடி கொண்டுள்ளது என்றார்.

◻◻◻

41

பிரியங்காவின் கழுத்தைப் பிடித்த காவலர்

லக்னோவில் பெண் காவல் துறை அதிகாரி தன்னுடைய கழுத்தைப் பிடித்துத் திருகியதாக காங்கிரஸ் பொதுச் செயலாளர் பிரியங்கா காந்தி குற்றம் சாட்டியுள்ளார்.

குடியுரிமை திருத்த சட்டத்திற்கு எதிராகப் போராடியதற்காக கைது செய்யப்பட்ட ஓய்வு பெற்ற காவல்துறை அதிகாரியின் குடும்பத்தை சந்திக்க அவர்கள் வீட்டுக்கு சென்றபோது இவ்வாறு நடந்ததக கூறினார் பிரியங்கா காந்தி.

76 வயதாகும் ஓய்வு பெற்ற அதிகாரி எஸ்.ஆர். தாராபுரி குடியுரிமை சட்டத் திற்கு எதிராகப் போராடியதால் கைது செய்யப்பட்டார். அவரது குடும்பத்தை

சந்தித்து ஆறுதல் கூறுவதற்காக பிரியங்கா சென்றிருக்கிறார். ஆனால் அவரை போலீசார் தடுத்து நிறுத்தினர்.

பின்னர் காரிலிருந்து இறங்கி அவர் நடக்க ஆரம்பித்தார். அப்போது அவருடன் காங்கிரஸ் கட்சியின் உறுப்பினர்களும் இருந்தனர்.

பிரியங்கா காந்தி தன்னுடைய பேஷ்புக் பக்கத்தில் பதிவிட்ட ஒரு காணொளி ஒன்றை வெளியிட்டுள்ளார்.

இந்தக் காணொளிக்கு மேலே அவர், உத்தரபிரதேச மாநில காவல் துறையினர் என்ன செய்கிறார்கள்? இப்போது நாங்கள் எங்கேயும் சென்று வருவது கூட தடை செய்யப்படுகிறது.

நான் ஓய்வு பெற்ற காவல் துறை அதிகாரி சமூக சேவகர் தாராபுரியின் வீட்டுக்கு சென்றேன். உத்தரப்பிரதேச மாநில காவல் துறையினர் குடியுரிமை திருத்தச் சட்டம் மற்றும் தேசிய குடிமக்கள் பதிவேடு ஆகியவற்றுக்கு எதிராகப் போராடியதற்காக அவரை கைது செய்தனர்.

இப்போது ஒரு பெண் காவல் துறை அதிகாரி என் கழுத்தைப் பிடிக் கிறார். ஆனால் என்னுடைய லட்சியம் திடமானது. காவல் துறையின் தாக்குதலுக்குள்ளான அனைத்து குடிமக்களுடனும் நான் நிற்கிறேன் எனப் பதிவிட்டுள்ளார்.

பின்னர் அதிகாரி தாராபுரியின் வீட்டிற்குச் செல்வதற்காக இரு சக்கர மோட்டார் வாகனத்தின் பின்னே அமர்ந்து சென்றார் பிரியங்கா.

இது தொடர்பாக அந்தப் பெண் காவலர் மேலதிகாரிகளுக்கு கொடுத்துள்ள விளக்க கடிதத்தில் பிரியங்கா காந்தியின் குற்றச்சாட்டை மறுத்துள்ளார்.

காங்கிரஸ் அனுமதி வாங்கிய பாதையில் செல்லாமல் வேறு பாதையில் சென்றனர். அதனால் அவர்களைத் தடுக்க வேண்டியதாயிற்று என்று விளக்கம் அளித்துள்ளார்.

பிரியங்கா காந்தியின் பாதுகாப்பு கருதி அவரது கான்வாய் நிறுத்தப் பட்டு, எந்த வழியாக செல்கிறீர்கள் என்று கேட்கப்பட்டது. ஆனால் அவரது கட்சிக்காரர்கள் எந்த பதிலையும் அளிக்கவில்லை. பிரியங்காவின் கழுத்தை நெருக்கியதாக சமூக ஊடகங்களில் பகிரப்படும் தகவல் தவறானது என்றும் அந்த கடிதத்தில் கூறப்பட்டுள்ளது.

பிரியங்கா காந்தியிடம் பெண் காவலர்கள் முறையற்ற வகையில் நடந்து கொண்டது வேதனை அளிக்கிறது. ஒருவர் பிரியங்காவின் கழுத்தை பிடிக்க மற்றொருவர் அவரை கீழே தள்ளி விட்டார். ஆனால் முன்னாள் ஐபிஎஸ் அதிகாரி தாராபுரியின் குடும்பத்தை பார்க்க அவர் பைக்கில் பின்னால் அமர்ந்து சென்றுள்ளார்.

நான் அவரை நினைத்து மிகவும் பெருமைப்படுகிறேன். அவர் செய்தது சரி. துயரத்தில் இருப்பவர்களுடன் இருப்பதால் எந்த தவறும் இல்லை என பிரியங்கா காந்தியின் கணவர் ராபர்ட் வத்ரா கூறியுள்ளார்.

இந்தச் சம்பவத்தைத் தொடர்ந்து அனைத்து இந்திய மகிலா காங்கிரஸின் தலைவர் சுஷ்மிதா தேவ் உத்தரபிரதேச போலீஸ் மீது கடுமையான குற்றச் சாட்டுகளை வைத்துள்ளார்.

செய்தியாளர்கள் சந்திப்பின்போது பேசிய சுஷ்மிதா, உத்தரபிரதேச காவல் துறை தாக்கியதில் பிரியங்கா காந்திக்கு காயம் ஏற்பட்டது. நான் முதல்வர் யோகியிடம் கேட்கிறேன்.

மாநிலத்தில் இதுவரை 18 பேர் உயிரிழந்து இருக்கிறார்கள். இதில் 12 பேர் தோட்டாக்களால், அதாவது துப்பாக்கிச் சூட்டில் உயிரிழந்தது எப்படி? பிரியங்கா காந்தியை தாக்கியவர்கள் பதவி நீக்கம் செய்யப்பட வேண்டும்.

உத்தரபிரதேசத்தின் அமைதியை குலைக்கும் விதமாக பிரியங்கா என்றும் ஏதும் செய்யவில்லை. போராட்டக்காரர்களை தோட்டாக்கள் மூலம் கட்டுப்படுத்தலாம் என்று யோகி அரசு நினைக்கிறது. ஆனால் அதை அவர்களால் செய்ய முடியாது.

உத்தர பிரதேச காவல் துறையினர் அவர்களது எல்லைகளைத் தாண்டி விட்டனர் என்றார்.

❑❑❑

42

இந்தியாவின் அரசியல் சண்டை

நரேந்திர மோடி அரசின் எதேச்சாதிகார தூண்டுதல்கள் பற்றிய விமர்சனத்தை வைத்துள்ள ராகுல்காந்தி, இந்தியாவின் அரசியல் சண்டை என்பது, மகாத்மா காந்தியின் பார்வைக்கும், அவரது கொலையாளி நாதுராம் கோட்சே யின் பார்வைக்கும் இடையிலான ஒன்றாகும்.

ஐரோப்பிய நாடுகளுக்கு சுற்றுப் பயணம் செய்து வரும் காந்தி நாட்டில் பிளவுகளை நிலைநிறுத்துவதாகவும், கூட்டு முதலாளித்துவ நலன்களுக்கு அடைக்கலம் அளிப்பதாகவும் மோடி அரசை தொடர்ந்து தாக்கி வருகிறார்.

செப்டம்பர் 8, வெள்ளியன்று பிரஸ்ஸல்ஸில் செய்தியாளர்களுடன்

உரையாடிய அவர், ஐரோப்பிய நாடாளுமன்ற உறுப்பினர்களுடனான தனது சந்திப்பை பற்றி பேசினார். அதில் இந்திய ஜனநாயகம் தற்போது பொருளாதார மற்றும் சமூக முனைகளில் எதிர்கொள்ளும் சவால்களைப் பற்றி விவாதித்தார்.

இந்தியா எதிர்கொள்ளும் சவால்கள், பொருளாதார சவால்கள், பிற சவால்கள், ஜனநாயக அமைப்புகள் மீதான பொதுவான வகையான தாக்குதல்கள் போன்றவற்றைப் பற்றிய உணர்வை அவர்களுக்கு வழங்குகிறோம் என்று ராகுல்காந்தி செய்தியாளர்களிடம் கூறினார்.

இங்கே நம் நாட்டின் ஜனநாயக அமைப்புகள் மீதான முழு அளவிலான தாக்குதல் என்பது அனைவருக்கும் தெரியும். நிச்சயமாக சிறுபான்மை யினர் தாக்குதலுக்கு உள்ளாகிறார்கள். ஆனால் பல சமூகங்கள் - தலித் சமூகங்கள், பழங்குடிகள், தாழ்த்தப்பட்ட சமூகங்கள் மேலும் தாக்குதலுக்கு உள்ளானது என்று ராகுல்காந்தி கூறினார்.

நமது நாட்டின் இயல்புகளை மாற்ற முயற்சி நடக்கிறது. அரசியலமைப்பில் நமது நாடு மாநிலங்களின் ஒன்றியம் என்று விவரிக்கப் பட்டுள்ளது. மேலும் எங்கள் தொழிற்சங்கத்தின் மிக முக்கியமான அம்சம் எங்கள் சங்கத்தின் உறுப்பினர்களுக்கு இடையிலான உரையாடல் என்று நாங்கள் நம்புகிறோம்.

மேலும் ஒரு மாற்று பார்வை உள்ளது. அது அதிகாரத்தை மையப் படுத்த வேண்டும். செல்வம் குவிக்கப்பட வேண்டும் மற்றும் இந்திய மக்களுக்கு இடையேயான உரையாடல் ஒடுக்கப்பட வேண்டும் என்று நம்பும் பாஜக பார்வை.

எனவே இது இரண்டு பார்வைகளுக்கு இடையிலான சண்டை. மகாத்மா காந்தியின் பார்வைக்கும் நாதுராம் கோட்சேயின் பார்வைக்கும் இடையேயான சண்டை என்று நான் சொல்ல விரும்புகிறேன்.

நாதுராம் கோட்சே எங்கள் தலைவரைக் கொன்றவர் என்று அவர் சுருக்கமாக சொன்னார்.

எவ்வாறாயினும், இந்தியாவில் ஜனநாயகப் போராட்டமும், ஜனநாயகத்திற்கான போராட்டமும் எங்களுடையது. அது எங்கள் பொறுப்பு. நாங்கள் அதை கவனித்துக் கொள்வோம்.

மேலும் எங்கள் நிறுவனங்கள் மற்றும் நமது சுதந்திரத்தின் மீதான

தாக்குதல் நிறுத்தப்படுவதை உறுதி செய்வோம். அதை எதிர்க்கட்சிகள் உறுதி செய்யும்.

ஐரோப்பாவில் உள்ள புலம் பெயர்ந்த இந்தியர்களைச் சந்திப்பதும், அவர்கள் இந்தியாவை எப்படிப் பார்க்கிறார்கள், எதிர்காலத்தில் அது என்ன செய்யப் போகிறது என்பதைப் பற்றிய உணர்வைப் பெறுவது தான் தனது பயணத்தின் நோக்கம் என்று ராகுல் கூறினார்.

அவர் தனது 4000 கி.மீ. நீளமான பாரத் ஜோடோ யாத்திரை மற்றும் எதிர்க்கட்சிகள் ஒன்றிணைவதற்கான முயற்சிகள் குறித்தும் விரிவாகப் பேசினார்.

இந்தியா பிளாக் அரசாங்கத்தை கவலையடையச் செய்துள்ளது. அதனால் தான் நாட்டின் பெயரை மாற்றுவது போன்ற வெற்றிடமான பிரச்சனைகளில் இருந்து கவனத்தை திசை திருப்ப முயற்சிக்கிறது என்று அவர் கூறினார்.

நான் ஆயிரக்கணக்கான இளைஞர்களை சந்தித்தேன். அவர்கள் கூறிய மூன்று விசயங்கள் : முதலிடம் வேலையின்மை, இரண்டாவதாக வறுமையின் அளவுகளில் பெரும் அதிகரிப்பு மற்றும் முற்றிலும் வளைந்த வருமானப் பகிர்வுகள், அதனால் சில மக்கள் மிகவும் பணக்காரர்களாகவும் பெரும் பகுதி மக்கள் மீண்டும் வறுமைக்கு தள்ளப்பட்டது, அதன் பிறகு விலைவாசி உயர்வு மற்றும் பணவீக்கம் அதிகரித்து வருகிறது.

கடந்த 40 ஆண்டுகளில் இல்லாத அளக்கு இந்தியாவில் வேலை யில்லாத் திண்டாட்டம் அதிகமாக உள்ளது என்பது தான் உண்மை. அதனால் நமது பொருளாதார மாதிரியில் ஏதோ தவறு உள்ளது. இது ஏற்றுக் கொள்ளப்படவில்லை மற்றும் அரசாங்கத்திற்கு நிறைய ஊடக ஆதரவு உள்ளது.

எனவே அந்த வகையான விசயங்கள் வெளியே வரவில்லை. ஆனால் நாம் செல்லும் தற்போதைய பாதை, நாம் சென்று கொண்டிருக்கும் பொருளாதாரப் பாதை எந்த வகையிலும் நிலையானது என்று நான் நினைக்கவில்லை.

நிச்சயமாக இந்த மாதிரிக்கு பின்விளைவுகளும் பின்னடைவும் இருக்கும் என்று ராகுல்காந்தி கூறினார்.

43

கடும் விமர்சனங்களை உருவாக்கிய பாஜக செயல்பாடுகள்

நரேந்திர மோடி 2014ஆம் ஆண்டு மே மாதம் இந்தியப் பிரதமராக பதவி யேற்றார்.

காங்கிரசை தவிர்த்த வேறு கட்சி ஒன்று மத்தியில் பெரும்பான்மை பெற்று ஆட்சி அமைத்தது அதுவே முதன்முறை. அதேபோல முதன் முறையாக காங்கிரஸ் பலத்த அடியையும் சந்தித்தது.

நரேந்திர மோடியின் ஆட்சியில் பண மதிப்பிழப்பு முதல் பொது முடக்கம் வரை மக்களை பாதித்த பல்வேறு நடவடிக்கைகள் மக்களின் கடும் துயரத்தையும், பாதிப்பையும், விமர்சனத்தையும் எதிர் கொண்டுள்ளது என்பதை எவரும் மறுக்க இயலாது.

கடந்த 2016ஆம் ஆண்டு நவம்பர் 8ஆம்

தேதி இரவு 500 ரூபாய் மற்றும் 1000 ரூபாய் நோட்டுக்கள் செல்லாது என நரேந்திர மோடி அறிவித்தார். அதாவது அடுத்த 4 மணி நேரத்தில் ரூபாய் நோட்டுக்கள் செல்லுபடியாகாமல் போகும் என்றார்.

கருப்பு பணத்தை ஒழிக்கவும், நாட்டில் ஹவாலா பரிவர்த்தனையை ஒழிக்கவும் இந்த நடவடிக்கையை எடுப்பதாக மோடி அறிவித்தார்.

அடுத்த பல மாதங்கள் வங்கிகளிலும் அஞ்சலகங்களிலும் மக்கள் நீண்ட வரிசையில் கால் கடுக்க நின்றனர். வங்கிகளில் தங்களின் பணத்தை மாற்றவும், ஏடிஎம்களில் பணம் எடுக்கவும் பலரும் பல மணிநேரம் காத்துக் கிடந்தனர். இதில் பலர் உயிரிழக்கவும் நேரிட்டது.

இந்த பணமதிப்பிழப்பு நடவடிக்கையால் எவ்வளவு கருப்பு பணம் ஒழிக்கப்பட்டது என்பதற்கான எந்த விடையும் இதுவரை இல்லை.ஒரு வகையில் பணமதிப்பிழப்பால் டிஜிட்டல் பரிவர்த்தனைகள் அதிகரித்தன.

காய்கறி வியாபாரம், மளிகை கடை என பல்வேறு தரப்பினம் யுபிஐ பரிவர்த்தனைகளை மேற்கொண்டனர்.

இருப்பினும் இந்த பணமதிப்பிழப்பு நடவடிக்கையை மக்களுக்கு மிகுந்த சிரமம் அளிக்காமல் எடுத்திருக்க முடியாதா என்பதுதான் கேள்வியாக உள்ளது.

நாட்டின் வரி அமைப்பை ஒழுங்குபடுத்த மோடி அரசு ஜி.எஸ்.டி.யை அறிமுகப்படுத்தியது. ஒரே ஜிஎஸ்டியை கொண்டு வருவதுதான் முதல் கட்ட யோசனையாக இருந்தது.

மத்திய மாநில அரசுகளுக்கு இடையே பல்வேறு குழப்பங்கள் நிலவின. இன்றைய நிலையிலும் தமிழ்நாடு மற்றும் மகாராஷ்டிரா போன்ற மாநிலங்கள் தங்களுக்கான ஜிஎஸ்டி நிலுவை தொகை சரிவர கிடைப்பதில்லை என்று தெரிவிக்கின்றன.

முத்தலாக் வழங்குவது குற்றமாக கருதப்படும் என மோடி அரசு சட்டம் இயற்றியது. இந்தச் சட்டம் மக்களவையில் எளிதாக ஒப்புதல் பெற்றது. முஸ்லீம்கள் மூன்று முறை தலாக் என்று கூறி தங்களின் மனைவியை விவாகரத்து செய்வது சட்ட விரோதம் என்றது உச்சநீதி மன்றம்.

முஸ்லீம் மக்களை இலக்கு வைப்பதாக பாஜக மீது விமர்சனங்கள் வைக்கப்பட்டன. ஆனால் காங்கிரஸ் கட்சியில் முடியாததை பாஜக செய்து விட்டது என்றும் ஒரு சாரார் தெரிவித்தனர்.

ஜம்மு - காஷ்மீருக்கு சிறப்புரிமை வழங்கும் சட்டப்பிரிவு 370 மற்றும் 35ஏ ஆகியவை ரத்து செய்யப்பட்டது. இந்த சட்டப்பிரிவுகளை ரத்து செய்வது என்பது பாஜக பின் நீண்ட காலத் திட்டங்களில் ஒன்றாக இருந்தது.

2019ஆம் ஆண்டு ஆகஸ்டு 5ஆம் தேதி உள்துறை அமைச்சர் அமித்ஷா 370 சட்டப்பிரிவை ரத்து செய்து ஜம்மு - காஷ்மீர் இரு யூனியன் பிரதேசங்களாக பிரிக்கப்படுவதாக அறிவித்தார்.

இந்த நடவடிக்கையில் இரு முக்கிய விளைவுகள் ஏற்பட்டன. அதாவது 370 மற்றும் 35ஏ சட்டப்பிரிவுகள் ரத்து செய்யப்பட்ட பிறகு பாதுகாப்புப் படையினரின் நடவடிக்கையால் கொல்லப்பட்டவர்கள் வெளிநாட்டினர் அல்ல, உள்ளூர்வாசிகள் என்று கூறப்பட்டது.

அரசு நடவடிக்கையால் அதிருப்தி அடைந்த உள்ளூர் மக்கள் போராட்டத்தில் ஈடுபட்டனர். ஆனால் அதே சமயம் ஜம்மு - காஷ்மீர் பகுதியில் மோடி அரசு அமைதியை கொண்டு வந்ததாகக் கூறப்பட்டது.

குடியுரிமை திருத்தச் சட்டம் வடகிழக்கு இந்தியாவில் பல எதிர்ப்பு களை பெற்றது. அசாமில் வன்முறைகள் வெடித்தன. இந்தச் சட்டத்தின்படி பாகிஸ்தான், ஆப்கானிஸ்தான், வங்கதேசம் போன்ற அண்டை நாடுகளில் உள்ள இந்துக்கள் மதரீதியான அச்சுறுத்தல் காரண மாக 2014ஆம் ஆண்டு டிசம்பர் 31ஆம் தேதிக்கு முன்னதாக இந்தியா வுக்குள் வந்திருந்தால் அவர்களுக்கு குடியுரிமை வழங்கப்படும் என்று தெரிவிக்கப்பட்டது.

ஆனால் இதில் முஸ்லீம்களைச் சேர்க்காமல் விடுத்தது பிரிவினைவாத நடவடிக்கை என்று தெரிவிக்கப்பட்டது.

மோடியின் ஆட்சிக் காலத்தில் பல போராட்டங்கள் நடந்துள்ளன. ஆனால் ஒரு போராட்டம் அரசு எடுத்த முடிவை திரும்பப் பெறச் செய்துள்ளது.

அரசு கொண்டு வந்த விவசாய சட்டங்களுக்கு எதிராக பல மாதங்களாக தலைநகர் டெல்லியின் மூன்று எல்லைகளில் விவசாயிகள் போராட்டம் நடத்தினர்.

இந்தப் போராட்டத்தில் வடஇந்தியாவைச் சேர்ந்த விவசாயிகள் குறிப்பாக பஞ்சாபை சேர்ந்த விவசாயிகள் பங்கேற்றனர். அரசுக்கும் போராட்டக் குழுவுக்கும் இடையே 15 முறை பேச்சு வார்த்தைகள் நடைபெற்றன. எந்தப் பலனும் இல்லை.

இறுதியாக பஞ்சாப் உள்ளிட்ட ஐந்து மாநில தேர்தல்களை ஒட்டி விவசாய சட்டங்களை திரும்ப பெறுவதாக மோடி அறிவித்தார்.

44

அம்பேத்கரின் 125வது ஜெயந்தியில் ராகுல்

அம்பேத்கரின் 125வது பிறந்த தினத்தையொட்டி 2014ல் குஜராத் தலைநகர் காந்தி நகரில் அவரது உருவப் படத்துக்கு மாலை அணிவித்து மோடி மரியாதை செலுத்தினார். அதன் பிறகு அவர் பேசியதாவது :

வாழ்நாள் முழுவதையும் தலித்துகள் மற்றும் பின்தங்கிய வகுப்புகளைச் சேர்ந்த மக்களின் முன்னேற்றத்துக்காக அம்பேத்கர் பாடுபட்டார். நமது நாட்டுக்கு அரசியல் அமைப்புச் சட்டத்தை அவர் உருவாக்கித் தந்தார்.

ஆனால் தலித்துக்களின் கடவுள் போன்ற அவரை மத்தியில் அமைந்த காங்கிரஸ் அரசுகள் தொடர்ந்து புறக் கணித்து வந்தன.

இந்திய அரசியலமைப்புச் சட்டத்தின் மூலம் தலித்துகள் மற்றும் பின்தங்கிய வகுப்பினருக்கு உரிமைகள் கிடைக்க அம்பேத்கர் வழிவகை செய்தார். அதனை செயல்படுத்த விடாமல் நேரு - காந்தி குடும்பத்தினர் தடுத்தனர்.

ஆனால் தற்போது அந்த உரிமைகளை வழங்கியது தாங்கள்தான் என்றும், அவர்களின் நலன்களுக்கான சட்டங்களை நிறைவேற்றியது தாங்கள்தான் என்றும் சிலர் தெரிவித்து வருகின்றனர்.

அரசியலமைப்புச் சட்டம் என்றால் என்ன என்று தெரியாதவர்கள் கூட அரசியல் காரணங்களுக்காக இந்த விவகாரத்தில் உரிமை கொண்டாடி வருகின்றனர். இதன் மூலம் அம்பேத்கரை அவர்கள் அவமதிக்கின்றனர்.

அம்பேத்கர் இல்லையென்றால் என்னைப் போன்றவர்கள் யாரும் தற்போது உங்கள் முன்னிலையில் வந்திருக்க முடியாது என்று மோடி பேசினார்.

இதனிடையே மகாராஷ்டிர மாநிலம் லாத்தூரில் நடைபெற்ற காங்கிரஸ் கட்சியின் தேர்தல் பிரச்சாரக் கூட்டத்தில் காங்கிரஸ் துணைத் தலைவர் ராகுல் காந்தி பேசியதாவது :

குஜராத் மாதிரி அரசு குறித்து மோடி தனது பிரச்சாரங்களின்போது பேசி வருகிறார். அதனால் குஜராத் மாநிலத்தில் உள்ள ஒரேயொரு தொழிலதிபர் தான் பலனடைந்துள்ளார். விவசாயிகள் மற்றும் ஏழைகள் பயனடையவில்லை.

தேர்தல் பிரச்சாரக் கூட்டங்களில் பாஜகவினர் பெண்களுக்கு அதிகாரங்கள் வழங்க வேண்டியது குறித்து பேசி வருகின்றனர். அதே சமயம் அக்கட்சி தொண்டர்களோ ஆர்.எஸ்.எஸ். அமைப்பினருடன் சேர்ந்து கொண்டு மங்களூரில் கோரிக்கை விடுதிக்கு செல்லும் பெண்களை தாக்குகின்றனர்.

குஜராத் முதல்வர் மோடியே தனது ஆட்சி அதிகாரத்தைப் பயன் படுத்தி பெண் ஒருவரின் தொலைபேசியை ஒட்டுக் கேட்க நடவடிக்கை எடுத்தார்.

பாஜகவில் அத்வானி, ஜஸ்வந்த் சிங் ஆகியோர் ஓரங்கட்டப்பட்டு விட்டனர். தற்போது புதிதாக ஒருவர் தலைவராக உருவெடுத்துள்ளார்.

அவர் பெயர் நரேந்திர மோடி.

அக்கட்சியில் முன்பு வாஜ்பாய், அத்வானி ஆகியோர் இடையே கூட்டணி இருந்தது. இப்போது மோடி மற்றும் தொழிலதிபர் அதானி இடையே கூட்டணி ஏற்பட்டுள்ளது.

குஜராத் அரசு நானோ கார் தொழிற்சாலை அமைப்பதற்காக ரூ.10000 கோடி கடன் வழங்கியது.

இது அந்த மாநிலத்தில் கல்வி மற்றும் சுகாதாரத்துக்காக செலவிடப் படும் தொகையை விட அதிகமானதாகும் என்று ராகுல்காந்தி பேசினார்.

45

மானுடம் நேசித்த தனிமனிதப் போராளி

புரட்சியாளர் அம்பேத்கர் எனும் தனி ஒரு மனிதப் போராளியால் உருவாக்கப் பட்டது இந்திய அரசியலமைப்புச் சட்டம்.

இந்தியாவிற்கான அரசியலமைப்பு உருவான வரலாற்றுப் பின்னணி ஒவ்வொரு இந்தியனும் அறிய வேண்டிய தலையாய கடமையாகும்.

அரசியலமைப்புச் சட்டத்தை உருவாக்க அரும்பாடுபட்ட அம்பேத்கர் அவர்களின் உழைப்பு மகத்தானது.

இந்தியத் துணைக் கண்டத்தின் பெரும்பாலான பகுதிகள் 1858 முதல் 1947 வரை ஆங்கிலேயர்களின் காலனி ஆட்சி யின் கீழ் இருந்தது.

இந்திய விடுதலைப் போராட்டம் தொடங்கியதிலிருந்து லார்ட் பிரன்வுட்டின் சவாலுக்கு எதிராக 1928ல் நேருவின் அறிக்கை இருந்து அரசியல் நிர்ணய சபை வேண்டும் என்ற கோரிக்கை எழுந்தது. எம்.என்.ராய் அவர்கள்தான் அதற்கான கருத்தினை முன் வைத்தார்.

இந்தியர்களுக்கு அரசியலமைப்பு எழுதும் ஆற்றல் இல்லை என வெளியிடப்பட்டது. இதில் பிரிட்டிஷ் மேலாதிக்கத்துக்கு உட்பட்ட சுயாட்சி கேட்கப்பட்டது.

நேதாஜி உள்ளிட்டோர் முழு விடுதலை கோரினார்கள். 1929ல் முழு விடுதலை தீர்மானம் கொண்டு வரலாம் என்றார் காந்தி.

அமைச்சரவை தூதுக்குழு அறிவுரைப்படி 1946ஆம் ஆண்டு சூலை மாதம் அரசியல் நிர்ணய சபைக்கான தேர்தல் நடைபெற்று, டிசம்பர் மாதம் சபை கூடியது. தலைவராக இராசேந்திர பிரசாத் தேர்ந்தெடுக்கப் பட்டார்.

1947 ஆகஸ்ட் 15 பிரிட்டிஷ் இந்தியாவானது இந்தியா, பாகிஸ்தான் என்ற இரண்டு நாடுகளாகப் பிரிக்கப்பட்டது. சுதந்திர இந்தியாவிற்கான அரசியலமைப்பை மட்டும் உருவாக்கும் பணியை அரசியல் நிர்ணய சபை செய்தது.

இந்திய அரசியலமைப்பின் முகப்புரையில், இறையாண்மை உடைய ஜனநாயக சமத்துவ சுதந்திரக் குடியரசு என்றும் இந்திய ஒன்றியம் என்றும் பெயரிடப்பட்டுள்ளது.

இந்திய அரசியலமைப்பு 22 பகுதிகள், 12 அட்டவணைகளும் 395 பிரிவுகளுமாக பிரிக்கப்பட்டுள்ளன. இந்திய அரசமைப்பின் தனிச்சிறப்பு களில் அடிப்படை உரிமைகளும் அடங்கும். மாறி வரும் சமூக அரசியல் சூழலுக்கேற்ப 98 முறைகள் 2013 வரை இந்திய அரசியலமைப்பு திருத்தப்பட்டுள்ளது.

இந்திய அரசமைப்புச் சட்டம் உருவாக்கப்படும்போது பல்வேறு நாடுகளின் அரசமைப்பு சட்டங்களின் கூறுகள் எடுத்துக் கொள்ளப் பட்டன. இதனால் இந்திய அரசமைப்பு சட்டத்தை 'கடன்களின் பொதி' என்பர்.

1947 ஆகஸ்ட் 29ல் அரசியல் நிர்ணய சபை நிறைவேற்றிய

தீர்மானத்தின் அடிப்படையில் இந்திய அரசியலமைப்புச் சட்டத்தை எழுத புரட்சியாளர் அம்பேத்கர் தலைமையில் அவர் உட்பட ஏழு பேர் கொண்ட அரசியலமைப்புச் சட்ட வரைவுக் குழு உருவாக்கப்பட்டது.

திரு. கோபால்சாமி ஐயங்கார், திரு.அல்லாடி கிருஷ்ணமூர்த்தி, திரு.கே.எம். முன்ஷி, திரு.சையது முகமது சாதுல்லா, திரு. மாதவராவ், திரு.டி.பி. கைதான் ஆகியோர் உறுப்பினர்களாக இக்குழுவில் இடம் பெற்றனர்.

இதில் ஒருவர் வெளிநாடு சென்று விட்டார். ஒருவர் இறந்து போயுள்ளார். பிறர் அம்பேத்கருக்கு முறையான ஒத்துழைப்பு அளிக்க வில்லை என்று கூறப்படுகிறது.

அம்பேத்கர் என்ற அந்த ஒற்றை மனிதர் தன் உடல், பொருள், ஆவி அத்தனையையும் அர்ப்பணித்து ஆறு மாதத்தில் உருவாக்கப்பட்ட அரசியலமைப்புச் சட்டம், இந்த 6 மாதத்தில் அமெரிக்கா, அன்றைய சோவியத் யூனியன், கனடா, இங்கிலாந்து, ஜெர்மனி, ஆஸ்திரேலியா, அயர்லாந்து, தென் அமெரிக்கா ஆகிய 11 நாடுகளின் அரசியலமைப்பு சட்டத்தை முழுமையாக வரிக்கு வரி படித்து உள்வாங்கி மனதில் அதை அசைப் போட்டு சிந்தித்து நமது இந்திய நாட்டிற்கு பொருத்தமான தேவையான சட்டப் பிரிவுகளை உள்ளடக்கிய இந்திய அரசியலமைப்பு சட்டத்தை எழுதியுள்ளார்.

அம்பேத்கர் தலைமையிலான குழு தனது வரைவு அறிக்கையை 1948 பிப்ரவரி 21ல் ஒப்படைத்தது. 1949 நவம்பர் 26ல் அரசியல் நிர்ணய சபை மூலம் அரசமைப்புச் சட்டம் ஏற்றுக் கொள்ளப்பட்டது. இந்நாள் சட்ட தினமாக உள்ளது.

ஜனவரி 26, 1930ல் லாகூரில் நடைபெற்ற இந்திய தேசிய காங்கிரஸ் மாநாட்டில் இந்தியாவிற்கு சுதந்திரம் பெற்றே தீருவது என்ற தீர்மானம் முதன்முதலாக நிறைவேற்றப்பட்டது. இதன் நினைவாக ஜனவரி 26ஆம் தேதி இந்தியக் குடியரசு நாளாக ஏற்பது என்றும் அரசியல் நிர்ணய சபை முடிவு செய்யப்பட்டது.

அதனால் இந்திய அரசியலமைப்புச் சட்டம் 1950 ஜனவரி 26 அன்று நடைமுறைக்கு வந்தது. இது குடியரசு நாளாகும். அன்றே பிரிட்டிஷ் அரசாட்சியில் இருந்து இந்தியா நீக்கப்பட்டது. அரசியலமைப்பின்படி

இந்தியா ஒரு கூட்டாட்சி நாடாகும். ஆனாலும் நடைமுறையில் கூட்டாட்சி என்ற சொல்லிற்குப் பதிலாக ஒன்றியம் சொல்தான் பயன் படுத்தப்பட்டுள்ளது.

இந்திய அரசியலமைப்பு சட்டத்திற்கு புரட்சியாளர் அம்பேத்கர் அவர் களால் பிற நாடுகளின் அரசமைப்புச் சட்டங்களில் இருந்து பல கூறுகளை எடுத்துக் கொண்டார்.

உதாரணமாக கனடாவில் இருந்து கூட்டாட்சி முறை, அமெரிக்க ஐக்கிய நாடுகளின் அடிப்படை உரிமைகள் மற்றும் நீதி, அன்றைய சோவியத் யூனியனிடமிருந்து அடிப்படைக் கடமைகள், தென் ஆப்பிரிக்காவிடம் இருந்து அரசு நெறிமுறைக் கோட்பாடுகள், ஜெர்மனி யிடமிருந்து அவசர நிலை, இங்கிலாந்திடமிருந்து பாராளுமன்றம் மற்றும் சட்டத்தின் ஆட்சி, ஆஸ்திரேலியாவிடமிருந்து அதிகாரப் பொதுப் பட்டியல் போன்றவையாகும்.

●

ஈராயிரம் ஆண்டுகளாய் இந்திய துணைக்கண்ட சமூகங்களில் மனுதர்ம நூல் உருவாக்கிய தாக்கங்கள் என்ன?

மானுடத்தை நேசித்த ஒடுக்கப்பட்ட சமூகங்களின் இரு பெரும் தலைவர்களாகிய அண்ணல் அம்பேத்கரும் தந்தை பெரியாரும் முன்வந்து மனுதர்ம நூலை கொளுத்துவதற்கு என்ன காரணம்?

தந்தை பெரியார் தென்னாட்டில் மனு தர்மத்தை கொளுத்தினார். அண்ணல் அம்பேத்கர் வடநாட்டில் மனு சாஸ்திரத்தை கொளுத்தினார். இவர்கள் ஏன் இந்நூலைக் கொளுத்த முடிவெடுத்தனர்.

ஒடுக்கப்பட்ட சமூகங்கள் மேலெழுவதற்காக தங்கள் வாழ்வை அர்ப்பணித்த சமூக நீதிக் காவலர்களான பெரியாரும், அம்பேத்கரும் இயற்கை விதிகளுக்கு மாறாக மனித குலத்தை பல்லாண்டுகளாக அடிமைப்படுத்தி சுரண்டிய ஒரு தத்துவமே மனுதர்மம் என்பதை உணர்ந்ததால் உள்ளம் கொதித்து அதனை எரித்தார்கள்.

இந்து என்ற அடையாளத்தை சுமந்து கொண்டு இருப்பதனாலேயே மக்களைப் பிளவுபடுத்தி இன்னமும் அதிகாரத்தை தக்க வைத்துக் கொள்ளும் பார்ப்பனியப் புரட்சிக்கு இலக்காகி, மனுதர்மம் வகுத்து

வைத்த சூத்திரப் பட்டத்தை ஏற்றுக் கொண்டு சூத்திர இழிவை ஒழித்து உரிமைகள் பெற உழைத்த தலைவர்களை புறம் தள்ளினால் இந்து ராச்சியத்தில் மனுதர்மமே சட்டமாக்கப்படும் அபாயம் ஏற்படும்.

தேசிய இனங்களின் அடையாளச் சிதைவு துவங்கும் புள்ளி இந்து என்ற அடையாளத்திலிருந்து தான் துவங்குகிறது. நீதிமன்றத்தின் தீர்ப்புகள் விவாதமாக்கப்படாததன் விளைவே இதற்கு காரணம்.

இந்து என்ற சொல் நம்மிடம் வந்து புகுந்ததன் காரணமாகவே மனுதர்மம் கட்டமைத்த சனாதனமும் நமது வாழ்க்கை முறையில் நுழைந்து விட்டது. அதனால்தான் இன்னமும் சாதிப்படி நிலையில் இருந்து அகல முடியாத வண்ணம் சிக்கியிருக்கிறோம்.

இந்தக் காரணங்களால்தான் பெரியார், அம்பேத்கர் மனுதர்ம நூலை கொளுத்தினர். பெரியார் அம்பேத்கரைப் பின்பற்றுபவர்கள் இந்து மதம், அதைத் தாங்கும் மனுதர்மம் சனாதனத்தைப் பற்றி மக்கள் விழிப் படையும் வரையிலும் கேள்வி எழுப்பிக் கொண்டே தானிருப்பார்கள்.

மனுதர்மத்தையும் அதைக் காக்கும் இந்து மதத்தையும் பற்றி விமர்சிப்பதிலிருந்து ஓய மாட்டார்கள்.

மனுஸ்மிருதியைப் படித்ததன் மூலம் சமூக சமத்துவம் என்ற கருத்தை தொலைதூரத்தில்கூட அது ஆதரிக்கவில்லை என்பது எனக்கு உறுதி யானது என தனது இதழில் எழுதி மனுதர்மம் எரித்ததற்கான நியாயங் களை அண்ணல் அம்பேத்கர் எடுத்துரைத்தார்.

தந்தை பெரியார், நம் மக்களில் அநேகர் எவர் எப்படி செய்தாலென்ன! நம் ஜீவனத்துக்கு வழியைத் தேடுவோம் என்று இழிவையும் சகித்துக் கொண்டு உணர்ச்சியில்லா வாழ்க்கையில் ஈடுபட்டிருந்ததால்தான் ஆயிரக்கணக்கான வருடங்களாய் இக்கொடுமைகள் ஒழிய வழியில்லாது இருந்து வந்திருக்கின்றது.

இதற்கு முன்னால் பல பெரியவர்கள் தோன்றி சாதிக் கொடுமை களையும் வித்தியாசங்களையும் ஒழிக்க பாடுபட்ட போதிலும் அவர்களும் மதத்தின் பெயராலும் வேறு சூழ்ச்சிகளாலும் அடக்கி துன்புறுத்தப்பட்டு இருக்கின்றனர்.

ஒவ்வொருவரும் நமக்கு என்ன நம் ஜீவனத்துக்கான வழியைப்

பார்ப்போம் என்று இழிவுக்கு இடம் கொடுத்து கொண்டு போகும்வரை சமூகம் ஒரு காலத்திலும் முன்னேறாது.

சாதிக் கொடுமைகள் ஒரு போதும் ஒழிய மார்க்கம் ஏற்படாது என்பது திண்ணம் என சூத்திரப் பட்டத்தை தாங்கியும் நம்முடைய அலட்சியமான போக்கினைக் கண்டும் கொதித்தெழுந்தார்.

இந்தக் காரணங்களினால்தான் அம்பேத்கரும் பெரியாரும் மனுஸ்மிருதியை கொளுத்தினார்கள்.

●

சட்ட மேதை அம்பேத்கர் 1891 ஏப்ரல் 14ஆம் நாள் ராணுவ வீரராய் இருந்த ராம்ஜிக்கும் பீமா பாய்க்கும் மகனாகப் பிறந்தார்.

தந்தையின் பணிக்காலம் சில வருடங்களிலேயே முடிந்து விட இளமை வறுமையை அம்பேத்கர் கைகளில் திணித்தது.

சிறுவயதில் ஆனந்தமாய் விளையாடிய தன்னுடைய பள்ளிக்கூடத்தில் தான் தானும் தன்னுடைய குடும்பமும் மற்றவர்களை விட வித்தியாசமாக நடத்தப்படுவதை அறிந்தார் அம்பேத்கர்.

தாழ்த்தப்பட்ட சமூகத்தில்தான் பிறந்திருக்கிறோம் என்பதும், இந்தியாவின் சாதீய அமைப்பு தன்னை இழிவாக நடத்துகிறது என்பதும் சிறுவனாக இருந்த அம்பேத்கருக்குத் தெரியவில்லை.

பீமராவ் என்பதுதான் இவரது இயற்பெயர். இவரது ஆசிரியர் அம்பேத்கர் எனும் பிராமணர். பீமராவின் கல்வித் தாகத்தை அறிந்து அவர் மீது மிகுந்த அக்கறை கொண்டார் ஆசிரியர் அம்பேத்கர். தனது ஆசிரியர் மீது கொண்ட பக்தியின் காரணமாக தனது பெயரான பீமராவுடன் அம்பேத்கர் எனும் பெயரையும் இவர் இணைத்துக் கொண்டார்.

அம்பேத்கர் உயர் கல்விகளை முடித்த கையோடு வெளிநாடுகளில் மிகப் பெரிய பதவிகளில் அமரும் வாய்ப்புகள் அவருக்கு கிடைத்தன. அவற்றை வைத்து அவர் வசதியாக வாழ்ந்திருக்க முடியும்.

ஆனால் அம்பேத்கர் சொந்த தாய் நாட்டில் வசிக்கும் தன் இன மக்களின் உரிமைக்காகவே அவர் வாழத் தீர்மானித்தார். அதனால் பட்டப்படிப்பு முடிந்தவுடன் அவர் இந்தியா திரும்பினார்.

இந்தியாவிலும் அம்பேத்கருக்கு பல்வேறு வாய்ப்புகள் கிடைத்தன. ஆனால் அவற்றை அவர் ஏற்றுக் கொள்ளவில்லை.

அம்பேத்கர் இந்தியா திரும்பியதும் 1924ல் பம்பாய் வழக்கறிஞர் சங்கத்தில் இணைந்தார். பம்பாய் உயர்நீதிமன்றத்தில் வழக்கறிஞராகவும் பணியாற்றினார். ஆனால் அங்கும் தீண்டாமை கொடுமை நிலவவே செய்தது.

அதனால் வெறுப்படைந்த அம்பேத்கர் தன்னுடைய அழுத்தமான சமுதாயப் பொதுத் தொண்டையும் ஆரம்பித்தார்.

1924 மார்ச் 9ஆம் நாள் தாமோதர் கூடத்தில் ஒடுக்கப்பட்ட இன மக்களின் நிலையின் மீதான கவனத்தை ஈர்க்க ஓர் பொதுக் கூட்டத்தை ஏற்பாடு செய்து "ஒடுக்கப்பட்டோர் நலக்கழகம்" என்ற அமைப்பை உருவாக்கினார்.

இவ்வமைப்பு ஒடுக்கப்பட்ட மக்களின் கல்வி - பொருளாதார நிலையை உயர்த்தலும் இவ்வகுப்பினரின் பெருந்துன்பங்களையும் வெளிப்படுத்துவதுமே உடனடி வேலையாக அமைந்தது.

இக்காலக்கட்டத்தில் அவருக்கு வழங்கப்பட்ட ஓர் கல்லூரிப் பேராசிரியர் பதவியையும், சோலையூர் அரசின் அமைச்சர் பதவியையும், சமூகத் தொண்டினை தொடர வேண்டுமென்பதற்காக ஏற்க மறுத்து விட்டார்.

அம்பேத்கர் 1927 ஏப்ரலில் "பகிஸ்கரிக் பாரத்" என்ற இதழைத் தொடங்கினார். இவ்விதழ் ஒடுக்கப்பட்ட மக்களின் நலன்களுக்காகவும், குறைகளுக்காக குரல் கொடுக்கவும் குறிப்பாக நடக்கவிருக்கும் அரசியல் சட்டச் சீர்திருத்தங்களின் கண்ணோட்டத்திலும் ஆரம்பிக்கப்பட்டது.

ஒடுக்கப்பட்ட, தாழ்த்தப்பட்ட மக்களின் ஒட்டுமொத்த நிலையை உயர்த்த கல்வியே சிறந்த கருவியென அம்பேத்கர் கருதினார்.

கல்வியை குறிப்பாக மேல்நிலைக் கல்வியை பெறுவதன் வாயிலாகவே சமூக, பொருளாதாரச் சமத்துவம் கைகூடும் என்று அவர் கருதினார்.

டாக்டர் பீமராவ் அம்பேத்கர் 1930ல் லண்டனில் நடைபெற்ற வட்டமேசை மாநாட்டில் கலந்து கொள்வதற்காகப் புறப்படுகையில், "என் மக்களுக்கு என்ன நியாயமாகக் கிடைக்க வேண்டுமோ அதற்காகப்

போராடுவேன். அதே சமயத்தில் சுயராஜ்யக் கோரிக்கையை முழு மனதுடன் ஆதரிப்பேன்" என்று கூறிச் சென்றார்.

இரண்டாவது வட்டமேசை மாநாட்டில் வகுப்புவாரி பிரதிநிதித்துவம் குறித்த பிரச்சனை முக்கியமாக விவாதிக்கப்பட்டது. தாழ்த்தப்பட்டோருக்கு தனி வாக்குரிமையையும் விகிதாச்சாரப் பிரதிநிதித்துவமும் வழங்கப்பட வேண்டுமென டாக்டர் அம்பேத்கர் வலியுறுத்தினார்.

இதன் விளைவாக ஒரு தொகுதியில் பொது வேட்பாளரைத் தேர்ந்தெடுக்க ஒரு வாக்கும், அதே தொகுதியில் தாழ்த்தப்பட்ட சமூக வேட்பாளரை தேர்ந்தெடுக்க ஒரு வாக்கும் அளிக்கும் இரட்டை வாக்குரிமை, தாழ்த்தப்பட்ட மக்களுக்கு வழங்கப்பட்டது. காந்திஜி இதனை எதிர்த்தார்.

தாழ்த்தப்பட்ட மக்களுக்கு தனித்தொகுதிகள் ஒதுக்கப்பட வேண்டுமென வலியுறுத்தி காந்திஜி உண்ணாவிரதப் போராட்டத்தை தொடங்கினர். இதன் விளைவாக 24.09.1931ல் காந்திஜிக்கும் டாக்டர் அம்பேத்கருக்கும் இடையே புனா ஒப்பந்தம் ஏற்பட்டது.

காந்திஜியை மதித்த அதே நேரத்தில் அவரது கருத்துக்களில் முரண் படவும் அம்பேத்கர் தயங்கவில்லை. தாழ்த்தப்பட்ட இனத்தவர்களை ஹரிஜன் என்று காந்திஜி அழைத்தார்.

ஆனால் அந்தப் பெயரை அம்பேத்கர் வெறுத்தார். "தாழ்த்தப்பட்ட வர்கள் கடவுளின் குழந்தைகள் என்றால் மற்றவர்கள் சாத்தானின் குழந்தைகளா?" என்று அவர் கேள்வி எழுப்பினார்.

வாழ்க்கையில் பல்வேறு வெறுப்பூட்டும் சம்பவங்கள் நடந்தபோதும் யாரையும் தனிப்பட்ட முறையில் எதிரியாக அம்பேத்கர் ஒருபோதும் கருதியதில்லை.

வெறும் போராட்டங்கள் மூலம் தனது சமுதாயத்தை முன்னேற்று வதில் அவருக்கு உடன்பாடில்லை. தாழ்த்தப்பட்டவர்கள் படிப்பின் மூலமே உச்சநிலையை எட்ட முடியும் என்று அவர் உறுதியாக நம்பினார். அதற்கு தானே முன்னுதாரணமாக இருந்தார்.

அதனால்தான் அப்போது இருந்த பல தலித் இனத் தலைவர்களை விடவும் அம்பேத்கர் பிரபலமாக திகழ்ந்தார். அவரைக் கொள்கை ரீதியாக

எதிர்த்தவர்கள் கூட அவருக்கு நண்பர்களாகத் திகழ்ந்தார்கள்.

சோதனைகளையும் சாதனைகளாக மாற்றியவர் அம்பேத்கர். அம்பேத்கர் தாழ்த்தப்பட்ட மக்களின் தலைவராக மட்டும் திகழவில்லை. அவர் ஒரு சிறந்த பேச்சாளராகவும், கல்வியாளராகவும், சட்ட மேதை யாகவும் திகழ்ந்தார்.

சுதந்திர இந்தியாவின் அரசியல் நிர்ணய சபையின் தலைவராக சட்ட மியற்ற அரும்பாடுபட்டவர் அம்பேத்கர்.

சட்டம் இயற்றும் நேரத்தில் தனது தீர்க்கமான சிந்தனையாலும், தொலைநோக்கு பார்வையாலும் பல முக்கிய சட்டங்களை உருவாக்கி னார். நம் நாட்டின் முதல் சட்ட அமைச்சராக விளங்கினார். 1951 ல் இந்து சட்டத் தொகுப்பு மசோதா அறிமுகப்படுத்தப்பட்டபோது அதை எதிர்த்து பதவி விலகினார்.

இந்திய குடியரசு கட்சியை நிறுவிய அம்பேத்கர் தனது இறுதிக் காலத்தில் புத்த மதத்தை பிரச்சாரம் செய்வதில் கழித்தார். 1956ஆம் ஆண்டு டிசம்பர் 6ஆம் தேதி அண்ணல் அம்பேத்கர் காலமானார்.

“ஆடுகளைத்தான் கோயில்களுக்கு முன்பாகப் பலியிடுவார்கள். சிங்கங்களை அல்ல. நீங்கள் சிங்கங்களாக இருங்கள்”.

எத்தனை தலைமுறைகள் கடந்தாலும் இந்த நாட்டு மக்கள் மனதில் இருத்த வேண்டிய அண்ணலின் வார்த்தைகள் இவை.

இந்த தேசம் நன்றியோடு நினைவு கூற வேண்டிய மாமனிதர் அம்பேத்கர்.

இந்தியா மட்டுமல்ல உலகெங்கும் ஒடுக்கப்பட்டவனாய் தன்னை உணரும் ஒவ்வொருவருக்கும் அம்பேத்கர்தான் ஒளி விளக்கு. அவருடைய வாழ்க்கை என்பது உலகுக்கான ஒரு நம்பிக்கை செய்தி!

அம்பேத்கர் தலித் மக்களுக்கு மட்டுமே எழுதினார். சட்டம் இயற்றினார்; போராடினார் என்கிறார்கள். அப்படி ஒரு வட்டத்துக்குள் அவரை அடைக்க முயல்வது அறியாமை.

சுதந்திர இந்தியாவின் முதல் சட்ட அமைச்சர் என்ற பெருமையும் அதிகாரமும் மிக்க பதவியை ஒன்றரை ஆண்டுக்குள் ராஜினாமா செய்தார்.

ஏன்? யாருக்காக? பட்டியல் பிரிவினருக்காக ஒதுக்கீடு செய்ததுபோல பிற்படுத்தப்பட்ட மக்களுக்காகவும் ஒரு சட்டம் இயற்றினார் அம்பேத்கர். அதுதான் அரசியல் சாசன சட்டம் பிரிவு 340.

அதாவது பட்டியல் பிரிவு மக்களுக்கான சட்டங்கள் 341, 342க்கு முன்பாகவே பிற்படுத்தப்பட்ட மக்களுக்காக அவர் எழுதிய சட்டம் இது.

இதன்படி கல்வி, பொருளாதாரத்தில் பின் தங்கியுள்ள இதர மக்கள் குறித்து ஆய்ந்து சலுகைகள் வழங்க ஒரு கமிஷன் அமைக்க வேண்டும் என்பதுதான் சட்டத்தின் சாராம்சம்.

ஆனால் அப்படி ஒரு ஆணையத்தை அன்றைய நேரு அரசு அமைக்கவே இல்லை. அதற்கு தன் எதிர்ப்பை காட்டும் விதமாக தனது அமைச்சர் பதவியையே ராஜினாமா செய்தார் அம்பேத்கர.

ஒருநாளில் நான்கு மணி நேரங்களைக் கூட தனது தூக்கத்திற்கென்று ஒதுக்காத மனிதர் அண்ணல் அம்பேத்கர்.

எப்போதும் எழுத்து, படிப்பு, ஒடுக்கப்பட்ட மக்களின் விடிவுக்கான சிந்தனையிலேயே அவர் காலம் கழிந்தது. இந்த தூக்கமற்ற உழைப்பே அவருக்கு நீரிழிவு நோயைப் பரிசாக தந்தது.

அப்படியும் கூட அவர் தன்னை மாற்றிக் கொள்ளவே இல்லை.

"என் இறுதிக்காலம் நெருங்குகிறது. ஆனால் என் மக்களின் துயரங்களுக்கான இறுதிக்காலம் ரொம்ப தூரத்திலிருக்கிறதே.. என்னால் எப்படி வேளைக்கு உண்டு உறங்கி காலம் தள்ள முடியும்" என்று தன்னுடைய மருத்துவரை நோக்கி கேள்வி எழுப்பினார்.

1954ல் அவர் கண் பார்வையை பறித்தது நீரிழிவு. பார்வை போய்விட்டதெனக் கூறி பரிதாபம் தேடவில்லை அம்பேத்கர்.

மனிதகுல விடியலுக்கான சமூக அரசியல் போரை அவர் இறக்கும்வரை தொடர்ந்து கொண்டே தானிருந்தார்.

1950ஆம் ஆண்டு ஜனவரி 26ஆம் தேதி இந்தியா உண்மையான சுதந்திரம் பெறும் என்று அம்பேத்கர் அரசியலமைப்பு சபையில் கூறினார்.

வளர்ந்து வரும் இந்தியக் குடியரசின் நேரு உள்ளடக்கிய மற்றும் முற்போக்கான உள்ளடக்கங்களை வழங்கியபோது, அம்பேத்கர் சமகால

முக்கியத்துவம் வாய்ந்த மிகவும் கூர்மையான மற்றும் பொருத்தமான தீர்மானங்களை கூறினார்.

பேரவையில் முஸ்லீம்களின் பிரதிநிதித்துவம் போதுமானதாக இல்லையென்றும், எனவே முஸ்லீம்களின் பிரதிநிதித்துவம் போதுமான தாக இல்லை என்றால் மக்களிடம் இருந்து பெறப்படும் இறை யாண்மைக்கு எந்த அர்த்தமும் இருக்காது என்றும் அவர் சுட்டிக் காட்டினார்.

இந்தியா அரசியல் ரீதியாகவும், சமூக ரீதியாகவும், பொருளாதார ரீதியாகவும் பிளவுபட்டுள்ளது என்பதை வெளிப்படையாக ஒப்புக் கொண்டாலும், அரசியல் நிர்ணய சபையின் உறுப்பினர்கள் பலர் போரிடும் முகாம்களின் குழுவைச் சேர்ந்தவர்கள் என்றும் அத்தகைய முகாமின் தலைவர்களில் ஒருவர் யாரை ஏற்றுக் கொண்டாலும் நேரம் கொடுக்கப்பட்டதை அவர் நம்பினார்.

நம்முடைய எல்லா சாதிகளும் சமயங்களோடும் ஏதோ ஒரு வகையில் நாம் ஒன்றுபட்ட மக்களாக இருப்போம் என்பதில் எனக்கு சிறிதும் தயக்கம் இல்லை என்று அவர் கூறினார்.

இந்தியப் பிரிவினைக்கு முஸ்லீம் லீக்கின் போராட்டம் இருந்த போதிலும் என்றாவது ஒரு நாள் போதுமான வெளிச்சம் முஸ்லீம்களிடமே உதயமாகும். அவர்களும் ஐக்கிய இந்தியாதான் தங்களுக்கு நல்லது என்று நினைக்கத் தொடங்குவார்கள் என்றும் அவர் கூறினார்.

உண்மையில் அம்பேத்கர் பெரும்பான்மைக் கட்சிக்கு முன் மொழிந்தது என்னவென்றால் குடியரசைக் கட்டியெழுப்புவதில் முன்மாதிரியான அரசாட்சியைக் காட்ட வேண்டும். அங்கு அனை வருக்கும் இடம் இருக்கும். இதன் மூலம் அதிகாரத்தை மக்களிடமிருந்து சட்டபூர்வமாகப் பெற முடியும்.

அம்பேத்கரின் இத்தகைய தொலைநோக்குப் பார்வை காந்தியின் குடியரசுக் கண்ணோட்டத்துடன் நெருக்கமாக ஒத்துப் போகிறது.

மகாத்மா காந்தி 1930ல் கராச்சி அமர்வில் இந்திய தேசிய காங்கிரஸிற் கான அடிப்படை உரிமைகள் பற்றிய தீர்மானத்தை நிறைவேற்றியபோது மாநிலத்தின் மதத்திற்கு நடுநிலைமையை வலியுறுத்தினார்.

அம்பேத்கர் இந்திய ஐக்கிய நாடுகளுக்கான அரசியலமைப்புக்கான தனது முன்மொழிவில் மதத்திற்கு மாநிலத்தின் நடுநிலைமையை வலியுறுத்தினார்.

ஒன்பது நீதிபதிகள் கொண்ட பெஞ்ச் வரலாற்றுச் சிறப்புமிக்க பொம்மை தீர்ப்பில் மதச்சார்பின்மை என்பது அரசியலமைப்பின் அடிப்படைக் கட்டமைப்பாக உச்ச நீதிமன்றத்தால் கருதப்படுகிறது.

சமத்துவமின்மை அதிகரித்து மக்களை ஓரங்கட்டி சுரண்டலுக்கு பலியாக்குவதுதான் மிகவும் ஆபத்தானது. 1949ஆம் ஆண்டு நவம்பர் 26ஆம் தேதி அரசியலமைப்புச் சட்டம் ஏற்றுக் கொள்ளப்பட்டபோது டாக்டர் அம்பேத்கர் மிகவும் சரியாகச் சொன்னார்.

"ஜனவரி 26, 1950ல் நாம் முரண்பாடான வாழ்க்கையில் நுழையில் போகிறோம். நமது சமூக மற்றும் பொருளாதார வாழ்வில் சமத்துவ மின்மை இருக்கும்.

மறுப்பது எவ்வளவு காலம் தொடரும்? நமது அரசியல் ஜனநாயகத்தை ஆழ்த்துவதன் மூலம் நாம் அவ்வாறு செய்வோம்" என்று சுட்டிக் காட்டினார் அம்பேத்கர்.

குடியரசு தினத்தின் சிறப்பம்சம் என்னவென்றால் நமக்காக நாமே உருவாக்கிய அரசியலமைப்புச் சட்டம் நடைமுறைக்கு வந்தது இதே நாளில்தான். 1950ஆம் ஆண்டு ஜனவரி 26ல் நடைமுறைக்கு வந்தது.

இதுதான் இதுவரை உலக நாடுகளின் இடையே எழுதப்பட்டதில் மிக நீண்ட அரசியலமைப்பாகும். இதில் மொத்தம் 22 பிரிவுகள், 12 அட்டவணைகள், 465 உட்பிரிவுகள் மற்றும் 117369 சொற்கள் உள்ளன என்பவை அவற்றுள் அடிப்படையானவை.

அதேபோல் இந்திய அரசியலமைப்பை உருவாக்கும் பணி 1947ஆம் ஆண்டு ஆகஸ்ட் 26ல் அரசியல் நிர்ணய சபையால் அரசியலமைப்பு வரைவுக் குழு உருவாக்குவதில் தொடங்கியது.

இக்குழு அளித்த அறிக்கை, 1949 நவம்பர் 26ல் அரசியல் நிர்ணய சபையின் தலைவர் இராஜேந்திர பிரசாத்தின் கையொப்பம் பெற்றதுடன் பணிகள் நிறைவு பெற்றது.

அரசியலமைப்புக் குழுவில் இடம் பெற்றவர்கள் யார் யார்?

அம்பேத்கர் தலைமையிலான அரசியலமைப்பு வரைவுக் குழுவில் மொத்தம் எட்டு பேர் இடம் பெற்றிருந்தனர். இதில் இடம் பெற்ற ஒவ்வொருவரும் சட்ட ரீதியான பின்புலம் கொண்டவர்கள்.

மும்பை நீதிமன்றத்தில் சட்டம் பயில்வதற்காக 500 கிடைக்காமல் சிரமப்பட்டு பின்னர் சிலரின் உதவியால் படிப்பை முடித்தவர் அம்பேத்கர். அவர்தான் அரசியலமைப்பு வரைவுக் குழுவின் தலைவர்.

1. டாக்டர் அம்பேத்கர்
2. அல்லாடி கிருஷ்ணசாமி ஐயர்
3. கே.எம். முன்ஷி
4. கோவிந்த் பல்லாப்பண்ட்
5. தேவி பிரசாத் கேத்தான்
6. சர் சையது முகமது சாதுல்லா
7. கோபாலசுவாமி அய்யங்கார்
8. பி.எல். மிட்டர்

அரசியலமைப்புச் சட்ட புத்தகம் குறித்து சில சுவாரஸ்யமான தகவல்கள் உள்ளன.

நம்முடைய அரசியலமைப்பு சட்டத்தை பிரேம் பெகாரி ரெய்ஜாடா என்பவர் எழுதினார். இதற்கு அவர் சுமார் 6 மாதங்கள் எடுத்துக் கொண்டார். இதற்கு அவர் சுமார் 254 வகையான விதவிதமான பேனா நிப்புகளை அவர் பயன்படுத்தினார்.

அரசியலமைப்பின் எழுத்துப் பூர்வமான பிரதி இந்திய ஆய்வுக் கூடத்திற்கு அனுப்பி வைக்கப்பட்டது. அங்கு அது பல்வேறு பிரதிகள் எடுக்கப்பட்டது. இன்றும் சில கையெழுத்துப் பிரதிகள் சந்தையில் கிடைக்கின்றன.

நம்முடைய அரசியலமைப்பு சட்டப் புத்தகம் மிகவும் அழகான ஆவணம். அதோடு மிகவும் அழகாக வடிவமைக்கப்பட்ட ஒன்று.

அதில் மொஹஞ்சோதரா முதல் வேத காலம வரையிலான வரலாற்றை பிரதிபலிக்கும் சித்திரங்கள் வரையப்பட்டிருந்தன. மௌரியா மற்றும் குப்தர் கால சித்திரங்களும் இடம் பெற்றுள்ளன.

முன் பக்கங்கள் ஒன்றில் நடராஜரின் சிற்ப வடிவ ஓவியமும் இடம் பெற்றிருந்தது. அதேபோல் காந்தி தண்டி யாத்திரை சென்றதை குறிக்கும் படமும் இருந்தது.

முஸ்லீம் காலம் முதல் பிரிட்டிஷ் ஆட்சி வரையில் திப்பு சுல்தான், ராணி லஷ்மி பாய் மற்றும் அக்பர் படங்கள் இடம் பெற்றிருந்தன.

இறுதியாக சுதந்திரத்திற்காக படை அமைத்து போராடிய நேதாஜி சுபாஷ் சந்திர போஸூம் இடம் பெற்றுள்ளார்.

அரசியலமைப்புச் சட்டப் புத்தகத்தின் முகப்பில் முதல் குடியரசுத் தலைவர் ராஜேந்திர பிரசாத் மற்றும் முதல் பிரதமர் ஜவஹர்லால் நேருவின் கையெழுத்தும் இடம் பெற்றிருந்தது.

●

இந்திய சமூகம் மனுதர்மத்தின்கீழ்தான் கட்டமைக்கப்பட்டுள்ளது. மனுதர்மத்தின் அடிப்படையில்தான் பிராமணர்கள் கோவில் கருவறையில் பூஜை செய்ய வேண்டும் எனச் சொல்கின்றனர்.

பிற மதத்தைச் சார்ந்தவர்கள் பூசை செய்வதற்கு எதிர்ப்பும் விவாதங்களும் உருவாகின்றன. புரட்சியாளர் அம்பேத்கர் எழுதிய அரசியலமைப்பு சட்டத்தைவிட மனுதர்மம்தான் கோலோச்சுகிறது.

இந்திய மண், இந்திய சமூகம், இந்திய பண்பாடு, இந்திய வாழ்வியல் முறை ஆகியன வர்ணாசிரம முறைப்படிதான் இயங்குகிறது.

மனுதர்மம் எப்போதோ எழுதப்பட்ட நூல் என்று அலட்சியம் செய்யலாகாது. இது மனிதர்களின் நடைமுறையில் உள்ளது; மனிதர்களை இழிவுப்படுத்துகிறது; பிரிவினை செய்ய வைத்து பெருமை கொள்கிறது. இதையே சனாதனம் என்று கூறுகிறோம்.

இந்திய அரசியலமைப்புச் சட்டத்தை நம்புபவர்கள் எப்படி சனாதனத்தின் பின்னால் செல்ல முடியும்?

ஆதிக்க சாதி மனம் கொண்டவர்களிடம் ஒடுக்கப்பட்டவர்களின் நீதியை எதிர்பார்க்க முடியாது. அதற்காக ஆதிக்க சாதியினரின் கருத்துதான் உண்மை என்றாகி விடாது. ஒடுக்கப்பட்டவர்களின் குரலைக் கேட்கவும் மனிதர்கள் உள்ள காலமிது.

மேலிருந்து கீழாக படி நிலையில் அடக்குமுறையை சாதி அடுக்கு களாக வைத்து உன்னைவிட அவன் தாழ்ந்தவன் உன்னைவிட நான் உயர்ந்தவன் என வர்ணாஸ்ரம தர்மத்தை மனுதர்ம சட்டமாக்கி நடைமுறைப்படுத்தும் மனுஸ்மிருதியை எதற்குப் படிக்க வேண்டும் என்ற கேள்வி எழுகிறது.

சாதி அடிமைத்தனத்திற்குக் காரணமான பார்ப்பனீய மதத்தில் எங்களுக்கு நம்பிக்கை இல்லை என்னும் அடையாளம்தான் மனு தர்மத்தை அம்பேத்கர் எரித்த போராட்டம்.

மனுதர்மம் என்பது ஒடுக்கப்பட்ட மக்களுக்கு எதிரான அடிமைச் சங்கிலி. எனவே, அதை கடைப்பிடிக்க அவசியமில்லாத குப்பை என மக்களுக்கு உணர்த்த மனுதர்மத்தை எரித்தல் அவசியமாகிறது என்கிறார் அம்பேத்கர்.

அண்ணல் அம்பேத்கர் சமஸ்கிருதம் கற்று தனது சொந்த அறிவால் மனஸ்மிருதியை, வேதங்களை பல ஆண்டுகளாக ஆராய்ந்து அதன் அடிப்படையில் எடுத்த கொள்கைப் போர்தான் மனுஸ்மிருதியை எரித்தது.

இந்திய குற்றவியல் சட்டங்களைப் பற்றி அறியாமலே பாமரனும் அதற்கு அடங்கி வாழ்கிறானோ அதே அடிப்படையில்தான் மனுதர்மமும் இயங்குகிறது.

மனுதர்மம் என்பது ஒடுக்கப்பட்ட மக்களுக்கு எதிரான அடிமைச் சங்கிலி. எனவே, அதைக் கடைப்பிடிக்க அவசியமில்லாத குப்பை என மக்களுக்கு உணர்த்த மனுதர்மத்தை எரித்தல் அவசியமாகிறது. ஒடுக்கப் பட்ட மக்களுக்கு இந்த மனுதர்மக் குப்பை அவசியமில்லை என்கிறார் அம்பேத்கர்.

உலகில் எந்த வகையான ஒடுக்கு முறையாக இருந்தாலும் சரி, அது வர்க்க ரீதியாகட்டும், பாலின ரீதியாகட்டும், மத, இன, நிற சாதி என எந்த ரீதியான ஒடுக்கு முறையாகட்டும் அது கண்டிக்கப்படக்கூடியதே.

கொடூரமான சாதி ஒடுக்குமுமுறையை எதிர்த்து சமத்துவத்தைப் போதித்த இந்திர்களில் சிலர் ஜோதிபா பூலே, சாவித்திரி பாய் பூலே, அண்ணல் அம்பேத்கர், அண்ணல் ரெட்டைமலை சீனிவாசன், அய்யன்

காலி ஆகியோர் ஆவர். அண்ணல் காந்தி கூட தீண்டாமையை வலுவாக எதிர்த்தாலும் மனுதர்மத்தை பலமாக ஆதரித்தார்.

குறிப்பிட்டு சாதிய ஒடுக்குமுறையை வலுவாக எதிர்த்தவர் என்றால் மாமேதை அம்பேத்கர் குறிப்பிடத்தக்கவர்.

அம்பேத்கர் யாருக்கானவர் என்ற கேள்வி இன்றைய கேள்வியாக உள்ளது. அவர் அனைவருக்குமானவர். அவரை வெறுமனே பட்டியலின மக்களுக்காகப் போராடியவர் என்ற வரையறைக்குள் அடைத்துவிட முடியாது. ஒடுக்கப்பட்ட அனைத்து மக்களுக்காகவும் அம்பேத்கர் போராடியுள்ளார்.

பெண்களுக்கான சமத்துவம், உழைக்கும் மக்களுக்கான உரிமை, சாதிய ரீதியான ஒடுக்குமுறைக்கு உள்ளான மக்கள் என சமூகம் சார்ந்த அனைத்து தீமைகளுக்கு எதிராகவும் ஒரு தனி மனிதன் தன் வாழ் நாளையே ஒதுக்கியுள்ளார்.

நேரு, காந்தி போன்ற அன்றைய சுதந்திரப் போராட்ட தலைவர் களையே அம்பேத்கர் மாறுபட்ட சித்தாந்தக் கொள்கைகளால் எதிர்த்தார்.

ஏன் அம்பேத்கரின் அந்த மேதாவித்தனத்தையும், கல்வி அறிவையும் பார்த்து வியந்த காந்தி இவர் நிச்சயம் ஒரு பார்ப்பனராகத்தான் இருப்பார் என்று எண்ணும் அளவிற்கு அம்பேத்கரின் அறிவு இருந்தது.

ஆனால், காந்திக்குத்தான் சிறிது ஏமாற்றம். ஏனென்றால் அம்பேத்கர் தான் பார்ப்பனர் இல்லையே. பின்னால் அம்பேத்கருக்கும் காந்திக்கும் பல கருத்து வேறுபாடுகள் இருந்தன.

குறிப்பாக, இரட்டை வாக்குரிமை, தனித்தொகுதி, இடஒதுக்கீடு, பௌத்த மத மாற்றம் என பல கருத்து வேறுபாடுகள் இருவருக்கும் இருந்தன.

தன் மக்களுக்காக ஏதும் செய்யாமல் இறக்கக் கூடாது என்று அம்பேத்கர் தெளிவாக இருந்தார். அதன் பொருட்டுதான் சாகும் வரை யிலும் தன் மக்களின் நலன் கருதியே யோசனை செய்து கொண்டிருந்தார்.

கல்விதான் தனது ஆயுதம் என சிறு வயதிலேயே உணர்ந்த அம்பேத்கர் தனக்கு கல்வி கற்க கிடைத்த வாய்ப்புகள் அனைத்தையும் பயன்படுத்திக்

கொண்டார். கல்விதான் ஒருவனின் சுயத்தை முன்னேற்றும் என்றும் வலியுறுத்தினார்.

தன் சமூக மக்களுக்காக மட்டுமல்லாமல் மற்ற பின் தங்கிய சமூக மக்களின் நலனுக்காகவும் அம்பேத்கர் போராடினார். பெண்களின் சொத் துரிமைக்காகவும் போராடினார். அதன் காரணமாக தன் பதவியையே துச்சமெனக் கருதி ராஜினாமா செய்தார்.

இப்படி மக்கள் நலன் கருதியே என்னாளும் உழைத்த புரட்சியாளனை அன்று எதிர்த்தவர்கள் இன்றோ அவரை ஆதரித்து மதச்சாயம் பூசும் அவலமும் நீள்கிறது.

கூண்டுக்குள் அடைபட்டுக் கிடக்கும் நிலை இன்று அண்ணல் அம்பேத்கர் சிலைகளுக்கு இருந்து வருகிறது. சிலைகள் உடைக்கப் படலாம் சித்தாந்தங்களை உடைக்க முடியாது என்பது மறுக்க முடியாத உண்மை.

46

காங்கிரஸ் - அம்பேத்கர் நிலைப்பாடுகள்

காந்திக்கும் அம்பேத்கருக்கும் ஆழமான கருத்து வேறுபாடுகள் இருந்தன.

காந்தி இறந்து ஏழு ஆண்டுகளுக்குப் பிறகு 1955ல் கூட அம்பேத்கர் ஒரு பிபிசி நேர்காணலில் காந்தி மகாத்மா அல்ல. அவரது ஒழுக்கத்தின் பார்வையில் கூட இல்லை என்று வாதிடுவார்.

காந்தியும் 1946ல் சர்தார் வல்லபாய் படேலுக்கு எழுதிய கடிதத்தில் அம்பேத்கரின் கருத்துகள் மீதான தனது ஆதங்கத்தை தெரிவித்தார்.

அம்பேத்கரைக் கையாள்வதில் 'உண்மையில் ஒருவர் மிகவும் கவனமாக இருக்க வேண்டும்' என்று காந்தி எச்சரித்தார்.

அம்பேத்கருடன் காந்தியின் கருத்தியல் வேறுபாடுகள் 1932ம் ஆண்டு நடைபெற்ற இரண்டாவது வட்டமேஜை மாநாட்டில் அம்பேத்கரின் தலித்துகளுக்கு தனித் தொகுதிகள் என்ற முன்மொழிவை ஆங்கி லேயர்கள் ஒப்புக் கொண்டதிலிருந்து தொடங்கினார்.

காந்தி உண்ணாவிரதப் போராட்டத்தில் ஈடுபட்டார். அம்பேத்கரை பேச்சுவார்த்தை மேசைக்கு கட்டாயப்படுத்தினார். இதன் விளைவாக அந்த ஆண்டு டிசம்பரில் புகழ் பெற்ற பூனா ஒப்பந்தம் ஏற்பட்டது ஆனால் காந்தி அம்பேத்கரை வெறுக்கவே இல்லை.

மாறாக 1933ம் ஆண்டின் முற்பகுதியில் ஹரிஜன் பத்திரிகையில் தனது கருத்துக்களை எழுத அம்பேத்கரை அழைத்தார் காந்தி.

அம்பேத்கர் அந்த கட்டுரையில் ‘சாதிகள் இருக்கும் வரை புற ஜாதிகள் இருப்பார்கள்’ என்று வாதிட்டார்.

வரப்போகும் போராட்டத்தில் இந்த அருவருப்பான மற்றும் தீய கோட்பாட்டின் இந்து நம்பிக்கையை அகற்றுவதைத் தவிர 1946ம் ஆண்டு நேரு இடைக்கால அரசாங்கத்தில் அம்பேத்கருக்கு இடமளிக்க விரும்பாத போது காங்கிரசின் இளம் தலித்தலைவரான ஜகஜீவன்ராம் தூண்டுதலின் பேரில் காந்தி அவரை உள்ளே அழைத்துச் செல்ல தலையிட்டார்.

ஆனால் அது நேரு மற்றும் பாரத தலைவர்களைப் போல அம்பேத்கருக்கு உதவவில்லை.

மும்பையில் இருந்து 1946 தேர்தலில் காங்கிரஸ் தலைவர்கள் அம்பேத்கருக்கு இடம் கொடுக்கவில்லை. அவரது சாதிகள் பட்டியல் முன்னணி (SCF) காங்கிரஸ் வேட்பாளர்களால் தோற்கடிக்கப்பட்டது.

வங்காளத்தைச் சேர்ந்த (SCF)தலைவரான ஜேலசேந்திர நாத் மெண்டல், அம்பேத்கரைக் காப்பாற்ற வந்து முஸ்லீம் லீக் உதவியுடன் வங்காளத்திலிருந்து தேர்ந்தெடுக்கப்பட்டார்.

அரசியல் நிர்ணய சபையில் அம்பேத்கர் இந்து சமூக சீர்திருத்தம் மற்றும் றீளீகளின் மேம்பாட்டிற்கான தனது நிகழ்ச்சி நிரலைத் தொடர்ந்து கடினமாகக் கண்டார்.

ஒரு கட்டத்தில் ‘அம்பேத்கர் செய்ததை மறந்து விடு’ என்று பட்டிய லிடப்பட்ட சாதி நண்பர்களிடம் வல்லபாய் படேல் கூறினார். 1950க்கு

பிறகு அரசியல் நிர்ணய சபை முதல் நாடாளுமன்றம் வரை, ஒவ்வொரு கட்டத்திலும் காங்கிரசால், இந்து கோட் மசோதா மூலம் இந்து சமுதாயத்தை சீர்திருத்த வேண்டும் என்பது அம்பேத்கரின் வாழ்நாள் ஆசை.

சுதந்திரத்திற்கு பிறகு 1980களில் DS4 இயக்கதின் மூலம் கன்ஷிராம் அவர்களால் உயிர்த்தெழுப்பப்படும் வரை அம்பேத்கரின் நினைவு மறைந்து போக காங்கிரஸ் தலைமை அனுமதித்தது.

முதல் 40 ஆண்டுகளில் காங்கிரஸ் அரசாங்கங்கள் எதுவும் அம்பேத் கருக்கு மரியாதைக்குரிய இடத்தை வழங்குவது விவேகமானது என்று நினைக்கவில்லை. அவருடைய பேரன் பிரகாஷ் மூலம் அம்பேத்கர் அவர்கள், அவருக்கு நியாயம் செய்யத் தவறி விட்டார்கள் என்று குற்றம் சாட்டத் தூண்டியது.

அம்பேத்கரை ஏற்று ஆதரிப்பதில் தங்கள் தலைமையின் இந்த வெறுப்பை காங்கிரஸ் தலைவர்கள் அறிந்து கொள்ள வேண்டும்.

காந்தி முதல் நேரு முதல் படேல் வரை ஏறக்குறைய அனைத்து மூத்தத் தலைவர்களும் ஏதோ ஒரு காரணத்திற்காக அம்பேத்கரைப் பற்றி வலுவான எதிர்ப்பை வெளிப்படுத்தினர்.

அம்பேத்கரும் காங்கிரஸின் மீது அதன் தலைமையின் மீதும் தனக்கு இருந்த வெறுப்பை மறைத்ததில்லை.

சாவர்க்கர் மற்றும் சுவாமி ஷ்ரத்தானந்தா போன்ற ராகுல் காந்தி வெறுக்கும் இந்துத்வா சின்னங்களுடன் அம்பேத்கர் நல்லுறவைப் பேணி வந்தார்.

சாவர்க்கருக்கு எழுதிய கடிதத்தில் அம்பேத்கர், சமூக சீர்திருத்தத் துறையில் நீங்கள் ஆற்றிவரும் பணியைப் பாராட்டுகிறேன் என்று தெரிவித்தார்.

1933 ஏப்ரலில் தனது ஜனதா இதழின் சிறப்பு இதழில் அம்பேத்கர் சாவர்க்கரைப் பாராட்டி தலித் பிரச்சினைக்கான அவரது பங்களிப்பு கௌதம புத்தரைப் போலவே தீர்க்கமானது மற்றும் பெரியது என்று கூறினார்.

சுவாரஸ்யமாக 'இந்துத்துவர்' என்ற வார்த்தையை முதலில் பயன்படுத்தியவர்களில் அம்பேத்கரும் ஒருவர்.

1927ம் ஆண்டு கோபால் நுழைவுப் பிரச்சினை குறித்து அம்பேத்கர் வெளியிட்ட அறிக்கையில், இந்துத்துவா என்பது தீண்டத்தகாத இந்துக்களுக்கும், தீண்டத்தகுந்த இந்துக்களுக்கும் உரியது. இந்த இந்துத்துவத்தின் வளர்ச்சிக்கும் பெருமைக்கும் தீண்டத்தகாதவர்களால் பங்களிப்புகள் செய்யப்பட்டுள்ளன.

அம்பேத்கர் ஒரு மரபுப் போரின் மையமாக தொடர்கிறார்.

அம்பேத்கரின் பிறப்பிடமான மத்தியப் பிரதேசத்தில் உள்ள மோவ் என்ற இடத்தில் நடைபெற்ற பாரத் ஜோடா யாத்திரையின்போது காங்கிரஸ் தலைவர் ராகுல் காந்தி, ஆர்.எஸ். எஸ். அவர்கள் மீது தவறான அனுதாபத்தைக் காட்டி 'முதுகில் குத்தியதாக' குற்றம் சாட்டினார்.

47

அம்பேத்கர் பங்களிப்பு பற்றி மோடி, ராகுல்

அலிகாரில் நடைபெற்ற தேர்தல் பேரணியில் தலித்துக்களுக்கு எதிரான பாகுபாடு மற்றும் தீண்டாமைக்கு எதிராகப் பிரச்சாரம் செய்த இந்தியாவின் முதல் சட்டம் மற்றும் நீதி அமைச்சர் அம்பேத்கரின் பங்களிப்பு குறித்து மோடி விரிவாகப் பேசினார்.

இந்திய அரசியலமைப்புச் சட்டத்தின் சிற்பியாக கருதப்படும் மறைந்த தலைவர் பீமராவ் அம்பேத்கரின் பிறந்த நாளை யொட்டி அவரது மரபு மற்றும் பணி குறித்த வார்த்தைப் போர் வெடித்தது.

நீதி, சுதந்திரம், சமத்துவம், சகோதரத்துவம் ஆகிய கொள்கைகளை பலவீனப்படுத்துபவர்கள் அம்பேத்கரை அவமதிப்பதாகவும், அம்பேத்கருக்கு

உரிய தகுதியை வழங்கவில்லை என்றும் பிரதமர் நரேந்திர மோடி குற்றம் சாட்டினார்.

அம்பேத்கரால் தாழ்த்தப்பட்ட சாதியை சார்ந்த ஒருவர் குடியரசுத் தலைவர் (ராம்நாத் கோவிந்த்) ஆனார். விவசாயி குடும்பத்தைச் சார்ந்த ஒருவர் துணை குடியரசுத் தலைவர் (வெங்கையா நாயுடு) ஆகியுள்ளார். பாபா சாகிபின் அரசியலமைப்புச் சட்டத்திற்கு நன்றி. 'சாய்வாலா' (டீ விற்பவர்) பிரதமர் பதவியை வகிக்கிறார். மோடி தன்னைப் பற்றிக் குறிப்பிட்டார்.

பாபாசாகிப் என்ன செய்தார் என்பதை நாம் மறந்து விடக் கூடாது. பாபா சாயேப்இவ்வளவு பெரிய உயரங்களை அடைந்த சமூக சூழ்நிலைகள் அசாதாரணமானவை மற்றும் முன்னுதாரணமில்லாதவை.

பாபா சாஹியை காங்கிரஸால் சகித்துக் கொள்ள முடியாமல் போன தற்கு இதுவே காரணம் என்று மறைந்த தலைவரின் ஆதரவாளர்கள் அவரை வர்ணிக்க பயன்படுத்திய வார்த்தையை குறிப்பிட்டு பிரதமர் கூறினார். ராகுல் காந்தியும் டுவிட்டரில் அம்பேத்கருக்கு தனது அஞ்சலியை செலுத்தினார்.

'டாக்டர் பாபாசாகிப் அம்பேத்கரின் ஜெயந்தி அன்று நமது அரசியலமைப்பில் பொதிந்துள்ள நீதி, சுதந்திரம், சமத்துவம் மற்றும் சகோதரத்துவம் ஆகிய 4 உலகளாவிய மதிப்புகளுக்கு நம்மை மீண்டும் அர்ப்பணிப்போம். இந்த நாளில் அவருக்கு அஞ்சலி செலுத்துபவர்கள் இந்த விழுமியர்களை நயவஞ்சகமாக பலவீனப்படுத்தி அவரது நினை வாற்றலை கெடுக்கிறார்கள்.

ராகுல் காந்தியின் சகோதரியும் காங்கிரஸ் பொதுச் செயலாளருமான பிரியங்கா காந்தி அரசியலமைப்புச் சட்டத்தை அழிக்க முயற்சிப்பதாக குற்றம் சாட்டினார்.

இது மகா புருஷ் (பெரிய மனிதர்) அம்பேத்கர்ஜியின் பிறந்த நாள். அரசியலமைப்பு சட்டத்தின் மூலம் இந்த நாட்டின் அடித்தளத்தை அமைத்தார். இன்று அரசியல் சாசனம் மதிக்கப்படாமல், அதை அழிக்கும் முயற்சி நடப்பதை நீங்கள் பார்க்கிறீர்கள்' என்றார்.

□□□

48

இந்தியா மாநிலங்களின் ஒன்றியமா?

இந்தியா ஒரு மாநிலங்களின் ஒன்றியம் என்று கூறிய போது, மகாத்மா காந்தி மற்றும் அம்பேத்கரை எதிரொலித் தார் ராகுல் காந்தி.

காங்கிரஸ் தலைவரை விமர்சிப் பவர்கள் காந்தி மற்றும் அம்பேத்கரின் தேசியம் பற்றி கருத்துக்களை அறிந் திருக்கவில்லை என்பது தெளிவாகிறது.

பிப்ரவரி 2ம் தேதி மக்களவையில் ஒரு நுண்ணறிவு உரையில், காங்கிரஸ் தலைவர் ராகுல் காந்தி, அரசியல் அமைப்புச் சட்டத்தில் இந்தியாவை மாநிலங்களின் ஒன்றியம் என்று விவரிக் கிறது.

ஒரு தேசமாக அல்ல. இந்தியாவில் ஒரு மாநிலத்தின் மக்களை ஒருவர் ஆள

முடியாது. பல்வேறு மொழி கலாச்சாரங்களையும் அடக்க முடியாது. இது ஒரு கூட்டு, ஒரு ராஜ்யம் அல்ல.

காங்கிரசால் 1947ல் அடித்து நொறுக்கப்பட்ட 'இந்தியாவின் ராஜா்' போல் செயல்படுவதற்காக அவர் பிஜேபி மற்றும் அதன் உயர்மட்டத் தலைமையை கடுமையாக சாடினார்.

மேலும், ஒரு ராஜா என்ற எண்ணத்தை மீண்டும் கொண்டு வந்ததற்கு பிரதமர் நரேந்திர மோடி பொறுப்பு என்றும் ராகுல் கூறினார்.

பாஜக தலைவர்கள் அந்தப் பேச்சால் கொந்தளித்தனர். மேலும் ராகுல் காந்தி எழுப்பிய முக்கியமான பிரச்சினைகளை எதிர்கொள்ளாமல் அவரைக் குறிவைத்தனர்.

பாஜக தகவல் தொழில்நுட்பப் பிரிவு தலைவர் அமித் மாளவியாவிட மிருந்து ஒரு கூர்மையான எதிர்வினைக்கு அழைப்பு வந்தது. அவர் தனது டுவிட்டில் 'ஒரு தேசம் அல்ல, மாறாக 'மாநில ஒன்றியம்' என்று ராகுல் காந்தியின் கூற்று கடுமையான சிக்கல் மற்றும் ஆபத்தானது.

இந்தியா ஒரு தேசம் அல்ல மாநிலங்களின் ஒன்றியம் என்ற ராகுல் காந்தியின் கூற்று மகாத்மா காந்தி மற்றும் பி.ஆர். அம்பேத்கரின் இந்தியா பற்றிய பார்வையை உணர்த்துகிறது.

இந்தியாவை ஒரு தேசமாக மாற்ற பாடுபட வேண்டியதன் அவசியத்தை நமது வரலாற்றின் அந்த இரு தலைவர்களும் கோடிட்டுக் காட்டியுள்ளனர்.

1941ஆம் ஆண்டு காந்தி, 'கட்டுமானதிட்டம்' என்ற உரையை எழுதினார். வகுப்பு ஒற்றுமை, பொருளாதார சமத்துவம், பெண்களின் சமத்துவம் தீண்டாமை ஒழிப்பு மற்றும் விவசாயிகளின் வாழ்வாதாரத்தை மேம்படுத்துதல் போன்ற பல அம்சங்கள் உள்ளன.

ஆக்கபூர்வமான திட்டம் செயல்படுத்தப்பட்டு அதில் குறிப்பிட்டுள்ள செயல்பாடுகளை நிறைவேற்றினால் இந்தியா அகிம்சை வழியில் சுதந்திரம் அடைய முடியும் என்று அவரது டுவிட்டில் கூறப்பட்டிருந்தது.

இந்திய தேசம் குறித்து ராகுல் காந்தியின் கருத்து குறித்து கடுமையாக விமர்சித்தவர்கள், இந்தியா ஒரு தேசம் என்ற கூற்றை நிரூபிப்பது கடினம் என்ற நிலைப்பாட்டை எடுத்ததற்காக காந்தியை தாக்கி இருப்பார்களா?

காந்திக்கு எதிரான அவதூறு பிரச்சாரம் பல இந்துத்துவா மற்றும் பிஜேபி தலைவர்களால் இடைவிடாமல் முன்னெடுத்துச் செல்லப்பட்டு இந்தியாவின் ஆளும் தலைமை காது கேளாத வகையில் அமைதியாக இருக்கும் நேரத்தில், இந்திய தேசம் பற்றிய காந்தியின் கணக்கு கண்டிக்கத்தக்கதாக அவர்கள் கண்டனர்.

இந்திய சுதந்திரப் போராட்ட வரலாற்றை பற்றிய முழுமையற்ற புரிதல் கொண்டவர்கள் ராகுல் காந்தியின் அறிக்கை ஆழமாக சிக்கல் என்பது ஆச்சரியமில்லை. ராகுல் காந்திக்கு எதிராக கேவலமான கருத்துக்களை தெரிவித்த பாஜக தலைவர்களும் அம்பேத்கரின் கருத்தை அறிந்து கொள்வது நல்லது.

காந்தியைப் போலவே இந்தியாவை ஒரு தேசமாக விவரிக்க முடியாது, மக்கள் அதை விரைவில் உணர்ந்தால், ஒருங்கிணைக்கப்பட்ட நடவடிக்கைகளை மேற்கொண்டு அதை ஒரு தேசமாக மாற்ற பாடுபடு பவர்கள் என்பதை விளக்குவதால் அவர் மிகவும் எச்சரிக்கையாக இருந்தார்.

உண்மையில் அம்பேத்கர் அரசியல் நிர்ணய சபையில் தனது கடைசி உரையாற்றிய போது அமெரிக்க வரலாற்றை நினைவு கூர்ந்தார். மேலும் அதை ஒரு தேசம் என்று வர்ணிக்க அக்கால அமெரிக்கர்களிடையே அருமையான கருத்து வேறுபாடுகள் தெரிவிக்கப்பட்டன.

அமெரிக்க மக்கள் தாங்கள் ஒரு தேசம் என்பதை உணர முடியவில்லை என்றால், இந்தியர்கள் தங்களை ஒரு தேசம் என்று நினைப்பது எவ்வளவு கடினம் என்று அம்பேத்கர் கூறினார்.

அவர் தொடர்ந்து கூறினார். 'அரசியல் மனப்பான்மை கொண்ட இந்தியர்கள் இந்திய மக்கள்' என்ற சொற்றொடரை வெறுத்த நாட்கள் எனக்கு நினைவிருக்கிறது அவர்கள் இந்திய தேசம் என்ற வெளிப் பாட்டை விரும்பினர்.

எவ்வாறாயினும், 'அவர் எச்சரித்து உலகின் சமூகம் மற்றும் உளவியல அர்த்தத்தில் நாம் இன்னும் ஒரு தேசமாக இல்லை என்பதை விரைவில் உணர்ந்தால் நமக்கு நல்லது'

அப்போதுதான் ஒரு தேசமாக மாறுவதன் அவசியத்தை உணர்ந்து, இலக்கை அடைவதற்கான வழிகள் மற்றும் வழிமுறைகளை தீவிரமாக

சிந்திப்போம் என்று அவர் கூறினார்.

அம்பேத்கரின் இத்தகைய பிரதிபலிப்புகள் காந்தியின் கூற்றுக்கு நெருக்கமாக ஒத்துப் போகின்றன.

இந்தியா மற்றும் தேசம் பற்றிய அம்பேத்கரின் எண்ணங்கள், அரசியல் நிர்ணய சபையில் அம்பேத்கர் செய்ததைப் போலவே இந்திய தேசம் பற்றிய கருத்தை ராகுல் காந்தி விளக்கியதற்காக பாஜக தலைவர்களின் தாக்குதலுக்கு அவரை இலக்காக வைத்திருக்கும்.

எனவே அரசியலமைப்பில் குறிப்பிட்டுள்ள 'மாநிலங்களின் ஒன்றியம்' என்ற கட்டமைப்பிற்குள் தொடர்ந்து வரும் இந்திய தேசத்தின் கருத்தை கூர்மைப்படுத்த காந்தி மற்றும் அம்பேத்கரின் எண்ணங்களைப் புரிந்து கொள்வது முக்கியம்.

நமக்கு அடிப்படை உரிமைகள் பல இருக்கலாம். அவற்றை எப்படி பாதுகாப்பது? அரசுக்கோ அரசு சார்ந்த நிறுவனங்களுக்கோ அவை செய்ய வேண்டிய காரியங்களை எழுத்து மூலம் செய்யச் சொல்லி உத்தரவு பிறப்பிக்கும் உரிமை நீதிமன்றங்களுக்கு இருக்கிறது.

நமக்கு நன்றாகத் தெரிந்த ரிட் மனுக்களின் மீது நீதிமன்றங்கள் நாள்தோறும் ஆணை பிறப்பிக்கும் உரிமையை நமது அரசியல் அமைப்புச் சட்டத்துக்குள் கொண்டு வர வேண்டும் என்று வாதிட்டவர்களில் முதன்மையானவர் அம்பேத்கர்.

நீதிமன்றங்களுக்கு தரப்பட்ட இந்த உரிமையே, இந்தியர்கள் இன்று சுதந்திரமாக இயங்கிக் கொண்டிருப்பதற்கு அடிப்படைக் காரணம் என்று பல அரசியல் சட்ட வல்லுநர்கள் கருதுகிறார்கள்.

ஆனால் அம்பேத்கர் அடிப்படை உரிமைகளுக்கு வரையறை இருக்கக் கூடாது என்று கருதவில்லை. அரசு நெருக்கடி காலங்களில் இந்த உரிமைகளைத் தற்காலிகமாகத் திரும்பப் பெறலாம் என்ற சட்டத்தையும் அவர் தான் முன்னின்று கொண்டு வந்தார்.

இதே போன்று நாட்டு நலனுக்காக மக்களைக் கட்டாயப் பணி செய்யுமாறு ஆணை பிறப்பிக்கும் உரிமையை அரசுக்கு அளிக்க அவர் முன் வந்தார்.

ஆயுதம் வைத்திருப்பது குறித்து அம்பேத்கர் கூறினார்.

“ஒரு மாநிலம் மறு மாநிலத்துக்கு எதிராக மக்களை ஆயுதம் திரட்டச் செய்தால் என்ன செய்வது? நாடு முழுவதும் இது பற்றி ஒரே சட்டம் இருக்க வேண்டும்.”

அமெரிக்காவில் சில மாநிலங்கள் இருப்பதைப் போன்று இந்தியா விலும் ஆயுதம் வைத்துக் கொள்ளும் சட்டம் இருந்திருந்தால் வன்முறை எந்த அளவுக்கு வளர்ந்திருக்கும் என்பதை விளக்க வேண்டியதில்லை.

இந்தியா ஒரு வலுவான நாடாக உருப்பெற வேண்டுமானால் அதிலிருந்து பிரிந்து போகும் உரிமையை மாநிலங்களுக்கு அளிக்கக் கூடாது என்பதில் அம்பேத்கர் உறுதியாக இருந்தார்.

இந்த கூட்டமைப்பு மாநிலங்களெல்லாம் சேர்ந்து கூட்டமைப்பு அமைக்க வேண்டும் என்று ஒப்புதல் அளித்ததால் ஏற்பட்டதல்ல. எனவே மாநிலங்களுக்கு பிரிந்து போகும் உரிமை கிடையாது என்று தனது உரையில் அவர் தெளிவாகக் குறிப்பிட்டார்.

ஒருமைப்பாட்டின் மீது அவருக்கு இருந்த அசைக்க முடியாத நம்பிக்கையை, மற்றொரு சமயத்தில் ‘தேவைப்பட்டால் இந்தியா ஒற்றை யாட்சி அரசாகக் கூட மாறலாம்’ என்று அவர் குறிப்பிட்டதிலிருந்து அறியலாம்.

மற்றொரு தருணத்தில் முஸ்லீம் உறுப்பினர் ஒருவர் விகிதாச்சார முறைப்படி பிரதிநிதித்துவம் வேண்டும். இல்லையென்றால் நடைபெறப் போவது பெரும்பான்மையரின் அடக்குமுறை என்று வாதிட்ட போது அம்பேத்பர் அது அரசை பலவீனப்படுத்திவிடும் என்றார்.

இந்தியாவுக்கும் தேவை சட்டம் ஒழுங்கை அமல்படுத்தும் ஒரு நிலை யான அரசு என்று அவர் சொன்ன போது உறுப்பினர்கள் ஆரவாரத்துடன் உடன் பட்டனர். ஆனால் சிறுபான்மையினரின் உரிமையைக் கலப்பதில் அவர் உறுதியாக இருந்தார்.

சிறுபான்மையினரின் உரிமையைப் பறிப்பது என்பது ஜனநாயகத்தி லிருந்து சர்வாதிகாரத்தை நோக்கிச் செல்லும் அழிவுப்பாதை என்று கருதிய அம்பேத்கர் அரசியல் சட்டத்தில் சிறுபான்மையினரின் உரிமை களைச் சொல்லும் உறுப்புகளுக்கு முழு ஆதரவு அளித்தார்.

வலுவான மத்திய ஆட்சியை நம்பியதால் அவர் மாநிலங்களின் அதிகாரங்களைக் குறைக்க நினைத்தார் என்று பொருள் கொள்ளக் கூடாது.

மத்திய அரசு மாநில அரசு விவகாரங்களில் தலையிடுவது, 'மோசமான ஆக்கிரமிப்பு' என்று அம்பேத்கர் குறிப்பிடவும் தயங்கவில்லை.

நாடாளுமன்றம் துவங்குவதற்கு முன் குடியரசுத் தலைவர் உரை நிகழ்த்த வேண்டும் என்று பரிந்துரை செய்ததே அம்பேத்கர்தான் அதுவே பின்னால் அரசியல் சட்டமாக மலர்ந்தது.

குடியரசுத் தலைவருக்கு அளவற்ற அதிகாரங்களைத் தர அம்பேத்கர் விரும்பவில்லை. பிரதமர் மற்றும் அமைச்சர்களின் அறிவுரைகளை குடியரசுத் தலைவர் ஏற்றுக்கொள்ள மறுத்தால் அவரைப் பதவியிலிருந்து நீக்கும் அதிகாரம் நாடாளுமன்றத்துக்கு இருக்கிறது என்பதில் ஐயம் இல்லை என்று சொல்லியிருக்கிறார் அம்பேத்கர்.

எனவே மக்களால் தேர்ந்தெடுக்கப்பட்டவர்கள்தான் இந்த நாட்டை உண்மையாக ஆள்பவர்கள் என்ற கொள்கையில் உறுதியாக இருந்தார் அம்பேத்கர்.

இந்திய அரசியல் சட்டம் மிகவும் இறுக்கமானது. விரிவாக எழுதப் பட்டால் மாற்றங்கள் செய்யக் கூடிய சாத்தியங்களை வெகுவாக குறைத்து விடுகிறது என்ற குற்றச்சாட்டை ஜென்னிங்ஸ் போன்ற அரசியல் சட்டவல்லுநர்கள் முன் வைத்திருக்கிறார்கள்.

'ஆனால் விரிவாக எழுதப்படாவிட்டால் அதை மிக எளிதாக அரசினால் உள்ளறுப்பு செய்ய முடியும்' என்று அம்பேத்கர் திருத்துவதை யும் எளிதாக்க அவர் விரும்பவில்லை.

1942 ஜுன் 3ம் தேதி வெளியான பிரிட்டிஷ் அறிவிப்பு இரண்டு விசயங் களைத் தெளிவுபடுத்தியது.

15.8.47ல் பிரிட்டிஷ் மேலாண்மை முடிவுக்கு வரும். இரண்டாவதாக இந்தியா, பாகிஸ்தான் என இரு சுதந்திரப் பகுதிகள் உதயமாகும்.

இந்த அறிவிப்பு வந்தவுடனயே இந்தியா முழுவதும் சுதந்திரமாக இயங்கி வந்த 565 சமஸ்தானங்களின் என்ன என்ற கேள்வி விஸ்வரூபம் எடுத்து நின்றது.

இதற்கெல்லாம் சர்தார் வல்லபாய் படேல் கவலைப்படவே இல்லை. புதிதாக மாநிலங்கள் துறை உருவாக்கப்பட்டது. அதனுடைய முழுப் பொறுப்பும் சர்தார் படேலுக்கே கொடுக்கப்பட்டது.

சமஸ்தானங்கள் இனி பிரிட்டிஷ் நிர்வாகத்தில் வராது. புதிய இந்திய அரசுடன் இணைவதோ அல்லது வேறு அரசியல் ரீதியான ஏற்பாடுகளைச் செய்து கொள்வதோ அவர்கள் பொறுப்பாகும் என்று மவுண்ட் பேட்டன் அறிவித்தார்.

அதிகாரச் சுகத்தையும் அரண்மனைச் சுகத்தையும் அனுபவித்து விட்ட சமஸ்தானங்கள் தங்கள் சுதந்திரம் தொடரவே விரும்பின.

திருவாங்கூர் சமஸ்தான திவானாக இருந்த சர்.சி.பி. ராமஸ்வாமி தங்களது சமஸ்தானம் தனித்து இயங்கும் என அறிவித்தார்.

ஹைதராபாத் நிஜாம் தான் சுதந்திரமான அரசு என்று அறிவித்தார்.

போபால் நவாப் ஆகஸ்டு 15க்கு பிறகு தமது சமஸ்தானம் சுதந்திரம் என்று வைஸ்ராய்க்கு நேரடியாக கடிதம் எழுதினார்.

மேலும் அவர் இதர சமஸ்தானங்களையும் தங்களைப் பின்பற்றி நடக்குமாறு தூண்டினார்.

ஜோத்பூர் மகாராஜா ஜின்னாவுடன் ரகசிய தொடர்பு வைத்துக் கொண்டார்.

பிலாங்பூர் போன்ற சிறு சமஸ்தானங்கள் கூட சுதந்திரமாக இயங்கப் போவதாக அறிவித்தன.

சமஸ்தானங்களின் பிரச்சினை மிகவும் சிக்கலாகிக் கொண்டிருப்பதாக சில தலைவர்கள் அஞ்சினர். இன்னும் சிலர் பின் விளைவை யோசிக்காமல் 'சமஸ்தானங்கள் சுதந்திரமாக இருந்து விட்டுப் போகட்டுமே' எனப் பேச ஆரம்பித்தனர்.

ஜவஹர்லால் நேரு கூட இந்தப் பிரச்சினையில் சிறிது கலவரம் அடைந்தார்.

ஆனால் சர்தார் வல்லபாய் படேல் சிறிதும் தளராமல் உறுதியாக நின்றார். தனக்குச் செயலாளராக துடிப்புமிக்க செயல்வீரரான வி.பி. மேனனைத் தேர்ந்தெடுத்துக் கொண்டார்.

பாகிஸ்தான் அதிகாரப் பங்கீட்டுக்காக எச்.எம். பாட்டீல் என்ற அதிகாரியைத் தேர்ந்தெடுத்துக் கொண்டார். செயலில் இறங்கினார்.

முதலில் சுதந்திர சமஸ்தானங்களின் பாதுகாப்பு வெளி உறவு, தகவல் துறைகளை கையகப்படுத்த முடிவு செய்தார். இதனால் சமஸ்தானங்களுக்கு இழப்பு ஏதும் இல்லை. இத்துறைகள் ஏற்கனவே ஆங்கிலேயர் கட்டுப்பாட்டில் இருப்பவைதான்.

இப்போது சமஸ்தானங்கள் இந்திய டொமினியனுடன் இணைப்பதற்கு பத்திரம் தயாராகிறது.

சமஸ்தானங்களின் பிரச்சினையை எளிதாக்குவதற்காக 1948 ஏப்ரல் வரை மவுண்ட் பேட்டன் இந்தியாவில் இருந்து ஒத்துழைப்பு என முடிவு செய்யப்பட்டது. இது படேலின் ராஜதந்திரம் என்பது உறுதியாயிற்று.

ஆகஸ்டு 14ம் தேதிக்குள் சுயேச்சையான அனைத்து சமஸ்தானங்களும் இந்திய யூனியனுடன் இணைவதற்கான பத்திரங்களில் கையொப்பமிட வேண்டும்.

சுதந்திர சமஸ்தானம் என்ற பெயரில் மக்கள் விரோத சக்தியாக எந்த அரசும் செயல்படுவதை அனுமதிக்க முடியாது.

இந்தியா அல்லாத வேறொரு நாட்டுடன் இணைவதற்கு முயலும் எந்த ஒரு செயலும் தேச விரோத செய்கையாக கருதப்படும் என்ற நிலை அறிந்து சமஸ்தானங்கள் அதிர்ச்சியடைந்தனர்.

பரோடாவின் கெய்க்வாட் முதன் முதலில் கையெழுத்திட்டனர். பிகானீர், பாட்டியாலா, மகாராஜா அடுத்து கையொப்பமிட்டார். நவ நகர் மகாராஜா, குவாலியர் மகாராஜா, ராம்பூர் நவாப், உதயபூர் மகாராணா ஆகியோர் தொடர்ந்தனர்.

மூன்று சமஸ்தானங்கள் நீங்கலாக அனைவரும் குறிப்பிட்ட தேதிக்குள் இந்திய யூனியனில் இணைந்து விட்டனர். ஜூலை மாத இறுதிக்குள் கூட இது நடைபெறாது என்றே பலரும் நினைத்தனர்.

ஆனால் காஷ்மீர், ஹைதராபாத் ஜீனாகத் தவிர ஐந்நூறுக்கும் மேற்பட்ட சமஸ்தானங்கள் இணைத்து விட்டன.

ஒரு துளி ரத்தம் சிந்தாமல் படேலின் நெஞ்சுறுதி மிக்க செயல் பாட்டின் மூலம் 500க்கும் மேற்பட்ட மன்னராட்சிப் பகுதிகளை

மக்களாட்சியோடு இணைத்து விட்டதை இமாலய சாதனை என்றே கருத வேண்டும்.

ஜெர்மானியின் பிங்மார்க் ஆண்டுக்கணக்கில் போராடி ஆயுதங்களைக் குவித்து பல உயிர்களை வதைத்து ஐக்கிய ஜெர்மனியை உருவாக்கினார்.

ஆனால் வல்லபாய் படேல் வாரக்கணக்கில் பாடுபட்டு காகிதங்களைக் காட்டி நாவன்மையோடு பேசி சமஸ்தானங்களை கையகப்படுத்தி விட்டார்.

ஆங்கில ஏகாதிபத்தியம் இந்தியாவில் தனது ஆட்சியை நிலைநிறுத்திய பின் தன் ஆட்சிக்கு பாதுகாப்பு அரணாக பிற்போக்கு சக்திகளின் கோட்டையாக இந்தியா முழுவதும் 500க்கும் மேற்பட்ட சுதேச சமஸ்தானங்களை ஏற்படுத்தியது.

இந்த 554 சமஸ்தானங்கள் இந்திய நிலப்பரப்பில் மூன்றில் இரு பங்கைக் கொண்டிருந்தன. ஆங்கிலேய இந்தியா மூன்றில் ஒரு பகுதி நிலப்பரப்பை கொண்டிருந்தது.

இவ்விரண்டையும் ஒரே நடுவண் அரசின் கீழ் கொண்டுவரும் இமாலய சாதனையை சர்தார் வல்லபாய் படேல் செய்து முடித்துவிட்டார்.

படேல் இல்லாமல் காந்திஜியுடன் எண்ணம் நடைமுறையில் செயல் படுத்தப்பட்டிருக்காது. நேருவின் லட்சியமும் வெற்றி பெற்றிருக்காது.

படேல் விடுதலைப் போரை முன்னின்று நடத்திய தளபதி மட்டுமல்ல. விடுதலை பெற்றவான நவ இந்தியாவை நிர்மானித்த சிற்பியும் ஆவார்.

ஒரே நபர் புரட்சியாளராகவும், சிறந்த அரசியல் நிர்வாகியாகவும் வெற்றி பெறுவது ஆனது. சர்தார் வல்லபாய் படேல் இதற்கு விதிவிலக்காக திகழ்ந்தார்.

இந்தியாவின் சுதேச சமஸ்தானங்களில் காஷ்மீர், ஹைதராபாத், மைசூர் போன்றவை நிலப்பரப்பில் ஜெர்மனி, பிரான்சுக்கு ஈடானவை.

தமிழ்நாட்டில் உள்ள புதுக்கோட்டை போன்ற சிறிய சமஸ்தானங்களும் இருந்தன.

இவற்றில் சுமார் 8 1/2 கோடி மக்கள் வாழ்ந்து வந்தனர். இந்த சமஸ்தானங்களில் மக்களாட்சியின் நிழலே படாது. சட்டத்தின் ஆட்சிக்கு

இடமே இல்லை. மன்னரின் சொல்லே சட்டம் என்ற அளவுக்கு சர்வாதிகார ஆட்சி நடந்து வந்தது.

மன்னர்கள் மக்களின் நலனில் அக்கறை இல்லாமல் ஏழைகளின் வரிப்பணத்தில் உல்லாச வாழ்க்கை நடத்தி வந்தனர்.

சர்தார் படேல் இந்த சமஸ்தானங்களை ஒரே ஆட்சியின் கீழ் கொண்டு வர அரும்பாடுபட்டார் என்பதை வரலாறு மறுக்காது.

சமஸ்தான ஒருங்கிணைப்பு தொடர்பாக படேலின் உருக்கமான உரை மிகப்பெரிய தாக்கத்தை ஏற்படுத்தியது.

"சுதேச சமஸ்தானங்கள் கொள்கை ரீதியாக பாதுகாப்பு, வெளிநாட்டு உறவு, போக்குவரத்து ஆகியவற்றின் மத்திய அரசின் மேலாதிக்கத்தை ஏற்றுக் கொண்டுள்ளன. இந்திய நாடு மற்றும் சமஸ்தானங்களின் ஒட்டு மொத்த நலனை முன்னிட்டு நாங்கள் வேறெந்த அதிகாரமும் செலுத்த விரும்பவில்லை."

இந்திய நாடு பழம்பெரும் நாகரீகத்தை கொண்டது. நாம் அனைவரும் இந்த நாகரீகத்தின் வாரிசுதாரர்கள். நாம் அதற்காகப் பெருமைப்படு கிறோம்.

நம்மில் ஒரு பகுதியினர் சமஸ்தானங்களிலும் ஒரு பகுதியினர் மற்ற வெள்ளையர் இந்தியாவிலும் பிறந்து வளர்ந்தோம் என்பது இயற்கையின் செயல்.

ஆனால் நாம் அனைவரும் இந்த கலாசாரத்தின் பங்காளிகள். நம் அனைவர் உடலிலும் ஓடுவது ஒரே இரத்தம். புகழ் மிக்க நம் மரபைக் காப்பாற்ற வேண்டும் என்ற புனித உணர்வு நம் அனைவரின் பொது நலனாகும்.

நம்மை யாரும் சிறு சிறு குழுக்களாக பிரிக்க இயலாது. நமக்கிடையே செயற்கையான தடுப்புச் சுவர்களை யாராலும் எழுப்ப முடியாது.

நாம் வெளிநாடுகளுடன் ஒப்பந்தங்களும் உடன்படிக்கைகளும் செய்து கொள்வது போல நமக்குள் ஒப்பந்தம் செய்த கொள்வது நமது மதிப்பிற்கு ஏற்றதல்ல.

நாம் இந்தியத்தாயின் தகுதிமிக்க மைந்தர்களாக ஒன்றாக அமர்ந்து

பேசி நமது உரிமைகளை, கடமைகளைப் பற்றி ஒப்புக் கொள்ள வேண்டும்.

இதே நல்லெண்ணத்தில் சமஸ்தான மன்னர்களையும் குடிமக்களையும் இந்திய அரசியல் நிர்ணய சபையில் பங்கு கொள்ள அழைக்கிறேன்.

நமது புனித தாயகத்திற்கு விசுவாசமாகவும் நம் அனைவரின் நம்மைக்காகவும் தோழமை உணர்வுடன் கூட்டுமுயற்சியில் நலம் நமது பிரச்சினைகளை தீர்மானிப்போம்.

சமஸ்தான மன்னர்களிடம் காங்கிரஸ் அரசுக்கு எவ்வித வெறுப்போ பகையோ இல்லை என்று சர்தார் உறுதி அளித்தார்.

"நாம் இந்திய வரலாற்றில் ஒரு முக்கிய காலகட்டத்தில் நிற்கிறோம். கூட்டு முயற்சிகளால் நாம் நம் நாட்டை மேலான நிலைக்கு கொண்டு செல்லலாம். நம்மில் ஒற்றுமை நீங்கி நாம் எதிர்பாராத ஆபத்துக்களுக்கு உள்ளாவோம்."

49

அதானி.....அதானி....அதானி

இந்திய நாட்டின் அனைத்து வளங்களையும் அதானி சூறையாடிக் கொழுக்கவே பாஜக ஆட்சி என்றால் அதைத் தட்டிக் கேட்பது தொடரும்.

அண்ணல் காந்தி தேசமாக பார்க்கப் பட்ட இந்தியாவை அதானியின் கார்பரேட் தேசமாக்குவதா?

சொகுசாக நாட்டை சூறையாடிக் கொழுக்க அதானி அம்பானிகளுக்கு பட்டுக் கம்பளம் விரித்து பகல் கொள்ளைக்கு துணைபோன பாஜகவுக்கு எதிராக இவ்வாறு தொடர்ந்து குரல் கொடுக்கும் ராகுல் காந்திதான் ஒரே ஒரு தலைவலி.

எதிர்க்கட்சிகளை ஒன்று சேர முடியா மல் அச்சுறுத்தி பிரித்தாளும் சூழ்ச்சி

இடைவிடாது நடக்கிறது. பத்திரிகைகள், காட்சி ஊடகங்கள் என அனைத்தையும் விலைகொடுத்து வாங்கி பாஜக ஊதுகுழலாக்கி விட்டார்கள்.

அமலாக்கத்துறை, சிபிஐ, வருமானத்துறை ஆகியவற்றை ஏவல் துறையாக பயன்படுத்தி அரசியல் எதிரிகளை பணியவைப்பது அன்றாட நிகழ்வாகி விட்டது.

காங்கிரஸ் எம்.எல்.ஏக்களை விலைக்கு வாங்கி பலவீனப்படுத்தும் பணி இரவு பகலாக நடைபெற்று வருகிறது.

அறச்சீற்ற மிக்க ராகுல் காந்தியின் நடைப்பயணமும் அவரது எதிர்ப்பு போர் முரசுக்குரலும் தான் இப்போது பாஜகவுக்கு அச்சமூட்டக்கூடிய நிகழ்வுகளாக இருக்கிறது.

ராகுல் நடந்தால் நாடே அவர் பின் ஒற்றைச் சிந்தனையுடன் ஒற்றுமைப் பயணத்திற்கு அணிவகுத்து நடக்கிறது.

செல்லுமிடமெல்லாம் ராகுல் காந்தியின் அறச்சீற்றம் பேரலையாய் எதிரொலிக்கிறது.

'மக்களவை உறுப்பினராக இருக்கும் என் மீதான குற்றச்சாட்டிற்கு விளக்கம் அளிக்கும் வாய்ப்பு கூட வழங்காமல் என் பதவியை அவசரமாக பறித்தது ஏன்? என சபாநாயகருக்கு கடிதம் அனுப்பினேன். பதில் இல்லை. நேரில் சென்று விளக்கம் கேட்டேன். அப்போதும் பதில் இல்லை.'

இது இந்தியாவில் ஜனநாயகம் தாக்குதலுக்கு உள்ளாகி உள்ளதைத் தான் காட்டுகிறது. பாராளுமன்றத்தில் எந்த ஒரு உறுப்பினராலும் அரசுக்கு எதிராக குற்றச்சாட்டுக்களை கூற முடியாத நிலை நிலவுகிறது.

அதானி விவகாரம் குறித்து பாராளுமன்றத்தில் பேசிய எனது பேச்சுக்கள் அனைத்தும் அவைக் குறிப்பில் இருந்து நீக்கப்பட்டுவிட்டன.

நான் கேள்வி கேட்பதை நிறுத்த மாட்டேன் பிரதமர் மோடிக்கும் அதானிக்கும் என்ன தொடர்பு? ஏன் இந்த நெருக்கம்? அவர்கள் என் குரலை அடக்கி என்னை ஜெயில் கம்பிகளுக்குப் பின்னால் நிறுத்தலாம் என்று நினைத்தால் அவர்களால் அதைச் செய்ய முடியாது.

நான் கேள்வி கேட்பதை நிறுத்த மாட்டேன். ஜனநாயகத்துக்காக தொடர்ந்து போராடுவேன்.

அதானி விவகாரத்தில் தொடர்ந்து கேள்விகள் கேட்பேன். தகுதி நீக்கம் செய்தும் சிறையில் அடைத்தும் என்னை பயமுறுத்த முடியாது. நான் சாவார்க்கர் அல்ல, மன்னிப்பு கேட்பதற்கு பின்வாங்க மாட்டேன்.

அதானி குறித்து நான் பேசும் போது பிரதமர் கண்களை நேருக்கு நேராக பார்த்தேன். அதில் பயம் வெளிப்பட்டது. அதானி பற்றி நான் பேசுவது அவர்களுக்குப் பிடிக்கவில்லை. அதனால் தான் என்னைத் தகுதி நீக்கம் செய்துள்ளனர்.

அதானி ஷெல் நிறுவனங்களில் 20000 கோடி ரூபாய் முதலீடு செய்தது யார்? என்பது எனது முக்கிய கேள்வி. எளிய மக்கள் இந்த அரசை நம்பி வங்கிகளில் போட்ட பணத்தை அதானிக்கு எப்படி தரலாம்? இந்தக் கேள்விகளை நான் கேட்டுக் கொண்டே இருப்பேன்.

பாதுகாப்புத் துறையில் அதானியை நுழைக்கிறீர்கள்! விமான நிலையங்களை அதானிக்கு தாரை வார்க்கிறீர்கள்! இலங்கை, வங்கதேச அரசுகளிடம் நிர்ப்பந்தித்து அதானியின் வியாபார விருத்திக்கு பாடுபடு கிறீர்கள். இதற்கெல்லாம் நீங்கள் பதில் சொல்ல மறுக்கிறீர்கள்.

எனக்கு உண்மையைத் தவிர வேறு எதிலும் ஆர்வம் இல்லை. நான் உண்மையை மட்டுமே பேசுகிறேன். அது என் வேலை.

நான் தகுதி நீக்கம் செய்யப்பட்டாலும் அல்லது கைது செய்யப் பட்டாலும் தொடர்ந்து பேசுவேன். என்னை ஒடுக்க முடியாது என்று கூறினார் ராகுல் காந்தி.

50

என்னை சிறையில் தள்ளினாலும் அச்சமில்லை

பிரதமர் மோடி பற்றி கடந்த நாடாளு மன்றத் தேர்தல் பிரச்சாரத்தின் போது காங்கிரஸ் முன்னாள் தலைவர் ராகுல் காந்தி அவதூறாகப் பேசினார் என குற்றச் சாட்டு எழுந்தது.

கர்நாடக மாநிலம் கோலாரில் நடந்த பொதுக் கூட்டத்தில் பேசிய இந்த அவதூறு பேச்சு குறித்து குஜராத் மாநிலம், சூரத்தில் உள்ள தலைமை குற்றவியல் மாஜிஸ்திரேட்டு கோர்ட்டில் ராகுல் காந்தி மீது அவதூறு வழக்கு தொடுக்கப்பட்டது.

சம்பவம் நடந்த நான்கு ஆண்டுகள் ஆன நிலையில் கடந்த 23ம் தேதி இந்த வழக்கில் தீர்ப்பு வந்தது.

தீர்ப்பில் ராகுல் காந்தி குற்றவாளி என

அறிவிக்கப்பட்டு இரண்டு ஆண்டு சிறைதணடனை விதிக்கப்பட்டது.

இந்தத் தீர்ப்பு வந்த சூட்டோடு சூடாக மறுநாளிலேயே (24ந் தேதி) ராகுல் காந்தியின் எம்பி பதவியை மக்கள் பிரதிநிதித்துவ சட்டத்தின் கீழ் பறித்து நாடாளுமன்ற மக்களவை செயலகம் அதிரடி நடவடிக்கை எடுத்தது.

இது நாடு முழுவதும் அதிர்வலைகளை ஏற்படுத்தியதுடன் பேசு பொருளாகவும் மாறி உள்ளது. இந்த பதவி பறிப்பு நடவடிக்கைக்கு பின்னர் முதல் முறையாக டெல்லியில் நிருபர்களைச் சந்தித்து பேட்டி அளித்தார் ராகுல்.

அதானி விவகாரத்தில் எனது பேச்சால் பிரதமர் மோடி பயந்து போனதால்தான் எனது எம்.பி பதவி பறிக்கப்பட்டுள்ளது.

இந்த விவகாரத்தில் மத்திய அரசு பீதியடைந்து அந்த உணர்வில் இருந்து மக்களைத் திசை திருப்புவதற்காகத்தான் இந்த பதவி பறிப்பு நாடகம் அரங்கேற்றப்பட்டுள்ளது.

எனது அடுத்த பேச்சு குறித்த பிரதமர் பயத்தால் தான் என் பதவி பறிக்கப்பட்டுள்ளது. நான் அவரது கண்களில் இந்த பயத்தைப் பார்த்துள்ளேன்.

அடுத்து நான் என்ன பேசுவேனோ என்று அவர் பயத்துடன் இந்த பேச்சு நாடாளுமன்றத்தில் அமைவதை அவர் விரும்பவில்லை.

அதானியின் போலி நிறுவனங்களில் ரூ 20 ஆயிரம் கோடியை முதலீடு செய்து பார் என்ற எனது முக்கிய கேள்வி இன்னும் அப்படியே தான் உள்ளது. இந்தப் பணம் யாருடையது? இதில் சீன நாட்டினர் ஒருவருக்கு தொடர்பு உள்ளது.

எனக்கு எதிராக, நரேந்திர மோடி அரசின் மந்திரிகள் அனைரும் பொய்யான குற்றச்சாட்டுகளைக் கூறுகிறார்கள். அதானி விவகாரத்தில் இருந்து திசை திருப்பத்தான் இத்தகைய கூற்றுகளை அவர்கள் கூறுகிறார்கள்.

நான் வெளிநாட்டுச் சக்திகளின் உதவியைக் கோரினேன் என்று அவர்கள் சொன்னார்கள். இது மிகவும் அபத்தமான குற்றச்சாட்டு. நான் ஒருபோதும் அப்படி கோரவில்லை.

நாடாளுமன்றத்தில் ஒரு மந்திரி பொய் சொன்னார். என் மீது ஒரு குற்றச்சாட்டை ஒருவர் கூறுகிறபோது என் தரப்பு நிலைப்பாட்டை கூறும் உரிமை எனக்கு இருக்கிறது என்று சபாநாயகருக்கு கடிதம் எழுதினேன்.

அதற்கும் பதில் இல்லை. எனவே நான் சபாநாயகரை அவரது அறைக்கு சென்று சந்தித்தேன்.

நீங்கள் ஜனநாயகத்தின பாதுகாவலர். என் தரப்பு நியாயத்தைச் சொல்வதற்கு நான் பேசுவதற்கு ஏன் அனுமதி தர மறுக்கிறீர்கள் என்று கேட்டேன். அதற்கு அவர் நான் அதைச் செய்ய முடியாது என்று கூறினார்.

இந்திய நாட்டு மக்களின் ஜனநாயக குரலை பாதுகாக்கத்தான் நான் இங்கே இருக்கிறேன். என்னை தகுதி நீக்கம் செய்வதாலோ, எந்த வித மிரட்டல்களாலோ, சிறையில் தள்ளுவதாலோ நான் நின்று விடுவேன் என்றும், அதானிக்கும் பிரதமர் மோடிக்கும் என்ன உறவு என்று கேட்பதை நான் நிறுத்தி விடுவேன் என்றும் அவர்கள் நினைக்கலாம்.

ஆனால் நான் அவ்வாறு நிறுத்தமாட்டேன் பயப்படவும் மாட்டேன். தொடர்ந்து கேள்வி கேட்பேன். இன்னும் இவர்கள் (பாஜக) என்னை புரிந்து கொள்ளவில்லை. நான் இவர்களைக் கண்டு பயந்துவிடவில்லை. நான் அதைத் தொடர்ந்து செய்வேன்.

இத்தகைய மிரட்டல்கள், பதவி பறிப்புகள் குற்றச்சாட்டுகள் சிறைத் தண்டனைகளில் எனக்கு அச்சம் இல்லை.

நாடாளுமன்றத்தில் சரியான ஆவணங்களுடன் பிரதமர் மோடிக்கும் அதானிக்கும் உள்ள உறவு பற்றி கூறினேன். ஆனால் அந்த பேச்சை அவைக் குறிப்பில் இருந்து நீக்கி விட்டனர்.

எனது எம்.பி பதவி திரும்பவும் வந்துவிடும் என்று நம்பிக்கை இருக் கிறதா எனக் கேட்கிறீர்கள். நம்பிக்கையில் எனக்கு விருப்பம் இல்லை.

நான் எனது எம்.பி பதவியை மீண்டும் பெறுகிறேனோ இல்லையோ நான் எனது வேலையைத் தொடர்ந்து செய்வேன்.

அவர்கள் என்னை மீண்டும் எம்.பி பதவியில் அமர்த்தினாலும் என் வேலையைச் செய்வேன். நான் நாடாளுமன்றத்துக்கு உள்ளே இருக் கிறேனா, வெளியே இருக்கிறேனா என்பது முக்கியம் இல்லை. நான்

எனது வேள்வியை செய்வேன். நான் அதை தொடர்ந்தும் செய்வேன்.

நாடாளுமன்றத்திலிருந்து நிரந்தரமாகவே வாழ்நாளெல்லாம் என்னை தகுதி நீக்கம் செய்தாலும், என்னைச் சிறையில் தள்ளினாலும் அதெல்லாம் என்னில் எந்த மாறுபாட்டையும் ஏற்படுத்தாது. நான் தொடர்ந்து முன்னோக்கி நடைபோடுவேன்.

எனக்கு ஆதரவளித்த எதிர்க்கட்சிகளுக்கு நன்றி. அனைவரும் ஒன்றிணைந்து செயல்படுவோம்.

நாடு என்றால் அதானி. அதானி என்றால் நாடு.

எனது பதவி பறிப்பின் பின்விளைவுகள் பற்றி கேட்கிறீர்கள். பிரதமர் மோடியின் பீதி எதிர்வினையால், எதிர்க்கட்சிகள் பெரும்பலனை அடையும்.

நான் உண்மைக்காகத் தொடர்ந்து போராடுவேன். உண்மை வெளிவந்து விடுமோ என்ற பீதியான மனநிலையில் அவர்கள் உள்ளனர். அவர்கள் எதிர்கட்சியிடம் மிகப் பெரிய ஆயுதத்தை தந்துள்ளனர்.

ஏனென்றால் மக்கள் தங்கள் மனதில் ஒரு கேள்வியைக் கொண்டுள் ளனர். அதானி ஊழல்வாதி என்பதை அவர்கள் அறிந்துள்ளனர். இதில் எழுகிற கேள்வி இந்த ஊழல் வாதியை பிரதமர் ஏன் காப்பாற்றுகிறார் என்பதுதான்.

நாட்டின் ஜனநாயக இயல்பினைப் பாதுகாக்க நான் என்ன செய்ய வேண்டுமோ அதைச் செய்வேன். இதன் அர்த்தம் என்னவென்றால், அது நாட்டின் ஜனநாயக நிறுவனங்களைப் பாதுகாப்பதாகும்.

அது நாட்டின் ஏழை மக்கள் குரல்களைப் பாதுகாப்பதாகும். அது அடிப்படையில் பிரதமருடனான உறவை சீரழிக்கிற அதானி போன்றவர் களைப் பற்றிய உண்மையை நாட்டு மக்களுக்கு சொல்வதாகும்.

மத்திய பாஜக அரசைப் பொறுத்தமட்டில் நாடு என்பது அதானி தான். அதானி தான் நாடு.

அவதூறு வழக்கின் மையமாக அமைந்துள்ள 2019ம் ஆண்டு நான் கூறிய கருத்து இதர பிற்படுத்தப்பட்ட வகுப்பினரை (குறிப்பாக மோடி சமூகத்தினரை) அவமதிக்கும் வகையில் இருந்தன என்ற பாஜகவின் குற்றச்சாட்டு பற்றி கேட்கிறீர்கள்.

நான் எப்போதும் சகோதரத்துவத்தைப் பற்றி பேசுகிறேன். இங்கே பிரச்சினை இதர பிற்பட்ட வகுப்பினர்களைப் பற்றியது அல்ல. பிரச்சினை அதானி மற்றும் மத்திய அரசடனான உறவுகளைப் பற்றியது ஆகும்.

நான் தண்டிக்கப்பட்டுள்ள அவதூறு வழக்கு ஒரு சட்ட விவகாரம் ஆகும். இது பற்றி நான் கருத்து கூறமாட்டேன்.

நாட்டின் ஜனநாயகம் மீது தாக்குதல்கள் நடத்தப்படுகின்றன. அது தொடர்பான உதாரணங்கள் ஒவ்வொரு நாளும் வெளிப்பட்டு வருகின்றன என்று ராகுல் காந்தி கூறினார்.

51

இந்தியா அவர்கள் குடும்ப சொத்தா?

ராகுல் காந்தியின் எம்.பி பதவி நீக்கத்துக்குப் பின் ராகுல் காந்தியுடன் வயநாடு வந்திருந்த அவரது சகோதரி பிரியங்காவை வயநாடு மக்கள் உற்சாக மாக வரவேற்றனர்.

அந்த மேடையில் பிரியங்கா காந்தி பேசுகையில், 'குஜராத் கோர்ட் உத்தரவைக் காட்டி ராகுல் காந்தியை நாடாளுமன்றத்திலிருந்து தகுதி நீக்கம் செய்தது உங்களுக்கும் தெரியும். அவரின் நாடாளுமன்ற உறுப்பினர் பதவி இனி கோர்ட்டின் தீர்ப்பை பொறுத்தது என எனக்குத் தெரியும்.

4.25 லட்சம் வாக்குகள் பெற்று வெற்றி பெற்ற மனிதர் இனி தேர்தலில் போட்டி யிட முடியுமா? முடியாதா என்பது

நீதிமன்றத் தீர்ப்பில் ஊசலாடிக் கொண்டிருக்கிறது.

நாடாளுமன்றத்தில் கேள்வி எழுப்புவது ஒரு எம்.பி.யின் பணி, கேள்வி கேட்பது மக்கள் பிரதிநிதியின் கடமை. இந்திய அரசியலமைப்பு நமக்கு அளிக்கும் கருத்துச் சுதந்திரம் ஆட்சியாளர்களிடம் கேள்வி கேட்கவும் அனுமதி அளிக்கிறது.

கேள்வி கேட்கும் மனிதனை ஆட்சியாளர்களுக்கு எதிராக ஆவேசமாக எழுந்து நிற்கும் ராகுல் காந்தியை அவமானப்படுத்தவும், பரிகாசம் செய்யவும், சுற்றி வளைத்து எதிர்க்கவும் செய்கிறார்கள்.

ஆட்சியாளர்களும் அமைச்சர்களும், எம்பிக்களும் வரிசையாக நின்று அவரை எதிர்க்க அவர் கேள்வி கேட்பது தான் காரணம் என நான் உணர்ந்திருக்கிறேன்.

கேள்வி கேட்பவர்களை அவமானப்படுத்தும் போது மக்கள் எதிர்க்க வேண்டியது அவசியம். உண்மையின் அடிப்படையில், சமத்துவத்தின் மீது கட்டமைக்கப்பட்டது இந்த தேசம்.

நீதி வேண்டி இந்தியாவில் சத்தியாகிரகப் போராட்டங்கள் நடந்தன. இந்த நாடு அனுபவிக்கும் சுதந்திரங்களைப் பாதுகாப்பதற்காகத்தான் நாடாளுமன்றம் உருவானது.

அதை உயர்த்திப் பிடிக்கத்தான் இந்தியாவில் நீதிமன்றங்களும் சட்டங்களும் உருவாகின. காங்கிரஸ் தனிமனிதப் பிரச்சனையை உயர்த்தி பிடிப்பதாகவும் தனி நபரின் பிரச்சனையை நாட்டின் பிரச்சனையாக மாற்ற முயல்வதாகவும் பாஜக தலைவர்கள் பேசுவதை நான் கேட்டேன்.

ஒரு தனி நபரின் பிரச்சனையை இந்தியா முழுவதும் பிரச்சனையாக்க காங்கிரஸ் முயலவில்லை.

ஒரு தனி மனிதரைப் பாதுகாப்பதற்காக இந்தியாவின் பிரதமரும், அரசியலமைப்பும், அரசியல் ஸ்தாபனங்களும் முயல்வதாக நான் புரிந்து கொண்டேன். அந்த நபர்தான் கௌதம் அதானி.

ஜனநாயகத்தின் பாதையில் என் சகோதரர் பயணிக்கிறார். இந்தியாவின் சொத்துக்களை தனிநபருக்கு எழுதிக் கொடுக்கும் பாதையில் மற்றொருவர் பயணிக்கிறார்.

துறைமுகங்களும், விமான நிலையங்களும் தனிநபருக்குச் சொந்தமா கின்றன. இந்தியாவின் மதிப்பு மிக்க ஸ்தாபனங்களை விற்பனைக்கு வைத்திருக்கிறது அந்தப் பாதை.

இந்த நாட்டில் உண்மையைச் சொல்பவரை நிராயுதபாணி ஆக்கும் முயற்சி நடக்கிறது.

நம்நாட்டு எல்லையில் ராணுவத்தினர் உயிரை துச்சமென மதித்து சீனாவை எதிர்ப்பதற்கு தயராக இருக்கின்றனர். ஆனால் சீனாவுக்கும் அதானிக்கும் இந்த அரசு உதவிகள் செய்து கொடுக்கிறது.

அதானியைப் பாதுகாக்க பிரதமருக்கு நேரம் உண்டு. நம் நாட்டின் ராணுவத்தினர் கோரிக்கையை நிறைவேற்ற நேரம் இல்லை.

இந்தியாவை அவர்களின் குடும்பச் சொத்து என நினைக்கின்றனர். ஆனால் இந்திய நாட்டு மக்களாகிய உங்களுக்குச் சொந்தமானது.

ஜனநாயகத்தை பாதுகாக்கும் பொறுப்பு மக்களாகிய நமக்கு இருக்கிறது. விலைவாசி உயர்கிறது. வேலைவாய்ப்பு பாதாளத்திற்கு செல்கிறது. இந்த அரசு மக்கள் முன்பு தோற்றுவிட்டது. பிரதமரும் அமைச்சர்களும் எம்பிக்களும் ராகுல் காந்தியை வேட்டையாடுகிறார்கள்.

ஆட்சியாளர்களுக்கு விருப்பமில்லாத கேள்விகளைக் கேட்பது தான் ராகுல் வேட்டையாடுவதற்கு காரணம். அதானியைப் பாதுகாப்பதுதான் அரசின் நோக்கம்.

வயநாடு, நாட்டுக்குப் புதிய பாதையை உருவாக்குகிறது. ராகுலைப் பேசவிடாமல் செய்ய நிராயுதபாணி ஆக்க முயலும் போது வயநாடு மக்கள் போராட்டம் நடத்தினர்.

எங்கள் வீடு உங்களுக்காகத் திறந்தே இருக்கிறது என ஆயிரக்கணக் கான இந்தியர்களும், வயநாட்டினரும் கூறினர். இது ஒரு தனிநபரின் பிரச்சனை அல்ல என நீங்கள் உணர்ந்திருக்கிறீர்கள்.

உங்கள் அன்புக்கும் ஆதரவுக்கும் நன்றி என்றார் பிரியங்கா காந்தி.

❏❏❏

52

அதானி குழுமத்தில் 20000 கோடி முதலீடு செய்தது யார்?

அமெரிக்காவைச் சேர்ந்த முதலீட்டு ஆய்வு நிறுவனமான 'ஹின்டன்பர்க் ரிசர்ச்' சமீபத்தில் அறிக்கை ஒன்றை வெளி யிட்டது.

அதில் அதானி குழுமம் தொடர்பாக கடந்த இரண்டு ஆண்டுகளாக ஆய்வு மேற்கொண்டோம்.

அந்த நிறுவனம் பல ஆண்டுகளாக நிதிமுறை கேட்டில் ஈடுபட்டு வருகிறது. மிக அதிகளவில் அந்த நிறுவனத்துக்கு கடன் இருக்கிறது.

அதானி குழுமத்தைச் சேர்ந்த ஏழு முக்கிய நிறுவனங்கள் நிதிநிலையை உண்மைக்கு புறம்பான முறையில் பல மானதாகக் காட்டி அதன் மூலம் பங்குச் சந்தையை ஏமாற்றி லாபம் பார்த்தன.

வெளிநாடுகளில் 'ஷெல்' நிறுவனங்களை உருவாக்கி அவற்றின் மூலம் சட்டவிரோதப் பணப்பரிவர்த்தனையில் ஈடுபட்டது என்பது உள்ளிட்ட பல்வேறு முறைகேடுகளில் ஈடுபட்டதாகக் குற்றம் சாட்டியது.

இந்த விவகாத்தை கையில் எடுத்த காங்கிரஸ் உள்ளிட்ட எதிர்கட்சிகள் நாடாளுமன்றத்தில் கேள்வி எழுப்பின.

பதிலுக்கு பாஜக வெளிநாடுகளில் இந்தியாவைப் பற்றி ராகுல் காந்தி தவறாகப் பேசிவிட்டதாக குற்றம் சாட்டியது. இதனால் பெரும்பாலான நாட்கள் நாடாளுமன்றம் முடங்கியது.

குறிப்பாக அதானி குழுமத்தின் போலி நிறுவனங்களில் யாரோ ரூ 20000 கோடி முதலீடு செய்திருப்பதாகவும், அது யாருடைய பணம் என்றும் ராகுல்காந்தி கேள்வி எழுப்பி வருகிறார். ஆனால் இந்தக் குற்றச்சாட்டுகள் அனைத்தையும் அதானி குழுமம் மறுத்து வருகிறது.

இந்த நிலையில் அதானி குழுமம் வெளியிட்டிருக்கும் அறிக்கையில், 'அதானி குழு புரொமோட்டார்கள், அதானி நிறுவனத்தில் கணிசமான பங்குகளை வைத்திருக்கிறார்கள். அவர்கள் அதானி டோட்டல் காஸ் நிறுவனத்தின் 20 சதவீத பங்குகள், அதானி கிரீன் எனர்ஜி நிறுவனத்தின் 35 சதவீத பங்குகள் ஆகியவற்றை பிரான்சை சேர்ந்த டேரிட்டல் எனர்ஜூஸ் நிறுவனத்திற்கு விற்று 287 கோடி டாலர் திரட்டினர்.

2019ம் ஆண்டிலிருந்து படிப்படியாக இந்தப் பணம் திரட்டப்பட்டது. பிரான்ஸ் நிறுவனத்திடம் இப்படிக் கிடைத்த பணத்தில் 255 கோடி டாலர் (ரூ. 20 ஆயிரம் கோடி) அதானி குழுமம் துணை நிறுவனங்களான அதானி எண்டர்பிரைசஸ், அதானி போர்ட்ஸ், அதானிபவர், அதானி டிரான்ஸ் மிஷன் சிறப்பு பொருளாதார மண்டலம் போன்றவற்றில் மறுமுதலீடு செய்யப்பட்டது.

புதிய வணிகங்களின் வளர்ச்சிக்காக இப்படிச் செய்யப்பட்டது. இந்தப் பணத்தைத்தான் போலி நிறுவனங்களில் முதலீடு செய்வதாக சிலர் வர்ணிக்கிறார்கள்.

எல்லா பரிமாற்றங்களும் பங்குச் சந்தை கணக்கு தாக்கலில் வெளிப் படையாகத் தெரிவிக்கப்பட்டிருக்கின்றன.

அனைத்தும் பொது புதிய வணிகங்களின் வளர்ச்சிக்காக இப்படிச்

செய்யப்பட்டது. இந்தப் பணத்தைத் தான் போலி நிறுவனங்களில் முதலீடு செய்வதாக சிலர் வர்ணிக்கிறார்கள்.

எல்லா பரிமாற்றங்களும் பங்குச் சந்தை கணக்கு தாக்கலில் வெளிப்படையாகத் தெரிவிக்கப்பட்டிருக்கின்றன.

அனைத்தும் பொது வெளிகளிலும் வைக்கப்பட்டிருக்கின்றன. பங்குச் சந்தை விதிமுறைகளை முழுமையாக கடைப்பிடித்து வருகிறோம்.

இருப்பினும் திசை திருப்பும் வகையில் செய்தி பரப்புவது வருந்தத் தக்கது' எனத் தெரிவிக்கப்பட்டிருக்கிறது

53

ராகுல் காந்தி தகுதி நீக்கம் குறித்த எதிர்ப்பலைகள்

ராகுல் காந்தி தனது 'மோடி குடும்பப் பெயர்' கருத்துக்காக 2019 கிரிமினல் அவதூற வழக்கில் சூரத் நீதிமன்றத்தால் இரண்டு ஆண்டுகள் சிறைத்தண்டனை விதிக்கப்பட்ட ஒரு நாளுக்குப் பிறகு வெள்ளிக்கிழமையன்று எம்பியாக தகுதி நீக்கம் செய்யப்பட்டார்.

ராகுல் காந்தியை தகுதி நீக்கம் செய்ததைக் கண்டித்து திங்கட்கிழமை முதல் நாடு முழுவதும் போராட்டம் நடத்தப்படும் என்று காங்கிரஸ் முக்கிய தலைவர் ஜெய்ராம் ரமேஷ் தெரிவித்தார்.

"நாங்கள் நாட்டு மக்களிடம் சென்று ராகுல் காந்திக்கு எதிரான நடவடிக்கை திட்டமிடப்பட்ட ஒன்று என்பதை அவர் களிடம் கூறுவோம்.

பாரத் ஜோடோ யாத்திரயால் பாஜக, ராகுல்காந்தியை இழிவுப் படுத்த முயற்சிக்கிறது" என்று கூறினார்.

ராகுல் காந்தி பிப்ரவரி 7 முதல் நாடாளுமன்றத்தில் அதானி பிரச்சினையை எழுப்பி வருகிறார். ஒன்பது நாட்களுக்குப் பிறகு பிப்ரவரி 16 அன்று அவர் மீதான அவதூறு வழக்கு வேகம் பெற்றது.

பிப்ரவரி 27 அன்று ஓராண்டுக்குப் பிறகு மீண்டும் விவாதம் தொடங்கி மார்ச் 17 அன்று தீர்ப்பு ஒத்தி வைக்கப்பட்டது.

இதற்குப் பின்னால் மூன்று முக்கிய காரணங்கள் உள்ளன. பண மதிப்பிழப்பு மற்றும் ஜிஎஸ்டிக்கு எதிராகப் பேசுதல், பாரத் ஜோடோ யாத்ராவின் வெற்றி மற்றும் அதானி ஊழலை அமல்படுத்துதல்.

ராகுல் காந்தியின் தகுதி இழப்பு, ஜனநாயகப் படுகொலை குறித்து பல்வேறு தரப்புகளிலிருந்தும் கருத்துக்கள் பதிவு செய்யப்பட்டன.

ராகுல் காந்தி தவறான வார்த்தைகளைப் பயன்படுத்தினார். மன்னிப்பு கேட்க மறுத்து விட்டார் என்று முன்னாள் சட்ட அமைச்சர் ரவிசங்கர் பிரசாத் கூறினார்.

'சட்டம் அதன் போக்கை எடுத்துள்ளது. தகுதி நீக்கம் என்பது சட்டத்திற்கு உட்பட்டது. காங்கிரசின் உயர்மட்ட சட்ட மூளைகள் பவன் கேராவின் வழக்கில் செய்தது போல் இந்த வழக்கில் உயர்நீதி மன்றங்களை ஏன் அனுமதிக்கவில்லை' என்று பிரசாத் கூறினார்.

காங்கிரஸ் தலைவர் ராகுல் காந்தியை லோக்சபா எம்பி தகுதி நீக்கம் செய்தது பாசிச நடவடிக்கை என தமிழக முதல்வரும், திமுக தலைவரு மான மு.க.ஸ்டாலின் கண்டனம் தெரிவித்துள்ளார்.

ராகுல் காந்தி மீதான நடவடிக்கை முற்போக்கு ஜனநாயக சக்திகளுக்கு எதிரான தாக்குதல் என்று முதல்வர் கூறினார்.

"ராகுல் காந்திக்கு எதிரான நடவடிக்கை பாஜகவுக்கு எவ்வளவு பயமாக இருக்கிறது என்பதை காட்டுகிறது. நாட்டு மக்களை ஒன்றிணைக்கும் பஷத் ஜோடோ யாத்திரையின் வெற்றியும் இதற்கு ஒரு காரணம்" என்று ஸ்டாலின் கூறினார்.

எம்.பி. தகுதி நீக்கம் செய்யப்பட்ட சிலமணி நேரங்களுக்குப் பிறகு,

ராகுல்காந்தி ட்வீட் செய்தார். "நான் இந்தியாவின் குரலுக்காக போராடு கிறேன். என்ன விலை வேண்டுமானாலும் கொடுக்க தயாராக இருக் கிறேன் என்றார்.

நீங்கள் சட்டத்திற்கு மேலானவரா? உச்சநீதிமன்ற உத்தரவுக்குப் பிறகும் நீங்கள் மாற மாட்டீர்கள். யாரும் எதுவும் சொல்ல மாட்டார்கள்? இது முதல் தகுதி நீக்கம் அல்ல" என்று பாஜக எம்பியும் மத்திய அமைச்சருமான அனுராக் தாக்கூர் கூறினார்.

இந்தியாவின் ஜனநாயகத்தை முடிவுக்கு கொண்டு வர மோடி முயல்கிறார் என்று பிரதமர் மோடி மீது பிரியங்கா காந்தி சாடியுள்ளார்.

நரேந்திர மோடி, தியாகி பிரதமரின் மகனை துரோகி என்றும், மீர் ஜாபர் என்றும் உங்கள் துரோகிகள் அழைத்தனர். உங்கள் முதல்வர் ஒருவர் ராகுல் காந்தியின் தந்தையார் என்று கேள்வி எழுப்பினார்.

காஷ்மீரி பண்டிட்டுகளின் வழக்கப்படி தந்தையின் மறைவுக்குப் பிறகு மகன் தலைப்பாகை அணிந்து தனது குடும்பத்தின் பாரம்பரியத்தை நிலை நாட்டுகிறார். ஆனால் நாடாளுமன்றத்தில் ஒட்டுமொத்த குடும்பத்தையும், காஷ்மீரி பண்டிட் சமூகத்தையும் அவமதித்து, நேருவை ஏன் தனக்கென வைக்கவில்லை என்று கேட்டீர்கள். குடும்பப் பெயர்.

ஆனால் எந்த நீதிபதியும் உங்களை குற்றவாளி என்று அறிவிக்க வில்லை. நீங்கள் பாராளுமன்றத்தில் இருந்து தகுதி நீக்கம் செய்யப்பட வில்லை என்று பிரியங்கா காந்தி கூறினார்.

உண்மையான தேசபக்தராக ராகுல், அதானியின் கொள்ளை குறித்து கேள்வி எழுப்பினார். நீரவ் மோடி மற்றும் மெகுல் சோக்சி குறித்து கேள்வி எழுப்பினார்.

உங்கள் நண்பர் கவுதம் அதானி, அவரது கொள்ளையை கேள்விக்குட் படுத்தியபோது அதிர்ச்சியடைந்த நாட்டின் பாராளுமன்றம் மற்றும் இந்தியாவின் பெரிய மக்களை விட உங்கள் நண்பர் கவுதம் அதானி பெரியவரா?

என் குடும்பத்தை வம்சம் என்று சொல்கிறீர்கள். ஆனால் இந்தக் குடும்பம் இந்தியாவின் ஜனநாயகத்தை அதன் இரத்தத்தால் பாய்ச்சி யுள்ளது. அதை நீங்கள் முடிக்க முயல்கிறீர்கள். நரம்புகளுக்கு ஒரு சிறப்பு

உண்டு. அது உங்களைப் போல கோழை, அதிகார வெறி கொண்ட சர்வாதிகாரியின் முன் ஒரு போதும் தலை வணங்கியதில்லை ஒரு போதும் செய்யாது. நீங்கள் விரும்பியதைச் செய்யுங்கள், என்று பிரியங்கா காந்தி கூறி முடித்தார்.

ராகுல் காந்தியின் தகுதி நீக்கம் 'ஜனநாயகத்தின் நேரடி கொலை' என்று உத்தா தாக்கரே கூறினார்.

எம்.வி.ஏ. பார்ட்னர் குறித்து பேசிய தாக்கரே ராகுல் காந்தியின் வேட்பு மனு ரத்து செய்யப்பட்டது. 'திருடனை திருடன்' என்று அழைப்பது நம் நாட்டில் குற்றமாகி விட்டது. திருடர்களும் கொள்ளையர்களும் இன்னும் சுதந்திரமாக உள்ளனர்.

ராகுல் காந்தி தண்டிக்கப்படுகிறார். இது ஒரு நேரடி கொலை. ஜனநாயகம், அனைத்து அரசாங்க அமைப்புகளும் அழுத்தத்தில் உள்ளன. இது ஒரு சர்வாதிகாரத்தின் முடிவின் ஆரம்பம். இப்போது போராட்டத்திற்கு சரியான வழிகாட்டுதல் வழக்கப்பட வேண்டும் என்று கூறினார்.'

'நமது அரசியலமைப்பு ஜனநாயகத்திற்கு ஒரு புதிய தாழ்வை ஏற்படுத்தியதற்காக மம்தா பானர்ஜி ராகுல் காந்திக்கு ஆதரவாக கேள்வி எழுப்பினார்.

பிரதமர் மோடியின் புதிய இந்தியாவில், எதிர்க்கட்சித் தலைவர்கள் பாஜகவின் பிரதான இலக்காகி விட்டனர்.

குற்றப் பின்னணி கொண்ட பாஜக தலைவர்கள் அமைச்சரவையில் சேர்க்கப்பட்டாலும் எதிர்க்கட்சித் தலைவர்கள் அவர்களின் பேச்சுக்கு தகுதியற்றவர்கள் இன்று நமது அரசியலமைப்பு ஜனநாயகத்திற்கு ஒரு புதிய தாழ்வை நாங்கள் கண்டுள்ளோம்' என்று பதிவிட்டுள்ளார் மம்தா.

❏❏❏

54

அதானியைப் பற்றி பேசியதால் தகுதி நீக்கம்

லோக்சபாவில் இருந்து தகுதி நீக்கம் செய்யப்பட்ட மறுநாள் சனிக்கிழமை, ஆளும் பாஜகவை விமர்சித்த காங்கிரஸ் தலைவர் ராகுல் காந்தி, அதானி குழுமத்தின் ஷெல் நிறுவனங்களில் 20000 கோடி ரூபாய் முதலீடு செய்தது யார் என்பதை குறித்தும், குழுமத் தலைவர் கவுதம் அதானிக்கு இடையேயான உறவு குறித்தும் தொடர்ந்து கேள்விகளை எழுப்புவேன் என்று கூறினார்.

'அதானி பற்றிய எனது அடுத்த பேச்சுக்கு பிரதமர் பயப்படுவதால் நான் தகுதி நீக்கம் செய்யப்பட்டேன் என்பதை தயவு செய்து புரிந்து கொள்ளுங்கள். நான் அதை நாடாளுமன்றத்தில் வழங்குவதை அவர்கள் விரும்பவில்லை. ஆனால் நான் அமைதியாக இருக்க மாட்டேன்.

உண்மை கேட்கப்படும்' என்று ஒரு செய்தியாளர் கூட்டத்தில் காந்தி கூறினார்.

201ம் ஆண்டில் பிரதமரின் குடும்பப் பெயரை பற்றி ராகுல் காந்தி கூறியதற்காக சூரத் நீதிமன்றம் அவதூறு வழக்கில் அவருக்கு இரண்டு ஆண்டுகள் சிறைத்தண்டனை விதித்ததை அடுத்து லோக்சபாவில் இருந்து ராகுல் காந்தியின் தகுதி நீக்கம் வெள்ளிக்கிழமை அறிவிக்கப் பட்டது.

'தகுதி நீக்கம் செய்வதன் மூலமோ அல்லது சிறையில் அடைப்பதன் மூலமோ அவர்கள் என்னை பயமுறுத்த முடியாது. நான் பின் வாங்க மாட்டேன். அதானி ஷெல் நிறுவனங்களில் 20000 கோடி முதலீடு செய்தது யார் என்பது கேள்விக் குறியாகவே உள்ளது. கேள்வி கேட்டுக் கொண்டே இருப்பேன். இந்தக் கேள்வியிலிருந்து கவனத்தை திசை திருப்புவதே முழு நாடகமும்' என்றார் ராகுல் காந்தி.

அதானி குழுமத்தின் அதிகரித்து வரும் கடன் பற்றிய கவலைகளை எழுப்பிய ஹிண்டன் பர்ச் ஆய்வு மற்றும் வெளிநாட்டு வரி புகலிடங்களை சட்ட விரோதமாக பயன்படுத்துதல் மற்றும் பங்குகளைக் கையாளுதல் போன்றவற்றை பரிந்துரைத்ததன் மீது ராகுல் காந்தி நாடாளுமன்றத்தில் அரசாங்கத்தையும் நரேந்திர மோடியையும் தாக்கிப் பேசினார்.

அதானிக்கும் மோடிக்கும் இடையிலான உறவுக்கான ஆதாரத்தையும் நாடாளுமன்றத்தில் சமர்ப்பித்ததாகவும், ஆனால் அவரது கருத்துகள் நீக்கப்பட்டதாகவும் கூறப்பட்டது.

மேலும் விமான நிலையங்களை அதானி நிறுவனமே நிர்வகிக்கும் வகையில் விதிகள் எவ்வாறு திருத்தப்பட்டன என்பது குறித்து சபா நாயகருக்கு விரிவான கடிதம் எழுதியுள்ளதாகவும் ராகுல் காந்தி கூறினார். ஆனால் சபாநாயகரிடமிருந்து எந்த பதிலும் வரவில்லை.

லண்டனில் இந்தியாவுக்கு எதிரான கருத்துக்களை தெரிவித்தாக எழுந்த குற்றச்சாட்டுகளுக்கு பதிலளித்த ராகுல் காந்தி, வெளிநாட்டு சக்திகளின் தலையீட்டைக் கோரி தாம் ஒரு போதும் அறிக்கை விட வில்லை என்றும் அமைச்சர்கள் அதைப்பற்றி பொய் சொன்னார்கள் என்றும் கூறினார்.

❏❏❏

55

பிரியங்காவின் அரசியல் சீற்றம்

ராகுல் காந்தி தகுதி நீக்கத்தை எதிர்த்து டெல்லியில் நடந்த சத்தியா கிரகப் போராட்டத்தில் பிரதமர் நரேந்திர மோடியை பிரியங்கா காந்தி கடுமையாக விமர்சனம் செய்தார்.

அவதூறு வழக்கில் சூரத் நீதிமன்றம் ராகுல் காந்திக்கு இரண்டு ஆண்டுகள் சிறைத் தண்டனை விதித்ததையடுத்து எம்.பி.பதவியில் இருந்து அவர் தகுதி நீக்கம் செய்யப்பட்டார்.

இந்தத் தகுதி நீக்கத்திற்கு நாட்டின் பல்வேறு எதிர்க்கட்சிகளும் எதிர்ப்பு தெரிவித்தன.

இதையடுத்து பத்திரிக்கையாளர் களைச் சந்தித்த ராகுல்காந்தி, அதானி குறித்து தொடர்ச்சியாக தான் பேசி

வருவதைக் கண்டு பிரதமர் மோடி பயப்படுவதாகவும், அந்தப் பயத்தின் காரணமாகவே தான் தகுதி நீக்கம் செய்யப்பட்டிருப்பதாகவும் கூறினார்.

இந்த நிலையில் ராகுல் காந்தி தகுதி நீக்கத்திற்கு எதிராக நாடு முழுவதும் காங்கிரஸ் கட்சியினர் சத்தியாகிரகப் போராட்டத்தில் ஈடுபட்டனர்.

டெல்லியில் மகாத்மா காந்தி நினைவகம் அமைந்துள்ள ராஜ்காட்டில் நடந்த போராட்டத்தில் பிரியங்கா காந்தி மல்லிகார்ஜுன கார்தே உள்ளிட்ட காங்கிரஸ் கட்சியைச் சேர்ந்த பலரும் கலந்து கொண்டனர்.

அந்தக் கூட்டத்தில் பிரதமரை கோழை என விமர்சித்த பிரியங்கா காந்தி என்னைக் கைது செய்து என்னையும் சிறையில் அடையுங்கள் என்றார்.

தொடர்ந்து பேசிய பிரியங்கா காந்தி, ‘என் அப்பா நாடாளு மன்றத்தில் இழிவுபடுத்தப்பட்டார் உங்கள் அமைச்சர்கள் என் அம்மாவை பாராளுமன்றத்தில் இழிவுபடுத்தினர். உங்கள் முதலமைச்சர் ஒருவர் தந்தை யாரென்று ராகுல் காந்திக்கு தெரியாது என்றார். ஆனால் அவர்களுக்கு எதிராக எந்த நடவடிக்கையும் எடுக்கப்படவில்லை’ என்றார்.

தன்னுடைய தந்தை ராஜீவ் காந்தி குறித்து பேசிய பிரியங்கா காந்தி, என் அப்பாவின் உடல் மூவர்ணக் கொடி போர்த்திக் கொண்டு வரப் பட்டது. ஆனால் இன்று அவரது குடும்பம் அவமரியாதை செய்யப் பட்டுள்ளது என்றார்.

காங்கிரஸ் கட்சியின் அகில இந்திய தலைவர் மல்லிகார்ஜுன் கார்கே பேசும் போது, ‘உண்மையைப் பேசவிடாமல் யாராவது எங்களைத் தடுத்தால் உரிய முறையில் பதிலளிப்பதற்கான திறன் எங்களிடம் உள்ளது.

நாட்டைக் காப்பாற்ற, சுதந்திரத்தைக் காப்பாற்ற அரசியலமைப்பைக் காப்பாற்ற எங்களால் முடிந்த அனைத்தையும் செய்வோம்’ என்றார்.

❑❑❑

56

எங்கள் வீடு உங்களுக்கு ராகுல்ஜி

நான் வயநாட்டின் எம்பியாக இருந்தாலும் மக்களின் அடிப்படை கோரிக்கைக்காக குரல் கொடுப்பேன். எம்.பி. பதவி பறிக்கப்பட்டதால் நம்முடைய பந்தம் முடிந்து போனது என நினைக்க வேண்டாம் என வயநாட்டில் ராகுல் காந்தி பேசினார்.

எம்.பி.பதவி பறிக்கப்பட்ட பிறகு முதன் முறையாக எம்.பி ஆக இருந்த தொகுதியான வயநாட்டுக்கு வந்திருந்தார்.

தனது சகோதரி பிரியங்காவுடன் வந்திருந்த ராகுலுக்கு வயநாடு தொகுதி மக்களும் காங்கிரஸ் கட்சியினரும் பெரு மளவில் திரண்டு வரவேற்பளித்தனர்.

கடந்த நான்கு ஆண்டுகளுக்கு முன்பு

வயநாட்டில் போட்டியிட ராகுல் முதன்முறையாக வந்த சமயத்தில் எவ்வளவு கூட்டம் கூடியதோ அதே அளவுக்கு மக்கள் திரண்டு வரவேற்றனர்.

ராகுல் காந்தி ஹெலிகாப்டரில் வந்திறங்கியது முதல் பொதுக்கூட்டம் நடந்த மைதானம் வரை அவர் பேரணியாக சென்றார்.

பேரணி சென்ற வாகனத்தில் 'வாய்மையே வெல்லும்' (சத்திய மேவ ஜெயதே) என்று எழுதப்பட்டிருந்தது.

அப்போது 'எங்கள் வீடு உங்களுக்கு ராகுல் ஜீ' எனத் தொண்டர்கள் கோஷம் எழுப்பினர். பின்னர் பொதுக்கூட்டத்தில் ராகுல் காந்தி பேசுகையில், 'நான்கு ஆண்டுகளுக்கு முன்பு நான் உங்களைக் காண வந்தேன். நாடாளுமன்ற உறுப்பினராக ஆனேன். எனது தேர்தல் பிரச்சாரம் வித்தியாசமானது. சாதாரணமாக எனது பிரச்சாரத்தில் நான் என் செயல்பாடுகள் குறித்துப் பேசுவேன். ஆனால் நான் கேரளாவுக்கு வந்தபோது உங்கள் சகோதரன் என்ற உணர்வு ஏற்பட்டது.

ஒரு நாடாளுமன்ற உறுப்பினர் ஆக வேண்டுமானால் பல்வேறு குணாதிசயங்கள் வேண்டும். நாடாளுமன்ற உறுப்பினராக மக்களின் தேவைகள், மக்களின் துன்பம் வருத்தங்களை உணர்ந்து கொள்ள வேண்டும். மக்களின் இதயங்களை உணர்ந்து கொள்ள வேண்டும் மக்கள் சமமானவர்கள். சில சமயம் மக்களை நம்மை விட மேலான இடத்தில் வைக்க வேண்டும்.

ஒருவரின் சுயநலன்களை விட்டுவிட்டுத் தான் மக்கள் பிரதிநிதியாக முடியும். நாம் எதற்கும் பயப்படாமல் செயல்பட வேண்டும் எம்.பி என்பது ஒரு முகவரி மட்டும்தான்.

பாஜகவால் எனது எம்.பி என்ற முகவரியை மட்டும்தான் பறிக்க முடியும். எனது வீட்டை திரும்பப் பெற அவர்களால் முடியும். என்னை சிறையில் அடைக்கவும் அவர்களால் முடியலாம் ஆனால் வயநாடு மக்களிடம் நான் பேசுவதை தடுக்க பாஜகவால் முடியாது.

சுதந்திரமான நாட்டில் வாழ இந்திய மக்களும் வயநாட்டு மக்களும் நினைக்கிறார்கள். தங்கள் குழந்தைகள் விரும்பும் பாதையில் பயணிக்க வேண்டும் என இங்குள்ள குடிமகன்கள் விரும்புகின்றனர்.

தன்பிள்ளைகளை இன்ஜீனியர்களாகவோ, பிசினஸ்மேனாகவோ மாற்ற விரும்பினால் அதைச் செயல்படுத்த முடியும் என்ற தேசத்தை தான் இங்குள்ள மக்கள் விரும்புகின்றனர். ஆனால் கேவலம் நான்கைந்து பேருக்கு சொந்தமான நாட்டில் வாழ மக்கள் விரும்பவில்லை. இந்த விசயங்களை மக்களுக்கு சொல்லவே வயநாட்டின் மக்கள் பிரதிநிதி என்ற வகையில் நான் விரும்புகிறேன்.

நான் பல ஆண்டுகளாக பாஜகவுக்கு எதிரான போராட்டங்களை நடத்தி வருகிறேன். பல ஆண்டுகளாக என போராட்டம் குறித்து புரிந்து கொள்ளக் கூட அவர்களால் முடியவில்லை.

அவர்களது எதிரி ஒரு விதத்திலும் பயப்படும் நபர் அல்ல என்பது அவர்களுக்குப் புரியவில்லை. இந்த யதார்த்தத்தை அவர்கள் புரிந்து கொள்ளாதது என்னை ஆச்சர்யப்படுத்துகிறது.

எனது அரசு குடியிருப்பில் போலீசை அனுப்பினால் நான் பயப்படு வேன் என அவர்கள் நினைக்கிறார்கள். என் வீடு பறிக்கப்பட்டால் நிலைகுலைந்து போவேன் என நினைக்கிறார்கள். அந்த வீட்டில் வசிப்பது எனக்கு மகிழ்ச்சி அல்ல.

மழைவெள்ள பிரளயத்தின்போது வயநாட்டில் நூற்றுக்கணக்கான மக்கள் வீடு இழந்ததை நான் கண்டேன். பேரிடருக்கு எதிராக நீங்கள் போராடியதை நான் பார்த்தேன். என் வீட்டை ஐம்பது முறை பறி கொடுத்தாலும் நான் கவலைப்பட மாட்டேன். பயப்பட மாட்டேன். இந்திய மக்களின் வயநாட்டு மக்களின் குரலாக நான் ஒலித்துக் கொண்டே இருப்பேன்.

பாஜக மக்களுக்குள் பிரிவினையையும் பயத்தையும் ஏற்படுத்துகிறது. நான் மக்களோடு இருக்கிறேன். நான் வயநாட்டின் எம்பியாக இருந்தா லும் இல்லாமல் இருந்தாலும் மக்களின் அடிப்படை கோரிக்கைக்காக குரல் கொடுப்பேன். எனது எம்.பி பதவி பறிக்கப்பட்டதால் நம்முடைய பந்தம் முறிந்து போனது என நீங்கள் நினைக்க வேண்டாம்.

இரண்டோ மூன்றோ வருடங்கள் பற்றி நான் பேசவில்லை. என் உயிர் உள்ளவரை நான் உங்களுக்கு கடமைப்பட்டிருக்கிறேன். அவர்கள் என்னைப் பிடித்து சிறையில் அடைத்தாலும் வயநாட்டுடன் எனது பந்தம் என்றும் இருக்கும்.

அதானியுடனான பந்தம் குறித்து பிரதமரிடம் நாடாளுமன்றத்தில் தொடர்ச்சியாக கேள்வி கேட்டேன். அதானி இரண்டாம் இடத்துக்கு வந்தது எப்படி எனவும், அவருக்கு பிரதமர் உதவியது குறித்தும் நான் கேட்டேன்.

இந்திய இஸ்ரேல் ராணுவ ஒப்பந்தம் அதானியின் கைக்கு எப்படி மாற்றப்பட்டது எனக் கேள்வி எழுப்பினேன்.

ஏர்போர்ட் சட்டங்களில் மாற்றம் ஏற்படுத்தியது குறித்தும் அவருடனான நட்பு குறித்தும் கேள்வி கேட்டேன். பிரதமரிடம் பதில் இல்லை.

பாஜக அமைச்சர்களோ நாடாளுமன்றத்தை முடக்கினார்கள். நாடாளுமன்றத்தின் தனி நபருக்கு எதிராக குற்றச்சாட்டு இருந்தால் அவர் விளக்கம் அளிக்க சட்டத்தில் இடம் உண்டு.

நான் சபாநாயகரிடம் சட்டம் பற்றி கூறி விளக்கம் அளிக்க வாய்ப்பு கேட்டேன். சபாநாயகரின் அலுவலகத்துக்கு சென்றும் கேட்டேன். அதற்கு அவர் தனக்கு வேறு வழி இல்லை எனச் சொன்னார்.

எனக்கு விளக்கம் அளிக்க வாய்ப்பு கிடைக்கவில்லை. நான் கேள்வி கேட்டதால் நிலை குலைந்த அவர்கள் நாடாளுமன்றத்திலிருந்து வெளி யேறினார்கள். என்னைத் தகுதி நீக்கம் செய்ததை எனக்கு கிடைத்த வாய்ப்பாக கருதுகிறேன்.

என் பதவியைப் பறித்த போதும் என்னை பாஜகவினர் எதிர்க்கும் போது நான் சரியான பாதையில் செல்கிறேன் என உணர்ந்து கொள் கிறேன். என்ன நடந்தாலும் நான் என் செயல்பாட்டை மாற்றிக் கொள்ள மாட்டேன்.

இது எனக்காக அல்ல இந்த நாட்டின் மீதான அக்கறையில் செய் கிறேன். என்னுடைய எம்.பி. பதவிக்கும் நமக்குள்ள பந்தத்துக்கும் எந்த சம்பந்தமும் இல்லை. அதையும் தாண்டியது நமது பந்தம். பதவி பறிக்கப் பட்டதால் நம் பந்தம் இன்னும் ஆழமாகச் செல்லும். நம் பந்தம் குடும்ப பந்தமாகும். அது மாறாது. உங்கள் அன்புக்கு நன்றி' என்று கூறினார் ராகுல் காந்தி.

❏❏❏

57

ராகுல் பாஜகவால் வேட்டையாடப்படுகிறார்.

சமீப காலமாக ராகுல்காந்தி வேட்டையாடப்பட்ட விதம் பாஜகவின் மற்றொரு வக்ரமான பக்கத்தை அம்பலப் படுத்தி வருகிறது. அவர்களின் பதட்டத் தின் உஷ்ணமான முகத்தை பறைசாற்றி வருகிறது.

இருப்பினும் ராகுல் காந்தி தனது போராட்ட குணத்தை காட்டியதுடன் எந்தவித அழுத்தத்திற்கும் தான் ஒரு போதும் அடிபணிய மாட்டேன் என்பதை யும் தெளிவாக வெளிப்படுத்தி வருகிறார்.

கிரிமினல் அவதூறு வழக்கில் தண்டிக்கப்பட்ட 24 மணி நேரத்தில் ராகுல் காந்தியை லோக்சபாவில் இருந்து தகுதி நீக்கம் செய்ய லோக்சபா செயலகம், நடவடிக்கை எடுத்தது, காங்கிரஸ்

தலைவரும், வயநாடு எம்பியுமான தண்டனை அரசியல் உள்நோக்கம் கொண்டது என்ற கருத்தை உறுதிப்படுத்தியுள்ளது.

அரசியலமைப்புச் சட்டத்தின் 103 வது பிரிவு எம்பியின் தகுதி நீக்க உத்தரவு இந்திய குடியரசுத் தலைவரிடமிருந்து இந்தியத் தேர்தல் ஆணை யத்துடன் கலந்தாலோசித்து வர வேண்டும் என்று தெளிவாகக் கூறுகிறது.

மற்ற சூழ்நிலைகளில், செயல்பாட்டில் ஈடுபட்டுள்ள அதிகாரத்துவ சங்கிலி வாரங்கள் இல்லாவிட்டாலும் நாட்கள் எடுத்திருக்கும்.

2024 லோக்சபா தேர்தலுக்கு முந்தைய அரசியல் சண்டை சந்தேகத் திற்கு இடமின்றி ராகுல் காந்தியின் தலைமையில் தான் நடக்கும் என்பது உறுதியாகி விட்டது.

அதற்குரிய களமாக பாரத் ஜோடோ யாத்திரையை ராகுல்காந்தி பயன்படுத்த தயாராகி விட்டார்.

லடாக் மற்றும் அருணாச்சலப் பிரதேசத்தில் இந்தியாவின் எல்லை களில் சீன ஆக்கிரமிப்பு குறித்து மோடி அரசாங்கத்தின் தவறான தொடர்புகள் குறித்து ராகுல் காந்தி தனது ஒவ்வொரு பேச்சு மற்றும் உரையாடல்களில் கடுமையாகக் குறை கூறியுள்ளார்.

இதே போல கடந்த சில ஆண்டுகளாக அதானி குழுமத்தின் செங்குத்தான வளர்ச்சிக்கு வழிவகுத்ததாகக் கூறப்படும் பிரதமர் மீதான ராகுலின் தாக்குதல்கள் பாஜகவின் மூல நரம்புகளை சூடேற்றி வருவதைப் பார்க்க முடிந்தது.

வணிக நிறுவனத் தலைவரான கௌதம் அதானி, மோடியுடனான நீண்ட நட்பால் பலன் பெற்றுள்ளார் என்பது பரவலாகக் கருதப்படுகிறது.

அமெரிக்காவைத் தளமாகக் கொண்ட முதலீட்டு நிறுவனமான ஹின்டன்பர்க் ரிசர்ச் அதானி குழுமத்தின் நிதி மோசடிகளை அம்பலப் படுத்தியது.

மோடி அரசாங்கத்திற்கு எதிராக ராகுல்காந்தி குற்றம் சாட்டி வரும் குரோனிசம் மற்றும் ஊழல் குற்றச்சாட்டுகளுக்கு நம்பகத்தன்மையை அளித்தது.

ராகுல்காந்தி வேட்டையாடப்பட்டு வரும் தொடர் நிகழ்வுகள் பாஜகவின் ஆத்திரம் கொண்ட முகத்தை பிரதிபலிக்கிறது. முதலாவதாக

அதானி சர்ச்சை மற்றும் லோக் சபாவில் குற்றம் சாட்டப்பட்ட குரோனிசம் குறித்த அவரது உரையின் பல பகுதிகள் நீக்கப்பட்டன.

முதலில் இங்கிலாந்தில் ராகுல் காந்தி பேசிய கருத்துக்களைத் திரித்து, பின்னர்அக்கருத்துக்களுக்கு மன்னிப்பு கேட்க வேண்டும் என்று பாஜக தொண்டர்கள் துப்பாக்கிச் சூடு நடத்தினர்.

கருவூல பெஞ்சகளில் இருந்து எந்த எதிர்க்கட்சி உறுப்பினரும் இவ்வளவு தீவிரமான தாக்குதலுக்கு ஆளாகியிருக்க வாய்ப்பில்லை. ராகுல்காந்தி மன்னிப்பு கேட்கும் முன் மக்களவையில் பேசக் கூட அனுமதிக்கப்படவில்லை.

கிட்டத்தட்ட ஒவ்வொரு நாளும் சபையை சீர் குலைத்து, அடிக்கடி ஒத்தி வைக்க வேண்டிய கட்டாயத்தில், இறுதியில் எந்த விவாதமும் இல்லாமல் பட்ஜெட்டை நிறைவேற்றும் அளவுக்கு அரசியல் மோதல்கள் தீவிரமடைந்தன.

அதானி குழுமம் மோடி அரசாங்கத்துடன் தொடர்பு கொண்டதாகக் கூறப்படும் ஜேபிசி விசாரணைக்கு 16 எதிர்க்கட்சிகள் கோரிய போதும் ராகுல் காந்தியை ஒருங்கிணைத்து அவர் தகுதி நீக்கம் செய்ததும், ராகுல் காந்தியை பதவி நீக்கம் செய்தவற்கான காவல் பிரச்சாரங்கள் தொடர்ந்து நடைபெற்றன.

250க்கும் மேற்பட்ட மக்களவைத் தொகுதிகளில் பாஜகவுக்கு எதிராக நேரடியாக களமிறங்கும் காங்கிரசால் மட்டுமே காவி ஆட்சிக்கு கடும் சவாலாக உருவெடுக்க முடியும் என்பதை நன்கு அறிந்திருந்தும் மோடி தனது அனைத்து பேச்சுக்களிலும் காங்கிரசை மட்டுமே குறி வைத்துள்ளார். மற்ற எதிர்க்கட்சிகளை நோக்கவில்லை.

ராகுல்காந்திக்கு வாய்ப்பூட்டு போடுவதன் மூலம் இந்திய ஜன நாயகத்தின் காவலர்கள் தாங்கள் மட்டுமே என்று பாஜக பிரச்சாரம் செய்ய முனைந்தது.

ராகுல் காந்தியுடன் தகுதி நீக்கம், மம்தா பானர்ஜி, அரவிந்த் கெஜ்ரிவால், ஒய்.எஸ்.ஆர் ஜெகன் ரெட்டி மற்றும் பல எதிர்கட்சித் தலைவர்களிடமிருந்து நிபந்தனையற்ற ஆதரவை பெற்றுள்ளது. அவர்கள் அனைவரும் ஒன்றிய அரசின் தொடர் அழுத்தங்களால் போராடிக் கொண்டிருப்பவர்கள்.

பல்வேறு பிரச்சினைகளில் எதிர்கட்சிகளை ஒன்றிணைக்க காங்கிரசுக்கும் இது உகந்த நேரமாக அமைந்துள்ளது.

பொருளாதாரக் குற்றவாளிகளான லலித் மோடி மற்றும் நீரவ் மோடி ஆகியோரைக் குறி வைத்து, அவர்களை பிரதமருடன் சமன் செய்து ராகுல் காந்தியின் கோலார் அறிக்கை, இந்தியாவின் ஒட்டுமொத்த ஓபிசி சமூகங்களையும் அவமதித்து அவரது தண்டனைக்கு காரணமாக பாஜக வாதத்தை முன் வைத்தது.

ராகுல் காந்தி தனது உரைகள் மூலமும், ட்விட்டர் மூலமும் அறிக்கைகள் மூலமும் தமது போராடும் குணத்தை வெளிப்படுத்தி வருகிறார். அதிகாரத்தின் மீது குறிப்பிட்ட நேசம் இல்லாத தலைவராக தொடர்ந்து தன்னை முன்னிருத்தி வருகிறார் ராகுல்.

இந்தியாவின் பன்முகத் தன்மையையும் அதன் மக்களையும் பாதுகாக்க போராடக் கூடிய ஒரு புனிதமான தலைவராக தன்னை முன்னிலைப்படுத்தி வருவதை சாமானிய இந்தியராலும் புரிந்து கொள்ள முடிகிறது.

❑❑❑

58

ராகுலுக்கு விதிக்கப்பட்ட தண்டனைக்குத் தடை

மோடி பெயர் அவதூறு வழக்கில் காங்கிரஸின் முக்கியத் தலைவர் ராகுல் காந்திக்கும் விதிக்கப்பட்ட இரண்டு ஆண்டுகள் சிறைத் தண்டனைக்கு உச்ச நீதிமன்றம் இடைக்காலம் தடை விதித் துள்ளது.

கடந்த 2019ம் ஆண்டு மக்களவைத் தேர்தல் பிரச்சாரத்தின்போது மோடி பெயர் குறித்து அவதூறாகப் பேசிய வழக்கில் சூரத் நீதிமன்றம் வழங்கிய தண்டனையை நிறுத்தி வைக்க வேண்டும் என்று ராகுல் காந்தியின் கோரிக்கையை குஜராத் உயர்நீதிமன்றம் கடந்த 7ம் தேதி நிராகரித்தது.

உயர்நீதிமன்றத்தின் தீர்ப்பை எதிர்த்து காங்கிரஸ் முக்கிய தலைவர் ராகுல் காந்தி

உச்சநீதிமன்றத்தில் மேல்முறையீடு செய்திருந்தார். அந்த வழக்கு உச்சநீதிமன்றத்தில் மீண்டும் உயர்நீதிமன்ற நீதிபதிகள் பி.ஆர். கவாய், பி.எஸ்.நரசிம்ஹா மற்றும் சஞ்சய் குமார் அடங்கிய அமர்வு முன் விசாரணைக்கு வந்தது.

வழக்கினை விசாரித்த உச்ச நீதிமன்றம் ராகுல்காந்திக்கு விதிக்கப்பட்ட தண்டனைக்கு இடைக்கால தடை விதித்துள்ளது.

ராகுல் காந்தியின் மேல்முறையீட்டு வழக்கு விசாரணையின்போது, அவரது சார்பில், ஆஜரான மூத்த வழக்கறிஞர் அபிசேக் மனு சிங்வி, நீதிபதி இதனை தார் மீக ஒழுக்கக் கேடான ஒரு கடுங்குற்றமாக பார்க்கிறார். இது ஒரு பிணையில் வரக்கூடிய குற்றமாகும்.

இந்தக் குற்றம் சமூகத்துக்கு எதிரானதோ கடத்தலோ, பாலியல் வன்கொடுமையோ, கொலைக்குற்றமோ இல்லை. அப்படி இருக்கையில் இது எப்படி தார்மீக ஒழுக்கக்கேடான குற்றமாகும்?

ஜனநாயகத்தில் நமக்குள் கருத்து வேறுபாடுகள் உள்ளன. ராகுல் காந்தி ஒன்றும் கொடுங் குற்றவாளி கிடையாது. பாஜக தொண்டர்களால் பல வழக்குகள் பதிவு செய்யப்பட்டுள்ளன. ஆனால் எதற்கும் தீர்ப்பு வழங்கப்படவில்லை. ராகுல் காந்தி ஏற்கனவே இரண்டு நாடாளுமன்ற அமர்வுக்கு செல்ல முடியவில்லை என்று வாதிட்டார்.

இதற்கு பதில் அளித்த புர்னேஷ் மோடி சார்பில் ஆஜரான மகேஷ் ஜெத்மலானி, ‘அந்த மொத்தப் பேச்சும் 50 நிமிடங்கள் நீடித்தன. தேர்தல் ஆணையத்தின் ஆவணங்களில் அதற்கான ஆதாரங்களும் வீடியோ பதிவுகளும் இணைக்கப்பட்டுள்ளன. ராகுல் காந்தி ஒட்டுமொத்த சமூகத்தையும் இழிவுபடுத்தியுள்ளார்’ என்று வாதிட்டார்.

இந்த வழக்கு விசாரணையின் போது உச்சநீதிமன்றம் மூன்று விசயங்களை கவனத்தில் எடுத்துக் கொண்டது.

ராகுல் காந்தியின் அந்தப் பேச்சு ரசிக்கக் கூடியதாக இல்லை என்பதில் சந்தேகமில்லை. பொது வாழ்க்கையில் இருப்பவர்கள் தங்களின் பேச்சுகளில் கவனமாக இருக்க வேண்டும். அவமதிப்பு வழக்கில் உச்சநீதிமன்றம் அவரது பிராமணப் பத்திரத்தை ஏற்றுக் கொண்டிருக்கும் நிலையில் அவர் (ராகுல்) தனது பேச்சில் கவனமாக இருந்திருக்க வேண்டும்.

இந்த வழக்கில் அதிகபட்சம் இரண்டு ஆண்டுகள் தண்டனை விதிக்கப்பட்டிருப்பதற்கு எந்தவிதமான சிறப்பு காரணத்தையும் விசாரணை நீதிமன்றம் குறிப்பிடவில்லை.

தண்டனை வருடம் 11 மாதங்கள் வழங்கப்பட்டிருந்தால் எம்.பி. பதவி பறிக்கப்பட்டிருக்காது. இறுதி தீர்ப்பு வரும் வரை அந்தத் தண்டனை நிறுத்தி வைக்கப்பட வேண்டும்.

விசாரணை நீதிமன்ற உத்தரவின் பாதிப்பு பெரிய அளவில் உள்ளது. அது ராகுல் காந்தி தனது பொதுவாழ்க்கையைத் தொடரும் உரிமையைப் பாதிப்பது மட்டும் இல்லாமல் அவரைத் தேர்ந்தெடுத்த வாக்காளர்களின் உரிமையையும் பாதித்துள்ளது என்று உச்சநீதிமன்றம் குறிப்பிட்டுள்ளது.

59

மோடியை நாடாளுமன்றத்தில் பேச வைக்க நம்பிக்கையில்லா தீர்மானம்

இந்திய நாடாளுமன்றத்தில் நரேந்திர மோடி அரசுக்கு எதிராக கொண்டு வரப் பட்டுள்ள நம்பிக்கை இல்லா தீர்மானம் மீதான விவாதம் ஆகஸ்ட் 8ம் தேதி தொடங்கியது.

அரசு விவாதத்தை தவிர்க்கும் ஒரு பிரச்சனையில் எதிர்கட்சிகள் அரசாங்கத் துடன் விவாதம் நடத்த விரும்பும்போது நம்பிக்கை இல்லா தீர்மானம் பயன் படுத்தப்படுகிறது. இந்த முறையும் அந்த வகையிலேயே நம்பிக்கை இல்லாத தீர்மானம் பயன்படுத்தப்படுகிறது.

அனைத்து எதிர்க்கட்சிகளும் எண்ணிக்கை அடிப்படையில் மோடி அரசைக் கவிழ்க்க முடியாது என்று அறிந் திருந்தாலும் பிரதமர் நரேந்திர மோடியை

அவையில் பேச வைக்க வேண்டும் என்பதற்காக இந்த நடைமுறையை கையில் எடுத்துள்ளனர் எதிர்க்கட்சியினர்.

மக்களவையில் பெரும்பான்மைக்கு 272 எம்பிக்கள் தேவை. பாரதிய ஜனதா கட்சி தலைமையிலான தேசிய ஜனநாயக கூட்டணிக்கு 337 எம்பிக்கள் உள்ளனர். அதாவது தேசிய ஜனநாயகக் கூட்டணி அல்லாத அனைத்துக் கட்சிகளும் ஒன்று சேர்ந்தாலும் நம்பிக்கை இல்லா தீர்மானத்தின் மூலம் மோடி அரசை கவிழ்க்க முடியாது.

26 கட்சிகளின் 'இந்தியா' கூட்டணிக்கு மக்களவையில் 144 எம்பிக்கள் இருக்கிறார்கள். பிஜேடி, பி ஆர்.எஸ், ஒய் எஸ்.ஆர் காங்கிரஸ் போன்ற கட்சிகளுக்கு 70 எம்பிகள் உள்ளனர்.

எதிர்க்கட்சிகள் கொண்டு வந்த நம்பிக்கை இல்லா தீர்மானம் மீது விவாதிக்க மக்களவை சபாநாயகர் ஓம் பிர்லா அனுமதி அளித்துள்ளார்.

மக்களவையில் அஸ்ஸாம் மாநிலத்தைச் சேர்ந்த காங்கிரஸ் எம்.பி. கவுரவ் கோசோய் தீர்மானத்தை முன்வைத்து அதன் மீது முதலாவதாக உரையாற்றினார்.

மணிப்பூரில் நடந்து வரும் வன்முறை தொடர்பாக கொண்டு வரப் பட்ட இந்த நம்பிக்கை இல்லா தீர்மானத்தின் மீது ராகுல் காந்தி முதல் உரையை ஆற்றுவார் என்று நம்பப்பட்டது.

ஆனால் அவை நடவடிக்கைகள் தொடங்கியதும், கவுரவ் கோ சோய் தீர்மானத்தின் மீது பேசத் தொடங்கினார்.

கவுரவ் கோசோய் சொந்த மாநிலமான அசாம், மணிப்பூரைப் போலவே இந்தியாவின் வடகிழக்கில் உள்ளது. அதனால் கூட ராகுலுக்கு பதிலாக கவுரவ் கோசோயை காங்கிரஸ் முன்னிறுத்தியிருக்கக் கூடும்.

விவாதத்தைத் தொடங்க கவுரவ் கோசோய் எழுந்து நின்ற போது நாடாளுமன்ற விவகாரத்துறை அமைச்சர் பிரகலாத் ஜோஷி 'ராகுல் காந்திக்கு என்ன ஆனது. நாங்கள் காத்திருக்கிறோம்' என்று கேட்டார்.

அவதூறு வழக்கில் மார்ச் 24ம் தேதி ராகுல் காந்தியின் எம்பி பதவி பறிக்கப்பட்டது. ஆனால் ராகுல்காந்தி உச்சநீதி மன்றத்தில் இதற்கு நிவாரணம் பெற்று மீண்டும் நாடாளுமன்றத்துக்குள் நுழைந்திருக்கிறார்.

நம்பிக்கையில்லா தீர்மானம் மீதான விவாதத்தை தொடங்கிய கவுரவ் கோசோய் பிரதமர் நரேந்திர மோடி தொடர்பாக மூன்று கேள்விகளை முன் வைத்தார்.

பிரதமர் நரேந்திர மோடி இதுநாள் வரை மணிப்பூருக்கு ஏன் வரவில்லை?

இந்த வன்முறை குறித்து பிரதமர் மோடி ஏன் இதுவரை விளக்கம் அளிக்கவில்லை?

மணிப்பூர் முதல்வரை பிரதமர் ஏன் பதவி நீக்கம் செய்யவில்லை?

ஒவ்வொரு முக்கியமான பிரச்சினையிலும் பிரதமர் மோடி மௌனம் சாதிக்கிறார் என்று கோசோய் கூறினார்.

தேசிய விவகாரமாக இருந்தாலும் சரி, பிரதமர் மோடி ஒவ்வொரு சந்தர்ப்பத்திலும் மௌனம் காக்கிறார் என்று காங்கிரஸ் எம்பி கூறினார்.

‘பாஜக ஒரே இந்தியா பற்றி பேசுகிறது. ஆனால் அது இரண்டு மணிப்பூர்களை உருவாக்கியுள்ளது. பாஜக தனது அதிகாரத்திற்காக நாட்டின் ஒருமைப்பாட்டை ஆபத்தில் தள்ளுகிறது’ என்றார் கோகோய்.

கவுரவ் கோசோய்க்கு பதில் அளிக்க நிஷி காந்த் துபேஸை பாஜக களமிறக்கியது. எதிர்க்கட்சிகளின் இந்தியா கூட்டணியில் உள்ளவர்கள் தங்களுக்குள் பல மோதல்களைக் கொண்டுள்ளனர் என்று அவர் பேசினார். காங்கிரஸ் முன்னாள் தலைவர் சோனியா காந்தியையும் துபே குறை கூறினார்.

பிரதமர் நரேந்திர மோடிக்கு எதிரக நம்பிக்கையில்லா தீர்மானம் கொண்டுவரப்படுவது இது முதல்முறை அல்ல.

முன்னதாக கடந்த 2018ம் ஆண்டு மோடி அரசுக்கு எதிராக தெலுங்கு தேசம் கட்சி நம்பிக்கை இல்லா தீர்மானத்தைக் கொண்டு வந்தது.

ஆந்திராவுக்கு மோடி அரசு நிதி ஒதுக்கவில்லை என்று கூறி இந்தத் தீர்மானம் கொண்டு வரப்பட்டது.

நாடாளுமன்றத்தில் ஜனநாயகத்தில், மக்களால் நேரடியாகத் தேர்ந்தெடுக்கப்படும் மக்களவையில் பெரும்பான்மை இருந்தால் மட்டுமே அரசு ஆட்சியில் இருக்க முடியும்.

அரசியலமைப்பின் 75 (3) பிரிவின்படி அமைச்சர்கள் குழு மக்களவைக்கு கூட்டாகப் பொறுப்பாகும்.

இந்தக் கூட்டுப் பொறுப்பை சோதிக்க மக்களவையில் நம்பிக்கை இல்லாத் தீர்மானம் என்ற தனி விதி உள்ளது. இந்தத் தீர்மானம் மக்களவையில் அரசுக்கு பெரும்பான்மை உள்ளதா என்பதைச் சோதிப் பதற்காகப் பயன்படுகிறது.

50 எம்பிக்களின் ஆதரவைக் கொண்ட மக்களவை உறுப்பினர், எந்த நேரத்திலும் அரசுக்கு எதிராக நம்பிக்கையில்லாத் தீர்மானம் கொண்டு வரலாம். இந்தத் தீர்மானத்தின் மீது விவாதம் நடத்தப்படும். இதில் கட்சிகள் சார்பில் உறுப்பினர்கள் பேசுவார்கள்.

இவர்கள் முன் வைக்கும் குற்றச்சாட்டுகள் தொடர்பாக அரசு சார்பில் பிரதமர் பதில் அளிப்பார். அதன் பிறகு வாக்கெடுப்பு நடத்தப் பெறும். பெரும்பான்மையோர் அரசுக்கு எதிராக வாக்களித்தால் அரசு கவிழும்.

60

பாரத மாதாவைக் கொன்று விட்டீர்கள்!

மணிப்பூர் விவகாரத்தில் நாடாளு மன்றத்தில் தொடர்ந்து அமளி ஏற்பட்டு வந்த நிலையில் மத்திய அரசுக்கு எதிராக எதிர்க்கட்சிகள் கொண்டு வந்த நம்பிக்கை யில்லா தீர்மானத்தின் மீதான விவாதம் தொடங்கியது.

காலை 11 மணியளவில் மக்களவை கூடியவுடன் பிரதமர் மோடி சபைக்கு வர வேண்டும் என்று எதிர்க் கட்சிகளின் எம்.பிக்கள் அமளியில் ஈடுபடத் தொடங்கினர். மணிப்பூர் தொடர்பான கோஷங்கள் எழுப்பினர்.

அவர்களைக் கண்டு கொள்ளாமல் 'வெள்ளையனே வெளியேறு' போராட்டத்தில் உயிர் நீத்த தியாகி களுக்கு அஞ்சலி செலுத்தும் தீர்மானத்தை

சபாநாயகர் ஓம்பிர்லா வாசித்தார்.

1945ம் ஆண்டு இதே நாளில் ஜப்பானில் ஹிரோசிமா, நாகசாகி ஆகிய நகரங்களின் மீது அணுகுண்டு வீசப்பட்டதில் பலியானவர்களுக்கு அஞ்சலி செலுத்தும் தீர்மானத்தையும் வாசித்தார். பின்னர் உறுப்பினர்கள் அனைவரும் இரண்டு நிமிடம் எழுந்து நின்று மவுன அஞ்சலி செலுத்தினர்.

அதைத் தொடர்ந்து எதிர்க்கட்சி எம்பிக்கள் மீண்டும் மணிப்பூரில் பிரச்சினைக்காக அமளியில் ஈடுபட்டனர். அதற்கு மத்தியில் கேள்வி நேரத்தை சபாநாயகர் தொடங்கினார். பட்டியலில் உள்ள இருபது கேள்விகளும் கேட்கப்பட்டன.

இந்தக் கூட்டத் தொடரில் முதல் முறையாக 45 நிமிடங்களுக்கு கேள்வி நேரம் முடிந்தது. பிறகு சபையை பகல் 12 மணி வரை சபாநாயகர் ஒத்தி வைத்தார்.

பகல் 12 மணிக்கு மீண்டும் கூடிய போது நம்பிக்கையில்லா தீர்மானம் இரண்டாம் நாள் விவாதம் தொடங்கியது.

நான்கு மாதங்களுக்கு பிறகு மீண்டும் எம்.பி. ஆகியுள்ள காங்கிரஸ் முன்னாள் தலைவர் ராகுல் காந்தி முதல் முறையாக மக்களவையில் நம்பிக்கையில்லா தீர்மானம் மீதான விவாதத்தில் அவர் பேசியதாவது:- 'சில நாட்களுக்கு முன்பு நான் மணிப்பூர் சென்றேன். நமது பிரதமர் அங்கு செல்லவில்லை. இப்போது வரை அவர் ஏன் செல்லவில்லை? மணிப்பூர் இந்தியாவில் இருப்பதாகவே அவர் கருதவில்லை.

நான் மணிப்பூர் என்ற வார்த்தையை பயன்படுத்தினேன். ஆனால் உண்மையில் மணிப்பூரே இல்லை. அதை இரண்டாக பிளந்து விட்டீர்கள்.

நான் மணிப்பூர் சென்ற போது, நிவாரண முகாம்களில் தங்கியுள்ள பெண்கள் மற்றும் குழந்தைகளை சந்தித்தேன். ஒரு பெண்ணிடம் 'உங்களுக்கு என்ன நடந்தது?' என்று கேட்டேன்.

அதற்கு அந்தப் பெண், 'என் ஒரே ஆண் குழந்தையை என் கண் முன்னால் சுட்டுக் கொன்று விட்டார்கள். இரவு முழுவதும் குழந்தையின் உடலுடன் இருந்தேன். பிறகு பயந்து கொண்டு வீட்டை விட்டு வெளியேறினேன்' என்று கூறினார்.

நான் அவரிடம் 'உங்களுடன் ஏதாவது எடுத்துக் கொண்டு வந்தீர் களா?' என்றுகேட்டேன். அதற்கு அவர் உடுத்திய துணிகளையும் ஒரு புகைப்படத்தையும் மட்டுமே எடுத்து வந்ததாக கூறினார்.

மற்றொரு பெண்ணிடமும் என்ன நடந்தது என்று கேட்டேன். அவர் உடனே மயங்கி விழுந்து விட்டார். இவை இரண்டு உதாரணங்கள் தான்.

மணிப்பூரில் நீங்கள் இந்தியாவை கொலை செய்து விட்டீர்கள். உங்கள் கொள்கைகள் மணிப்பூரை கொலை செய்யவில்லை. மணிப்பூரில் உள்ள இந்தியாவை கொன்று விட்டது. மணிப்பூர் மக்களை கொலை செய்ததன் மூலம் பாரத மாதாவை கொலை செய்து விட்டீர்கள்.

நீங்கள் தேச பக்தர்கள் அல்ல, தேச விரோதிகள். இவ்வாறு ராகுல்காந்தி பேசிய போது பாஜக எம்பிக்கள் கடும் எதிர்ப்பு தெரிவித்து கூச்சலிட்டனர்.

மத்திய மந்திரி கிரண் ரிஜுஜு குறுக்கிட்டு 'வடகிழக்கு மாநிலங்களில் பயங்கரவாதம் உள்ளிட்ட பிரச்சினைகளுக்கு காங்கிரசே காரணம். எனவே ராகுல் காந்தி தனது கருத்துக்கு மன்னிப்பு கேட்க வேண்டும்' என்று கூறினார்.

ராகுல் காந்தி தொடர்ந்து பேசியதாவது:- 'மணிப்பூரில் ராணுவத்தை பயன்படுத்தி அமைதியை கொண்டு வந்திருக்கலாம். ஆனால் நீங்கள் ராணுவத்தை பயன்படுத்தவில்லை. இந்தியாவின் குரலை கொலை செய்து விட்டீர்கள். அதாவது மணிப்பூரில் பாரத மாதாவை கொலை செய்து விட்டீர்கள்.

எனது தாயார் (சோனியா காந்தி) இங்கு அமர்ந்திருக்கிறார். இன்னொரு தாயாரான பாரத மாதாவை மணிப்பூரில் கொன்று விட்டீர்கள்.

எங்கு பார்த்தாலும் மண்ணெண்ணையை தெளித்துவிட்டு தீ வைத்து விட்டீர்கள். அதே காரியத்தை இப்போது ஹரியானாவில் முயற்சி செய்கிறீர்கள்.

மேகநாதன், கும்பகர்ணன் ஆகிய இரண்டு பேர் பேச்சைத்தான் இராவணன் கேட்டான். அது போல் அமித்ஷா, அதானி ஆகிய இரண்டு பேர் பேச்சைத்தான் பிரதமர் மோடி கேட்கிறார்.

என்னை மீண்டும் எம்.பி. பதவியில் அமர்த்திய சபாநாயகர் ஓம் பிர்லாவுக்கு நன்றி தெரிவித்துக் கொள்கிறேன். கடந்த முறை நான் பேசிய போது உங்களுக்கும் வேதனையை ஏற்படுத்தி விட்டேன்.

நான் அதானியைக் குறிவைத்துத்தான் தீவிரமாக பேசினேன். அது உங்கள் மூத்த தலைவர்களுக்கு வேதனையை ஏற்படுத்தியது. உங்களையும் பாதித்து விட்டது. அதற்காக உங்களிடம் மன்னிப்பு கேட்டுக் கொள்கிறேன்.

நான் உண்மையை மட்டுமே பேசினேன். இன்று நான் அதானி பற்றி பேசப் போவதில்லை. எனவே பாஜக நண்பர்கள் பயப்பட வேண்டாம்.

நான் நாட்டின் ஒருமுனையில் இருந்து மறுமுனை வரை பாத யாத்திரை நடத்தினேன். கடலோர பகுதியில் இருந்து காஷ்மீரின் பனிமலை வரை சென்றேன். பாதயாத்திரை இன்னும் முடியவில்லை.

நான் அதை தொடங்கிய போது பலர் என்னிடம், ஏன் நடக்கிறீர்கள்? உங்கள் நோக்கம் என்ன?' என்று கேட்டனர். ஆனால் எனக்கு தெரிய வில்லை.

ஆனால் நான் நேசிக்கும் விசயத்தை விரைவிலேயே புரிந்து கொண் டேன். அந்த விசயத்துக்காக உயிரை விடவும் தயார். மோடி விரும்பினார் சிறைக்குச் செல்லவும் தயார். அந்த விசயத்துக்காக 10 ஆண்டுகளாக பாஜகவினரின் வசை மொழிகளை கேட்டு வருகிறேன் என்று ராகுல் காந்தி பேசினார்.

ராகுல் காந்தி பேசி முடித்தவுடன் பாஜக எம்பிக்கள் கடும் அமளியில் ஈடுபட்டனர். 'மோடி.... மோடி' என்று குரல் கொடுத்தனர். எதிர்க்கட்சி எம்.பிகளும் போட்டி முழக்கம் எழுப்பினர்.

❑❑❑

61

ஏன் மௌனம் காக்கிறார் மோடி?

மணிப்பூரில் மே 3ம் தேதி இரு பிரிவினரிடையே கலவரம் தொடங்கியது. கிட்டத்தட்ட நூறு நாட்களுக்கு மேலாகியும் நிலைமை அங்கு கட்டுக்குள் வரவில்லை.

அம்மாநிலத்தில் நடந்த வன்முறை சம்பவங்களில் இதுவரை 160க்கும் மேற்பட்டோர் உயிரிழந்துள்ளனர். பெண்கள் கூட்டு பலாத்காரம் செய்யப்பட்ட சம்பவம் ஒட்டு மொத்த இந்தியாவையும் உலுக்கியது.

இதுவரை 6500க்கும் மேற்பட்ட வழக்குகள் பதிவு செய்யப்பட்டிருந்த போதிலும் இந்த விவகாரத்தில் மாநில மற்றும் மத்திய பாஜக அரசுகளின் மெத்தனமான செயல்பாடுகளால் எதிர்

கட்சிகள், பொதுமக்கள் அதிருப்தி அடைந்துள்ளனர்.

குறிப்பாக இந்த விவகாரத்தில் பிரதமர் மோடி 'மௌன பிரதமர்' போல காட்சியளிப்பதாக விமர்சித்துள்ளனர்.

மணிப்பூரில் சட்டம் ஒழுங்கு முழுமையாக பாதிக்கப்பட்டுள்ள தாகவும், பெண்கள் மீது திட்டமிட்டு தாக்குதல் நடத்தப்படுவதாகவும் உச்சநீதிமன்ற நீதிபதிகள் அதிருப்தி தெரிவித்துள்ளனர்.

மணிப்பூரின் கலவரம் தொடர்பாக விசாரணை நடத்த 3 பேர் கொண்ட பெண் நீதிபதிகள் குழுவையும் நியமித்துள்ளனர். தொடர் எதிர்ப்பு எதிரொலியாக 80 நாட்களுக்குப் பின் 30 வினாடிகள் மட்டுமே பேசினார் மோடி.

ஆனால் மணிப்பூர் விவகாரம் தொடர்பாக நாடாளுமன்றத்தில் பிரதமர் மோடி விளக்கம் அளிக்க வேண்டுமென மழைக்கால கூட்டத் தொடரிலேயே எதிர்க்கட்சிகள் வலியுறுத்தின. வழக்கம்போல எதிர்க்கட்சிகளின் கோரிக்கையை பிரதமர் மோடி நிராகரித்தார். இதையடுத்து எதிர்க்கட்சிகள் தரப்பில் நம்பிக்கையில்லா தீர்மானம் ஒன்றிய அரசுக்கு கொண்டு வரப்பட்டது.

இந்தியத் துணைக்கண்டத்தையே நிலை குலைந்து போகச் செய் திருக்கும் மணிப்பூர் விவகாரம் அத்தனை எளிதில் கடந்து போகக் கூடிய ஒன்றாக பாஜக நினைக்கிறதா?

மணிப்பூர் மாநிலத்தில் இரண்டு பெண்கள் நிர்வாணப்படுத்தி ஊர்வலமாக அழைத்து வரப்பட்ட சம்பவம் ஒட்டு மொத்த தேசத்தையும் தலை குனியச் செய்திருக்கிறது.

நாட்டின் பிரதமர் முதல் கடைக்கோடி குடிமகன் வரை கோபத்தில் கொந்தளிக்கிறார்கள் வேதனையில் வெதும்புகிறார்கள்.

மணிப்பூரில் கடந்த சில மாதங்களாகவே நடந்து வந்த மோசமான அத்தியாயங்களின் மிக மோசமான தொடர்ச்சிப் பக்கங்களாகவே இந்த சம்பவம் அமைந்திருக்கிறது.

இனி என்ன சட்ட நடவடிக்கை எடுக்கப்பட்டாலும் குற்றவாளி களுக்கு என்ன தண்டனை பெற்றுத் தரப்பட்டாலும் இந்த சம்பவம் ஏற்படுத்தியிருக்கும் ரணம் குணமாகவும், ஆழமான வலி மறையவும்

வெகுநாளாகும். அழகிய மணிப்பூர் மாநிலம் இன்று இனப் பிரச்சினை யால் பிய்த்துப் போடப்பட்டு கிடக்கிறது.

நாட்டின் வடகிழக்கு ஓரத்தில் நட்புக் கொண்டிருக்கும் குட்டி மணிப்பூரின் ஒட்டுமொத்த மக்கள் தொகை 34 லட்சம்தான்.

மலைகள், பள்ளத்தாக்குகள், காடுகள் என்று சிக்கலான நிலப் பரப்பைக் கொண்ட மாநிலம் மணிப்பூர்.

அதைவிடச் சிக்கல் இங்குள்ள ஏராளமான இனக்குழுக்களும் அவற்றுக்கு இடையே நிலவும் பிரச்சினைகளும்.

அதிலும் சொந்த மாநிலத்திலேயே ஒருவருக்கு ஒருவர் எதிராய் யுத்த களத்தில் நிற்பதைப் போல் நிற்கிறார்கள், மெய்தி இனத்தினரும் குகி பழங்குடியினரும்.

இதில் மெய்திகள் தான் மாநிலத்தில் பெரும்பான்மை சமூகத்தினர். இவர்கள் 53 சதவீதத்தினராய் இருக்கிறார்கள்.

மெய்தி, மீய்தே, மீதேய், மீய்தேய், என்று பல பெயரில் அழைக்கப் படும் இவர்கள் மெய்தி மொழி பேசுகிறார்கள்.

மணிப்புரி என்றும் அழைக்கபடும் இதுதான் மாநிலத்தின் அதிகாரப் பூர்வ மொழி. மக்கள் தொகையில் சரிபாதிக்கு மேல் இருந்தாலும் 30 சதவீத மெய்தி மக்கள் சமவெளிப் பகுதியிலேயே வசிக்கின்றனர்.

ஆனால் பெரும்பான்மை சமூகத்துக்கு உள்ள சாதகமாக ஆட்சியிலும் அதிகாரத்திலும் மெய்திகளே கோலோச்சுகிறார்கள். முதல் மந்திரி பிரேன்சிங் இந்த சமூகத்தை சேர்ந்தவர்தான்.

மெய்திகளில் பெரும்பாலானவர்கள் இந்துக்கள், சனமாஹி என்ற பழமையான மதத்தை பின்பற்றுவோருடன், இஸ்லாம், கிறிஸ்தவ மதங் களை தழுவியவர்களும் குறைந்த சதவீதத்தில் உள்ளனர்.

மணிப்பூரின் பிற சமூகத்தினருடன் ஒப்பிடும் போது மெய்தி மக்கள் ஓரளவு வளமாக உள்ளனர். கல்வி வேலை வாய்ப்பில் இவர்களின் கையே ஓங்கி உள்ளது.

மெய்திகளுக்கு அடுத்த படியாக 24 சதவீதம் நாகா இசைக்குழுக்களும், 16 சதவீதம் குகி பழங்குடியின மக்களும் உள்ளனர்.

இந்த இனங்களுக்குள்ளும் துணைப்பிரிவுகள் உண்டு. ஆனால் அனைத்து குகி பிரிவுகளிலும் பெரும்பான்மையினர் கிறிஸ்தவர்கள்.

அதே போல் மெய்திகள் சமவெளி சமூகத்தினர் என்றால், குகிகள், நாகாக்கள் மலைவாசிகள். மாநிலத்தில் சுமார் 70 சதவீதமாய் உள்ள மலைப் பிராந்தியம் முழுவதும் இவர்களைப் போன்ற பழங்குடி இனத்தவரின் ராஜ்ஜியம் தான்.

இன்று மெய்திகளும் குகிகளும் தான் ஒருவரையொருவர் வில்லன்களாய் வெறுக்கிறார்கள். குரோதத்தோடு கொலை வெறியோடு அலைகிறார்கள்.

அருகருகே வசிப்பவர்கள் இடையே நிலவும் போட்டியும் பொறாமையும் மெய்திகள் குகிகள் இடையே ஆண்டாண்டு காலமாய் உண்டு.

மணிப்பூர் என்ற மாநிலம் உருவாவதற்கு முன்பிருந்தே இவர்களுக்கு இடையில் உரசலால் தீப்பொறிகள் பறந்து வந்திருக்கின்றன.

ஆனால் அது பெரு நெருப்பாய் வெடித்திருப்பது இப்போதுதான். அதற்கு காரணம் மணிப்பூர் உயர்நீதிமன்றம் தீர்ப்பு என்பதுதான் வேதனையான வேடிக்கை.

குகிகள் பட்டியல் பழங்குடி இனத்தினர், அதே அந்தஸ்தை பெரும்பான்மை மெய்தி சமூகத்துக்கும் வழங்குவது குறித்து பரிசீலிக்க வேண்டும் என்று மாநில அரசுக்கு உத்தரவிட்டது. மணிப்பூர் ஹைகோர்ட்டு. அதனால் மெய்திகளுக்கு பழங்குடியினருக்கான அனைத்து சலுகைகளும் அரசு வேலைவாய்ப்பு, கல்வியல் இடஒதுக்கீடு கிடைக்கும் வாய்ப்பு ஏற்பட்டது.

மேலும் மலைப்பகுதி நிலங்களை வாங்குவதற்கான வாய்ப்பும் மெய்திகளுக்கு உருவானது.

தங்களின் நிலத்துடன், கல்வி வேலைவாய்ப்பு பறிபோகும் என்ற பயம் குகி மக்கள் மத்தியில் பரவியது. ஏற்கனவே தாங்கள் புறக்கணிக்கப்படுவதாக பொருமிக் கொண்டிருந்த குகிகளின் குமுறல் கொதி நிலையை எட்டியது.

அதனால் அது வெடித்துச் சீறிக் கிளம்பியது. கடந்த மே 3ம் தேதியன்று மணிப்பூர் அனைத்து பழங்குடி மாணவர்கள் சங்கம், பழங்குடி ஆதரவு

பேரணிக்கு அழைப்பு விடுத்து நடத்தியது.

அமைதியாய் ஆரம்பித்த அந்த பேரணியில் வன்முறை வெடித்தது. மெய்தி மக்கள் அதிகமாக வாழும் இம்பால் பள்ளத்தாக்கு உள்ளிட்ட பகுதிகளில் வீடுகள் தாக்கி சேதப்படுத்தப்பட்டன. வாகனங்கள் தீக்கிரையாக்கப்பட்டன.

மெய்திகளும் பதிலடி கொடுத்தார்கள். குகி மக்களின் வீடுகளை குறிவைத்து தாக்கினர். இப்படி இருதரப்பு வன்முறையாளர்களும் திருப்பித் திருப்பி தாக்கிக் கொள்ள இருபக்கமும் பாதிப்பு ஏற்பட்டது. இதில் பாதிக்கப்பட்டதென்னவோ பொதுமக்கள் தான்.

தற்போது வாழ்விடம் இழந்து, வாழ்வாதாரமும்போய், எதிர்காலம் என்னவாகுமோ என்ற ஏக்கத்தில் சுமார் 60 ஆயிரம் பேர் நிவாரண முகாம்களில் தங்கியுள்ளனர்.

160க்கும் மேற்பட்ட உயிர்கள் பலியாகி உள்ளன. ஏராளமான வீடுகள் வெறும் சாம்பல் மேடுகளாக எஞ்சியிருக்கின்றன.

உயர்நீதிமன்ற உத்தரவை உச்சநீதிமன்றம் நிறுத்தி வைத்து விட்டாலும் அதற்குள் காட்டுத்தீ போல கலவரம் பரவி விட்டது. கட்டுப்பாட்டை மிஞ்சி விட்டது.

இந்த இனக்கலவரம் தொடர்பாக இயல்பாகவே மத்தியிலும் மாநிலத்திலும் ஆட்சியில் இருக்கும் பாஜக மீது விமர்சனக் கனைகள் பாய்கின்றன.

உள்துறை அமித்ஷா மணிப்பூர் சென்று சமரச முயற்சிகளில் ஈடு பட்டார். ஆனால் அது பலன் தரவில்லை. மெய்தி, குகி இருதரப்பினருமே சமாதானத்தில் ஆர்வம் காட்டவில்லை என்பது கவலைக்குரிய விசயம்.

தாங்கள் நிம்மதியாக வாழ வேண்டும் என்றால் தனி ‘குகிலாந்து’ மாநிலம்தான் ஒரே தீர்வு என்கிறார்கள் குகி மக்கள். அது சாத்தியமே இல்லை என்கிறது மெய் தரப்பு.

பெரும்பான்மையான தங்களை சிறுபான்மை குகி இனத்தினர் அச்சுறுத்துவதா என்ற ஈகோ அவர்களிடம் உள்ளது.

மியான்மர் நாட்டில் வாழும் சின் இனத்தினர் குகிகளுடன் பாரம்பரிய ரீதியாகவே நெருங்கிய தொடர்புடையவர்கள்.

அவர்கள் அதிகமாக, அதிவேகமாக மணிப்பூருக்குள் ஊடுருவிக் கொண்டிருக்கிறார்கள். அதனால் குகிகள் வருங்காலத்தில் தங்களை வீழ்த்தி விடுவார்கள் என்ற அச்சமும் அவர்களை ஆட்டிப் படைக்கிறது.

ஆக மணிப்பூர் மாநிலத்திற்கு அமைதி திரும்புதல் என்பது அருகில் இல்லை என்பதே நிதர்சனமாக உள்ளது.

62

மணிப்பூரில் கலவரம் உருவானது எப்படி?

மக்களவையில் மத்திய அரசுக்கு எதிரான நம்பிக்கையில்லா தீர்மானம் மீதான இரண்டாம் நாள் விவாதத்தின் போது மத்திய உள்துறை அமைச்சர் அமித்ஷா மணிப்பூர் கலவரம் குறித்து பதிலுரை ஆற்றினார்.

'மணிப்பூர் விவகாரம் குறித்து விவாதம் நடத்துவதை மத்திய அரசு தவிர்ப்பதாக பொய்ப் பிரச்சாரம் நடத்தப்பட்டது. ஆனால் முன்நாளிலிருந்தே விவாதத்துக்கு தயாராக இருந்தோம். எதிர்க்கட்சிகள் தான் விவாதம் நடத்த விரும்பவில்லை.

அவர்கள் அமலியை விரும்புகிறார் களே தவிர ஆக்கபூர்வமான விவாதத்தை விரும்பவில்லை. நான் பேசுவதையும் விரும்பவில்லை. ஆனால் என் குரலை

ஒடுக்க முடியாது. 130 கோடி மக்களும் எங்களைத் தேர்ந்தெடுத்துள்ளனர். எனவே நாங்கள் சொல்வதை எதிர்க்கட்சிகள் கவனிக்க வேண்டும்.

எங்கள் ஆட்சியில் கடந்த ஆறு ஆண்டுகளில் மணிப்பூரில் ஊரடங்கு அமல்படுத்த வேண்டிய அவசியமே இருக்கவில்லை. பந்தோ முழு அடைப்போ நடக்கவில்லை. பயங்கரவாதம் ஏறக்குறைய முடிந்து விட்டது.

அப்போது அண்டை நாடான மியான்மரில் ராணுவ தலைமை ஏற்பட்டது. அதில் குகி ஜனநாயக முன்னணி கட்சி பதவிக்கு வந்தது.

மியான்மர் எல்லையில் வேலி இல்லாததால் குகி சகோதரர்கள் மணிப்பூருக்கும் மிசோரமுக்கும் வரத் தொடங்கினர். அதுதான் மோதலுக்கு வழிவகுத்தது.

மெய்தி இனமக்களை பழங்குடியினர் பட்டியலில் சேர்ப்பது பற்றி பரிசீலிக்குமாறு மணிப்பூர் மாநில உயர்நீதிமன்ற உத்தரவு மோதலை அதிகரித்து விட்டது.

மணிப்பூரில் இனமோதல்கள் நடந்தது என்ற எதிர்க்கட்சிகளின் கருத்தை நான்ஏற்றுக்கொள்கிறேன். மணிப்பூர் வன்முறை வெட்கக் கேடானது. அதை அரசியல் ஆக்குவது இன்னும் வெட்கக் கேடானது.

மணிப்பூரில் வன்முறை குறைந்து வருகிறது. எரியும் நெருப்பில் எண்ணெய் ஊற்ற வேண்டாம் என்று எதிர்க்கட்சிகளை கேட்டுக் கொள்கிறேன்.

அரசியல் செய்வதற்காக ராகுல் காந்தி மணிப்பூருக்கு சென்றார். சுரசந்த்பூருக்கு ஹெலிகாப்டரில் செல்லுமாறு ராகுல்காந்தியை கேட்டுக் கொண்டோம். ஆனால் அவர் எதிர்ப்பு தெரிவித்து சாலை மார்க்கமாக சென்றார். அதனால் மணிப்பூர் போலீசால் தடுத்து நிறுத்தப்பட்டார்.

பொதுவாக ஒரு முதல் மந்திரி ஒத்துழைக்காத பட்சத்தில் தான் மாற்றப்பட வேண்டும். ஆனால் மணிப்பூர் முதல் மந்திரி பிரேன்சிங், மத்திய அரசுடன் ஒத்துழைத்து வருவதால் அவரை மாற்ற தேவை யில்லை.

முன்பெல்லாம் எல்லைக்கு அப்பால் இருந்து காஷ்மீருக்குள் பயங்கர வாதிகள் ஊடுருவி வந்தனர். எவ்வித எதிர்ப்பும் இன்றி, ராணுவ

வீரர்களின் தலையை துண்டித்தனர்.

ஆனால் நரேந்திர மோடி அரசு வந்த பிறகு, பாகிஸ்தானுக்குள் புகுந்து பயங்கரவாதிகளை அழிக்கும் கொள்கையை கடைப்பிடிக்கத் தொடங்கியது. ஒரு தடவை துல்லிய தாக்குதலும், மற்றொரு தடவை விமான தாக்குதலும், நடத்தப்பட்டன.

காஷ்மீரை முற்றிலும் பயங்கரவாதத்தின் பிடியில் இருந்து விடுவிக்க மோடி அரசு தொடர்ந்து பணியாற்றி வருகிறது. தற்போது காஷ்மீரில் கல் வீசுவதற்கு யாருக்கும் தைரியம் இல்லை.

முன்னாள் பிரதமர் நேருவின் தவறான கொள்கையின் வெளிப்பாடல் தான் அரசியல் சட்டத்தின் 370 வது பிரிவு உருவானது. அந்த பிரிவை ரத்து செய்து, காஷ்மீரை முழுமையாக இந்தியாவுடன் இணைக்கும் வரலாற்று சிறப்புமிக்க முடிவை பிரதமர் மோடி எடுத்தார்.

இப்போது பயங்கரவாதிகளின் உடல்களுடன் ஊர்வலம் நடத்தப் படுவது இல்லை. அவர்கள் கொல்லப்பட்ட இடத்திலேயே புதைக்கப்படு கிறார்கள்.

காஷ்மீர் பிரச்சினை தொடர்பாக ஹுரியத் அமைப்புடனோ, ஜாமியத் அமைப்புடனோ பேச மாட்டோம். காஷ்மீர் இளைஞர்களுடன் தான் பேசுவோம்.

உள்நாட்டுப் பாதுகாப்பை பொறுத்தவரை நாங்கள் பாப்புலர் பிரண்ட் ஆப் இந்தியாவை தடை செய்தோம்.

நாடு முழுவதும் 90 இடங்களில் சோதனை நடத்தினோம்' என்று கூறிய துடன் விவசாயிகளின் பிரச்சனை பற்றியும் பல கருத்துகளை முன்வைத்து சுமார் இரண்டு மணிநேரம் பேசினார். அதைத் தொடர்ந்து மணிப்பூரில் அமைதி திரும்ப வேண்டும் என்ற தீர்மானம் நிறைவேற்றப்பட்டது.

❒❒❒

63

இண்டியா கூட்டணியின் முழக்கம்

பெங்களூருவில் நடந்த 26 எதிர் கட்சிகள் பங்கேற்ற இரண்டு நாள்கள் ஆலோசனைக் கூட்டத்துக்குப் பிறகு, எதிர்க்கட்சிகளின் கூட்டணிக்கு இண்டியா - INDIA INDIAN NATIONAL DEVELOPMENTAL INCLUSIVE ALLIANCE என்று பெயர் சூட்டப்பட்டுள்ளதாக அறிவிக்கப்பட்டது.

கூட்டத்தில் பங்கேற்ற அனைத்துக் கட்சிகளின் ஒருமித்த ஆதரவுடன் இந்தப் பெயர் சூட்டப்பட்டுள்ளது. I-N-D-I-A என்றால் இந்திய தேசிய வளர்ச்சியை உள்ளடக்கிய கூட்டணி என்று அர்த்தம்.

கூட்டணிக்கு புதிய பெயர் சூட்டப் பட்ட அடுத்த நாள் 2024ம் ஆண்டு பொதுத் தேர்தலை எதிர்கொள்ளும்

வகையில் எதிர்க்கட்சிகளுக்கான தேர்தல் முழக்கமும் முடிவு செய்யப் பட்டுள்ளது.

2023 சூன் 23 அன்று பீகார் முதலமைச்சர் நிதிஷ்குமார் தலைமையில் பாட்னாவில் முதலாவது எதிர்க்கட்சிகள் கூட்டம் நடைபெற்றது. அப்போது புதிய கூட்டணிக்கான முன்மொழிவு பரிந்துரைக்கப்பட்டது.

ஐக்கிய முற்போக்கு கூட்டணித் தலைவர் சோனியா காந்தி தலைமையில் 2023 சூன் 18ல் பெங்களூரில் நடைபெற்ற இரண்டாவது கூட்டத்தில் கூட்டணிக்கான முன்மொழிவு ஏற்கப்பட்டது. மேலும் கூட்டணியின் பெயரும் இறுதி செய்யப்பட்டது. இந்தக் கூட்டத்தில் வரலாற்றுச் சிறப்பு மிக்க மூன்றாவது கூட்டம் மும்பையில் நடைபெறும் என்று அறிவிக்கப்பட்டது.

பாஜகவுக்கு எதிராக அணி திரண்டுள்ள 26 எதிர்க்கட்சிகளின் கூட்டணிக்கு 'இண்டியா' என்று பெயர் வைக்கப்பட்டுள்ளது.

தொடர்ந்து, 2024ம் ஆண்டு மக்களவைத் தேர்தலுக்கான 'இண்டியா' அணியின் முழக்கமாக, 'ஜீதேகா பாரத்' (இந்தியா வெல்லும்) என்பது இறுதி முடிவு செய்யப்பட்டுள்ளது.

காங்கிரஸ் முக்கிய தலைவர் ராகுல் காந்தி தனது ட்விட்டர் பக்கத்தில் குறிப்பு ஒன்றை வெளியிட்டுள்ளார்.

அதில் அவர், 'பாரத் ஜீதேகா... இண்டியா ஜீதேகா' என்று இந்தியில் குறிப்பிட்டுள்ளார்.

பெங்களூருவில் நடந்த எதிர்க்கட்சிகளின் இரண்டாவது ஆலோசனைக் கூட்டத்தில் காங்கிரஸ் தலைவர் மல்லிகார்ஜீன கார்கேவின் தொடக்கவுரையைத் தொடர்ந்து, திரிணமூல் காங்கிரஸ் தலைவரும் மேற்குவங்க முதல்வருமான மம்தா பானர்ஜி பேசினார்.

அப்போது அவர் கூட்டணிக்கு 'இண்டியா' என்ற பெயரை முன் மொழிந்தார் என்று கூட்டத்தில் பங்கேற்ற மூத்த தலைவர்களில் ஒருவர் தெரிவித்திருந்தார்.

இண்டியா பெயர் குறித்து பேசிய மம்தா போட்டி என்பது பாஜக வுக்கும், எதிர்க்கட்சிகளுக்கும் இடையேயானது அல்ல. பாஜகவுக்கும் இதர இந்தியாவுக்கும் இடையேயானது என்று கூறியுள்ளார்.

இண்டியா என்பதில் வரும் 'டி' என்பது 'ஜனநாயகமா' அல்லது 'வளர்ச்சியா' என்பது குறித்து நடந்த விவாதத்திற்குப் பின்னர், வளர்ச்சி என்பது இறுதி செய்யப்பட்டு, இண்டியா என்பதன் விரிவாக்கம் இந்திய தேசிய வளர்ச்சியை உள்ளடக்கிய கூட்டணி என்று முடிவு செய்யப் பட்டது.

ஆக மொத்தத்தில் இந்திய தேசிய வளர்ச்சியை உள்ளடக்கிய கூட்டணி (Indian National Developmental Inclusive Alliance I-N-D-I-A) என்பது இந்திய தேசிய காங்கிரஸ் தலைமையிலான இந்தியாவில் உள்ள மதச் சார்பற்ற, முற்போக்கு பொதுவுடைமை, சோசலிச அரசியல் கட்சிகளின் ஓர் அரசியல் கூட்டணியாகும்.

2024 இந்தியப் பொதுத் தேர்தலில் பாரதிய ஜனதா கட்சி தலைமை யிலான ஆளும் தேசிய ஜனநாயகக் கூட்டணியை எதிர்நோக்க இது இந்தியாவில் உள்ள 26 அரசியல் கட்சிகளின் கூட்டணியாகும்.

கூட்டணி பங்கேற்றுள்ள கட்சிகளின் விபரம் :

வ.எ	கட்சி	தலைவர்	மக்களவை உறுப்பினர் எண்ணிக்கை
1.	இந்திய தேசிய காங்கிரஸ்	மல்லிகா சுனகார்கோ	49/543
2.	திராவிட முன்னேற்ற கழகம்	மு.க.ஸ்டாலின்	24/543
3.	அகில இந்திய திரிணாமுல் காங்கிரஸ்	மம்தா பானர்ஜி	18/ 543
4.	ஐக்கிய ஜனதா தளம்	நிதிஷ் குமார்	16/ 543
5.	சிவசேனா	உத்தவ் தாக்கரே	6/543
6.	தேசியவாத காங்கிரஸ்	சரத் பவார்	5/543
7.	இந்திய பொதுவுடமைக் கட்சி	சீத்தாராம் யெச்சூலி (மார்க்கிஸ்ட்)	3/543
8.	சமாஜ்வாதி கட்சி	அகிலேஷ்யாதவ்	3/543
9.	இந்திய ஒன்றிய முஸ்லீம் தலீக்	கே.எம். காதர் முகைதீன்	3/543
10.	ஜம்மு காஷ்மீர் தேசிய மாநாட்டுக் கட்சி	பாரூக் அப்துல்லா	3/543
11.	இந்திய பொதுவுடைமை கட்சி	து. ராஜா	2/543
12.	ஆம் ஆத்மி கட்சி	அரவிந்த் கெஜ்ரிவால்	1/543
13.	ஜார்கண்ட் முக்தி மோர்ச்சோ	ஹேமந்த் சோரன்	1/543

14.	கேரள காங்கிரஸ் (எம்)	ஜோஸ்.கே. மணி	1/543
15.	விடுதலைக்சிறுத்தைகள் கட்சி	தொல். திருமாவளவன்	1/543
16.	புரட்சிகர சோசலிச கட்சி	மனோஜ் பட்டாச்சார்யா	1/543
17.	இராஷ்ட்ரீய ஜனதா தளம்	லாலு பிரசாத் யாதவ்	-
18.	இராஷ்ட்ரீய லோக் தளம்	ஜயந்த் சிங்	-
19.	மறுமலர்ச்சி திராவிட முன்னேற்றக் கழகம்	வைகோ	-
20.	இந்திய பொதுவுடைமை கட்சி (மார்க்சியம் லெனினியம்) விடுதலை	தீபன்கர்பட்டாச்சார்யா	-
21.	கேரளக் காங்கிரஸ்	பி.ஜே. போசப்	-
22.	ஜம்மு காஷ்மீர் மக்களின் ஜனநாயகக் கட்சி	மெகபூவா முப்தி	-
23.	அனைத்திந்திய பார்வர்டு பிளாக்	ஜி.தேவராஜன்	-
24.	மனித நேய மக்கள் கட்சி	ஜவா ஹிருல்லா	-
25.	கொங்கு நாடு மக்கள் தேசிய கட்சி	ஈ.ஆர். ஈஸ்வரன்	-
26.	அப்னா தளம்	கிருஷ்ணா பட்டேல்	-

❒❒❒

64

இந்தியா கூட்டணி தொடருமா?

முன்பு 19 கட்சிகள் இருந்த கூட்டணியில் இப்போது 28 கட்சிகள் இந்தியா கூட்டணியில் இணைந்திருக்கின்றன. இந்த நிலையில் மும்பையில் மூன்றாவது கூட்டம் நடந்ததே பெரிய சாதனைதான்.

ஒருவகையில் பார்த்தால் இந்த மூன்றாவது கூட்டம் ஒற்றுமையாக ந ந்திருப்பதே வெற்றிகரமான விசயம்தான்.

ஆம் ஆத்மி, திரிணாமுல் காங்கிரஸ், உத்தவ் தாக்கரேயின் சிவசேனா கட்சியைச் சேர்ந்தவர்கள், தங்கள் கட்சித் தலைவர் பிரதமராக இருக்க வேண்டும் என தாங்கள் விரும்பினாலும் கூட்டணி முடிவு செய்யும் எனச் சொல்லி விட்டார்கள்.

கடந்த 2019ல் நாம் பார்க்காத கட்சி இது. அதற்காக எல்லா முரண்பாடுகளும்

தீர்ந்து விட்டதாக அர்த்தமில்லை. முரண்பாடுகள் இருக்கத்தான் செய்யும். இன்னும் சில கட்சிகள் பாஜகவின் அழுத்தத்தால் வெளியேற லாம். இருந்தாலும் இந்த கூட்டம் வெற்றிகரமானது தான்.

காரணம் பெங்களூரு, பாட்னா கூட்டங்களுக்கு முன்பாக அமலாக்கத் துறை போன்ற துறைகளை வைத்துப் பல இடங்களில் ரெய்டு நடத்தப் பட்டன. ஆனால் இந்த முறை அப்படியேதும் நடக்கவில்லை என்பதே பாஜக பின்வாங்குவதைக் காட்டுகிறது.

இந்தக் கூட்டணியில் ஒன்றுக்கும் மேற்பட்ட பலமான கட்சிகள் இருப்பது ஒரு பிரச்சினை தான் என்பதை மறுக்க முடியாது.

இதற்கு முன்பாக ஐக்கிய முற்போக்குக் கூட்டணி, தேசிய ஜனநாயகக் கூட்டணி எனப் பல கூட்டணிகள் உருவாகி இருக்கின்றன.

அவற்றில் சக்தி வாய்ந்த ஒரு கட்சி இருக்கும் மற்றவை சிறிய கட்சி களாக இருக்கும். இதிலும் ஒரு பெரிய கட்சி இருக்கிறது. ஆனால் பல சக்தி வாய்ந்த கட்சிகளும் கூட்டணியில் உள்ளன. அது உள்ளுக்குள் ளேயே போட்டியை ஏற்படுத்தும்.

நாடு முழுவதும் ஒரே நேரத்தில் சட்டமன்றத்திற்கும் நாடாளு மன்றத்துக்கும் தேர்தல் நடத்துவது குறித்து ஆலோசிக்க முன்னாள் குடியரசுத் தலைவர் ராம்நாம் கோவிந்த் தலைமையில் ஒரு குழுவை அமைத்துள்ள செய்தி மிகுந்த சலசலப்பை ஏற்படுத்தியுள்ளது.

ஒரே நாடு ஒரே தேர்தல் என்பது சாத்தியமில்லை என்பதை ஏற்கனவே சட்ட ஆணையம் தெரிவித்து விட்டது. குழப்பத்தை ஏற்படுத்த வேண்டும் என்பதற்காகவே பாஜக இதைச் செய்கிறது.

பாட்னா கூட்டம் வெற்றிகரமாக நடக்காது. சரத்பவார் வர மாட்டார் என நினைத்தார்கள். ஆனால் அவர் அதில் பங்கேற்றார். கூட்டமும் வெற்றிகரமாக நடந்தது. அதனால் பெங்களூருவில் நடந்த கூட்டத்திற்கு முன்பாக தே.ஜ.கூவின் கூட்டத்தை நடத்தியது பாஜக. இப்போது நாடாளுமன்றத்தின் சிறப்புக் கூட்டம் ஒரே நாடு ஒரே தேர்தல் எனப் பேசுகிறார்கள்.

❏❏❏

65

இந்தியா கூட்டணியும் நிலைப்பாடுகளும்

மும்பையில் நடந்த விடுதலை 'இந்தியா' கூட்டணிக் கூட்டத்தில் வர விருக்கும் நாடாளுமன்றத் தேர்தலில் ஒன்றாக இணைந்து போட்டியிட முடிவு செய்யப்பட்டுள்ளது.

ஒருங்கிணைப்பு குழு உள்ளிட்ட குழுக்களையும் அமைக்கவும் முடிவு செய்யப்பட்டுள்ளது. பாஜகவுக்கு எதிராக எதிர்க்கட்சிகள் ஒன்றிணைந்து அமைத்துள்ள இந்தியா கூட்டணியின் இரண்டு நாள் கூட்டம் மும்பையில் உள்ள கிராண்ட் ஹையத் ஹோட்டலில் நடை பெற்று முடிந்துள்ளது.

இந்தக் கூட்டத்தில் 28 கட்சிகளைச் சேர்ந்த தலைவர்கள் கலந்து கொண்டனர். வியாழக்கிழமையும் வெள்ளிக்கிழமையும்

மும்பையில் நடைபெற்ற இந்தியா கூட்டணியின் கூட்டத்தில், வரவிருக்கும் நாடாளுமன்றத் தேர்தலை ஒன்றாக இணைந்து சந்திக்க தீர்மானம் நிறைவேற்றப்பட்டுள்ளது.

பல மாநிலங்களில் இடங்களைப் பகிர்ந்து கொள்வது தொடர்பான பேச்சு வார்த்தைகளை உடனடியாகத் தொடங்கி எவ்வளவு சீக்கிரம் முடியுமோ அவ்வளவு சீக்கிரம் முடிக்கவும் தீர்மானிக்கப்பட்டுள்ளது.

மேலும் நாடு முழுவதும் மக்கள் பிரச்சினைகள் குறித்து ஊர்வலங் களை நடத்தவும் முடிவு செய்யப்பட்டுள்ளது. ஜுடேகா பாரத், ஜுடேகா இண்டியா (பாரதம் ஒன்றிணையும் இந்தியா வெற்றி பெறும்) என்பதே இந்தக் கூட்டணியின் முழக்கமாகப் பல்வேறு மொழிகளில் முன் வைக்கப்பட்டும் என்றும் தீர்மானிக்கப்பட்டுள்ளது.

ஒருங்கிணைப்பாளர்கள், அமைப்பாளர்கள் ஆகியோர் தேர்வு செய்யப்படலாம் என எதிர்பார்க்கப்பட்ட நிலையில் 13 உறுப்பினர்களை கொண்ட ஒருங்கிணைப்புக் குழுவை இந்தியா கூட்டணி முடிவு செய்துள்ளது.

கூட்டணியின் முக்கிய முடிவுகளை இந்தக் குழுவே மேற்கொள்ளும். இந்தக் குழுவில் கே.சி. வேணுகோபால் (காங்கிரஸ்) டி.ஆர்,பாலு (திமுக) சரத் பவார் (தேசியவாத காங்கிரஸ்) தேஜஸ்வி யாதவ் (ராஷ்ட்ரிய ஜனதா தளம்) அபிஷேக் பானர்ஜி (திரிணாமுல் காங்கிரஸ்) ஜாவேத்கான் (சோவுலிஸ்ட் கட்சி) ஹேமந்த் சோரன் (ஜார்கண்ட் முக்தி மோர்ச்சா) சஞ்சய் ராவத் (சிவசேனா) ராகவ் சத்தா (ஆம் ஆத்மி) லல்லன் சிங் (ஐக்கிய ஜனதா தளம்) டி.ராஜா (இந்திய கம்யூனிஸ்ட் கட்சி) ஓமர் அப்துல்லா (தேசிய மாநாடு) மெபுபா முஃப்தி (மக்கள் ஜனநாயக கட்சி) உள்ளிட்டோர் இடம் பெற்றுள்ளனர்.

இந்தக் கூட்டத்தில் நாடாளுமன்றத்தின் சிறப்புக் கூட்டத்தைக் கூட்டி 'ஒரே நாடு ஒரே தேர்தல்' என்ற பெயரில் சட்டமன்றங்களுக்கும் நாடாளு மன்றத்திற்கும் ஒரே நேரத்தில் தேர்தல் நடத்த மத்திய அரசு திட்ட மிடுவது குறித்தும் விவாதிக்கப்பட்டுள்ளது.

கூட்டம் முடிவடைந்த பிறகு, காங்கிரஸ் தலைவர் மல்லிகார்ஜுன கார்கே, தி.மு.க தலைவர் மு.க.ஸ்டாலின், சிவசேனா தலைவர் உத்தவ் தாக்கரே, அரவிந்த் கெஜ்ரிவால், நிதிஷ்குமார், லாலு பிரசாத் யாதவ் உள்ளிட்டோர் செய்தியாளர்கள் மத்தியில் பேசினர்.

இந்தக் கூட்டத்தில் பேசிய காங்கிரஸ் தலைவர் மல்லிகார்ஜுனகார்கே, வரும் மாதங்களில் அரசின் பழிவாங்கும் நடவடிக்கைகளால் மேலும் பல கைதுகள், சோதனைகள் தாக்குதல்கள் நடக்கலாம். அதற்கு அனைவரும் தயாராக இருக்க வேண்டுமெனக் கூறியுள்ளார்.

பாட்னா, பெங்களூருவில் நடத்திய எதிர்கட்சி கூட்டணி கூட்டங்கள் வெற்றி பெற்றிருக்கின்றன. இந்தக் கூட்டங்களுக்குப் பிறகு பிரதமர் இந்திய கூட்டணியை தாக்கிப் பேசியதோடு அல்லாமல் நம்முடைய அமைப்பை பயங்கரவாத அமைப்போடு ஒப்பிட்டார் என்பதை வைத்துப் பார்க்கும்போது இதைப் புரிந்து கொள்ள முடியும் என்றும் கார்கே குறிப்பிட்டார்.

தமிழ்நாடு முதலமைச்சர் மு.க.ஸ்டாலின் கூட்டணியின் விளம்பரத் தூதராக பிரதமர் மோடி செயல்படுவதாகக் குறிப்பிட்டார்.

'பிரதமர் மோடி எங்கே போனாலும் அரசு நிகழ்ச்சியாக இருந்தாலும் கட்சி நிகழ்ச்சியாக இருந்தாலும், அங்கெல்லாம் ஒன்பது ஆண்டுகளில் செய்த சாதனைகளைப் பற்றி சொல்ல முடியாமல் இந்தியா கூட்டணியைப் பற்றியே பேசுகிறார்.'

இந்தக் கூட்டணியின் சிறந்த விளம்பரத் தூதராக மோடி செயல்படு கிறார். அதற்காக எங்கள் கூட்டணியின் சார்பில் அவருக்கு நன்றியைத் தெரிவித்துக் கொள்கிறோம்.

ஒன்பது ஆண்டுகளில் செய்ததாகச் சொல்வதற்கு அவர்களிடம் எந்த சாதனையும் கிடையாது. அவர்களுடைய ஆட்சிக்கு தினம் எதிர்ப்பு அதிகரித்து வருகிறது. எங்கள் கூட்டணியின் செல்வாக்கு அதிகரித்து வருகிறது. இது ஒரு திருப்புமுனைக் கூட்டமாக அமைந்திருக்கிறது. பாஜகவின் சரிவு ஆரம்பித்து விட்டது. இந்தியாவில் ஒருபோதும் காணாத சர்வதிகார ஆட்சியை நாம் பார்க்கிறோம்.

சிஏஜி அறிக்கை குறித்து பிரதமர் பதில் சொல்ல முன்வரவில்லை. உச்ச நீதிமன்றத் தீர்ப்புக்கு மதிப்பில்லை. அமலாக்கத்துறை சி.பி.ஐ. வருமானத் துறை என அரசு அமைப்புகளை ஏவல் அமைப்புகளாக பாஜக அரசு பயன் படுத்தி வருகிறது.

ஆனால் நாங்கள் நாட்டை ஒன்றாக இணைத்திருக்கிறோம். இந்தியாவைக் காக்க மதச்சார்பின்மையைக் காக்க இணைந்திருக்கிறோம்.

ஒரு போர்க்களத்தில் இணைந்திருக்கிறோம் என்று பேசினார் மு.க.ஸ்டாலின். இந்தக் கூட்டத்திற்கு முன்பாக பிரதமர் வேட்பாளர் யார் என்பது குறித்த கூட்டணிக்கு உள்ளேயே குழப்பங்கள் இருந்ததாகப் பேசப்பட்ட நிலையில், இந்தக் கூட்டத்தில் அது குறித்துப் பெரிதாக விவாதிக்கப்படவில்லை அதற்குக் காரணம் இருக்கிறது.

இது குறித்து மூத்த பத்திரிக்கையாளரான ரஷீத் கித்வாய், இப்போதைய சூழலில் இந்தியா கூட்டணிக்கு யார் தலைமை தாங்குவார் என்பதில் ஒருமித்த கருத்தை எட்டவில்லை.

அதற்குக் காரணம் பிரதமர் வேட்பாளரை சொல்வதாக இருந்தால் நரேந்திர மோடி என்ற பெயருக்கு இணையாக ஒரு தலைவரை அவர்கள் முன்னிறுத்த வேண்டும். அதனால் தான் அந்தக் கூட்டணி மிக எச்சரிக்கை யுடன் செயல்படுகிறது. அது ஒரு பலவீனம் தான். ஆனால் அந்த திசையில் தான் இந்தியா கூட்டணி செல்ல வேண்டும் என்கிறார் பத்திரிக்கையாளர் ஆர்.கே.ராதா கிருஷ்ணன்.

முதலில் நாடாளுமன்ற உறுப்பினர்களை தேர்வு செய்ய வேண்டும். நாடாளுமன்ற உறுப்பினர்கள் பிரதமரைத் தேர்வு செய்வார்கள். ஆகவே முன்கூட்டியே பிரதமர் வேட்பாளரை அறிவிக்க வேண்டியதில்லை.

தேர்தல் முடிந்த பிறகு அதை முடிவு செய்து கொள்ளலாம். 2014ம் ஆண்டு தேர்தலில் பாஜக நரேந்திர மோடியை முன்னிறுத்தி, தேர்தலைச் சந்தித்ததால்தான் இப்போது அந்தக் கேள்வி வருகிறது. பிரதமர் வேட்பாளர் இல்லாமல் தேர்தலை சந்திப்பது ஒரு பலவீனம் தான்.

ஆனால் இதை மக்களிடம் புரிய வைத்து தேர்தலைச் சந்திக்க வேண்டும். இல்லாவிட்டால் பாஜகவின் வலையில் வீழ்ந்து விட்டதாக ஆகிவிடும் என்கிறார் ஆர்.கே.ராதாகிருஷ்ணன்.

கடந்த 2004ம் ஆண்டு தேர்தலில் பாஜகவின் பிரதமர் வேட்பாளராக அப்போதைய பிரதமர் வாஜ்பாய் இருந்தார். ஆனால் காங்கிரஸ் எந்த பிரதமர் வேட்பாளரையும் முன்னிறுத்தாமலேயே வெற்றி பெற்றது. ஆகவே இந்தத் தேர்தலையும் அப்படியே சந்திப்பது நல்லது என்கிறார் மூத்த பத்திரிக்கையாளர் ஷ்யாம்.

❏❏❏

66

எம்.பிக்களைப் பார்த்து பறக்கும் முத்தம் கொடுப்பதா?

மக்களவையில் நம்பிக்கையில்லா தீர்மானம் மீதான விவாதத்தில் ராகுல் காந்தி பேசி முடித்தவுடன், மத்திய பெண்கள் மற்றும் குழந்தைகள் மேம்பாட்டுத்துறை மந்திரி ஸ்மிரிதி ராணி பேசினார். அப்போது அவர் ராகுல் காந்திக்கு கண்டனம் தெரிவித்துப் பேசிய தாவது:-

ராகுல் காந்தி எம்பிகளைப் பார்த்து பறக்கும் முத்தம் (பிளையிங் கிஸ்) கொடுத்துச் செல்கிறார். பெண் எம்.பி. களும் அமர்ந்துள்ள சபையைப் பார்த்து இப்படி செய்வது கண்ணியக் குறை வானது. நாடாளுமன்ற வரலாற்றில் இதற்கு முன்பு இத்தகைய அநாகரிக செயல் நடந்தது இல்லை. அவர் ஒரு பெண் விரோதி.

இந்தியா கொலை செய்யப்பட்டதாக ராகுல்காந்தி பேசியதை வன்மையாக கண்டிக்கிறேன். இப்படி ஒருவர் பேசுவது இதுவே முதல் முறை அதற்கு காங்கிரஸ் எம்பிகள் மேஜையை தட்டி ஆதரிக்கிறீர்கள்.

மணிப்பூர் பிளவுபடுத்தப்படவில்லை. அது இந்தியாவின் ஒரு அங்கம். தமிழ்நாட்டில், அவரது எதிர்க்கட்சி கூட்டணியைச் சேர்ந்த ஒருவர் 'இந்தியா என்றால் வடஇந்தியாவைத்தான் குறிக்கும்' என்று பேசி யுள்ளார். தைரியமிருந்தால் ராகுல் காந்தி அது பற்றி பேசவேண்டும்.

ஒரு காங்கிரஸ் தலைவர் காஷ்மீர் குறித்து வாக்கெடுப்பு நடத்த வேண்டும் என்று கூறியுள்ளார். இது காங்கிரஸ் தலைமையின் உத்தரவுப்படி பேசப்படுகிறதா?

நீங்கள் இந்தியா அல்ல. இந்தியாவின் ஊழலையும் திறமையின்மை யையும் அறிமுகப்படுத்தியது நீங்கள்.

பாதயாத்திரை பற்றி ராகுல்காந்தி பேசினார். இந்தியா இதுவரை பார்த்த காஷ்மீர் ரத்தத்தில் தோய்ந்து இருந்தது. ஆனால் ராகுல் காந்தி அங்கு சென்ற போது எல்லோரும் பனிப்பந்துகளை கொண்டு விளையாடிக் கொண்டிருந்தனர்.

370வது பிரிவை மோடி அரசு நீக்கியதால் தான் இது சாத்தியமானது. 370வது பிரிவை மீண்டும் கொண்டு வருவதாகவும் ராகுல் காந்தி பேசியுள்ளார். அதை மீண்டும் கெண்டு வர முடியாது.

காங்கிரஸ் கட்சியின் வரலாறு, ரத்தம் படிந்த வரலாறு. நெருக்கடி நிலையும் 1984ம் ஆண்டு சீக்கியர்களுக்கு எதிரான கலவரமும் காஷ்மீரில் நடந்த கொலைகளும் காங்கிரஸ் ஆட்சிக் காலத்தில் நடந்தன. அதைப் பற்றி காங்கிரஸ் பேசத் தயாரா? என்று அவர் பேசினார்.

இந்நிலையில் சபாநாயகர் ஓம் பிர்லாவை பாஜகவை சேர்ந்த பெண் எம்பிகள்சந்தித்தனர். பறக்கும் முத்தம் அளித்த ராகுல்காந்தி மீது நடவடிக்கை எடுக்கக் கோரி மனு அளித்தனர். அதில் இருபதுக்கும் மேற்பட்ட பாஜக பெண் எம்பிகள் கையெழுத்திட்டுள்ளனர்.

அவர்களில் ஒருவரான மத்திய மந்திரி ஷோபா கரண்ட்லஜே நிருபர் களிடம் கூறியதாவது:-

ஸ்மிரிதி இராணி மற்றும் அனைத்து பெண் எம்பிகளை நோக்கி பறக்கும் முத்தம் கொடுத்து விட்டு ராகுல் காந்தி வெளியேறினார். இது முற்றிலும் தவறான செயல். ஒரு எம்பியின் முறையற்ற அநாகரீக நடத்தை.

நாடாளுமன்ற வரலாற்றில் இதற்கு முன்பு இத்தகைய சம்பவம் நடந்தது இல்லை என்று மூத்த எம்பிக்கள் தெரிவித்தனர்.

மேலும் மத்திய மந்திரி ஸ்மிரிதி இராணி நிருபர்களிடம் கூறும் போது, 'ராகுல் காந்தி செய்தது போன்ற பெண் விரோத செயலை நாடாளு மன்றத்தில் இதற்கு முன்பு யாரும் செய்தது இல்லை. பெண்களின் கண்ணியத்தை பாதுகாக்க சட்டம் இயற்றும் மக்களவை, இத்தகைய பெண் விரோத செயலுக்கு சாட்சியாக இருக்கிறது. அவரைக் கூண்டில் ஏற்ற வேண்டாமா?

சாலையில் இதுபோன்ற அநாகரீக செயல்கள் நடப்பதை கேள்விப் பட்டு இருக்கிறோம். பெண் விரோதம் என்பது இந்திராகாந்தி குடும்பத்தின் குணங்களில் ஒன்று என்று எங்களுக்கு தெரியாது' என்று கூறினார்.

ஆனால் இந்த விவகாரத்தில் பெண் எம்பிக்களை ராகுல்காந்தி அவமதிக்கவில்லை எனவும் இந்த விவகாரத்தில் பாஜக அநாகரிக அரசியல் செய்வதாகவும் காங்கிரஸ் குற்றம் சாட்டியது.

இது தொடர்பாக மக்களவை காங்கிரஸ் கொறடா, மாணிக்கம் தாகூர் கூறுகையில் ஸ்மிரிதி இராணி ராகுல் குறித்த அச்சத்தால் அவதிப்படு கிறார். அவர் அதில் இருந்து வெளியே வர வேண்டும் என கூறினார்.

சிவசேனாவைச் சேர்ந்த எம்பியான பிரியங்கா சதுர்வேதி, 'ராகுல் காந்தியின் செயலை நானும் பார்த்தேன். அது பாசத்தின் வெளிப்பாடு. ஆனால் பாஜகவால் அன்பை ஏற்க முடியாது' என்று தெரிவித்தார்.

67

நம்பிக்கையில்லா தீர்மானத்திற்கு நரேந்திர மோடி பதிலடி

மக்களவையில் மூன்று நாட்களாக நடைபெற்று வந்த நம்பிக்கையில்லா தீர்மானத்தின் மீதான விவாதத்துக்கு கடைசியில் மோடி பதில் அளித்து 21/4 மணி நேரம் பேசினார்.

நம்பிக்கை இல்லாதீர்மானத்திற்கு பதிலுரையாக அவர் பேசிய நீண்ட நேர உரை கேள்விக்குரிய பதிலாக இல்லாமல் வெற்று உரையா அரசியல் விமர்சகர் களால் கருதப்பட்டது.

மணிப்பூர் குறித்து பிரதமர் கூறிய தாவது:-

'வடகிழக்கு பகுதி எங்கள் இதயத்தின் ஒரு அங்கம் வடகிழக்கின் உணர்வுகளை புரிந்து கொள்ள காங்கிரஸ் கட்சி ஒரு போதும் முயற்சி செய்யவில்லை.

அங்கு 50 தடவைகளுக்கு மேல் நான் சென்றுள்ளேன். மத்திய மந்திரிகள் 400 தடவைக்கு மேல் சென்றுள்ளனர். இது வெறும் தரவு மட்டு மல்ல வடகிழக்கு மீதான அர்ப்பணிப்பு உணர்வு.

மணிப்பூரில் நிலவும் நிலையற்ற சூழ்நிலைக்கு முந்தைய காங்கிரஸ் அரசே காரணம், அங்கு வன்முறைக் குறைந்து வருகிறது. பெண்களுக்கு எதிரான கடுமையான குற்றங்கள் நடந்துள்ளன. அவை மன்னிக்க முடியாதவை.

குற்றவாளிகளுக்கு கடும் தண்டனை கிடைப்பதை உறுதி செய்ய மத்திய மாநில அரசுகள் முயற்சிகள் மேற்கொண்டுள்ளன.

மணிப்பூரில் விரைவில் அமைதி நிலை நாட்டப்படும். புதிய நம்பிக்கை யுடன் மணிப்பூர் பயணிக்கும் என்று உறுதி அளிக்கிறேன். அதற்கு மத்திய மாநில அரசுகள் கூட்டாக நடவடிக்கை எடுத்து வருகின்றன.

நாடு உங்களுக்கு துணை நிற்கும் என்று மணிப்பூர் பெண்களுக்கு உறுதி அளிக்கிறேன்.

மணிப்பூரில் பாரத மாதாவை கொலை செய்துவிட்டதாக இங்கு பேசப்பட்டுள்ளது. பாரத மாதாவின் மரணத்தை பார்க்க வேண்டும் என்று இவர்கள் ஏன் விரும்புகிறார்கள்? இத்தகைய கருத்துக்கள் ஒவ்வொரு இந்தியனின் உணர்வுகளையும் காயப்படுத்தும்.

இவர்கள் பாரத மாதாவை அடிமைத்தளையில் இருந்து விடுவிக்க நேரம் வந்தபோது, அவளது கை கால்களை வெட்டியவர்கள் பாரத மாதாவை மூன்று துண்டாக பிரித்துவிட்டனர்.

இவர்கள் வந்தே மாதரம் பாடலை சுக்குநூறாக உடைத்தவர்கள். மிசேலும் மக்கள் மீது 1966ம் ஆண்டு அப்போதைய பிரதமர் இந்திரா காந்தி, விமானப்படை விமானங்கள் மூலம் தாக்குதல் நடத்தினார். 1980களில் அகால்தத் மீது ராணுவ தாக்குதல் நடத்தப்பட்டது.

வடகிழக்கு மக்களின் அத்தனை பிரச்சினைகளுக்கும் காங்கிரசே தாயார். அதற்கு வடகிழக்கு மக்கள் பொறுப்பல்ல. அது காங்கிரசின் அரசியல்.

நம்பிக்கையில்லா தீர்மானம் மீது தாயர் ஆவதற்கு எதிர்க்கட்சிகளுக்கு போதிய நேரம் இருந்தது. ஆனால் அவர்கள் தயாராகவில்லை. அவர்

களின் அனுதாபங்களுக்கும் ஏமாற்றம் தான்.

ஆளுங்கட்சி தரப்பு செஞ்சுரி அடிக்கிறது எதிர்க்கட்சிகள் தரப்பு நோபால் போடுகிறது. 2028ம் ஆண்டு நம்பிக்கையில்லா தீர்மானம் கொண்டு வரும் போதாவது அவர்கள் நன்றாக ஹோம் ஒர்க் செய்ய வேண்டும்.

எதிர்கட்சிகள் உயிர்வாழ என்.டி.ஏ தேவைப்படுகிறது. அதனால் தான் தங்கள் கூட்டணியின் பெயரில் என்.டி.ஏவைச் சேர்த்துள்ளனர். இடையில் 'நான்' என்ற ஆணவத்தால் இரண்டு 'ஐ' களை சேர்த்துள்ளனர்.

அவற்றில் ஒரு 'ஐ' எதிர்க்கட்சிகளின் ஆணவத்தையும், மற்றொரு 'ஐ' ஒரு குடும்பத்தின் ஆணவத்தையும் குறிக்கும். பழைய வாகனத்துக்கு பெயிண்ட் அடித்து, புதிய மின்சார வாகனமாக விற்க பார்க்கிறீர்கள்.

எதிர்க்கட்சிகளின் கூட்டணி ஒரு ஆணவ கூட்டணி. அங்கு ஒவ்வொரு வருக்கும் பிரதமர் பதவி மீது கண். ஏழைகளின் பசி மீது அக்கறை இல்லை. அதிகார பசி மீதுதான் ஆர்வம். சந்தர்ப்பம் வரும் போது கத்திகள் வெளியே வரும்.

மேற்கு வங்காளத்தில் திரிணமுல் காங்கிரஸ் மற்றும் கம்யூனிஸ்டு கட்சிக்கு எதிராக காங்கிரஸ் செயல்படுகிறது. ஆனால் டெல்லியில் சேர்ந்து கொள்கிறது. கடந்த ஆண்டு வயநாடு காங்கிரஸ் அலுவலகத்தை சூறை யாடியவர்களுடன் காங்கிரஸ் கை கோர்த்து செயல்படுகிறது.

பல மாநிலங்களில் காங்கிரஸ் ஆட்சியை இழந்து பல்லாண்டுகள் ஆகிறது. ஒவ்வொரு தடவையும் முயற்சிக்கிறது. காங்கிரஸ் தோற்று வருகிறது. அதனால் வாக்காளர்கள் மீது வெறுப்பைக் கக்குகிறது.'

கூட்டணியின் பெயரை மாற்றினால் ஆட்சிக்கு வந்து விடலாம் என்று எதிர்க்கட்சிகள் நினைக்கின்றன. இந்தியா என்று புதிய பெயர் வைத்து விட்டனர். அதன் மூலம் ஐக்கிய முற்போக்கு கூட்டணிக்கு கடந்த ஜூலை மாதம் பெங்களூருவில் இறுதிச் சடங்கு செய்துவிட்டனர்.

பிரதமர் மோடி இரண்டேகால் மணிநேரம் பேசினார். அவர் தனது உரையை முடிப்பதற்கு முன்பே எதிர்க்கட்சி எம்பிகள் வெளிநடப்பு செய்தனர்.

பின்னர் பேட்டி அளித்த எதிர்க்கட்சித் தலைவர்கள் பிரதமர் தனது உரையில் 90 நிமிடங்கள் வரை மணிப்பூர் குறித்து பேசாததை கண்டித்து வெளிநடப்பு செய்ததாக தெரிவித்தனர்.

பிரதமர் சபையில் பேசும் போது 'மணிப்பூர் மணிப்பூர்' என்று குரல் எழுப்பினார். எதிர்க்கட்சிகளின் வெளிநடப்பை குறிப்பிட்ட மோடி 'கேள்வி எழுப்பியவர்களுக்கு பதில் கேட்பதற்கு தைரியம் இல்லை. சுட்டு விட்டு தப்பி ஓடுகிறார்கள்' என்று கூறினார்.

பிரதமர் மோடியின் பதிலுரைக்குப் பிறகு நம்பிக்கை இல்லா தீர்மானம் மீது குரல் வாக்கெடுப்பு நடத்தப்பட்டது. அனைவரும் எதிர்த்து குரல் கொடுத்தனர்.

எதிர்க்கட்சிகள் வெளிநடப்பு செய்து விட்டதால் ஆதரவு குரல் எழவில்லை. அதனால் மத்திய அரசுக்கு எதிரான நம்பிக்கையில்லா தீர்மானம் தோல்வி அடைந்தது.